AF759183

മണ്ണിന്റെ ലാവണ്യം
പ്രതിരോധം

manninte lavanyam, prathirodham
prakrithiyarivukal

•

dr. c r rajagopalan

•

first edition
june 2016

•

second edition
february 2017

•

typesetting & published
chintha publishers, thiruvananthapuram

•

printed

•

cover
bloofish

•

വിതരണം

ദേശാഭിമാനി ബുക്ക് ഹൗസ്
H O തിരുവനന്തപുരം–695 035
phone: 0471-2303026, 6063026
www.chinthapublishers.com
chinthapublishers@gmail.com

ബ്രാഞ്ചുകൾ

ഹെഡ്ഡാഫീസ് ബ്രാഞ്ച് കുന്നുകുഴി • സ്റ്റാച്യു തിരുവനന്തപുരം • കെ എസ് ആർ ടി സി ബസ് സ്റ്റേഷൻ ആലപ്പുഴ • കെ എസ് ആർ ടി സി ബസ് സ്റ്റേഷൻ എറണാകുളം • മച്ചിങ്ങൽ ലെയ്ൻ തൃശൂർ • ഐ ജി റോഡ് കോഴിക്കോട് • മാവൂർ റോഡ് കോഴിക്കോട് • എൻ ജി ഒ യൂണിയൻ ബിൽഡിങ് കണ്ണൂർ • സെൻട്രൽ ബസ് ടെർമിനൽ കോംപ്ലക്സ് താവക്കര കണ്ണൂർ

CR - 1612 / 4130
ISBN - 978-93-86112-18

മണ്ണിന്റെ ലാവണ്യം
പ്രതിരോധം

ഡോ. സി ആർ രാജഗോപാലൻ

ചിന്ത പബ്ലിഷേഴ്സ്
തിരുവനന്തപുരം-695 035

ഡോ. സി ആർ രാജഗോപാലൻ

തൃശൂർ ജില്ലയിലെ പെരുമ്പിള്ളിശ്ശേരിയിൽ സി എൻ രാമപ്പണിക്കരുടെയും നാരായണിയമ്മയുടെയും മകനായി 1957 ൽ ജനനം. ചേർപ്പ് സി എൻ എൻ ഹൈസ്കൂൾ, തൃശൂർ ഗവൺമെന്റ് കോളേജ്, ശ്രീ കേരളവർമ്മ കോളേജ് എന്നിവിടങ്ങളിൽ വിദ്യാഭ്യാസം. ശ്രീ കേരളവർമ്മ കോളേജ് മലയാളവിഭാഗത്തിൽ റീഡറായിരുന്നു. ഇപ്പോൾ കേരള സർവ്വകലാശാല മലയാളവിഭാഗത്തിൽ പ്രൊഫസറാണ്. കേരള സർവ്വകലാശാല അന്താരാഷ്ട്ര കേരള പഠന കേന്ദ്രം, സ്കൂൾ ഓഫ് ഇന്ത്യൻ ലാംഗ്വേജസ് ഡയറക്ടർ ആണ്. കേരളീയതയുടെ നാട്ടറിവ്, ഡി സി ബുക്സിന്റെ നാട്ടറിവുകൾ എന്നീ പരമ്പരകളുടെ ജനറൽ എഡിറ്റർ. *എല്ലാം കത്തിയെരിയുകയാണ്, ഗോത്രകലാവടിവുകൾ, കാവേറ്റം നാടൻകലാപഠനങ്ങൾ, മുടിയേറ്റ് നാടോടിനേരരങ്ങ്, ഫോക്‌ലോർ സിദ്ധാന്തങ്ങൾ, അലയുന്നവർ, അന്നവും സംസ്കാരവും, കറുത്തമണികളുടെ കൊയ്ത്ത്* എന്നിവയുടെ രചയിതാവ്. *കൃഷിഗീതയുടെ* എഡിറ്റർ. *Summer Rain / Harvesting the Indigenous Knowledge of Kerala, Nattarivu/2000 years of Malayalee Heritage* എന്നിവയുടെ എഡിറ്റർ. കേരള ഫോക്‌ലോർ അക്കാദമി, കേരള സംഗീത നാടക അക്കാദമി അവാർഡുകൾ ലഭിച്ചിട്ടുണ്ട്. ഗ്രീസ്, ചൈന, ഇറ്റലി, ജനീവ, റോം, ഇംഗ്ലണ്ട്, സ്വിറ്റ്സർലന്റ്, പോളണ്ട് എന്നിവിടങ്ങളിൽ നാട്ടറിവ്, നാടൻകലാ സംബന്ധമായ അന്താരാഷ്ട്ര സെമിനാറുകളിൽ പങ്കെടുത്തിട്ടുണ്ട്.

ഭാര്യ : ശീതൾ വി എസ്
വിലാസം : ശ്രീകാവ്, കണിമംഗലം, പി ഒ
തൃശൂർ 680027
E-mail : rajgopalcr@gmail.com

ഉള്ളടക്കം

അമ്മുവിന്

പ്രസാധകക്കുറിപ്പ്

പ്രകൃതിയെപ്പറ്റിയുള്ള പുതിയ അറിവുകൾക്കായി ഇന്ന് സമൂഹം കാതോർക്കുന്നു. സർവ്വനാശത്തെ അഭിമുഖീകരിക്കുകയാണ് ഈ ഭൂഗോളം. അതൊഴിവാക്കാനുള്ള ചിന്തകളും ആഗോളതലത്തിൽ ശക്തമാണ്. ഭൂമി നമുക്ക് ജീവിച്ചു തീർക്കാനുള്ള ഇടം മാത്രമല്ല വരുംതലമുറയ്ക്ക് കൈമാറേണ്ടതുകൂടിയാണെന്ന അറിവിന് ഇന്ന് മേൽക്കൈ ലഭിക്കുന്നു. പ്രകൃതിയെപ്പറ്റി എല്ലാം അറിയുന്നവർ ശാസ്ത്രജ്ഞന്മാരല്ല. നാട്ടറിവുകളിലും നാടോടിവിജ്ഞാനത്തിലും അതിന്റെ വേരുകളുണ്ട്. നാടോടിസമൂഹങ്ങൾ സ്വന്തം വിഭവപരിസരത്തെയും അന്നപരിസരത്തെയും കാത്തുസൂക്ഷിച്ചിരുന്നതെങ്ങനെയെന്ന് പ്രാചീന ഗ്രന്ഥമായ *കൃഷിഗീത* വിവരിക്കുന്നു.

"പണ്ടുപണ്ടുള്ള വിത്തുകളെല്ലാമേ
കണ്ടാലുമറിയാതെ മറഞ്ഞുപോയി"

ഇതു *കൃഷിഗീത*യിൽ എഴുതിയതാണ്. പരിസ്ഥിതിയും മണ്ണും മനുഷ്യനും ഇടകലരുന്ന വിജ്ഞാനത്തിന്റെ അനുഭവത്തിന്റെ ലോകത്തേക്കാണ് ഡോ. സി ആർ രാജഗോപാലൻ നമ്മെ കൊണ്ടുപോകുന്നത്.

ചിന്ത പബ്ലിഷേഴ്സ്

ആമുഖം

ആനുകാലികങ്ങളിൽ പലപ്പോഴായി എഴുതിയ ലേഖനങ്ങളാണ് ഈ സമാഹാരത്തിൽ ചേർത്തിരിക്കുന്നത്. രണ്ടു ഇന്റർവ്യൂകളും ഈ പുസ്തകത്തിൽ ചേർത്തിട്ടുണ്ട്. 1987 ൽ തൃശൂരിലെ ചേനം കാർഷിക ഗ്രാമത്തിൽ നടന്ന 'ഒറ്റവൈക്കോൽ വിപ്ലവ'ത്തിന്റെ പ്രകാശനം മുതൽ പരിസ്ഥിതി അറിവടയാളങ്ങളെപ്പറ്റിയുണ്ടായ താത്ത്വികമായ ഉണർവ്വിനെ പ്രതിനിധീകരിക്കുന്നതാണ് ഈ അന്വേഷണങ്ങൾ. അക്കാദമിക് പണ്ഡിതന്മാരേക്കാളും സാങ്കേതിക വിദഗ്ദ്ധന്മാരേക്കാളും ആഴത്തിലുള്ള അറിവുകൾ മണ്ണിനോടൊത്തു ജീവിക്കുന്ന സാധാരണക്കാർക്കുണ്ടായിരുന്നു. നാടോടിസംസ്കാരത്തിന്റെ പെരുമാറ്റസംഹിതകളിലെല്ലാം നിലനില്പിന്റെ ഈ താളബോധമുണ്ടായിരുന്നു. പൊന്നാനിമുതൽ ആനമല വരെയുള്ള പുഴയോരനടത്തങ്ങൾ, വയൽവരമ്പുകളിലൂടെയുള്ള ദേശവലത്തുകൾ, കാടിന്റെ മറുകരതേടിയുള്ള ചുവടുകൾ എന്നിവയിലൂടെ നേടിയ പരിസ്ഥിതിയറിവുകൾ ലേഖനങ്ങളിലുൾക്കൊള്ളിക്കാൻ ശ്രമിച്ചിട്ടുണ്ട്.

പശ്ചിമഘട്ടത്തെ മുഴുവൻ ഭൂകമ്പങ്ങൾക്കിരയാക്കി ഇടിച്ചുനിരത്തുവാൻ കൊതിപൂണ്ടിരിക്കുന്ന രാക്ഷസീയസംസ്കാരം അടുത്തകാലത്തായി കേരളത്തിൽ വളർന്നുവന്നിട്ടുണ്ട്. കടലോരവും വയലോരവും പുഴയോരവും സ്വകാര്യവല്ക്കരിക്കുകയാണ്. പ്രകൃതിവിഭവസംരക്ഷണത്തിനായി പ്രാദേശികമായി പോരാടുന്ന ഗ്രാമീണജനങ്ങളുടെ ഉൾത്തുടിപ്പുകൾ ഏറ്റുവാങ്ങുന്ന കൂട്ടായ്മകൾ ഇനിയും ഉണ്ടാകേണ്ടിയിരിക്കുന്നു. അറിവുകളുടെ കോർപ്പറേറ്റുവല്ക്കരണമാണ് ഇന്നു നടക്കുന്നത്. അറിയേണ്ട അറിവുകൾ നാട്ടുജനതയുടെ തിരുമുറ്റങ്ങളിലേക്ക് തിരിച്ചുപിടിക്കുന്നതിലൂടെ മാത്രമേ അറിവിന്റെ കുത്തകവല്ക്കരണം പ്രതിരോ

ധിക്കുവാനാകൂ. ഭൂമിയുടെ നീരൊഴുക്കുകൾ മണലാരണ്യങ്ങളിൽ ചെന്ന വസാനിക്കാറില്ല.

മൺവിഭവങ്ങളുടെ നാശം ഗ്രാമീണജനതകളുടെ ജീവിക്കാനുള്ള അവകാശത്തെയാണ് ഇല്ലാതാക്കുന്നത്. മലയാളത്തിന്റെ സമ്പന്നമായ ഹരിതപാരമ്പര്യത്തെ വിവേകത്തോടെ തിരിച്ചറിഞ്ഞുകൊണ്ട് ഊണിലും ഉറക്കത്തിലും ഉയിരിലും അത് സംരക്ഷിക്കുവാനുള്ള പുതുബോധമാണുണ്ടാവേണ്ടത്. നാടോടികലാചരിത്രത്തിൽ അടക്കം ചെയ്തിരിക്കുന്ന കേരളീയമായ പ്രകൃതി-മൂല്യബോധത്തെ കുട്ടിക്കാലം മുതൽതന്നെ അഭ്യസിക്കുവാൻ അവസരങ്ങളുണ്ടാകണം. കാട്ടറിവുകളിൽനിന്നും വയലറിവുകളിൽനിന്നും പുതിയ 'പാട'ങ്ങളുണ്ടാകണം. കേരളീയ പരിസ്ഥിതി ബോധത്തിന്റെ അറിവടയാളങ്ങൾക്കായി ഉലകം കാത്തിരിക്കുകയാണ്. കിഴക്കൻ മലനിരകളിലെ മുനിയറകളിൽ രൂപംകൊണ്ട പാട്ടും പുരാവൃത്തങ്ങളും പ്രകൃതിയറിവുകളുടെ കാവലാളാണ്. കൈത്തഴക്കങ്ങളായി തലമുറകൾ കൈമാറിയ അറിവിന്റെ കലവറകൾ വെറും പ്രദർശന വസ്തുക്കളല്ല. അവ അതിജീവനത്തിന്റെ ആയുധപ്പുരകളാണ്.

മണ്ണാർമണിഞണ്ടിന്റെയും മണ്ണാർമണിപ്രാവിന്റെയും മണ്ണാർമണിത്തുമ്പിയുടെയും നാട്ടുപുരാവൃത്തം പാടിത്തന്ന മാള വടമയിലെ കാർത്ത്യായനി അമ്മൂമ്മയെപ്പോലുള്ളവരുടെ കൈവെള്ളയിലുണ്ടായിരുന്നത് സംസ്കാരത്തിന്റെ ചിഹ്നങ്ങൾ. കാരണവകുലങ്ങൾ പ്രകൃതിയെ സ്വാംശീകരിച്ച ലോകവീക്ഷണങ്ങൾ അന്യംനിന്നുകൊണ്ടിരിക്കുകയാണ്. പവിത്രമായ വാമൊഴികളിൽനിന്നും ദൃശ്യനരവംശബോധത്തിൽനിന്നും നാടോടിചിഹ്നവിജ്ഞാനത്തിൽനിന്നും ദേശി കലാവീക്ഷണത്തിന്റെ തെളിനീരുറവകൾ ഒഴുകുന്നു.

ഈ പുസ്തകം പ്രസിദ്ധീകരിക്കുവാൻ തയ്യാറായ ചിന്തയുടെ പ്രവർത്തകരോടുള്ള നന്ദി രേഖപ്പെടുത്തുന്നു. പ്രത്യേകിച്ച് വി കെ ജോസഫ്, രാധാകൃഷ്ണൻ എന്നിവരോട്. ജൈവകൃഷിയിലേക്കുള്ള തിരിച്ചുപോക്ക്, കാലാവസ്ഥാവ്യതിയാനം, വിത്തുകളുടെ പരിരക്ഷണം, ഭക്ഷ്യസുരക്ഷയുടെ നാട്ടറിവുകൾ, അന്നത്തിന്റെ സംസ്കാരബന്ധങ്ങൾ, ഞാറ്റുവേലയുടെ മഹാരഹസ്യങ്ങൾ, തെങ്ങുകൃഷിയെപ്പറ്റിയുള്ള പ്രാചീനരേഖ തുടങ്ങി പത്ത് ലേഖനങ്ങളാണ് ഇതിൽ ഉൾക്കൊള്ളിച്ചിരിക്കുന്നത്. ഈ പുസ്തകത്തിലെ കൃഷിഗീതയും ഭക്ഷ്യസുരക്ഷയും, അന്നവും സംസ്കാരവും എന്നിവ ലഘുലേഖയായി അച്ചടിച്ച് വിതരണം ചെയ്തിരുന്നു. പ്ലാച്ചിമട സമരസമിതിയാണ് *തണ്ണീർപ്പന്തൽ* എന്ന ലഘുലേഖ പ്രസിദ്ധീകരിച്ചത്. എസ് എൻ എ ഔഷധശാലയാണ് *ഞാറ്റുവേലയ്ക്ക് പൊട്ടുകുത്തണ്ട* എന്ന ലഘുലേഖ അച്ചടിക്കുന്നതിന് ധനസഹായം നല്കിയത്.

നാട്ടറിവുപഠനകേന്ദ്രത്തിലെ സുഹൃത്തുക്കൾ, വയനാട്ടിലെ പൈതൃക വിത്തിനങ്ങൾ കാത്തു സൂക്ഷിക്കുന്ന ചെറുവയൽ രാമേട്ടൻ, മനില സി മോഹൻ, പ്രകൃതിദർശനത്തിൽ ജീവിത പങ്കാളിയായ ശീതൾ

വി എസ്, ഗവേഷക വിദ്യാർത്ഥികൾ എന്നിവരെയും ഇവിടെ സ്മരിക്കുന്നു. നിരവധി കാരണവകുലങ്ങൾ പകർന്നു നല്കിയ പ്രകൃതിയറിവുകൾ ഈ ഗ്രന്ഥരചനയ്ക്ക് പ്രയോജനപ്പെടുത്തിയിട്ടുണ്ട്. ചരിത്രപരമായ ഓർമ്മകളുടെ ഡാറ്റാബേസിൽ കാത്തുസൂക്ഷിച്ച അമൂല്യമായ പാരമ്പര്യ പരിസ്ഥിതി വിജ്ഞാനങ്ങൾ വരുംകാലത്തിനു വേണ്ടിവന്നേക്കാം. നട്ട തൊന്നും കിളിർക്കാതെ പോയിട്ടില്ല. പോയവരാരും പോയിട്ടില്ല. നാട്ടു ഗുരുകുലങ്ങളിലും ആശാൻകുടികളിലും ജനായത്തരീതിയിൽ പടർന്നു പന്തലിച്ച ജ്ഞാനത്തിന്റെ മഹാകാലങ്ങൾ ഇവിടെ രേഖപ്പെടുത്തുന്നു. പ്രകൃതിബോധത്തിനും മൺകലയുടെ സംസ്കൃതിക്കും ഉണ്ടായിരുന്ന സാംസ്കാരികതലങ്ങൾ നാട്ടുസംസ്കൃതിയിൽനിന്നു കണ്ടെടുക്കേണ്ടി യിരിക്കുന്നു. പ്രജ്ഞയുടെ കാവൽമാടങ്ങളിൽ പ്രകൃതിനാടകം കണ്ടി രിക്കുന്ന ഉണ്ണികൾ. വെള്ളാനിപ്പച്ച മുതൽ അഗസ്ത്യകൂടം വരെ പറമ്പി ക്കുളം മുതൽ ഇരവികുളംവരെ കാട്ടിലലഞ്ഞ എന്റെ വിദ്യാർത്ഥികൾക്ക് ഈ കൈപ്പുസ്തകം കൈമാറുന്നു.

സി ആർ രാജഗോപാലൻ

1

കൃഷിഗീത– ഭക്ഷ്യസുരക്ഷയുടെ നാട്ടുപാഠങ്ങൾ

അമ്പതുവർഷം മുമ്പുള്ള ബംഗാളിലെ ക്ഷാമത്തിന്റെ ഞെട്ടിപ്പിക്കുന്ന ഓർമ്മകൾ കടന്നുവരുമ്പോൾ, 2009 ഇന്ത്യ ഭക്ഷ്യസുരക്ഷാവർഷമായി ഏറ്റെടുക്കുമ്പോൾ, ആസിയാൻ കരാറിലൂടെ ഇന്ത്യയിലെ കാർഷിക വ്യവസ്ഥ പുതിയ പ്രതിസന്ധികൾ നേരിടുമ്പോൾ, ഉർവ്വരതാ പ്രകൃതി പ്രയോഗങ്ങൾക്കുവേണ്ടി മാത്രം ജീവിച്ച നാടോടി സംസ്കാരത്തെ നമുക്ക് വീണ്ടെടുക്കേണ്ടിവരുന്നു. ബ്രിട്ടീഷുകാരുടെ ഭരണകാലത്ത്, 1771 – ബംഗാൾ ക്ഷാമത്തിൽ 10 ലക്ഷം പേരെങ്കിലും മരിച്ചിട്ടുണ്ടാകും. അധിനിവേശ നപുംസക വിദ്യാഭ്യാസം കിട്ടാത്ത, കൃഷി ജീവിതംതന്നെയായ മനുഷ്യരുള്ളതുകൊണ്ടാണ് നാം ഭക്ഷണം കഴിക്കുന്നതെന്ന് ഗാന്ധിജി ഓർമ്മപ്പെടുത്തിയിരുന്നു. പ്രകൃതിവിഭവങ്ങൾ അന്യംനില്ക്കുകയും ഭക്ഷ്യസുരക്ഷാകേന്ദ്രങ്ങൾ ശോഷിക്കുകയും ജൈവ വൈവിദ്ധ്യവലയിൽ അപരിഹാര്യമായ വിള്ളലുകളുണ്ടാവുകയും കാലാവസ്ഥാ വ്യതിയാനം വഴി വിളവിന്റെ ചാക്രികതയിൽ രൂക്ഷമായ പ്രതിസന്ധികൾ ഏറ്റുവാങ്ങേണ്ടിയും വരുന്ന ബഹുവിഷമസന്ധി (polycrisis) യിലാണ് ലോകം. സജീവഭൂമിക്ക് നിങ്ങളുടെ പരിലാളന ആവശ്യമുണ്ടെന്നു പറയുകയും കാലാവസ്ഥാമാറ്റത്തിനെതിരെ പോരാടാൻ ആഹ്വാനം നടത്തുകയും ചെയ്യുന്നതിലെ വൈരുദ്ധ്യം നാം തിരിച്ചറിയണം.

ദേശപ്രജ്ഞ കാത്തുസൂക്ഷിച്ച വയൽ ഭൂപടം

കാടോടി–നാടോടി സമൂഹങ്ങൾ സ്വന്തം വിഭവപരിസരത്തെയും അന്നസംസ്കാരത്തെയും കണ്ണിലെണ്ണയൊഴിച്ചു കാത്തിരുന്നുവെന്ന് തെളിയിക്കുന്ന ഒരുപാട് ആവിഷ്കാരങ്ങൾ ഗ്രാമ നാട്ടറിവുകളങ്ങളിലുണ്ടായിരുന്നു. പൊട്ടൻ തോറ്റംപാട്ട്, പയ്യന്നൂർ പാട്ട്, മലപ്പിലവൻ

തോറ്റം, കന്നൽപ്പാട്ട്, പുള്ളുവരുടെ കറ്റപ്പാട്ട്, കോതാമൂരിയാട്ടം, പൂരക്കളിയിലെ പള്ള്പാട്ട്, നേർച്ചകൊട്ടുകളിപ്പാട്ട്, ഇടനാടൻപാട്ട്, കുറത്തിപ്പാട്ട്, പടയണിപ്പാട്ട് തുടങ്ങി എണ്ണമറ്റ നാടൻ ആവിഷ്കാരങ്ങളിലും അനുഷ്ഠാനങ്ങളിലും വിത്തുപൊലിമയും ഭക്ഷ്യകൃഷിയുടെ ആവശ്യകതയും കാണാം. കേരളത്തിന്റെ പ്രാചീന ഭുവിടങ്ങൾ പ്രദർശനവസ്തുവായി മാറിക്കൊണ്ടിരിക്കുമ്പോൾ ദേശപ്രജ്ഞ കാത്തുസൂക്ഷിച്ച വയൽ ഭൂപടം നാട്ടറിവു ചരിത്രത്തിൽ നിറഞ്ഞുനില്ക്കുന്നു. തഞ്ചാൻമലയുടെ തൻ നടുവിൽ തിന വിതച്ചതും കിളികൾവന്ന് വിത്തു കൊത്തിത്തിന്നതും പാണൻ പാടാറുണ്ട്. ഇത് മലനാട്ടിലെ പ്രാചീന കൃഷിയെ വ്യക്തമാക്കുന്നതാണ്. കാട്ടുനെല്ലിൽനിന്ന് വരിനെല്ലു കണ്ടെത്തിയതും അതിൽനിന്ന് നാട്ടുനെല്ലിനങ്ങൾ വികസിപ്പിച്ചതും മണ്ണറിഞ്ഞ് പള്ളിവയലിൽ, പ്രകൃതി സർവ്വകലാശാലയിൽ വിത്തെരട്ടിപ്പിച്ചതും വല്ലൊട്ടിയിൽ വിത്തു കാത്തുസൂക്ഷിച്ചതും കർഷകരുടെ മാത്രം നൈപുണ്യമാണ്. അന്നം ചെറുകിളി മാനത്തുനിന്ന് മലനാട്ടിലേക്ക് ആരിയൻ വിത്തുകൊണ്ടുവന്നുവെന്നാണ് നാടോടി പുരാവൃത്തം പറയുന്നത്. കർഷകർ തിണയും തിണമയക്കവും അറിഞ്ഞ് മലയൊടമ്പൻ മുതൽ നീർകഴമ വിത്തുവരെ കൃഷിചെയ്തു. പാക്കനാരുടെ ഓണപ്പാട്ടിൽ നിറഞ്ഞുനിന്ന അഞ്ചുനിലങ്ങളി (കുന്ന്, കാട്, വരണ്ടനാട്, വയൽ, കടലോരം)ലും വിത്തു സമർപ്പണത്തിന്റെ ആഘോഷങ്ങളുണ്ടായി. കൃഷിഗുരുക്കന്മാരുടെ പ്രജ്ഞ താളിയോലയിലെ അറിവടയാളങ്ങളായി.

രോഗങ്ങൾ മാറ്റുന്ന ചെന്നെല്ല് എവിടെപ്പോയ് മറഞ്ഞു? പ്രതിരോധശേഷിയുള്ള ചിറ്റേനിയെ കുമ്പിടുക. വാതരോഗത്തിനുള്ള നവരയെ ഏറ്റെടുക്കുക. കവുങ്ങിൻ പൂത്താട, പൊക്കാളി എന്നീ നെല്ലിനങ്ങളുടെ നാട്ടുരുചി മനസ്സിലുണ്ടാവട്ടെ. നൂറുകണക്കിനു നെൽവിത്തുകളുടെ പരിസ്ഥിതി രജിസ്റ്ററും ബൗദ്ധികസ്വത്തും വാക്കിലും പ്രവൃത്തിയിലും കാത്തുസൂക്ഷിച്ച കൃഷിപ്പടവുകൂട്ടായ്മ ഭക്ഷ്യസുരക്ഷയുടെ കാവലാളായിരുന്നു. പുതിയ പാപ്പാസ്സുകോയ്മകളുടെ വരവോടെ ഈ വ്യവസ്ഥ താറുമാറായി. കോരി വിതച്ചാലും വാരി വിതച്ചാലും വകഞ്ഞതേ വിളയൂ എന്ന് പഴമൊഴിയുണ്ട്. മുളയ്ക്കാത്ത വിത്തുകൾ മണ്ണിൽ വിതറേണ്ട ഗതികേട് കർഷകനുണ്ടായിരിക്കുന്നു. ഇവിടെയാണ് 17–18 നൂറ്റാണ്ടുകളിൽ ബ്രിട്ടീഷ് കൊളോണിയൽ വിദ്യാഭ്യാസം വരുന്നതിനുമുമ്പ് മലബാറിലെ കുടിപ്പള്ളിക്കൂടങ്ങളിൽ ചൊല്ലിപഠിപ്പിച്ചിരുന്ന കൃഷിപ്പാട്ട് എന്ന കൃഷിഗീതയുടെ പ്രസക്തി. കൃഷിയുടെ നാട്ടറിവുകൾ താളിയോലയിൽ പകർത്തി പ്രാദേശിക സംസ്കൃതികൾ സൂക്ഷിച്ചിരുന്നു. നാട്ടുവിജ്ഞാന പരമ്പരയിലെ ഒരു റഫറൻസായിരുന്നു ഈ താളിയോലകൾ.

1908 ൽ മലബാറിലെ നാട്ടുകൃഷിയെപ്പറ്റി മോശമായ ചിത്രീകരണമാണ് സായ്പ് നടത്തിയത്. 1. കൃഷിചെയ്യുന്നത് കാര്യക്ഷമമല്ലാത്ത വിധത്തിലാണ് (inefficient cultivation). 2. മിതമായ തോതിൽ മാത്രം വിളവുകളുണ്ടാകുന്നു. 3. പ്രകൃതിയുമായി നിരന്തരമായ പോരാട്ടം

ഇവിടെ നടക്കുന്നില്ല. 4. കർഷകന്റെ ബുദ്ധി വികസിക്കുന്നില്ല. 5. ഭൂമിയെ ഇടവിടാതെ ഉപയോഗിക്കുന്നു. 6. ഭൂമിയിൽ വളം ചേർക്കുന്നില്ല. 7. ധാന്യ കൃഷിയിൽ ഏർപ്പെടുന്നവൻ മൂലധനമില്ലാത്ത ദരിദ്രനാണ്. 8. കർഷകൻ കടുംകൃഷിയിൽ തല്പരനാവുന്നില്ല (എം ഗംഗാധരൻ, 76). വെള്ളക്കോയ്മയുടെ ഈ മനഃസ്ഥിതി തന്നെയാണ് നൂറുകൊല്ലം കഴിഞ്ഞിട്ടും കേരളത്തിൽ തുടരുന്നതെന്ന് കൃഷിക്കാരോടുള്ള അധികാരിവർഗ്ഗത്തിന്റെ സമീപനത്തിൽ നിന്നറിയാം. പാരമ്പര്യവൈദ്യ ന്മാരെ മുറിവൈദ്യന്മാരായും കർഷകരെ കഴിവുകെട്ടവരായും ചിത്രീക രിക്കുന്ന പരിഷ്കൃതക്കോയ്മ ഇവിടെ വളർന്നുവന്നിട്ടുണ്ട്. കൃഷിയുടെ സർവ്വവിജ്ഞാനങ്ങളും അറിയാവുന്ന കർഷകത്തൊഴിലാളികളും കൃഷിക്കാരും കൃഷി ചെയ്താൽ അത് കുറ്റകരമാകുമെന്ന് പ്രമേയം പാസാക്കാൻ ചിലർ തയ്യാറാകുന്ന കാലം വിദൂരമല്ല. എന്നാൽ നമുക്ക് ആരോഗ്യം വേണ്ടേ, ഭക്ഷണം വേണ്ടേ എന്ന ചോദ്യം ഉയർന്നിരിക്കുക യാണ്. വിഭവങ്ങളിൽനിന്നും വൈഭവങ്ങളിൽനിന്നും ഗ്രാമീണ ജനതയെ ഒറ്റപ്പെടുത്തുകയും അവരെ നിരാശ്രയശത്രുക്കളാക്കിമാറ്റുകയും ചെയ്യുന്ന സാങ്കേതിക ആധുനികതയുടെ തന്ത്രങ്ങൾ തന്നെയാണിത്. ജലത്തിൽ നിന്നും മണ്ണിൽനിന്നും വിത്തിൽനിന്നും ശരീരത്തിൽനിന്നും ഗ്രാമീണരെ ഒറ്റപ്പെടുത്തേണ്ടത് കോർപ്പറേറ്റ് മുതലാളിത്തത്തിന്റെ ആവശ്യമാണ്. അതിനു കൂട്ടുനില്ക്കാൻ ആളെക്കിട്ടുന്ന കാലമാണിന്ന്. സാങ്കേതികവിദ്യയും ശാസ്ത്രവും പ്രകൃതിയേക്കാൾ മുന്തിയതാണെന്ന അധിനിവേശ പ്രത്യയശാസ്ത്രം പ്രചരിപ്പിച്ചത് ഇന്നും കൊണ്ടുനട ക്കുന്നവരുണ്ട്.

അന്നസുരക്ഷാ ചക്രവാളം

അന്നസുരക്ഷാചരിത്രത്തിലെ, ചക്രവാളത്തിലെ രണ്ടുഘട്ടങ്ങളാണ് ഭൂമി കനിഞ്ഞുനല്കിയ കായ്കനികളും പാനീയങ്ങളും കിഴങ്ങുകളും എടുത്തുപയോഗിച്ചിരുന്ന കാലഘട്ടവും പിന്നീടുവന്ന കൃഷിവൃത്തിയും. ഇതിൽ ഒന്നാം ഘട്ടത്തിലെ അമൂല്യമായ അന്ന-പരിസ്ഥിതി ഓർമ്മകൾ മാനവരാശിക്കു നഷ്ടപ്പെട്ടുപോയി. മനുഷ്യ പ്രജ്ഞയ്ക്കുതന്നെ സംഭവിച്ച മാറ്റമായിരുന്നു അത്. നവീനശിലായുഗത്തിൽ അന്നപ്രകൃതിയെ ഉപയോഗപ്പെടുത്തി പുനംകൃഷിയും വിളപരീക്ഷണങ്ങളും ആരംഭിച്ചു. വീട്ടായ്മയ്ക്കുചിതമായി പ്രകൃതിയെ മെരുക്കി (domesticated nature) യതിന്റെ പരിസ്ഥിതി ചരിത്രം പീറ്റർ കരൈവയെപ്പോലെ പലരും ആവിഷ്കരിച്ചിട്ടുണ്ട്. മെസോ അമേരിക്കയിൽ 6000 വർഷങ്ങൾക്കുമുമ്പു തന്നെ കാട്ടുചോളത്തെ നാട്ടുചോളമാക്കിയതിന്റെ പുരാവസ്തു തെളിവു ലഭിച്ചു. വിളയെ വിട്ടുകാര്യമാക്കുകയും സസ്യപരിപാലനം നരവംശ നാട്ടുകൂട്ടത്തിന്റെ ഉത്തരവാദിത്വമാകുകയും ചെയ്ത ചരിത്രമാണത്. 2000 വർഷങ്ങൾക്കു മുമ്പുള്ള കേരളത്തിലെ മഹാശില സംസ്കാര സ്മാരക ങ്ങളിൽ നെല്ലിന്റെ അംശകങ്ങൾ കിട്ടിയിട്ടുണ്ട്. തിന്നാനുള്ളതു

കണ്ടെത്തുകയും കണ്ടെത്തിയവ സംരക്ഷിക്കുകയും ചെയ്തതാണ് സംസ്കാരപ്രക്രിയ. അതിന്റെ പൊലിമകളാണ് ലോകത്തെമ്പാടുമുള്ള നാടൻകലകളും നാട്ടറിവുകളും. ലെവിസ്ട്രൗസ് വ്യക്തമാക്കിയതു പോലെ പച്ചയ്ക്കും വേവിച്ചും (Raw and Cooked) ഉണക്കിയും അന്നത ത്ത്വങ്ങളുടെ രീതിശാസ്ത്രം പ്രയോഗിച്ച കളങ്ങൾ അടുക്കളയായി. വിത്തിന്റെ ജീനോം കൃഷിക്കാരും അന്നത്തിന്റെ പാകപരിണാമങ്ങൾ അമ്മമാരും നൂറ്റാണ്ടുകൾക്കുമുമ്പേ അറിഞ്ഞുകൈമാറി. വിത്തറിവും രുചിയറിവും സംസ്കാരചരിത്രത്തിൽ നിറഞ്ഞാടിയത് അങ്ങനെയാണ്.

കൃഷിഗീത

കേരളത്തിന്റെ പലഭാഗത്തുനിന്നായി കണ്ടെത്തിയതും (ഒരു താളി യോലയും ആറുപാഠങ്ങളും തൃശൂരിൽ നിന്നച്ചടിച്ച ഒരു കൊച്ചു പുസ്തകവും ലേഖകൻ കണ്ടിട്ടുണ്ട്.) മുമ്പേതന്നെ കൃഷിഗീതയെപ്പറ്റി ശ്രദ്ധേയമായ പരാമർശങ്ങളുണ്ടായിട്ടുള്ളതും താഴെ സൂചിപ്പിക്കുന്നു. പാഠം 1. (1871, കോഴിക്കോട്, സി നമ്പർ 1724, സ്റ്റേറ്റ് മ്യൂസിയം തൃശൂർ, ലണ്ടൻ ഇന്ത്യാ ആപ്പീസ് ലൈബ്രറിയിൽ കോപ്പിയുണ്ട്.), മക്കൻസി (18-ാം നൂറ്റാണ്ട്), പി ഗോവിന്ദപ്പിള്ള (മലയാള ഭാഷാസാഹിത്യ ചരിത്രം,1881), കെ പി പത്മനാഭൻമേനോൻ (1912, 'ഗ്രന്ഥകർത്താവിന്റെ വിവരണത്തിനടിസ്ഥാനം കീഴ്നടപ്പായിരിക്കണമെന്നുള്ളത് സംശയരഹി തമാണ്' എന്നദ്ദേഹം പറയുന്നുണ്ട്. 20 പേജുകളിലായി നീണ്ട വിവരണ വുമുണ്ട്.), സി ഗോവിന്ദവാര്യർ (പാഠം 2. മദ്രാസ് ഗവ.ഓറിയന്റൽ കൈയെഴുത്ത് ഗ്രന്ഥശാലയുടെ ബുള്ളറ്റിൻ, 1950.), ഈ ലൈബ്രറിയിൽ 295, 296, 297, 298 നമ്പറിൽ കോപ്പികൾ ഉണ്ട്. നമ്പർ-298 ൽ ഇങ്ങനെ പറയുന്നു. 'നാലു ഭാഗമാക്കി വിഭജിച്ചതിൽ മൂന്നു ഭാഗം പാനയിലും ചതുർത്ഥഭാഗം ഓട്ടൻതുള്ളൽ രീതിയിലും നിബന്ധിച്ചിരിക്കുന്നു.' കേരളത്തിൽ അന്ന് നിലവിലിരുന്ന ജനകീയ ആവിഷ്കാര രൂപങ്ങളായ പാന, തുള്ളൽ എന്നിവയുപയോഗിച്ചാണ് ഈ നാട്ടറിവുകൃതി ചൊല്ലി വന്നത്. ഇതിൽനിന്നാണ് ലേഖകൻ കൃഷിഗീത പകർത്തിയെടുത്തത്. ഇത് 1999 ൽ ടി ടി ശ്രീകുമാർ, വിജയകുമാർമേനോൻ, സി പി ഗംഗാധരൻ എന്നിവരുടെ പഠനത്തോടെ നാട്ടറിവുപഠനകേന്ദ്രം പ്രസിദ്ധീകരിച്ചത്. എ ആർ രാജരാജവർമ്മ വൃത്തമഞ്ജരിയിൽ ഊനകാകളിക്ക് ഉദാഹരണ മായി കൊടുക്കുന്നത് *കൃഷിഗീത*യിലെ

'പണ്ടു പണ്ടുള്ള വിത്തുകളെല്ലാമേ
കണ്ടാലുമറിയാതെ മറഞ്ഞു പോയ്'

എന്ന വരികളാണ്. കേസരി വേങ്ങയിൽ കുഞ്ഞിരാമൻ നായനാർ (1070) കൃഷിഗീതയെപ്പറ്റി എഴുതിയിട്ടുണ്ട്. താളിയോല നമ്പർ 31253, 1848 കുംഭം 8 ന് ഞായറാഴ്ച പകർത്തിയത് പട്ടാമ്പി, ശ്രീ. പുന്നശ്ശേരി നീലകണ്ഠശർമ്മ സംസ്കൃത കോളേജിലുണ്ട്. കൃഷിപ്പാട്ട് എന്നാണ് ഗ്രന്ഥനാമം. ഇതിൽ 14 X 4 സെ മീ വലിപ്പമുള്ള 75 ഓലകളുണ്ട്. ഇതിൽ

3 പാദം അയവക്കൻ രാമനെക്കൊണ്ട് എഴുതിച്ചതിന് ഒരു പുതിയ പണം കൊടുത്തു എന്ന് എഴുതിയിട്ടുള്ളതായി ലൈബ്രേറിയൻ എസ് അഴഗിരി പറയുകയുണ്ടായി. 1888 ലുള്ള ആദർശ ഗ്രന്ഥം നമ്പർ 18996 തിരുവനന്ത പുരം പ്രസിദ്ധീകരണമാണ്. ഭാഷാത്രൈമാസികം X11 3, 4 ലക്കത്തിൽ ഇത് 1966 ൽ പ്രസിദ്ധീകരിച്ചിട്ടുണ്ട്. ഈ പാഠം പൂർണ്ണമല്ല. 900 വരികളേ യുള്ളു. ഡോ. ടി ആർ ശങ്കുണ്ണി കൃഷിപ്പാട്ട് എന്നപേരിൽ *കാമധേനു*വിൽ ഇത് 1976 ൽ പരമ്പരയായി പ്രസിദ്ധീകരിച്ചിട്ടുണ്ട്. വളരെ മുമ്പ് തൃശൂരിൽ നിന്നച്ചടിച്ച ചെറിയ കൈപ്പുസ്തകത്തെ ആധാരമാക്കിയാണ് അദ്ദേഹം ഇത് എഴുതിയിട്ടുള്ളത്.

മലനാട്ടിലെ നാട്ടുവിജ്ഞാനങ്ങളെല്ലാം ഇപ്രകാരം താളിയോലയിൽ പ്രചരിച്ചിരുന്നു. കളരി, വിഷവിദ്യ, മർമ്മം, മന്ത്രവാദം, ജാലവിദ്യ, വാസ്തു വിദ്യ, നക്ഷത്രവിജ്ഞാനം, ഗണിതം, വർണ്ണവിധികൾ, കണ്ണുവൈദ്യം, ബാലവൈദ്യം, ഒടിവ് ചതവ്, മൃഗചികിത്സ, വണ്ണാച്ചിത്തം, ഭൂമിജാതകം, കൂപശാസ്ത്രം, കലകൾ എന്നിങ്ങനെ വിവിധ വിജ്ഞാനങ്ങൾ പകർന്നിരുന്ന ഗ്രാമീണ വിദ്യാമണ്ഡലങ്ങൾ ബ്രിട്ടീഷുകാർ വരുന്നതിനു മുമ്പ് സജീവമായി പ്രവർത്തിച്ചിരുന്നു. ഡോ. ഇ ഉണ്ണിക്കൃഷ്ണൻ എഴുതി 'ഉപയോഗമൂല്യമുള്ള നാട്ടറിവുകൾ സൂക്ഷിക്കുകയും തലമുറകളിലേക്ക് കൈമാറുകയും ചെയ്യുകയെന്നത് സ്വാഭാവികമായ വിനിമയരീതിയാണ്. പഴമൊഴികളും വിഷവൈദ്യവിധികളും കാലാതീതമായി നിലനിന്നതും ഇതുകൊണ്ടുതന്നെ. കർഷകന്റെ അറിവും അനുഭവവും വിശ്വാസവും ചേർന്നതാണ് 'കൃഷിപ്പാട്ട്' (1999, 85).

തുളുനാടുമുതൽ പാണ്ടിനാടുവരെയുള്ളതും അതിനിടയിലുള്ള മലയാളദേശത്തെ കോലനാട്, വെള്ളപ്പം നാട് (പാലക്കാട്), വള്ളുവനാട്, തലപ്പിള്ളി, പറവൂര്, കുട്ടനാട്, വേണനാട്, എടനാട്, അരിമ്പൂര് എന്നീ നാടുകളിലെ വിത്തുകളുടെ പേരുകളും കൃഷിസമ്പ്രദായങ്ങളുമാണ് *കൃഷിഗീത*യിൽ പറയുന്നത്. പരദേശത്തെ കൃഷിയും രേഖപ്പെടുത്തു ന്നുണ്ട്. പുനംകൃഷി, കാട്ടുകൃഷി, വിരിപ്പ്, മുണ്ടകൻ, പുഞ്ച, കോളു കൃഷി, കരപ്പുറം കൃഷി എന്നിങ്ങനെയുള്ള കൃഷിഭേദങ്ങൾ ശാസ്ത്രീ യമായി തിരിച്ചറിഞ്ഞിരിക്കുന്നു, ഈ കൃഷിമൊഴിയിൽ. വെള്ളത്തെ ആശ്രയിച്ചുള്ള സവിശേഷ കോൾകൃഷിയുടെ പരിസ്ഥിതി ധർമ്മങ്ങൾ കൂടി ഈ പാട്ടിൽ ഉൾക്കൊണ്ടിട്ടുണ്ട്. *കൃഷിഗീത*യിൽ പറയുന്ന അതിജീവന ശേഷിയുള്ള ചിറ്ററി, ആയനി എന്നീ വിത്തുകൾ പൂർണ്ണമായി കേരളത്തിൽനിന്ന് അന്യംനിന്നുപോയി.

കൃഷിഗീതയുടെ പരിസ്ഥിതി-സാംസ്കാരികപ്രസക്തികൾ

1700 - നടുത്തു വരികളിലുള്ള കൃഷിഗീതയിൽ താഴെ പറയുന്ന വിഷയങ്ങൾ ശാസ്ത്രീയമായി ഉൾക്കൊള്ളിച്ചിരിക്കുന്നു. തോറ്റംപാട്ടു പോലെ ചൊല്ലൽ പാരമ്പര്യത്തിൽ വാർന്നുവീണതുകൊണ്ടും രീതികൾ പാലിക്കുന്നതുകൊണ്ടുമാണ് നാട്ടാർകുലങ്ങൾ ഇതോർത്തുവച്ചത്.

മാത്രമല്ല, കൃഷിയറിവുകൾ പല നാടുകളിൽനിന്നുള്ള കാരണവക്കൂട്ടത്തിൽനിന്നു ശേഖരിക്കുകയും തുടർന്ന് പഴഞ്ചൊൽരൂപത്തിലാക്കുകയും പിന്നീട് ചൊല്ലുമൊഴിയെ പാട്ടുമൊഴിയാക്കി ക്രോഡീകരിച്ച് സംസ്കാരപ്രക്രിയയിൽ കേൾവിയായി നിലനിർത്തുകയും ചെയ്യുന്ന രചനാശില്പമാണ് *കൃഷിഗീത*യിൽ സ്വീകരിച്ചിരിക്കുന്നത്. കർഷകരുടെ ഓർമ്മകളെ ഭൂപടപ്പെടുത്തുന്ന (mapping of memory)രീതിശാസ്ത്രവും ഇതിൽക്കാണാം.

പരശുരാമ പുരാവൃത്തത്തിനു പുറമെ മൂവേന്തന്മാർ തപസ്സുചെയ്തു നേടിയ മഴപുരാവൃത്തം, അഗസ്ത്യ പുരാവൃത്തം, വിത്തിന്റെ സത്യം, വിത്തിനൊപ്പം കളവന്ന കഥ തുടങ്ങിയ ചെറു പുരാവൃത്തങ്ങളും കൃഷിപ്പാട്ടിനെ മനോഹരമാക്കുന്നുണ്ട്.

അതോടൊപ്പം *കൃഷിഗീത*യുടെ രചനയിൽ സാമ്പ്രദായികമായ വ്യവഹാരതന്ത്രങ്ങളും അധിനിവേശ സങ്കല്പങ്ങളും വായിച്ചെടുക്കാനാകും. കേരളോല്പത്തികളിൽ കാണുന്നതുപോലെ പരശുരാമനുമായി ബന്ധിപ്പിച്ചുകൊണ്ട് ആരംഭിക്കുന്ന കൃതിയിൽ ബ്രാഹ്മണർക്ക് ദാനം കിട്ടിയ ഭൂമിയിൽ എങ്ങനെയാണ് കൃഷി ചെയ്യേണ്ടതെന്ന് പരശുരാമൻ പറഞ്ഞുകൊടുക്കുന്ന രൂപത്തിലാണ് എഴുതിയിട്ടുള്ളത്. ഉല്പത്തി പുരാവൃത്തത്തെ കൂട്ടുപിടിച്ചുകൊണ്ട് കൃതിക്ക് ആധികാരികതയുണ്ടാക്കുന്ന ഒരു സങ്കേതം മാത്രമാണ് ഈ രീതി. കുടിയേറിയവർക്ക് പ്രാദേശിക കൃഷിരീതി അറിയില്ലല്ലൊ. പക്ഷേ, അധിനിവേശത്തെക്കുറിച്ചുള്ള രണ്ട് ആശയങ്ങൾ ഇതിൽനിന്നറിയാം.

ഒന്ന്. അറിവിന്റെ അധികാരികൾ അധിനിവേശകരും ഉന്നത വംശജരുമാണ് എന്നത്.

രണ്ട്. പ്രാദേശികമായ നാട്ടറിവുകളിൽ അവകാശമുന്നയിച്ച് പാരമ്പര്യം നേടിയെടുക്കാനുള്ള ശ്രമം.

ഡോ. ടി ടി ശ്രീകുമാർ ഇങ്ങനെ വ്യക്തമാക്കുന്നു. 'വളരെ താമസിച്ചുമാത്രം കാർഷികവൃത്തിയിലേക്കുവന്ന പ്രദേശമായി കൊസാമ്പി കേരളത്തെ വിശേഷിപ്പിക്കുന്നുണ്ട്. ആര്യാധിനിവേശത്തിന്റെ കാലവും കാർഷികവൃത്തിയിലധിഷ്ഠിതമായ സാമൂഹിക ജീവിതത്തിലേക്കുള്ള കേരളീയ ഗോത്രങ്ങളിൽ ചിലതിന്റെ പരിണാമവും ഏതാണ്ട് ഏകകാലത്തിൽ സംഭവിച്ച പ്രക്രിയകളായിരുന്നു. അതിനാൽ കേരളത്തിലെ കാർഷിക വിജ്ഞാനം അധിനിവേശകരുടെ സംഭാവനയാണെന്നൊരു ധാരണ ചരിത്രകാരന്മാർ പരത്തിയിട്ടുണ്ട്. ആര്യാധിനിവേശത്തിനുമുമ്പ് വ്യാപകമായി ആസൂത്രിത കാർഷികവൃത്തി നിലവിലുണ്ടായിരുന്നില്ലെങ്കിൽപ്പോലും ഭൂമിശാസ്ത്രപരമായ സവിശേഷതകളുടെ അടിസ്ഥാനത്തിൽ കാടെരിച്ചുള്ള കൃഷിയും മലങ്കൃഷിയുമൊക്കെ സാധാരണമായിരുന്നിരിക്കാനാണ് സാദ്ധ്യത'(1999, 23).

*കൃഷിഗീത*യുടെ പരിസ്ഥിതി-സാംസ്കാരികപ്രസക്തികൾ ഇവയാണ്.

1. ജൈവവൈവിദ്ധ്യ രജിസ്റ്റർ

നാടോടിസാഹിത്യം എന്നും ദേശമുദ്രകളെ അടയാളപ്പെടുത്തിയതാണ്. കേരളത്തിലെ നൂറോളം നാടൻ വിത്തിനങ്ങളും മറ്റു കാർഷിക ഫലങ്ങളും ബീജഭേദങ്ങളും നവധാന്യങ്ങളും സസ്യങ്ങളും ഇടവിളകളും ഇവയുടെ ഇനവൈവിദ്ധ്യങ്ങളും കൃഷിഗീതയിൽ വ്യക്തമാക്കുന്നു. നടക്കാവിന്റെ പ്രാധാന്യം മൂന്നാം പാദത്തിൽ പറയുന്നുണ്ട്.

'ധാന്യങ്ങളുടെ നാമഭേദങ്ങളും
ധന്യന്മാർക്കുള്ള മൂലഫലങ്ങളും
കാലവും വിതപ്പാനും നടുവാനും
ചാലവേ കൃഷിചെയ്യും പ്രകാരവും'

ദേശത്തെ തനതുസസ്യലോകത്തിന്റെ രജിസ്റ്ററാണ് *കൃഷിഗീത*. നാടിന്റെ ഭക്ഷ്യസുക്ഷിതത്വവും ചരിത്രകാലം മുതൽ വൈദേശിക - ഇതരദേശങ്ങളുമായി നിലനിന്നുപോന്ന വ്യാപാരത്തിലെ പ്രകൃതിവിഭവ പരിസരത്തിന്റെ ഓർമ്മപ്പെടുത്തലും മദ്ധ്യകാലഘട്ടത്തിലെ കളവും കലവറയും നാട്ടുചന്തയുമായി നിലനിന്നിരുന്ന ജൈവലോകവും *കൃഷിഗീത* വ്യക്തമാക്കുന്നു. ജീവിക്കണമെങ്കിൽ നവധാന്യങ്ങൾ നട്ടുപിടിപ്പിക്കണം. കൃഷിയെ രക്ഷിക്കാനാഗ്രഹിക്കുന്നവർക്കുള്ള 'ചെലവുകുറഞ്ഞ' റിപ്പോർട്ടാണ് ഈ പാട്ട്.

ജൈവവൈവിദ്ധ്യവുമായി ബന്ധപ്പെട്ട പാരമ്പര്യ അറിവുകളുടെ കമ്യൂണിറ്റി രജിസ്റ്ററുകളും ഇ-ഡാറ്റാബേസും നാട്ടറിവുകളുടെ നിയമ പരിരക്ഷ(*sui generis*)യും ലാഭവിഹിത (benfit-sharing)ത്തിനും വേണ്ടിയുള്ള ചർച്ചകളും ഉച്ചകോടികളും നടക്കുമ്പോൾ ഒരു താഴ്വരയുടെ അതിജീവനോപാധികളുടെ സംഹിത നാടൻ പാട്ടിൽ കാത്തുസൂക്ഷിച്ച കാരണവക്കൂട്ടം പരിസ്ഥിതി അറിവുകളുടെ ഗ്രാമ കേന്ദ്രങ്ങളായിരുന്നുവെന്ന് മനസ്സിലാക്കണം. 1993 ലെയും മറ്റും ജൈവവൈവിദ്ധ്യ കൺവെൻഷനുകളിൽ കൃഷിപോലെയുള്ള സാമൂഹ്യഅറിവുകളുടെ സംരക്ഷണവും അവകാശവും ('cultural patrimony') ഊന്നിപ്പറയുന്നുണ്ട് (2002, 85, 184–185).

2.സാമ്പത്തിക വിശകലനം

മലനാടിന്റെ സാമ്പത്തിക ഭദ്രത കൃഷിക്കൂട്ടായ്മയാണെന്നും ഉല്പാദനവ്യവസ്ഥയിലധിഷ്ഠിതമായ സമൂഹമാണ് ആവശ്യമായതെന്നുമുള്ള നിലനില്പിന്റെ ചരിത്രബോധവും സാമ്പത്തികശാസ്ത്രവും ഈ കൃതിക്കുണ്ട്.

'മട്ടക്കാരു വിതച്ചാലൊരിക്കലും
മുട്ടുണ്ടാകയില്ല ധനത്തിന്'
'നാട്ടുകന്നുകളേറിയ നാട്ടിലും
വിതച്ചാലങ്ങു കിട്ടുവാനും പണി

കുതിച്ചങ്ങു ചിലവുമതേറിടും
കൊതിച്ചോരോന്നു ചെയ്യരുതാരുമേ'
'ചാമയ്ക്കങ്ങു ചിലവിട്ട വല്ലിയും
കാമിച്ചു കിട്ടും കാലത്തുമവ്വണ്ണം'

കാലം നോക്കി വിതച്ചാൽ നഷ്ടമുണ്ടാകുകയില്ലെന്ന് *കൃഷിഗീത* പറയുന്നുണ്ട്. കർഷകരുടെ മാനസികമായ കരുത്ത് നിലനിർത്തുന്ന വിധത്തിലുള്ള സംവിധാനമാണ് പ്രാചീന കാർഷികരംഗത്തുണ്ടായിരുന്നത്. വിഷുഫലമനുസരിച്ച് മഴയ്ക്ക് വ്യതിയാനങ്ങൾ വരുമെന്ന് മുൻകൂട്ടി കാണാൻ കഴിഞ്ഞിരുന്നു.

മുഖ്യം അന്നഭദ്രതയാണ്. കൃഷിജീവിതം വിശ്രമമില്ലാത്ത പ്രവൃത്തിയാണ്. വിത്തൊരുക്കം, മണ്ണൊരുക്കം, കൃഷി സാങ്കേതികവിദ്യയുടെ ഒരുക്കം, കന്നു പരിപാലനം തുടങ്ങി അനവധി ഉത്തരവാദിത്വങ്ങൾ കർഷകനു ചെയ്യാനുണ്ട്. അതനുസരിച്ചാണ് ഞാറ്റുവേല കലണ്ടർ മനസ്സിൽ കൊണ്ടുനടക്കുന്നത്. കമുങ്ങ് നട്ടിടാത്തവൻ കൃഷിക്കാരനായി ചമയേണ്ടതില്ല, തെങ്ങു വയ്ക്കുന്നവൻ സ്വർഗ്ഗത്തിലെത്തുന്നു, നല്ല പനസങ്ങളുണ്ടാക്കുന്നവരുടെയടുത്ത് യമകിങ്കരന്മാരെത്തുകയില്ല.

2. ശാസ്ത്രീയ വർഗ്ഗീകരണം

ലോകത്തിൽത്തന്നെ കാർഷിക സർവ്വകലാശാലകൾ വരുന്നതിനു മുമ്പ് കൃഷിയുടെയും അനുബന്ധ വിഭാഗങ്ങളുടെയും ശാസ്ത്രീയ വിശകലനം കൃഷിഗീതയിൽ നടത്തിയിരിക്കുന്നു. 1. നെല്ലിനങ്ങളും ഇടവിളകളും 2. മഴയും പണിയായുധങ്ങളും 3. കൃഷിപ്പണിചെയ്യും പ്രകാരങ്ങൾ 4. കാലവും കന്നുകാലികളും എന്നിങ്ങനെ വിഭജിച്ചാണ് നാലുപാദങ്ങൾ തയ്യാറാക്കിയിട്ടുള്ളത്. കൃഷിയനുബന്ധകാര്യങ്ങളും വിട്ടുകളഞ്ഞിട്ടില്ല. തെങ്ങുകൃഷിയെയും പ്രതിപാദിക്കുന്നുണ്ട്. വിത്ത്, മഴ, മണ്ണ്, ഇനങ്ങൾ എന്നിവയിലെല്ലാം കേരളീയ വിജ്ഞാന പാരമ്പര്യത്തിന്റെ ശാസ്ത്രീയ നിഗമനശൈലി പ്രകടമാണ്.

'കാരോലത്തുമ്പും കാനലിലെ ഞാറും
കാട്ടുകാലികൾ തങ്ങളുടെ കേടും
കളകളും പരി മുളയ്ക്കും ഭുവി
നാലല്ലോ കൃഷിശത്രുക്കളാകുന്നു'

എന്നിങ്ങനെ പലയിടത്തും ശാസ്ത്രീയ നാട്ടുവിഭജനശൈലി കാണാം.

3. പ്രാദേശികഭൂമിശാസ്ത്ര സവിശേഷതകൾ.

തുളുനാടിനും പാണ്ടിനാടിനും ഇടയിലുള്ള മലനാടിന്റെ ദേശഭൂമിക വ്യക്തമാക്കുന്നു. കാട്, കോള്, ഇടനാട്, ഓരു തട്ടുന്നഭൂമി എന്നീ ഭൂമിഭേദങ്ങൾ തിരിച്ചറിഞ്ഞ് 'ദേശം ദേശം കൃഷി ചെയ്യും മാർഗ്ഗങ്ങൾ' പറയുന്നുണ്ട്.

'കുട്ടാടൻ വിതച്ചീടുന്ന ഭൂമിയിൽ

കട്ടയൊക്കെപ്പൊടിച്ചു തകർക്കണം
കൊട്ടിക്കൊണ്ടങ്ങൊലർച്ച വരുവോളം'

എന്നിങ്ങനെ പ്രാചീന കുട്ടാടൻ കൃഷിയുടെ മണ്ണൊരുക്കത്തെപ്പറ്റിയും ജൈവവളം ചേർക്കേണ്ട ഭൂമിയെപ്പറ്റിയും കോളുകൃഷിയുടെ സവിശേഷതയെപ്പറ്റിയും– പൊതുവെ സൂക്ഷ്മമായ പ്രകൃതിയറിവുകൾ കൃഷിപ്പാട്ട് ഉൾക്കൊണ്ടു.

'ഘോരമായുള്ള കാടതുവെട്ടീട്ട്
തോരവിത്തു വിതയ്ക്ക കൃഷീവലർ' എന്നു മലങ്കൃഷിയെപ്പറ്റിയും
'കോളിലങ്ങു നവരയും വട്ടനും
മേളിച്ചു പിടിച്ചീടുന്നു ഭൂമിയിൽ'

എന്നു കോളുകൃഷിയെപ്പറ്റിയും വകതിരിച്ചു പറയുന്നു. കൊഴിഞ്ഞിൽ പറമ്പ്, തകരക്കാട്, പേഴുള്ള കാട്, തുമ്പക്കാട് എന്നിങ്ങനെ വന്യമായ ദേശ്യഭൂപ്രകൃതിയെ കണ്ടെത്തിയിരിക്കുന്നു ഈ വയൽപ്പാട്ടിൽ. വയൽക്കാട് എന്ന സങ്കല്പം ഇതിൽനിന്ന് സ്വരൂപിച്ചെടുക്കാം. നാട്ടുകുന്നുകളേയും മുളങ്കാടുകളേയും കല്ലുകാടുകളേയും– ഇങ്ങനെ വൈവിദ്ധ്യമാർന്ന കേരളപ്രകൃതിയിലൂടെയാണ് നാം കടന്നുപോകുന്നത്. കൂടാതെ കാവേരിയിലെ ജലംകൊണ്ടു ജീവിക്കുന്ന ചോളരാജ്യത്തെ തമിഴക കൃഷിരീതിയെക്കുറിച്ച് 46 വരികളിൽ പ്രതിപാദിക്കുന്നു. മലനാടിന്റെ തന്നെ ഭാഗമായ ദ്വിഭാഷാമേഖലയിലെ കൃഷിരീതിയാണിത്. ആടിവിത്താണ് പ്രധാനം.

4. കാർഷിക സാങ്കേതികവിദ്യയുടെ വികാസം

കാർഷികോപകരണങ്ങൾ, നിലമൊരുക്കൽ, പൂട്ടേണ്ടവിധം, വരമ്പു നിർമ്മാണം, പടിപ്പുര, വേലി, തൊഴുത്ത്, മണ്ണു സംരക്ഷണം, കളപരിപാലനം എന്നിവ വ്യക്തമാക്കുന്നു.

'കോൽത്തോണികൊണ്ടു തേകി ജലമൊക്കെ
വാർക്കേണമരക്കോലുകൊണ്ടു താഴ്ത്തീട്ട്'

കൃഷി സംസ്കാരം മാത്രമല്ല സാങ്കേതികവിദ്യയുടെ നൈപുണ്യ പരിസരംകൂടിയാണെന്ന് ഈ കൃതിയിൽനിന്നറിയാം.

5. മലനാടിന്റെ പരിസ്ഥിതി ചരിത്രം

മഴ, മണ്ണ്, ജലപ്രകൃതി, സസ്യപ്രകൃതി എന്നിവയുടെ ചരിത്രം പറയുന്നു. നമ്മുടെ ഭൂഗർഭ ജലസമ്പത്തിനെപ്പറ്റി ഇങ്ങനെ പറയുന്നു.

'കൊളനീരും പനനീരും കാൽനീരും
വളനീരും മലനീരുമൂർനീരും
ആറുനീരൊലിച്ചീടുന്ന ഭൂമിയീ-
ലേറെയുണ്ടാം വിളവെന്നു നിർണ്ണയം'

നമ്മുടെ പ്രാചീന ജലതാഴ്വരയെക്കുറിച്ച് ബോധാവാന്മാരായിരുന്നു പാട്ടുകാർ. നോക്കുക.

'വെള്ളനാടതിലുള്ളോരു പുഞ്ചക്ക്
വെള്ളക്കേടുവരുന്നതു ദുർല്ലഭം
കൊളവും കിണറുമതിലുള്ളൊരു
തെളിവെള്ളമിതിന്നേറെയാകുന്ന
കുഴിയും തോടും താങ്ങലുമെന്നിവ
ചുഴന്നാനദീ വെള്ളവുമുണ്ടഹോ'

കുന്നും കുളവും പൊലിയാനാഗ്രഹിച്ച് പൊലിപ്പാട്ടുപാടിയ നാടോടിത്തത്തിന്റെ ഈ വിവരണങ്ങൾ ഭൂമിക്കടിയിലെ ജലശേഖരണത്തെക്കുറിച്ചും മറ്റു ജലപ്രകൃതിയെക്കുറിച്ചുമുള്ളതാണ്. പ്ലാച്ചിമടയിലും മറ്റും ഭൂഗർഭജലചൂഷണം നേരിട്ടുകൊണ്ടിരിക്കുമ്പോൾ മലനാടിന്റെ ഇക്കോ–ഹെറിറ്റേജ് ഇതാണെന്നു എന്നേ രേഖപ്പെടുത്തിയിരിക്കുന്നു.

6. കാലാവസ്ഥാവിജ്ഞാനം

ഞാറ്റുവേലകൾ കൃഷിയെ ബാധിക്കുന്നതെങ്ങനെയെന്നും വേനലും മഴയും സംസ്കാരത്തെ നിർണ്ണയിക്കുന്നതെങ്ങനെയെന്നും വ്യക്തമാക്കുന്നു. സൂര്യൻ, നക്ഷത്രങ്ങൾ, ചന്ദ്രൻ, ഭൂമി എന്നിവയുടെ പ്രകൃതി നിയമചാക്രികതയിൽ മനുഷ്യനും ഉർവ്വരതയും എങ്ങനെ പങ്കാളിയാകുന്നതെന്ന് *കൃഷിഗീത*യിൽ വ്യക്തമാകുന്നു.

7. വിത്തറിവുകൾ

വിതയ്ക്കേണ്ട നാളും രീതിയും കൃഷിഗീതയിൽ പറയുന്നുണ്ട്. അന്തകൻവിത്തും മുളയ്ക്കാത്ത വിത്തും വിതരണം ചെയ്യുന്ന ഇക്കാലത്ത് വിത്തിന്റെ സവിശേഷതകൾ *കൃഷിഗീത*യിൽ വ്യക്തമാക്കുന്നു. പത്തിരട്ടിച്ച വാണിഭത്തേക്കാൾ നല്ലത് വിത്തിരട്ടിച്ച വല്ലിയാണ് എന്ന പഴഞ്ചൊൽ സംസ്കാരത്തിന്റെ മുദ്രകളും കാണാം. വിത്തു മുളപ്പിക്കുന്നവിധം, വിത്തിടേണ്ട മുഹൂർത്തം, തെങ്ങിന്റെയും കമുങ്ങിന്റെയും വിത്ത് എങ്ങനെയെടുക്കണമെന്നും പറയുന്നു.

'പന്തീരാണ്ടങ്ങൊരുപോലെ കാച്ചുള്ള
വൻതെങ്ങിൻമേൽ കാമൂപ്പിച്ചു നിർത്തേണം
വിത്തുതേങ്ങയിറക്കീട്ടു മെല്ലവേ
പച്ചമഞ്ഞളരികേ മുളപ്പിച്ച്
കുണ്ടുള്ള കുഴികുത്തി മണലിട്ട്
കൊണ്ടിടേണം ലവണം പുരോഭുവി'

തുടർന്ന് പ്ലാവു നടുന്ന വിധമാണ് പറയുന്നത്. ആദ്യമുണ്ടാകുന്ന കന്നാർ വിത്താണെടുക്കേണ്ടത്. ഈ വിവരണം ആദി, പാദി, ഞാലി, പീറ്റ എന്ന വിത്തുചൊല്ലിന്റെ ആശയമാണ്. നെൽവിത്തുകളെപ്പറ്റി പറയുമ്പോൾ വിളവുള്ളത്, മഹാവ്യാധി വരാത്തത്, കതിർ വരുന്ന മാസം, മൂപ്പു കൂടുതലുള്ളത്, കുറഞ്ഞത്, ചന്തമേറും വിളവുള്ളത്, ഉരുണ്ടത്, ഓങ്കുള്ളത്, ഭക്ഷണത്തിനു രുചി കൂടുതലുള്ളത്, കാടു കാഴ്ചയ്ക്കു

നല്ലത് എന്നിങ്ങനെയുള്ള തനതുവിത്തറിവുകൾ ഏറെയാണ്. ഒരു താഴ്വരയ്ക്കുചിതമായ നാട്ടുസൗന്ദര്യബോധവും ഇത്തരം ആവിഷ്കാരങ്ങളിലുണ്ട് (ചിത്രമായുള്ള വെള്ളെള്ളുമെത്രയും നേത്രങ്ങൾക്കു വളർക്കുമാനന്ദം).

'ചിറ്റേനിയെന്ന വിത്തിന്നൊരിക്കലും
പറ്റുകില്ലാ മഹാവ്യധിയും നൃണാം
എന്തു ചൊല്ലേണ്ടു കാടക്കഴുത്തന്റെ
ചന്തമേറും വിളവിന്റെ വിസ്മയം.....'

എന്നിങ്ങനെ വിത്തുകളുടെ നാട്ടുമേന്മ പറയുമ്പോൾ പാട്ടുകാരൻ ജൈവവൈവിധ്യകാഭിമാനം കൊണ്ട് ഉറയുന്നകാണാം, പലയിടത്തും. കരുത്ത്, തള്ളൽ, തങ്കം, ചാലയെ, അത്ഭുതം, ചിത്രം, നല്ല, കനിവ്, പേരുകേട്ട, ചെം എന്നീ നാട്ടുവാക്കുകൾകൊണ്ടാണ് കൃഷിപ്പാട്ടിന്റെ അർത്ഥരുചി പൂർണ്ണമാകുന്നത്.

8. കൃഷിയുടെ ധാർമ്മികത,ജീവിതത്തിന്റേയും

കൃഷി ഒരു ബിസിനസ് ആയി മാറുന്നതിനുമുൻപ് സത്യസന്ധമായ മൂല്യങ്ങളുടെ സംസ്കാരമായിരുന്നു. പ്രകൃതിയോടിണങ്ങിയ കൃഷിക്കാരന്റെ ഉന്നത ജീവിതബോധവും പെരുമാറ്റ സംഹിതയും ഈ നാട്ടുപാട്ടിലുണ്ട്. പാട്ടിലുടനീളം തെളിയുന്ന ദർശനം ഇതാണ്.

'സത്യമുണ്ടാക കാരണം വിത്തുകൾ
സത്യമായി വിളയുന്നു ഭൂമിയിൽ'

കളകൾ കൃഷിയുടെ, വിത്തിന്റെ ഭാഗമാണെന്നും അത് വല്ലികൊടുത്ത് പണിത് ഇല്ലാതാക്കണമെന്നും പറയുമ്പോൾ, കളവിഷനാശിനികളെക്കൊണ്ട് മരിച്ചുപോയ മണ്ണിന്റെയും മനുഷ്യന്റെയും ദുരന്തം ഓർക്കുക.

9. നാടിന്റെ ഭക്ഷ്യസുരക്ഷ

ക്ഷാമവും ദാരിദ്ര്യവും വരാതിരിക്കുന്നതിനും ഭക്ഷ്യ ഇനങ്ങളുടെ വൈവിദ്ധ്യം നിലനിർത്തുന്നതിനും കാലവും ദേശവുമറിഞ്ഞ് കൃഷി ചെയ്യുന്നതിനുമുള്ള പ്രതിജ്ഞയാണ് ഈ ഏടുകൾ. പണിചെയ്ത് ഉണ്ടു സുഖിക്കുക എന്ന ആശയം *കൃഷിഗീത*യിൽ ഇടയ്ക്കിടയ്ക്കു പറയുന്നുണ്ട്. ഓരോ കാലത്തും നടേണ്ടവ ജൈവരീതിയിൽ നട്ടുണ്ടാക്കിയാൽ വൈവിദ്ധ്യമാർന്ന ഭക്ഷണവും ലഭിക്കുന്നു. ഭക്ഷ്യ-പോഷക-ഔഷധ ഗുണമുള്ള അന്നചക്രവാളത്തെക്കുറിച്ചുള്ള ലോകവീക്ഷണമാണ് ഈ കൃതിയിലടങ്ങിയിരിക്കുന്ന സമകാലികതത്ത്വം. ജൈവവിഭവങ്ങളെക്കുറിച്ചുള്ള ഈ സംസ്കാരശ്രദ്ധയിൽ നിന്നുതന്നെ അടുക്കളയിൽ സാഫല്യം നേടിയ നാട്ടുഭക്ഷണപ്പൊലിമയെപ്പറ്റിയറിയാം.

'കൃഷി ചെയ്തു കഴിയാത്തവർക്കൊരു

വഴിയില്ല പിഴപ്പിനു ഭൂതലേ
ദാരിദ്ര്യങ്ങൾ കളയേണമെങ്കിലോ
നേരത്തേ കൃഷി ചെയ്യണമേവരും '

എന്ന ആപ്തവാക്യം നാടിന്റെ `ഭക്ഷ്യസുരക്ഷയെപ്പറ്റിയുള്ള ആശങ്കയാണ്. വിളവുള്ള വിത്തുകൾ പ്രത്യേകം പറയുന്നുണ്ട്. ഭൂമിയിൽ തീറ്റയ്ക്കൊരു പഞ്ഞവുമില്ലെന്ന് വ്യക്തമാക്കുന്ന മസനോബു ഫുക്കുവോക്ക പ്രകൃതി ഭക്ഷണ മണ്ഡലത്തിന്റെ വൈവിദ്ധ്യമാർന്ന, കലോറിമൂല്യമുള്ള മഹാദാനം ചിത്രീകരിക്കുന്നുണ്ട് (1987, 129–135). 'ആവശ്യക്കാരന്റെ കാൽക്കൽത്തന്നെയുണ്ട് പ്രകൃതിഭക്ഷണം'.

10. ജ്യോതിശ്ശാസ്ത്രവിജ്ഞാനം

27 നക്ഷത്രങ്ങളെ അടിസ്ഥാനമാക്കിയുള്ള ഞാറ്റുവേല കലണ്ടറാണ് മലനാട്ടിലെ കൃഷിക്കാധാരം. നക്ഷത്രങ്ങൾ, സൂര്യൻ, ചന്ദ്രൻ, ഭൂമി എന്നിവയുടെ പ്രപഞ്ചതാളത്തിനകത്തുള്ള പ്രകൃതിയുടെ സൂക്ഷ്മ ഭേദങ്ങൾ തിരിച്ചറിഞ്ഞ പ്രാചീന കൃഷിക്കാരുടെ അറിവിനെ *കൃഷിഗീത* ഉൾക്കൊണ്ടിട്ടുണ്ട്. ഏഴുദോഷങ്ങൾ വരാതെ കൃഷിയെ സംരക്ഷിക്കണം. ഏതു കാലത്തിലാണ്, നാളിലാണ് നട്ടാൽ വിള നന്നാകുകയെന്ന് നാലാം പാദത്തിൽ വ്യക്തമാക്കുന്നു.

11. മഴ വിജ്ഞാനം

കാലവർഷം, തുലാവർഷം, ഇടമാരി എന്നിവയെക്കുറിച്ചും ഓരോ ഞാറ്റുവേലയിലെയും മഴപ്രകൃതിയെയും പ്രാധാന്യത്തെയും വ്യക്തമാക്കുന്ന ദേശത്തെ ആദ്യകൃതിയായ ഈ പാട്ടിൽ കാലാവസ്ഥാവിജ്ഞാനം കൂടി അടങ്ങിയിരിക്കുന്നു. നൂറു യോജന നീളവും അറുപതു യോജന വിസ്താരവുമുള്ള ഒരു സാങ്കല്പിക പറയെ അടിസ്ഥാനമാക്കി ഓരോ വർഷവും 1,2,3,4 പറ വർഷം മാറി മാറി ഉണ്ടാകും എന്ന നാട്ടുകണക്ക് കേരളത്തിൽ നിലനിന്നിരുന്നു. വിഷുഫലം നോക്കിയാണ് ഇത് കണക്കാക്കിയിരുന്നത് (ഞാറ്റില തന്നുടെ നക്ഷത്രെ മഴയുണ്ടാം).

ഒരു പറവർഷം – കുറവു സമൃദ്ധി – വിഷുസംക്രമം ശനിയായാൽ
രണ്ടു പറവർഷം – വെള്ളത്തിന്റെ തള്ളൽ – വിഷുസംക്രമം ഞായറായാൽ
മൂന്നു പറവർഷം – സമൃദ്ധി – വിഷുസംക്രമം
നാലു പറവർഷം – ദാരിദ്ര്യങ്ങൾ – വിഷുസംക്രമം ശശിബുധവാരെ
കാലവുമിങ്ങനെ നോക്കിയറിഞ്ഞു
കാലെ കൃഷിവലർ വിത്തിട്ടാലും

ഓരോ വർഷവും ഉണ്ടാകുന്ന മഴയുടെ അളവ് കൃഷിയെ ബാധിക്കുമെന്ന് മുൻകൂട്ടി അറിയാവുന്നതിനാൽ കർഷകന് നിരാശ ഉണ്ടായിരുന്നില്ല. കർഷക ആത്മഹത്യകളും ഉണ്ടായിരുന്നില്ല. എന്നാൽ പിന്നീടു വന്ന വാണിജ്യകൃഷിയിലാണ് പ്രകൃതിവിരുദ്ധ സങ്കല്പങ്ങളുണ്ടായത്.

കാറ്റു വീശും കാലത്തെ നോക്കി വർഷമറിവാൻ നാട്ടുകാർക്കറിയാമായിരുന്നു. കാലാവസ്ഥാമാറ്റത്തെക്കുറിച്ചുള്ള ലോക ഉച്ചകോടികൾ അരങ്ങേറുമ്പോൾ കാലാവസ്ഥയുടെ സൂക്ഷ്മതാളങ്ങൾ മനസ്സിലെ കലണ്ടറിൽ കാത്തു സൂക്ഷിച്ച കർഷകന്റെ മുന്നറിയിപ്പാണ് കൃഷിനാട്ടറിവുകൾ.

1. കാറ്റതു വീശും കാലത്തിന്റെ
ഏഴാം മാസേ വർഷിക്കുന്നു

മകരം 28 അല്ലെങ്കിൽ ഇരുപത്തെട്ടുച്ചാൽ എന്ന കാലാവസ്ഥാ ആചാരത്തിന്റെ, നാടോടിക്കലയുടെ പൊരുളാണ് ഈ വരികളിൽ നിഴലിക്കുന്നത്.

2. തുലാം മാസം മുതൽ മകരത്തോളം
വീശും കാറ്റിനു ഗർഭമുണ്ടാം
മേടം മുതൽ കർക്കിടമാസം തൊട്ട്
പ്രസവം മേഘത്തിനുടെ ഗർഭം
പ്രസവമതങ്ങു തികഞ്ഞാൽ വായു
വീശുന്നാളിൽ ശേഷം മഴയും

എന്നിങ്ങനെ മഴമേഘത്തിന്റെ പ്രസവത്തെപ്പറ്റിയുള്ള ഗൃഹാതുരമായ ഭാവനയവതരിപ്പിക്കുന്ന ഈ കൃതി മേഘസന്ദേശത്തിനു തുല്യമല്ലേ. നാടിന്റ കൺതുറപ്പുത്സവമായ ഈ പാട്ട് വിദ്യാർത്ഥികളുടെ പാഠക്കാഴ്ച്ചകളിലെത്തിക്കുന്നതിന് ലേഖകൻ ശ്രമിച്ചപ്പോൾ പരാജയപ്പെട്ടതെന്തുകൊണ്ട്? ഇന്ന് *കൃഷിഗീത*യുടെ ജാപ്പാനിസ് തർജ്ജമ ആവശ്യപ്പെടുന്ന കാലമാണ്.

12. വളർത്തുമൃഗപരിപാലനം

നാലാം പാദത്തിൽ കന്നുവിശേഷങ്ങൾ പറയുന്നു. എത്തനോസുവോളജി എന്ന ശാഖ വികസിക്കുന്നതിനു മുമ്പാണ് ഇവിടെ വളർത്തുമൃഗങ്ങൾ കൃഷിജീവിതത്തിന്റെ ഭാഗമാണെന്നു ഓതിയത്. തൊഴുത്തു നിർമ്മാണം, കന്നിന്റെ തീറ്റ, അവയോടുള്ള പെരുമാറ്റം, കന്നുലക്ഷണങ്ങൾ എന്നിവ ഈ കൃതിയിലുണ്ട്.

13. ജൈവവളവിജ്ഞാനം

'മുണ്ടകത്തിനു തോലിട്ടുഴാത്തവ-
രുണ്ടിട്ടങ്ങു സുഖിക്കയുമില്ലാരും'

കൃഷിയുടെ ദർശനം ഇത്രയും ശക്തമായി ആവിഷ്കരിക്കുന്ന ഒരു കൃതി ഉണ്ടോ എന്നറിയില്ല. ഉല്പാദനപരമായ സാമ്പത്തിക പ്രവർത്തനമാണ് കൃഷിയെന്ന തത്ത്വം ഈ കൃതിയിൽ ഉൾക്കൊള്ളിച്ചിരിക്കുന്നു. കൃഷിവൃത്തിയും ഉത്തമ ജിവിതവും രണ്ടല്ല എന്ന ദർശനവും കൃഷിഗീത ഉന്നയിക്കുന്നുണ്ട്. ഋഗ്വേദത്തിലെ കൃഷിസൂക്തം, അർത്ഥശാസ്ത്രം, മഹാഭാഷ്യം, ബൃഹത്സംഹിത, കൃഷി അമരകോശം,

പാണിനീയം, സംഘം കൃതികൾ, തൊൽകാപ്പിയം, തിരുക്കുറൾ, കേരളകല്പം തുടങ്ങിയ കൃതികളിലൊക്കെ ആവിഷ്കരിക്കുന്ന കൃഷി സംസ്കൃതിയുടെ പ്രാധാന്യവും പൊരുളും കൃതിഗീതാകാരനും ഉൾക്കൊണ്ടിട്ടുണ്ട്. അതോടൊപ്പം ഫ്യൂഡൽ കാലഘട്ടത്തിൽനിന്ന് പരിവർത്തിച്ചുകൊണ്ടിരിക്കുന്ന കേരളത്തിന്റെ മുഖവും ഭക്ഷ്യകൃഷി യുടെ ആവശ്യകതയും അതില്ലാതായാൽ സംഭവിക്കാവുന്ന ദാരിദ്ര്യത്തെ ക്കുറിച്ചുള്ള ആശങ്കകളും *'കൃഷിഗീത'* പങ്കുവയ്ക്കുന്നുണ്ട്.

14. ജൈവകൃഷിയുടെ താത്ത്വികമൊഴി

മസനോബു ഫുക്കുവോക്കയുടെ *ഒറ്റവൈക്കോൽ വിപ്ളവം* എന്ന കൃതിയുടെ മലയാളപരിഭാഷയുടെ പ്രകാശനം 1987 ൽ കോളുനി ലങ്ങളുടെ സിരാകേന്ദ്രമായ ചേർപ്പിനടുത്തുള്ള ചേനത്തുവച്ചാണ് നടന്ന ത്. കേരളത്തിലെ ജൈവകൃഷിയുടെ മുന്നേറ്റത്തിന് കാളകളിയുടെ അവതരണത്തോടെ ആക്കം കുറിച്ച ഈ നാട്ടുത്സവത്തിൽ റസൂലിയാ യിലെ പ്രതാപ് അഗർവാൾ, സി പി ഗംഗാധരൻ, കോവിലൻ, പി നാരാ യണമേനോൻ, ഡോ. കെ അരവിന്ദാക്ഷൻ, പി എൻ ഉണ്ണികൃഷ്ണൻ, വി എച്ച് ദിരാൻ തുടങ്ങി അന്ന് അസ്വസ്ഥരായ പരിസ്ഥിതി പ്രവർത്തകർ പങ്കെടുക്കുകയുണ്ടായി. കോൾ കർഷകനായ സി എൻ രാമപ്പണിക്കർ കോളിന്റെ ജൈവ പൈതൃക ചരിത്രം അവതരിപ്പിക്കുകയുണ്ടായി. പിന്നീട് ജൈവകർഷക മുന്നേറ്റം തന്നെയുണ്ടായി. പൊന്നുട്ടശ്ശേരി മുതൽ പട്ടുവം വരെ നടന്ന പ്രകൃതികൃഷി സംഗമങ്ങളിലും പരീക്ഷണങ്ങളിലും മറ്റൊരു കൃഷി സാദ്ധ്യമാണ് എന്നു തെളിയിച്ചപ്പോഴും സാങ്കേതിക കൃഷിയുടെ വക്താക്കൾ ഇളകിയില്ല. കളനാശിനികളും കീടനാശിനി കളും രാസവളങ്ങളും അടങ്ങുന്ന വിഷപ്രയോഗങ്ങൾകൊണ്ട് അന്നം വിളയേണ്ട മണ്ണ് മലീമസമായപ്പോൾ വിളകളിൽ വന്ന മാറ്റവും ഭക്ഷ്യക്കുറവും സാധാരണ കർഷകർ തിരിച്ചറിഞ്ഞു. ഇവിടെയാണ് കൃഷിഗീതയുടെ പ്രസക്തി.

ഗ്രന്ഥസൂചി

1. എം ഗംഗാധരൻ, *കേരളത്തിലെ പഴയകാല കൃഷിയെക്കുറിച്ചൊരാ ലോചന,* കൃഷിഗീത, നാട്ടറിവു പഠന കേന്ദ്രം, തൃശൂർ,1999, പേജ്. 76.
2. ഡോ. ഇ ഉണ്ണികൃഷ്ണൻ, *ആദ്യകാല ലിഖിത പരാമർശങ്ങൾ,* കൃഷിഗീത, നാട്ടറിവു പഠന കേന്ദ്രം, തൃശൂർ,1999, പേജ്.85–87.
3. ടി ടി ശ്രീകുമാർ (എഡി.)*കൃഷിഗീത,* നാട്ടറിവു പഠനകേന്ദ്രം, തൃശൂർ, 1999, പേജ്.22–23.
4. സി പി ഗംഗാധരൻ (വിവ) *മസനോബു ഫുക്കുവോക്ക, ഒറ്റ വൈ ക്കോൽവിപ്ലവം,* വാൾഡൻ, തൃശൂർ 1987.
5. Sarah A Laird (ed.) *Biodiversity and Traditional Knowledge,* Earthscan, London, 2002, 85, 184-185.

2

അന്നവും സംസ്കാരവും/ അന്നത്തിനുവേണ്ടി നവീന യുദ്ധമുറ

ഭക്ഷണവും മനുഷ്യനും തമ്മിലുള്ള ബന്ധം പ്രകൃതി ആവാസ വ്യവസ്ഥയും മാനവരാശിയും തമ്മിലുള്ള സ്വാംശീകരണത്തിന്റെ ചരിത്രമാണ്. തങ്ങൾക്ക് അന്നം തരുന്ന പ്രകൃതിയെ രക്തബന്ധമുള്ള ഒരു കുടുംബ ബന്ധുത്വ വ്യവസ്ഥയായി ഉൾക്കൊള്ളാൻ ആദിമ ജനവിഭാഗങ്ങൾക്കു കഴിഞ്ഞിരുന്നു. പ്രകൃതിയും മനുഷ്യനും തമ്മിലുള്ള വൈരുദ്ധ്യത്തിന്റെയും സമന്വയത്തിന്റെയും പടവുകൾ അന്നത്തിന്റെ നാടോടി സംസ്കാര പഠനത്തിലൂടെ നിർണ്ണയിക്കാനാകും.

1. അന്നപുരാവൃത്തങ്ങൾ

പറമ്പിക്കുളത്തെ കാടർജനവിഭാഗത്തിന്റെ ഇടയിലുള്ള ഒരു നാടോടിക്കഥ ഇപ്രകാരമാണ്: പണ്ട് മൃഗങ്ങളും വൃക്ഷങ്ങളും മലകളും മനുഷ്യരും ഒന്നായിക്കഴിഞ്ഞിരുന്ന ഒരു കാലമുണ്ടായിരുന്നു. പരസ്പരം ശത്രുതയോ നായാട്ടോ ഉണ്ടായിരുന്നില്ല. മലമനുഷ്യർക്ക് ആവശ്യമുള്ളപ്പോഴെല്ലാം വിവിധ വിഭവങ്ങൾ എത്തിച്ചിരുന്നത് മൃഗങ്ങളും സസ്യങ്ങളുമാണ്. അതുകൊണ്ടുതന്നെ മൃഗങ്ങളും മനുഷ്യരും തമ്മിൽ ഉറ്റ ബന്ധമുണ്ടായിരുന്നു. കാട്ടുപോത്താണ് തലയിൽ ചുമടുമായിവന്ന് ധാന്യങ്ങൾ കൊടുത്തിരുന്നത്. ആനയാണ് കായ്കനികൾ കൊണ്ടുവന്ന് കൊടുത്തിരുന്നത്. തേൻ കൊടുത്തിരുന്നത് കരടിയാണ്, ഇങ്ങനെപോകുന്നു പ്രകൃതിയുടെ വരദാനങ്ങൾ. ഇതിനിടയിൽ അത്യാർത്തി പൂണ്ട മനുഷ്യൻ കൂടുതൽ വിഭവങ്ങൾ ചോദിക്കുകയും സംസ്കരിച്ച ഭക്ഷണം ആവശ്യപ്പെടുകയും മൃഗങ്ങളെ ശപിക്കുകയും ചെയ്തപ്പോൾ അവ എന്നന്നേക്കുമായി ശത്രുക്കളാവുകയും ബന്ധുത്വം ഉപേക്ഷിക്കുകയും ചെയ്തു എന്നാണ് കഥ. പട്ടിണി വരുമ്പോഴൊക്കെ ഈ കഥ

അവർ ഓർക്കാറുണ്ട്. ഈ കാട്ടുകഥ വിശകലനം ചെയ്യുമ്പോൾ താഴെ പറയുന്ന കാര്യങ്ങൾ വ്യക്തമാകും.

1. കാടാണ് ആദിമനിവാസികളുടെ ഭക്ഷ്യസുരക്ഷാകലവറ.
2. പ്രകൃതിയിൽ നിന്നുള്ള വിഭവങ്ങൾ എടുത്ത് ഭക്ഷണകാര്യം നിർവ്വഹിച്ചിരുന്ന കാട്ടിലലഞ്ഞുതിരിയുന്ന കാലത്തിന്റെ (nomadic) ഓർമ്മയാണ് ഈ കഥ.
3. നായാടിക്കിട്ടുന്നത് പ്രകൃതിയുടെ അനുഗ്രഹമായി കണക്കാക്കിയിരുന്നു.
4. കാട്ടുവാസികൾ ആവശ്യത്തിനുള്ളവ മാത്രമേ പ്രകൃതിയിൽ നിന്ന് എടുത്തിരുന്നുള്ളൂ.
5. ഭക്ഷണം വേവിച്ച് കഴിക്കുന്ന ഘട്ടം ആദിവാസി ജീവിതത്തിൽ പല മാറ്റങ്ങളും ഉണ്ടാക്കി. രുചിയിൽ വന്ന മാറ്റം, വേണ്ടതിൽ കൂടുതൽ ഭക്ഷണം ആവശ്യമായി വരുന്നത്, ഭക്ഷണം ശേഖരിച്ചു വയ്ക്കുന്ന പ്രവണത എന്നിവയാണ് മാറ്റങ്ങൾ.
6. വേവിച്ച ആഹാരം പ്രകൃതിയിൽനിന്നുള്ള വിടുതലിന്റെ ക്രോഡീകൃത ചിഹ്നമായി മാറുന്നത്.
7. മൃഗങ്ങളും ഭക്ഷണവും തമ്മിലുള്ള ആവാസ വ്യവസ്ഥയെക്കുറിച്ചുള്ള ആദിവാസികളുടെ നിരീക്ഷണങ്ങളും കാട്ടറിവുകളും ഈ കഥയിൽ വ്യക്തമാണ്.

   കാട്ടുപോത്ത് – ധാന്യങ്ങൾ
   ആന – പഴങ്ങൾ
   കരടി – തേൻ
8. വന്യമൃഗങ്ങൾ കുലബന്ധുക്കളാണ് (totemism) എന്ന കടുത്ത വിശ്വാസ സംഹിതവ്യക്തമാക്കുന്ന പുരാവൃത്തത്തിന്റെ വിഘടിമായ കഥയാണിത്.
9. അത്യാർത്തിയുടെ ഫലം ഇതാണ് (സമാനമായ കഥകൾ ലോകത്തിലെല്ലായിടത്തും ഉണ്ടായിട്ടുണ്ട്. തെങ്ങ് വളഞ്ഞുവന്ന് നാളീകേരം നല്കിയിരുന്നത്. ഉമിയില്ലാതെ അരിയാണ് വയലിൽ വിളഞ്ഞിരുന്നതെന്നുമുള്ള കഥകൾ ഓർക്കുക).

ഒരു ജനതയുടെ ലോകവീക്ഷണവും പ്രകൃതിബന്ധങ്ങളുടെ ചരടുകളും വിവേചിച്ചറിയാൻ സഹായകമാണ് ആഹാരം. ഉല്പാദനം മുതൽ രുചി പങ്കുവയ്ക്കൽ വരെയുള്ള ഘട്ടങ്ങളിൽ സമൂഹനിഷ്ഠമായ പ്രക്രിയ കാണാം. ഭക്ഷ്യോല്പാദനത്തിന്റെ ചരിത്രം പ്രാചീനമായ കാർഷിക സമ്പ്രദായങ്ങളുടെ വിജ്ഞാനവും സാങ്കേതിക വിദ്യയുമായി ബന്ധപ്പെട്ടതാണ്. അതിന്റെ സംസ്കരണവിദ്യയാകട്ടെ അടുക്കളയും പാചക നൈപുണ്യവും രുചിയെക്കുറിച്ചുള്ള നാട്ടു സംസ്കൃതികളുടെ ഭിന്നരീതികളുമായി ബന്ധപ്പെട്ടുകിടക്കുന്നു. കാർഷികാചാരമായ പുത്തരിയും, മലവേടരുടെ തനത് ആഹാരമായ മുളയിൽ കിഴങ്ങു ചുട്ടുകഴിക്കുന്ന രീതിയുംകൊണ്ട് മേൽപ്പറഞ്ഞ ആശയത്തെ വിശദീകരിക്കാം.

2. കാട്ടുകിഴങ്ങും തേനും

ആദിമനിവാസികളുടെ ആഹാരത്തിന്റെ കലവറ കാടുതന്നെയാണ്; പ്രകൃതി താഴ്വര തന്നെയാണ് ആഹാരം ഉണ്ടാക്കുന്ന ഇടം. മാത്രമല്ല കാട് അത് കേടുകൂടാതെ സൂക്ഷിച്ച് വയ്ക്കുന്ന പ്രകൃതിദത്തമായ ഭക്ഷ്യ കലവറ തന്നെയാണ്. ആദിമ ഗോത്രസമൂഹങ്ങൾക്കൊക്കെ ഭക്ഷ്യകലവറ ആവാസവ്യവസ്ഥയുടെ ഭാഗമാണെന്ന് അറിയാമായിരുന്നുവെന്ന് യാനോമാമി (ആമസോൺ) ഗോത്രമൂപ്പന്റെ ഈ വചനങ്ങളിൽ നിന്നറിയാം. 'ഞങ്ങളുടെ സൂപ്പർമാർക്കറ്റും റഫ്രിജറേറ്ററും, സോഫ്റ്റ് ഡ്രിങ്ക്സും ഈ വനം തന്നെയാണ്.' ഭക്ഷ്യപോഷക ഔഷധഗുണം നിറഞ്ഞ ഭക്ഷ്യ സുരക്ഷാബോധം അവർക്കുണ്ടായിരുന്നതിന്റെ തെളിവാണ് ആദിവാസി ഭക്ഷണക്രമം. മുളംകൂമ്പു മുതൽ കാട്ടുതേൻവരെ നിറഞ്ഞ ആഹാര പ്രപഞ്ചത്തിന്റെ ബാലപാഠങ്ങൾ അവരിൽ നിന്നും പഠിക്കണം. ഇടുക്കി ജില്ലയിലെ മലവേടരുടെ കാട്ടുകിഴങ്ങും തേനും എന്ന മിശ്രിത ഭക്ഷണം നോക്കുക. മൂപ്പതിനം ചാത്ത എന്ന പേരിലുള്ള കാട്ടുകിഴങ്ങുകളിൽ സ്വാദിഷ്ഠമായ ചക്കരക്കിഴങ്ങ് ചെറിയ പച്ച മുളയ്ക്കകത്താക്കി ചുട്ടെടുക്കുന്ന ഭക്ഷണമാണിത്. അതിൽ കാട്ടുതേനും ഒഴിക്കും. ചുട്ട് പ്രത്യേക പാകമാകുമ്പോൾ നല്ല മണവും വരും. ഇത് രാത്രിയിൽ തീക്കുണ്ഡത്തിനു ചുറ്റും കുട്ടികളും സ്ത്രീകളും മൂപ്പന്മാരും ഒന്നിച്ചിരുന്ന് കഴിക്കുന്നതിനെപ്പറ്റിയുള്ള വിശദീകരണങ്ങളുണ്ട്.

ഇവിടെ പ്രത്യേക സീസണിൽ ലഭിക്കുന്ന പ്രത്യേക കിഴങ്ങിനെക്കുറിച്ചുള്ള പാരമ്പര്യ പരിസ്ഥിതി അറിവിനെ ഉപയോഗപ്പെടുത്തിയാണ് വിഭവം രൂപപ്പെടുത്തിയതെന്നു കാണാം. മണ്ണിനടിയിലും പൂക്കളിലും കാണുന്ന രണ്ടിനങ്ങൾ ആണ് ഇവിടെ ഉപയോഗപ്പെടുത്തുന്നത്. കൂടാതെ പച്ചയായ പ്രകൃതിദത്ത ഇനങ്ങളെ ഭാഗികമായി ചൂടാക്കുക എന്ന സംസ്കാരക്രിയ അടുക്കളയില്ലാതെ നിർവ്വഹിക്കുന്നു. എല്ലാവരുടെയും പങ്കാളിത്തം ആവശ്യപ്പെടുന്ന ഈ രീതി പുരാതന ഗോത്ര ജീവിതത്തെക്കൂടി കാണിക്കുന്നതാണ്.

കാട്ടുകിഴങ്ങും തേനും
(പുരാതന ഭക്ഷണം)

മണ്ണ് (കിഴങ്ങ്)	-	വിണ്ണ് (പൂക്കൾ > തേൻ)
ഖരം	-	പാനീയം
പച്ച	-	വേവിച്ചത്
അടുക്കള (സംസ്കാരക്രിയ)	-	പുറത്ത് (ഗോത്ര ജീവിതം)

3. പുത്തരി

ഉല്പാദനത്തിനും ഭക്ഷ്യസംസ്കരണത്തിനും മദ്ധ്യേയുള്ള പ്രക്രിയയുടെ പ്രതീകമാണ് കേരളത്തിലെ മുഖ്യകാർഷികാചാരമായ പുത്തരി.

വയലിൽ നിന്ന് അടുക്കളയിലേക്കുള്ള വിഭവങ്ങളുടെ വച്ചുമാറ്റത്തിൽ രണ്ടു സങ്കല്പങ്ങളുടെയും ഇടയ്ക്ക് നിലകൊള്ളുന്നതും പ്രാചീന കാർഷികലോക വീക്ഷണം മുദ്രപ്പെടുത്തിയതുമായ ചിഹ്നങ്ങളുടെ വ്യവസ്ഥയാണ് പുത്തരിക്കുള്ളത്. രണ്ടു സങ്കല്പങ്ങളും ഇതാണ്:

കൃഷി	–	അന്നം
വയൽ	–	അടുക്കള
പച്ച	–	വേവിച്ചത്
അസംസ്കൃതം	–	സംസ്കൃതം
പുരുഷൻ	–	സ്ത്രീ
കൃഷിയുടെ സാങ്കേതിക വിദ്യ	–	പാചകസാങ്കേതിക വിദ്യ

പ്രകൃതി (nature), സംസ്കാരം (culture) എന്നീ ദ്വന്ദ്വപരികല്പനയുടെ പരിണാമമായും ഈ രണ്ടു സങ്കല്പങ്ങളെ മനസ്സിലാക്കാം. പ്രകൃതിയിൽനിന്നും സംസ്കാരത്തിലേക്കുള്ള ചുവടുമാറ്റത്തെയും, തിരിച്ച് സംസ്കാരത്തിൽ നിന്ന് പ്രകൃതിയിലേക്കുള്ള മാറ്റച്ചുവടിനെയുമാണ് പ്രാചീന സംസ്കാരങ്ങൾ പ്രതിനിധീകരിക്കുന്നത്. ഈ 'മടക്ക'ത്തിന്റെ സന്ദേശങ്ങളും പ്രകൃതി കാരുണ്യലോകവീക്ഷണങ്ങളും അടങ്ങിയതാണ് ഈ പ്രക്രിയയ്ക്കിടയിൽ നടക്കുന്ന പുത്തരി എന്ന ചടങ്ങ്. ചെറിയ പുത്തരി, വലിയ പുത്തരി, തൃപുത്തരി എന്നിങ്ങനെ വിവിധ ഭേദങ്ങളുണ്ട്. ഓരോ സമുദായമനുസരിച്ചും പ്രദേശമനുസരിച്ചും പുത്തരിയുടെ ചടങ്ങുകൾക്ക് വ്യത്യാസമുണ്ട്. കർഷകത്തൊഴിലാളികൾക്കിടയിൽ പുന്നെൽ പായസം വച്ചതിനുശേഷം കുട്ടികളെ വിളിച്ചിരുത്തി പ്രായമായവർ ഒരു പാട്ട് പറഞ്ഞുകൊടുക്കുന്ന രീതിയുണ്ട്. വായ പൊത്തി പ്രത്യേകരീതിയിൽ വായിലൂടെ വായുപ്രവാഹം നടത്തിയാണ് ഇതു പാടുന്നത്.

'മിനിഞ്ഞാന്ന് പുത്തരി
ഇന്നലെ പുത്തരി
ഇന്നു പുത്തരി
നാളെ പുത്തരി
മറ്റന്നാൾ പുത്തരി ....' എന്നാണ് പാട്ട്.
(വടമ കാർത്ത്യായനിയമ്മ പാടിയത്)

ഇല്ലം നിറയുടെ പ്രധാന അനുബന്ധചടങ്ങാണ് പുത്തരി. മേടത്തിലെ പുതുവർഷപ്പിറവിക്കു ശേഷം വിരിപ്പുവിള കൊയ്ത വിളവിലെ നെൽക്കതിർ അനുഷ്ഠാനത്തോടെ വീട്ടിലേക്കു കൊണ്ടുവരുന്ന ചടങ്ങാണ് ഇല്ലം നിറ. വയലിൽ നിന്ന് വീട്ടിലേക്കുള്ള കാർഷിക വിളയുടെ വരവാണിത്. മുറ്റത്ത് അരിമാവു കളത്തിൽ ആലില, മാവില, മുളയില തുടങ്ങി എട്ടിനം ഇലകളും അവയുടെ ഒപ്പം കതിരുമുണ്ടാകും. പത്തായം നിറയാനുള്ള സസ്യാരാധനയുടെ ഭാഗമാണിത്. ഒപ്പം ദശപുഷ്പങ്ങളും വയ്ക്കുന്നു. ഇല്ലം നിറ സ്വീകരിക്കുന്നത് സ്ത്രീകളാണ്. ഒപ്പം പാടുന്ന പാട്ട് ഇതാണ്.

'ഇല്ലം നിറ വല്ലം നിറ പത്തായം നിറ

ഇല്ലത്തുപിള്ളേരുടെ വയറു നിറ'

കതിര് പത്തായം നിറഞ്ഞ് പാചകത്തിലൂടെ വയറു നിറയുന്ന ഒന്നായി മാറുകയാണെന്ന് സംസ്കാരച്ചടങ്ങിലൂടെ ഓർമ്മപ്പെടുത്തുകയാണ്, ഈ ആചാരത്തിലൂടെ ചെയ്യുന്നത്. വടക്കേ മലബാറിൽ ഇല്ലം നിറയ്ക്ക് സമാനമായ ചടങ്ങാണ് നിറയോലം. ഇതിനു ശേഷമാണ് പുത്തരി എന്ന ആചാര ഭക്ഷണം ഒരുക്കുന്നത്. വിത്തും വയലും അടുക്കളയും വയറും തമ്മിലുള്ള സമവാക്യത്തിന്റെ ആചാര മഹിമകളാണ് ഈ ചടങ്ങിലൂടെ കാണുന്നത്. മാനവരാശി ഭക്ഷണത്തെപ്പറ്റി നേടിയെടുത്ത അറിവിന്റെ തത്ത്വങ്ങളാണ് ഈ അന്ന രൂപാന്തരീകരണമെന്ന് നരവംശ ശാസ്ത്രജ്ഞന്മാർ രേഖപ്പെടുത്തിയിട്ടുണ്ട്.

4. അന്നവിചാരം

പ്രകൃതിയിൽനിന്നും ലഭിക്കുന്ന വെള്ളം, പഴങ്ങൾ, തേൻ, ഇലകൾ, കിഴങ്ങുകൾ, ധാന്യങ്ങൾ, കൂണുകൾ എന്നിവ മാത്രം ഭക്ഷിച്ചിരുന്ന, ഭക്ഷണം ശേഖരിച്ച് കഴിക്കുന്ന ഒരു കാലഘട്ടം (Food gathering Society) മാനവരാശിക്കുണ്ടായിരുന്നു. വിഭവങ്ങൾ എടുത്തുപയോഗിക്കുന്ന ഈ ശീലത്തിൽ ചില ബോധം പ്രാചീന മനുഷ്യൻ ആർജ്ജിച്ചിരുന്നു. വിഭവ താഴ്വര, കാലം, ശേഖരണവിദ്യ എന്നിവയിൽനിന്നാണ് ഭക്ഷണ പ്രജ്ഞ വളർന്നു വികസിച്ചത്. പ്രാചീന സംഘകാലത്ത് ഇപ്രകാരം ഒരു ജീവിത രീതി ഉണ്ടായിരുന്നു എന്നതിന്റെ തെളിവാണ് തിണ സങ്കല്പം. ഭക്ഷണ വിഭവ ശേഖരണം കുലത്തൊഴിലായും അത് ഗോത്ര നൈപുണ്യമായും പരിസ്ഥിതി അടയാളമായും മാറുന്നതുകാണാം. കുറിഞ്ഞിത്തിണയുടെ പ്രധാന തൊഴിൽ തേൻ ശേഖരണമായിരുന്നു. മുല്ലത്തിണയിൽ കാട്ടുധാന്യങ്ങളുടെ ശേഖരണവും, മരുതത്തിണയിൽ മീൻ പിടിത്തവുമായിരുന്നു തൊഴിൽ.

5. അടുക്കള എന്ന സാംസ്കാരികയിടം

ഭക്ഷ്യ സംസ്കരണവും സൂക്ഷിച്ച് വയ്ക്കലും പില്ക്കാല സാമൂഹ്യ വികസന രൂപമായ ഇടയത്തകാലത്തിലും കാർഷിക സംസ്കാരത്തിലുമാണ് ഉണ്ടാകുന്നത്. അഗ്നിയുടെ കണ്ടുപിടിത്തവും ഉപയോഗവും വേവിച്ച ഭക്ഷണ സംസ്കൃതിയിലേക്കെത്തിച്ചേർന്നു. മനുഷ്യ നിർമ്മിതികളിൽ ഒന്നായിരുന്നു പാചക കല. ഭക്ഷ്യ സംസ്കാരത്തിന്റെ/സംസ്കരണത്തിന്റെ ഒരു സുപ്രധാന ഇടമായി അടുക്കള ഉണ്ടാകുന്നു. എല്ലാവരും ഒന്നിച്ചിരുന്ന് അന്നം സംസ്കരിക്കുകയും ഭക്ഷിക്കുകയും ചെയ്യുന്ന സാംസ്കാരിക ഇടം എന്ന നിലയ്ക്ക് അടുക്കളയിൽ വിവിധ അറിവിന്റെ പൊലിമകൾ ഉണ്ടായി. ഇവയെല്ലാം പഴഞ്ചൊല്ലുകളായി മാറിയത് സംവാദങ്ങളിലൂടെ ആയിരുന്നു. അടുക്കള അറിവുകൾ ഭക്ഷ്യവിഭവങ്ങളെയും ആരോഗ്യത്തെയും ഒന്നിച്ചു കാത്തുപോന്ന ജ്ഞാനപരിസരമായിരുന്നു

ഇത്. വിറകു ശേഖരണം, പാത്രനിർമ്മാണം, സൂക്ഷിച്ചുവയ്ക്കാനുള്ള ഏർപ്പാടുകൾ എന്നിങ്ങനെ വിവിധ കാര്യങ്ങളെപ്പറ്റിയുള്ള ബോധമുണർത്തി. സ്വാഭാവികമായും സംസ്കാരത്തിന്റെ മുദ്രകൾ പതിഞ്ഞ ഒരുപാട് വീട്ടുപകരണങ്ങളുടെ നിർമ്മിതിയെ സഹായിച്ചത് ഭക്ഷണപ്പൊലിമയായിരുന്നു. മുളകൊണ്ടും മരംകൊണ്ടും ഇരുമ്പു കൊണ്ടും പിത്തള കൊണ്ടും ഉണ്ടാക്കിയ നിരവധി വലുതും ചെറുതുമായ കൈവേല ഉപകരണങ്ങൾ വിഭവങ്ങളുടെ വൈവിദ്ധ്യത്തെയാണ് കാണിക്കുന്നത്. ഭക്ഷ്യപരിസ്ഥിതിയുടെ ചരിത്രത്തെയാണ് താഴെ വ്യക്തമാക്കുന്നത്.

6. ഭക്ഷ്യസുരക്ഷാ ചക്രം/ഉർവ്വരതാ പ്രകൃതി

പാരമ്പര്യ ഭക്ഷണക്രമത്തിൽ സന്തുലിത ഭക്ഷ്യസുരക്ഷയുടെ ചില അറിവുകൾ ഉണ്ടായിരുന്നു.

1. ജനിതക വിഭവങ്ങൾനിറഞ്ഞ താഴ്വരകളുടെ സംരക്ഷണം.
2. ജനിതക വിഭവങ്ങളുടെ വൈവിദ്ധ്യം, കാത്തുസൂക്ഷിപ്പ്.
3. ഓരോ ഋതുക്കളിലും സമയങ്ങളിലുമുള്ള പാചകവിദ്യാ ക്രമീകരണം.
4. വിഭവങ്ങളുടെ കാലാകാലങ്ങളിലുള്ള കൈമാറ്റം.
5. പാരമ്പര്യ കൈവേലകളുടെ സംയോജനം.
6. സന്തുലിത-പ്രകൃതി കൃഷിയിലൂടെ പരിസ്ഥിതി സംരക്ഷണം.
7. ഭക്ഷ്യവിത്തുകളുടെ കരുതൽ ശേഖരം.
8. ഭക്ഷണത്തിൽ ഭക്ഷ്യ-പോഷക-ഔഷധഗുണത്തിന് പ്രാധാന്യം നല്കുന്നതിനാൽ ആരോഗ്യ സംരക്ഷണം.
9. അറിവിന്റെ കാരണവ പരിസരത്തിന്റെ കാത്തുസൂക്ഷിപ്പ്.
10. ഭക്ഷ്യോല്പാദനത്തിലെ തൊഴിൽ കൂട്ടായ്മയുടെ നിലനില്പിന്റെ നാട്ടുനന്മകളിലൂന്നിയ ആചാരങ്ങൾ.

ഇവയെല്ലാം ചേർന്ന ഭക്ഷ്യ സുരക്ഷാ ചക്രമാണ് (food security cycle) ഗ്രാമസ്വരാജ്യത്തെ സംരക്ഷിച്ചിരുന്നത്. കാത്തുപോരുക എന്ന പ്രകൃതി തത്ത്വത്തിന്റെ സമ്പന്നമായ ആവിഷ്കാരമായിരുന്നു പ്രകൃതി സംരക്ഷണത്തിന്റെ നാട്ടറിവുകൾ. ഇവിടെ ഉർവ്വരതാ പ്രകൃതി (fertility ecology)യെ തിരിച്ചറിഞ്ഞ് പുലർത്തിപ്പോരുന്ന വഴക്കങ്ങളാണുണ്ടായിരുന്നത്. ഇതിനെ സഹായിച്ചിരുന്നത് പ്രകൃതി സമ്പത്തിന്റെ ഗ്രാമീണ കൈമാറ്റ കേന്ദ്രങ്ങളായ നാടൻ ചന്തകളായിരുന്നു. ഋതു ആചാരങ്ങളും ചന്തകളും കൂടിച്ചേർന്നാണ് ഭക്ഷ്യോല്പന്നങ്ങൾ ദേശങ്ങളിൽ എത്തിച്ചിരുന്നത്. വിളവെടുപ്പിന്റെ കാലത്തിനനുസൃതമായിരുന്നു ഉത്സവ ആചാരകലകൾ. അതിനാൽ പ്രകൃതി സമൃദ്ധി ദേശസമൃദ്ധിയായും അത്താഴത്തിന്റെയും മുത്താഴത്തിന്റെയും സമൃദ്ധിയായി മാറുകയും ചെയ്തു.

7. വന്യ ഭക്ഷണം

കാട്ടുഭക്ഷണം, നാട്ടുഭക്ഷണം എന്ന പരികല്പനയിൽ കടന്നു വരുന്നതും എന്നാൽ വല്ലപ്പോഴും മാത്രം ലഭിക്കുന്നതായ അനുഗൃഹീത ഭക്ഷ

ണമാണ് വന്യഭക്ഷണ(wild food)ത്തിൽ ഉൾപ്പെടുന്നത്. ഇക്കാണായ ജനതതികൾ ജീവിച്ചുപോന്നത് പ്രകൃതിയുടെ ഒറ്റ ആശ്രയം കൊണ്ടായിരുന്നു. അല്ലാതെ FAO യുടെ തീട്ടൂരം കൊണ്ടല്ല. അതിന്റെ പ്രത്യയ ശാസ്ത്രങ്ങൾ വിളമ്പുന്ന സ്ഥാപനങ്ങളുടെയും ഗവേഷകരുടെയും അധികാരികളുടെയും ഗീർവ്വാണം കൊണ്ടല്ല. Our Common Future എന്ന് ബോർഡ് തൂങ്ങിക്കിടക്കുന്ന റോമിലെ സ്ഥാപനം കൊണ്ടല്ല ജനത ജീവിക്കുന്നത്. മൂന്നുദാഹരണങ്ങൾ.

1. കൽഹാരിയിലെ പോരാടുന്ന ബുഷ്മാൻ

ഡീബിയേഴ്സ് എന്ന രത്നക്കമ്പനിക്കു വേണ്ടി ബോട്സ്വാനയിലെ മുന്നൂറോളം വരുന്ന അതി പ്രാചീന ഗോത്രത്തെ കുടിയൊഴിപ്പിച്ചപ്പോൾ നാട്ടുമൂപ്പൻ പറഞ്ഞ വസ്തുതകൾ ഇതായിരുന്നു.

1. ഈ കുറ്റിക്കാടുകൾ നിറഞ്ഞ ഭൂമി ഞങ്ങളുടെ ഭക്ഷണ വിഭവ കേന്ദ്രമാണ്.
2. ഇല്ലായ്മയെന്ന് നിങ്ങൾക്ക് തോന്നുന്ന ഈ മണ്ണിൽ അത്ഭുത മരുന്നുകളുണ്ട്. ആരോരുമില്ലാത്ത ഞങ്ങളുടെ അതിജീവിനത്തിനുള്ള കാട്ടുകിഴങ്ങുകളും മറ്റു ജീവികളും.
3. നിങ്ങൾ നല്കിയ മിഠായി ഞങ്ങളുടെ ഭക്ഷണമല്ല.
4. ഈ മണ്ണ് അമ്മയല്ല അമ്മൂമ്മയാണ്.
5. നിങ്ങൾ കുഴിച്ചെടുത്താൽ കിട്ടുന്നത് രത്നമല്ല. ഞങ്ങളുടെ കാരണോന്മാരുടെ കണ്ണുകളാണ് (ഗോത്രസമൂഹത്തെ നിലനിർത്തിയത് അവിടത്തെ പരിസ്ഥിതിയായിരുന്നു.)

ഞങ്ങളുടെ മണ്ണ് വിട്ടുതരുക എന്ന ആദിമവാസികളുടെ മുറവിളി ഭക്ഷണത്തിനുവേണ്ടി പോരാടുന്ന മുഴുവൻ ജനതയുടെയും ആദർശ രാഷ്ട്രീയമാണ്. അതാണ് ഭൂമിയുടെ രാഷ്ട്രീയം. പ്രകൃതി വിഭവങ്ങളിൽ നിന്ന് ജനതയെ ഒറ്റപ്പെടുത്തുക എന്നത് ശാസ്ത്രത്തിന്റെയും സാങ്കേതിക വിദ്യയുടെയും കോർപ്പറേറ്റുകളുടെയും ലക്ഷ്യമാണ്.

വെള്ളം (കുപ്പി) ഞങ്ങൾ തരാം.
മരുന്ന് (വിഷം) ഞങ്ങൾ തരാം.
ഭക്ഷണം (ടിന്ന്) ഞങ്ങൾ തരാം.

ഈ വ്യവസ്ഥയ്ക്ക് കൂട്ടു നില്ക്കുന്നതാണ് വികസനം എന്ന് പലരും തിരിച്ചറിഞ്ഞിട്ടില്ല. ഓരോ ആവാസ വ്യവസ്ഥയിലും (കുന്നുകൾ, പുഴകൾ, വയലുകൾ, കാവുകൾ) വളരുന്ന പ്രകൃതിഭക്ഷണങ്ങൾ ഉണ്ട്. ഇവയെ ജീവജാലങ്ങൾ എന്ന പോലെ മനുഷ്യരും ഉപയോഗപ്പെടുത്തുന്നുണ്ട്. മുളനെല്ല്, വരിനെല്ല്, കിഴങ്ങിനങ്ങൾ, കാട്ടു കയ്പയ്ക്കകൾ, കാട്ടുപഴങ്ങൾ, തേനുകൾ, കൂണുകൾ ഇവ കണ്ടെത്തി ഭക്ഷിക്കുന്നവർ വന്യ ഭക്ഷ്യ ശൃംഖലയിലുൾപ്പെട്ടവരാണെന്നു കാണാം.

2. മുളനെല്ലും ഈന്തും

മുളപൂക്കുന്ന കാലം സാധാരണക്കാർക്ക് ഉത്സവകാലമാണ്. ക്ഷാമ കാലത്തിന്റെ ഭക്ഷണമെന്നു പറയാറുണ്ടെങ്കിലും വല്ലപ്പോഴും കിട്ടുന്ന അപൂർവ്വ ഭക്ഷണമാണത്. പാകമാകുന്ന മുളനെല്ല് താഴെ വീഴുന്നത് പരമ്പ് വിരിച്ചും മറ്റും ശേഖരിച്ച് ഉണക്കി വിവിധ രൂപത്തിലുള്ള ഭക്ഷണങ്ങൾ ആദിവാസികളും ഗ്രാമീണരും ഉണ്ടാക്കിയിരുന്നു. കാട്ടിൽ ഈന്ത് മൂക്കുന്ന കാലത്ത് അത് ശേഖരിച്ച് സംസ്കരിച്ച് സ്വാദിഷ്ടമായ പല തരം വിഭവങ്ങൾ ഉണ്ടാക്കിയിരുന്ന വൈദഗ്ധ്യം ഇല്ലാതായി വരികയാണ്. കലോറിയും പോഷകാംശവും കലർന്നതാണ് ഇത്തരം വന്യ ഭക്ഷണങ്ങൾ. മാർക്കറ്റ് വ്യവസ്ഥയ്ക്കു പുറത്തുള്ളതാണ് ഈ ഉല്പന്നമെന്നതിനാൽ സാധാരണക്കാരാണ് ഇത്തരം വന്യഭക്ഷണങ്ങൾ ഉപയോഗിച്ചുവന്നത്. പലപ്പോഴും സാധാരണക്കാരുടെ ആരോഗ്യം നിലനിർത്തിയിരുന്നത് പ്രകൃതിയുടെ കാരുണ്യംകൊണ്ടാണെന്നും മറന്നുകൂടാ. പലരും ധരിച്ചിരിക്കുന്നത് ഭക്ഷ്യധാന്യ വിതരണം കൊണ്ടാണെന്നാണ്. താളും തകരയും എന്നും സാധാരണക്കാരുടെ ഭക്ഷണമായിരുന്നു. രണ്ടും മനുഷ്യൻ നട്ടുണ്ടാക്കുന്നതല്ല. സുഭിക്ഷമായ സദ്യ ഉണ്ടായിരുന്ന കാലത്തും ജനങ്ങൾക്ക് ആഹാരം വേണമല്ലോ. ഈ നാട്ടായ്മയുടെ സുസ്ഥിര ബോധത്തെ പ്രകടിപ്പിക്കുന്ന ഈ പാട്ട് എന്നെന്നും അതിജീവനത്തിനു വേണ്ടി പാടുപെട്ട ജനതയുടെ സുസ്ഥിര പാഠ്യപദ്ധതിയായിരുന്നു.

3. തകരപ്പാട്ടും ചീരപ്പാട്ടും

'മാനത്തിടിവെട്ടി പുതുമഴപെയ്തപ്പോ
താനെ മുളച്ചൊരു പൊൻ തകര
തന്നാനെ തന്നാനെ തന തന്നാനെ തന തന്നാനെ
തണ്ടാന്റെ തണ്ടാത്തി മിനുക്കി തണ്ടാത്തി
നീ കൂടി പോരെടി തകര നുള്ളാൻ
ഇരുന്നു നുള്ളീ പിന്നെ നടന്നു നുള്ളീ പിന്നെ
വട്ടീലൊരുവട്ടി തകരനുള്ളി
കൊല്ലൻതല്ലിയ കുഞ്ഞരിവാളോണ്ട്
കുനുകുനെ അരിയണ് പൊൻതകര
പാക്കനാരു കെട്ടിയ കുഞ്ഞിമുറത്തില്
കൊണ്ടോയ് ചൊരിയണ് പൊൻതകര
കുശവൻ തല്ലിയ കുഞ്ഞിക്കലത്തില്
കൊണ്ടോയ് ചൊരിയണ് പൊൻതകര
ആശാരി കെട്ടിയ ചിത്രൂണടുപ്പത്ത്
ഓട്യോടിക്കേറണ് പൊൻതകര'

ഈ പാട്ടിൽ 'അത്ഭുതകരമായ കൂട്ടായ്മഭക്ഷണ സംസ്കൃതിയെ

പ്പറ്റി' പറയുന്നുണ്ട്. ഭക്ഷണം ഭക്ഷണം മാത്രമല്ല വിത്തുമുതൽ ഭക്ഷണം വരെയുള്ള കൂട്ടായ്മയുടെ രസരുചി സങ്കല്പങ്ങൾ അടങ്ങിയതാണ് ഈ പാട്ട്. അടുപ്പ്, പാത്രം എന്നീ സങ്കല്പങ്ങളിൽ വിവിധ കൂട്ടായ്മകൾ പങ്കെടുക്കുന്നു.

1. അരിവാൾ (കൊല്ലൻ)
2. മുറം (പാക്കനാർ)
3. മൺകലം (കുശവൻ)
4. ചിത്രൂണടുപ്പ് (ആശാരി)

നിർമ്മിതിയുടെ രഹസ്യമാണ് ഈ സമവാക്യത്തിൽ കാണുന്നത്. പങ്കാളിത്തത്തിന്റെ ബലതന്ത്രങ്ങൾ മാത്രമല്ല അതിനു പിന്നിലെ കഥ കൂടി പുറത്തു കൊണ്ടുവരുന്നുണ്ട്.

'ഇത്രനല്ലൊരു ചീരക്കറിവച്ചിട്ട്
കയില്കാട്ടാത്തപൊൻ കറമ്പി'
'ഇത്രനല്ലൊരു പൂരം നടന്നിട്ട്
കൊണ്ടോയ്കാട്ടാത്ത പൊൻകറമ്പ'

പൊൻതകര എന്ന സങ്കല്പത്തെ പൊൻ കറമ്പി എന്ന സങ്കല്പ വുമായി കൂട്ടി വായിക്കേണ്ടതാണ്. താനേ മുളച്ചൊരു പൊൻ തകര എന്നതും കർക്കടകത്തിലെ ഇലഭക്ഷണത്തിന്റെ പ്രാധാന്യം വ്യക്തമാക്കുന്നതാണ്. മാത്രമല്ല വേനലിന്റെ സൗരോർജ്ജവും പുതുമഴയുടെ ശക്തിയും ചേർന്നാണ് ഇത്തരം ചെടികൾ മുളയ്ക്കുന്നത്. കർക്കടകത്തിലെ മേഘാവൃതമായ സമയത്ത് വെയിലിന്റെ ഊർജ്ജം ഏറ്റുവാങ്ങിയ ഇല ഭക്ഷണം കഴിക്കുന്നു എന്നതാണ് ഈ അന്നത്തിന്റെ പാരിസ്ഥിതിക രഹസ്യം.

8. നാടൻപാട്ടുകൾ

ഋതുഭക്ഷണ രഹസ്യത്തെ ഉള്ളിലേറ്റിയ നാട്ടുജനതയുടെ ഭക്ഷണ സംസ്കാരത്തെ പ്രതിഫലിപ്പിക്കുന്ന ധാരാളം പഴഞ്ചൊല്ലുകളും കടങ്കഥകളും നാടൻ പാട്ടുകളുമുണ്ട്. വാമൊഴിയായാണ് ഈ ഭക്ഷണ അറിവുകൾ കൈമാറിപ്പോന്നത്. ഓരോന്നും പ്രകൃതി തത്ത്വസ്വാംശീകരണത്തിന്റെ സാംസ്കാരികാടയാളങ്ങളാണ്. ഒരു 'നാടൻ മെനു' നോക്കുക:

'താളും തകരയും മുമ്മാസം
ചക്കേം മാങ്ങേം മുമ്മാസം
ചേനേം കൂർക്കേം മുമ്മാസം
അങ്ങനേം ഇങ്ങനേം മുമ്മാസം'

ഇവയുടെ ഭക്ഷണപൊരുളും പരിസ്ഥിതിപ്പൊരുളും ഇതാണ്.

1. ഓരോ ഋതുക്കളിലും ഉണ്ടാകുന്ന ഭക്ഷണങ്ങൾക്ക് നാം പ്രാധാന്യം കൊടുത്തിരുന്നു.

2. മുമ്മാസങ്ങളിൽ ആണ് പ്രാദേശിക ഋതുഭക്ഷണക്രമം പൊതുവായി ഉണ്ടായിരുന്നത്.

3. ഇലക്കറികൾ, ഫലവൃക്ഷങ്ങൾ, കിഴങ്ങിനങ്ങൾ, മറ്റു സസ്യങ്ങൾ എന്നിങ്ങനെ ഭക്ഷണക്രമത്തിൽ തനതു പ്രകൃതിലഭ്യതയെ അടിസ്ഥാനമാക്കിയതും ശാസ്ത്രീയവുമായ വിഭജനം നമുക്കുണ്ടായിരുന്നു.

4. വൈവിദ്ധ്യം ഈ മെനുവിന്റെ പ്രത്യേകതയായിരുന്നു.

5. ഇന്ന് ഇവ പ്രധാന ഭക്ഷണ ഇനങ്ങളല്ലെങ്കിലും കൂട്ടുകറികൾക്കുള്ള പ്രാധാന്യം വ്യക്തമാണ്. മെയിൻ ഫുഡിന്റെ ഒപ്പം കൂട്ടിനങ്ങൾക്കുമുള്ള പ്രാധാന്യമാണിവിടെ പറയുന്നത്.

ചീരപ്പാട്ടിൽ ചീരവിത്ത് തടംപാകി കൃഷിചെയ്യുന്നതു മുതലുള്ള കൃഷിപ്പണിയും വിളവെടുപ്പും പാചകവും കൂടി ഉൾക്കൊള്ളുന്നു. വിത്ത് കറിയാകുന്നതുവരെയുള്ള പ്രക്രിയയെ പാട്ടിൽ പറയുന്നു.

'നീളത്തിൽ തടം കോരി
വട്ടത്തിൽ കുഴി കുത്തി
അങ്ങനെ പാകണം ചീരവിത്ത്
ആരാര് പാകണം ചീരവിത്ത്
അമ്മായി പാകണം ചീരവിത്ത്
വടക്കോർത്തു നില്ക്കണ ചെന്തെങ്ങുമ്മേ
താഴെയിളംകൊല മീതെമന്നിങ്ങ
തളപ്പിട്ടു കേറണം തണ്ടിട്ടെറക്കണം
മുട്ടിയൊടക്കണം നീട്ടിച്ചെരുകണം
നീട്ടിയരയ്ക്കണം വാരിക്കലക്കണം
അങ്ങനെ വയ്ക്കണം ചീരക്കറി'

പാചകവിധിയാവിഷ്കരിക്കുന്ന ഒരുപാട് നാടൻ പാട്ടുകളുണ്ട്. ഇതെല്ലാം സാമൂഹ്യ സന്ദർഭങ്ങളിലാണ് അവതരിപ്പിക്കുന്നത്. പാരമ്പര്യ രുചിക്രമങ്ങളെയും പ്രത്യേക കൂട്ടുകളെയും പരിരക്ഷിക്കുന്നതിനുവേണ്ടിയാണ് പാട്ടുകളിലൂടെ ഈ വിജ്ഞാനം പകരുന്നത്. ഒരു പാട്ടു നോക്കുക:

'കേറിരിക്കാങ്ങളെ കേറിരിക്കാങ്ങളെ
ഞാനിട്ട പായേല് കേറിരിക്ക്
ഇന്നുപോണ്ടാങ്ങളെ നാളെ പൂവ്വാങ്ങളെ
കുട്ടിക്കറമ്പനാം കുഞ്ഞാങ്ങളെ
ഒന്നുരണ്ടും പറഞ്ഞിരിക്കുന്ന നേരത്തു
കുടത്തിലൊരുകുടം കള്ളു തരാം
കുത്തിനെടിയരി ചേറ്റിപ്പൊടിയരി
തുമ്പപ്പൂപോലുള്ള ചോറുതരാം
കൂട്ടിൽ കിടക്കുന്ന പൂങ്കോഴിയെ കൊന്ന്
പച്ചോലപൊതികെട്ടി തന്നുവിടാം.
അയലത്തല ചുട്ട് ചമ്മന്ത്യരച്ചിട്ട്
ആങ്ങളക്ക് ഞാനിപ്പൊ കഞ്ഞിതരാം'

9. അന്നത്തിന്റെ പാകപരിണാമങ്ങൾ

ഡോ. എം വി വിഷ്ണു നമ്പൂതിരിയുടെ 'ചക്കയും മാങ്ങയും പാചക സംസ്കരണ തത്ത്വങ്ങൾ' എന്ന ലേഖനത്തിൽ കേരളീയ ഭക്ഷണരീതിയുടെ നരവംശ തത്ത്വങ്ങൾ വ്യക്തമാക്കുന്നുണ്ട്. ക്ലോഡ് ലെവിസ്ട്രൗസാണ് അന്നത്തിന്റെ നരവംശാടിസ്ഥാനത്തെപ്പറ്റി ശ്രദ്ധേയമായ ഘടനാത്മക തത്ത്വങ്ങൾ അവതരിപ്പിക്കുന്നത്. ദരിദ്രരായ ജനവർഗ്ഗങ്ങൾക്ക് പ്രകൃതിതന്നെ ഭക്ഷണമൊരുക്കിയതിന്റെ ചരിത്രമാണ് ഭക്ഷണ സംസ്ക്കാര പഠനം. ഋതുക്കളിൽ എന്നും കായ്ക്കുന്ന മരങ്ങൾ അവർക്ക് അനുഗ്രഹമായിരുന്നു. എന്നും കായ്ക്കുന്ന ഒരു വരിക്ക പ്ലാവിനെപ്പറ്റിയുള്ള രാമത്തെളമേലെ ചാത്തപ്പൻ എന്ന വീര കഥാഗാനംപോലും മലബാറിൽ ഉണ്ടായിട്ടുണ്ട്.

പച്ച, പഴുത്തത്, വേവിച്ചത്, ചുട്ടു തിന്നുന്നത്, ചീഞ്ഞത്, സസ്യാഹാരം, മാംസാഹാരം, പാനീയങ്ങൾ എന്നെല്ലാം ഭക്ഷണത്തെ വിവേചിച്ചറിഞ്ഞ ചരിത്രം മനുഷ്യബോധത്തിന്റെ ചലനാത്മക വളർച്ച തന്നെയായിരുന്നു. ഇതൊന്നും ഇന്നത്തെ അറിവല്ല. ഒരു കായ്കനിയുടെ പാക പരിണാമം അഞ്ചവസ്ഥകളാണ്. പച്ച (ഇളംപാകം), അല്പം പാകം (കരിംപാകം), പഴുത്തത്(ശരിയായ പാകം), ചീഞ്ഞത് (ഉപേക്ഷിക്കേണ്ടത്), വിത്തെടുക്കേണ്ടപാകം (പ്രത്യേകം സംരക്ഷിക്കുന്നു).

അന്നത്തിന്റെ പാകപരിണാമങ്ങളെക്കുറിച്ച് ഗ്രാമീണജനത നേടിയെടുത്ത നാട്ടറിവുകൾ സംസ്കാര ഗുണങ്ങളാണ്. ആധുനിക മാർക്കറ്റ് വ്യവസ്ഥയിൽ ഇത് തിരിച്ചറിഞ്ഞല്ല പറിക്കുന്നതും വിതരണംചെയ്യുന്നതും. പാകം നോക്കി പറിക്കുവാനുള്ള ക്ഷമ ആർത്തിയുടെ സംസ്കാരത്തിനില്ല. വിളവെടുപ്പിന്റെ രീതിശാസ്ത്രം തന്നെ മാറി. ഇപ്പോൾ കടയോടെ പറിക്കുന്ന ഉന്മൂലനാശത്തിന്റെ വഴിയിലാണ്. നെല്ലിയുടെ കട വെട്ടിയും നെല്ലിക്ക പറിക്കുന്ന സംസ്കാരം വന്നത് കമ്പനികൾ മൊത്തമായി അധിക വിളകൾ ആവശ്യപ്പെടുമ്പോഴാണ്. കൊയ്ത്തിന് (harvest) സാംസ്കാരികവും സന്തുലിതവുമായ മൂല്യങ്ങളുണ്ടായിരുന്നു.

വിളപാകത്തെക്കുറിച്ചുള്ള രണ്ട് നാട്ടറിവുകൾ

1. ആദി, പാതി, പീറ്റ, ഞാലി. വിളപാകം-വിത്തിന്റെ പാകത്തെയാണീ ചൊല്ലിൽ വ്യക്തമാക്കുന്നത്. 1. ആദി (പ്ലാവ്) 2. പാതി (തെങ്ങ്) 3. പീറ്റ (കവുങ്ങ്) 4. ഞാലി (കുരുമുളകു വള്ളി).

2. അരിവയ്ക്കുന്നതിനുമുമ്പ് കറിവയ്ക്കണം.
കറിവയ്ക്കുന്നതിനു മുമ്പ് അരിവയ്ക്കണം.

ചില കറിയിനങ്ങൾ (വെണ്ട, കായ, വഴുതനങ്ങ എന്നിവ) അതിലെ അരിമൂക്കുന്നതിനുമുമ്പ് കറി വച്ചാലാണ് രുചിയേറുക. അവയുടെ അരി വയ്ക്കുന്നതിനു മുമ്പ് കറി വയ്ക്കണം. പിന്നെ സാധാരണ അരിയാണ് ആദ്യം വേവിക്കാറ്. എത്രപേർക്ക് അരി വേവിച്ചുവോ അതിനനുസരിച്ച്

കറി വയ്ക്കണം എന്നാണ് ചൊല്ലിന്റെ അർത്ഥം.

'പാകം' എന്നത് പാരമ്പര്യ സമൂഹങ്ങൾ നേടിയെടുത്ത ഏറ്റവും പ്രധാനപ്പെട്ട അറിവിന്റെ ഡേറ്റാബേസ് ആണ്. പക്ഷികളും മൃഗങ്ങളും ഈ പാകം നോക്കിയാണ് വിളയെടുക്കുന്നത്. ആർത്തിപിടിച്ച ആധുനിക മനുഷ്യൻ പാകം മനസ്സിലാക്കുന്നില്ല. പാകത്തിന്റെ ഘട്ടങ്ങൾ നിരവധിയാണ്. ഇതിനെ വിളയെടുപ്പു പാകത്തിന്റെ ചക്രവാളം (harvesting horizon) എന്നു വിളിക്കാം. ഇതോടനുബന്ധമായുള്ള കാലം, സമയം, ഞാറ്റുവേല, ക്രിയ എന്നീ കാരണങ്ങളും പരിസ്ഥിതി അറിവുകളും കടന്നുവരുന്നതിനാൽ ഈ ചക്രവാളം വിപുലമാണ്. മാനവരാശിയുടെ നിലനിൽപ്പിന്റെ ചക്രവാളമാണിത്.

10. അന്നത്തിന്റെ രൂപാന്തര ഘട്ടങ്ങൾ/ആത്മാഹാരം

സാംസ്കാരിക നരവംശ ശാസ്ത്രജ്ഞന്മാർ ഓരോ തനതു ഗോത്രങ്ങളുടെയും ആത്മാഹാരങ്ങളെ (ethnic food) പറ്റി പറയുന്നുണ്ട്. മാർഗരറ്റ് മീഡ് മുതൽ റൊളാങ് ബാർത്ത് വരെ ഡോ. നുജും മുതൽ അമ്മുക്കുട്ടി വരെ. ഭക്ഷണത്തിന്റെ കാര്യത്തിലുള്ള സാംസ്കാരികാധിനിവേശത്തിനെതിരെ ഏറ്റവും കൂടുതൽ പ്രതിരോധിച്ചിട്ടുള്ള നാട്ടറിവ് കൂട്ടായ്മകളിൽ ഈ തത്ത്വങ്ങൾ പ്രകടമായിരുന്നു. മാത്രമല്ല എണ്ണമറ്റ നാട്ടറിവു രാഷ്ട്രീയ പ്രവർത്തകരുടെ ആശയങ്ങൾ ആവിഷ്കരിച്ചിട്ടുള്ള പുസ്തകങ്ങളും കേരളത്തിൽ പ്രസിദ്ധമായി.

ഒരു പ്രകൃതിവിഭവം പാകമാകുന്നത് പ്രകൃതിയിലെ രൂപാന്തരീകരണമാണ്. അതിന് കാറ്റും വെയിലും മഴയും നിഴലും ഒക്കെ ഭാഗഭാക്കാകുന്നു. തുടർന്ന് മനുഷ്യൻ അവയെ ഉപയോഗപ്പെടുത്തുന്നു. പാകമാകലിനു പിന്നിലും രൂപാന്തരീകരണമുണ്ട്. ഉപയോഗ/ഉപഭോഗത്തിന്റെ രൂപാന്തരീകരണം ഇങ്ങനെയാണ്.

പച്ച

1. നേരിട്ട് ഉപയോഗിക്കുന്നു (പച്ചയോടെ).
2. ഉണക്കി (സംസ്കാരക്രിയ/രുചി/സംസ്കരണം).
3. വറുക്കുന്നത് (തീ, സംസ്കരണം, രുചി).
4. ചുട്ടത് (തീ, സംസ്കരണം, രുചി).
5. ഉപ്പ്, മുളക്, മഞ്ഞൾ, മല്ലി എന്നിവ ചേർക്കുന്നത്. (തീ, സംസ്കരണം, തനതു രുചികൾ).
6. വേവിക്കൽ (പല പാകങ്ങൾ, ജലം, കറിയുണ്ടാക്കൽ, വറുത്തിടൽ, എണ്ണ ചേർക്കൽ, പച്ചയുടെ രൂപാന്തരീകരണം പൂർണ്ണമാകുന്നു).

പച്ചയ്ക്കുള്ള ഈ പാക പരിണാമങ്ങളും പാചക പരിണാമങ്ങളും പഴുത്തതിനും ഉണ്ട്. പ്രാചീന സമൂഹങ്ങൾ പ്രജ്ഞ ഉപയോഗിച്ച് നേടിയെടുത്ത അറിവിന്റെ വാസ്തുവാണ് പാചകകല. ഇത് ഇന്ന് മാധ്യമങ്ങളിലെ ആഷ്പുഷ് സംസ്കാരത്തിന്റെ മസാല ചേർക്കൽ, നിറം ചേർക്കൽ,

മായം ചേർക്കൽ, വിനോദ പരിപാടിയായി മാറിയിരിക്കുന്നു എന്ന ദുരന്തം തിരിച്ചറിയാത്തവരുടെ സമൂഹമായി മാറിയിരിക്കുന്നു! സമൂഹത്തിന്റെയും താഴ്വരയുടെയും നിലനില്പിനു വേണ്ടി ആർജ്ജിച്ച അറിവിന്റെ ഈ ഡേറ്റാബേസ് ഓർമ്മകളിലും കൈത്തഴക്കങ്ങളിലും ജീവിതശൈലിയിലും സംസ്കാര ബഹുമാനത്തിലും പ്രാദേശിക ജനതകൾ കാത്തു സൂക്ഷിച്ചിട്ടുണ്ട്. എണ്ണയിൽ വറുത്ത മീൻകഷണത്തിന്റെ എണ്ണം സുഭിക്ഷതയുടെ രാക്ഷസീയതയായി കൊണ്ടാടുമ്പോൾ, സോയാബീൻ ബിരിയാണിസദ്യകൾ സാംസ്കാരിക സെമിനാറിന്റെ ഉഛിഷ്ടമാകുമ്പോൾ പാരമ്പര്യ അറിവുകൾ ഓർക്കുക.

ഭക്ഷണ നിഷേധം ആധുനിക സംസ്കാരത്തിന്റെ ഫാഷനാണ്. കുട്ടികൾക്കും പ്രായമായവർക്കും ഇപ്രകാരം പാരമ്പര്യഭക്ഷണങ്ങൾ നിഷേധിക്കുന്ന മദ്ധ്യവർഗ്ഗ–പണക്കൊഴുപ്പിന്റെ സംസ്കാരം ഇന്ന് വളരെ പ്രകടമാണ്. അവരുടെ പ്രധാന ഭക്ഷണം പോസ്റ്റർ ഒട്ടിക്കാനുപയോഗിക്കുന്ന മൈദകൊണ്ടുണ്ടാക്കിയ പൊറോട്ടയാണ്.

താഴ്വരകളിലേക്ക് മടങ്ങാം. ഒരു വർഷംവരെ ഭക്ഷ്യ പദാർത്ഥങ്ങൾ കേടുകൂടാതെ സൂക്ഷിച്ച സംസ്കരണ വിദ്യകൾ അറിയാവുന്നവരാണ് നാട്ടുകൂട്ടങ്ങൾ. വയനാട്ടിലെ ആദിവാസികൾ കുടിയിലെ അറയിൽ ഇപ്രകാരം ചോറ് ഉണക്കി സൂക്ഷിക്കാറുണ്ടത്രേ. വികസിത രാജ്യങ്ങൾ യുദ്ധകാലത്ത് രക്ഷപ്പെടാൻ മണ്ണിനടിയിൽ നിലവറകൾ ഉണ്ടാക്കുമ്പോൾ അന്നം കേടുകൂടാതെ കാത്തുപോരുന്ന നിലവറകൾ സൃഷ്ടിക്കുന്നവരാണ് ഗ്രാമീണർ. അതായത് പച്ചയുടെയും പഴുത്തതിന്റെയും വേവിച്ചതിന്റെയും സംസ്കരണ വിദ്യാചരിത്രം മാനവരാശിയുടെ നിലനില്പിനാവശ്യമാണ്.

സിറാലോണയിലെ ഡയമണ്ട് വ്യവസായത്തിനുവേണ്ടി വിള ഭൂമികൾ കുഴിച്ചപ്പോൾ അവരുടെ ഭക്ഷ്യതാഴ്വരയാണ് നഷ്ടപ്പെട്ടത്. കൽഹാരിയിലും ഇതുതന്നെ സംഭവിക്കുന്നു.

11. പഴഞ്ചൊല്ലുകളിലെ ഭക്ഷണ വീക്ഷണം

കാതോര സംസ്കൃതിയുടെ ജീവിതവീക്ഷണം അവതരിപ്പിക്കുന്ന പഴഞ്ചൊല്ലുകളിലും അന്ന സംസ്കാരത്തിന്റെ അടയാളങ്ങൾ കാണാം. പ്രകൃതി വിഭവ പരിസരം മറന്നുകൊണ്ടുള്ള ഒരു ഉപഭോഗവും നാടോടി ജീവിതത്തിലില്ല. പരമപ്രധാനം വിത്തിന്റെ സംരക്ഷണം തന്നെയാണ്.

'വിത്തുവിറ്റുണ്ണരുത്'

'വിത്തെടുത്തു കുത്തരുത്'

'വിത്തെരട്ടിച്ച വല്ലി' തുടങ്ങിയതിലെല്ലാം വിളവിനാധാരമായ വിത്തിനോടുള്ള ആദരവുകാണാം. ജീവിത വീക്ഷണങ്ങൾ അവതരിപ്പിക്കാനുള്ള രൂപകങ്ങൾ പോലും ഭക്ഷ്യപ്രകൃതിയിൽ നിന്നാണ് സ്വീകരിച്ചിരിക്കുന്നത്. 'വള്ളി കൊടുത്താലും മണ്ണു കൊടുക്കരുത്', 'പുല്ലറ്റാൽ മാടറ്റു' എന്നീ ചൊല്ലുകൾ കാര്യഗൗരവമുള്ളതാണ്. വിഭവപരിസരത്തെയാണിത് ഓർമ്മി

പ്പിക്കുന്നത്. മണ്ണും പുല്ലും ഭക്ഷണത്തിന്റെ ഉർവ്വര പശ്ചാത്തലമാണ്. ഈ ഭക്ഷ്യചക്രത്തിൽ കന്നുകാലികളെക്കൂടി ഉൾപ്പെടുത്തുന്നതാണ് നാടോടി ലോകവീക്ഷണം.

അടുക്കള കേന്ദ്രീകൃതമായ ഭക്ഷണയിനങ്ങളെപ്പറ്റിയും പാചക കല യെപ്പറ്റിയുമുള്ള ചൊല്ലുകൾ നോക്കുക. ഇരുന്നുണ്ണരുത്, മൂത്രമൊഴിച്ചു ണ്ണണം, മോരൊഴിച്ചുണ്ണരുത്, മുത്താഴം കഴിഞ്ഞാൽ മുള്ളിലും കിടക്കാം. അത്താഴം കഴിഞ്ഞാൽ അര കാതം നടക്കണം. തുടങ്ങിയതെല്ലാം അർത്ഥ വൈചിത്ര്യം നിറഞ്ഞ ശീലത്തെ സംബന്ധിച്ച ചൊല്ലുകളാണ്. പലതിന്റെയും അർത്ഥം ആധുനിക വിദ്യാഭ്യാസം ലഭിച്ചവർക്കറിയില്ല! എന്നാൽ ഗ്രാമീണ വിദ്യാഭ്യാസം ലഭിച്ച തൊഴിൽ കൂട്ടായ്മയ്ക്ക് ഈ ഭക്ഷണയുക്തി എളുപ്പം മനസ്സിലാകും. പാനീയങ്ങളെക്കുറിച്ചും ഇത്തരം ചൊല്ലുകളുണ്ട്. പലതരം 'കുടി'കളെക്കുറിച്ചുള്ള അറിവാണിത്.

അടുക്കള മാറിയാൽ ആറുമാസം എന്ന ചൊല്ലുതന്നെ കാണിക്കു ന്നത് അതിന്റെ സംവിധാന ഭംഗിയെപ്പറ്റിയാണ്. ജൈവഭക്ഷ്യവിഭവങ്ങ ളുടെ ശ്രേഷ്ഠമായ സംവിധാന ഭംഗിതന്നെയാണ് അടുക്കളയുടെ അഴക്. ദാഹിക്കുന്നവർക്ക് വെള്ളം കൊടുക്കാനും അന്യർക്ക് വിരുന്നൊരുക്കാനും വയർ അറിഞ്ഞ് അന്നം ഒരുക്കാനുമുള്ള കുശല ബുദ്ധി തന്നെയാണത്. അടുക്കളയും അരങ്ങും കാണേണ്ടതുണ്ടോ? അടുക്കളയും അരങ്ങാ ണെന്ന സത്യം തിരിച്ചറിയുകയാണിവിടെ. അത് സന്തുലിത സംസ്കാ രത്തിന്റെ അരങ്ങാണ്. അവിടെ ആണിനും പെണ്ണിനും തുല്യ പങ്കാളി ത്തമാണുണ്ടായിരുന്നത്. ആധുനിക സ്ഥീകരണമുറി നാട്യ സംസ്കാര ത്തിലാണ് സ്ത്രീകളുടെ സ്ഥാനം അടുക്കളയിൽ മാത്രമായത്.

ഗ്രാമീണ കൂട്ടായ്മകൾ ഒത്തു ചേരുന്ന സാമൂഹ്യ-അനുഷ്ഠാന സന്ദർഭങ്ങളിലാണ് ഈ വാമൊഴി ആഖ്യാനങ്ങൾ അവതരിപ്പിക്കുന്നത്. ഭൂരിഭാഗവും അദ്ധ്വാനിക്കുന്ന തൊഴിൽ കൂട്ടായ്മകളാണ്. പുഴയോരത്തും കാവുകളിലും തൊടികളിലും വയലുകളിലുമുള്ള വൈവിദ്ധ്യമാർന്ന ഭക്ഷ്യ ഇനങ്ങളെ തിരിച്ചറിയാനും അറിഞ്ഞവയുടെ ലഭ്യതയുള്ള സീസണും ഭക്ഷ്യമൂല്യവും അറിയാവുന്ന ഒരു ജനതയാണ് ഈ കൂട്ടാ യ്മ. ആചാരങ്ങളോടും അനുഷ്ഠാനങ്ങളോടും മാത്രം ബന്ധപ്പെട്ട ഭക്ഷ്യ ഇനങ്ങൾ ഏറെയാണ്. പുത്തരി, പടച്ചോറ്, പലതരം പായസങ്ങൾ, അവിൽ, മലർ, കുറുംപൊടി, തുമ്പപ്പൂവിട്ട അട, എട്ടങ്ങാടി എന്ന തിരു വാതിര പുഴുക്ക്, കൂവ പായസം, പുളിവെള്ളം, തവിട്ടട തുടങ്ങി പ്രത്യേക സമുദായങ്ങൾക്കുള്ളതും ആചാരങ്ങൾക്കുള്ളതുമായ ഭക്ഷണങ്ങളുടെ പരിസരം ഗ്രാമീണ താഴ്വരകൾ തന്നെയാണ്. മിക്കവാറും സ്ത്രീകൾ തന്നെയാണ് ഈ വിഭവ പശ്ചാത്തലം ഒരുക്കുന്നത്.

തിരുവാതിരക്കളി, കൈകൊട്ടിക്കളി, ചോടുകളി, ഓണക്കളി, ഐവർകളി, കണ്യാർക്കളി, കോൽക്കളി തുടങ്ങിയ വട്ടക്കളിരൂപങ്ങളിലെ പാട്ടുകളിലെല്ലാം ഭക്ഷണം വിഷയമാണ്. ഒരു നാടൻ തിരുവാതിരക്ക ളിയിൽ തിരുവാതിരയ്ക്കുള്ള ഭക്ഷ്യ വിഭവങ്ങളുടെ ലിസ്റ്റ് കാണാം. നാട്ടു

ചന്തകളിൽനിന്ന് ഇവ അടുക്കളയിലേക്കെത്തിച്ചേരുന്ന സംസ്കാര പ്രക്രിയ ആ പാട്ടിലുണ്ട്.

12. അമ്മൂമ്മയറിവിലെ അന്നവിചാരം

കുട്ടിക്കാലം മുതൽ ഗ്രാമത്തിന്റെയും വീടിന്റെയും ഭക്ഷ്യസുരക്ഷ നിർവ്വഹിച്ചിരുന്ന കേന്ദ്രമായിരുന്നു അടുക്കളയിലെ അമ്മൂമ്മവിവേകങ്ങൾ. കുട്ടികൾക്കു വേണ്ടതും മുതിർന്നവർക്കുവേണ്ടതും തിരിച്ചറിഞ്ഞ് അതാതുകാലത്ത് വിളമ്പിയ സൗഹൃദങ്ങൾ ഗ്രാമത്തിന്റെ മാത്രം സ്വത്തായിരുന്നു. അവിടെ അറിവിന്റെ ലൊട്ടുലൊടുക്കു വിദ്യകൾ, ഒറ്റമൂലികൾ, പ്രത്യുല്പന്നമതി ചികിത്സകൾ എന്നിവ വളരെ കാര്യക്ഷമമായിരുന്നു. ഇപ്രകാരം വീട്ടുമൃഗങ്ങളെയും ചികിത്സിച്ചുവന്നു.

അമ്മൂമ്മ വിവേകത്തിന്റെ പരിസരത്തിൽ പ്രകൃതിലോകം അന്യമായിരുന്നില്ല. ഉങ്ങിന്റെ പൂവും പേരയ്ക്കയുടെ കൂമ്പും ചെമ്പരത്തിമൊട്ടും എടണയിലയും നാളികേരക്കൊറ്റനും കഞ്ഞിവെള്ളവും ദിവ്യ ഔഷധ ഭക്ഷണങ്ങളായിമാറുന്നു. ക്രോഡീകൃത പാരമ്പര്യങ്ങളിലെ യോഗങ്ങളിലൊന്നും കാണാത്ത കൂട്ടുകളാണിവ. ഓരോ കാലത്തെയും ലഭ്യതയനുസരിച്ച് ശേഖരിച്ച് പാകം ചെയ്തു വിശപ്പുമാറ്റിയിരുന്നു. മുരിങ്ങയില, ചീരയില, പയറില, മത്തനില, കുമ്പളങ്ങയില, തഴുതാമയില, നെയ്യുണ്ണി, ആനത്തുമ്പ, ചേനയില തുടങ്ങിയ ഇലയിനങ്ങൾ അവിടെ സ്വാദിഷ്ടമായ മാന്ത്രിക കറികളായി പുനർജ്ജനിക്കുന്നു. മൊളോഷ്യവും മോരുകൂട്ടാനും കൂട്ടുകറിയും അവിയലും ഉള്ളിത്തീയലും അവിടെ വൈവിദ്ധ്യ രുചികളുടെ ലോകം നിറയ്ക്കുന്നു. ഇവിടെ എല്ലാം ഉപയോഗിച്ചിരുന്നത് `ഫ്രഷ്' ആയ ഇനങ്ങളാണ്. മുപ്പത് തരം സസ്യങ്ങളുടെ എണ്ണയും ഇരുപതില്പരം താളികളുടെ കൂട്ടും മുപ്പതിൽപ്പരം പച്ചക്കറികളുടെ സ്പർശനവും, ഏറ്റുവാങ്ങിയതായിരുന്നു അമ്മമാരുടെ ലോകം. ഇങ്ങനെ നാട്ടുമരുന്നുകൾ എന്ന ഔഷധങ്ങളും പച്ചക്കറികൾ എന്ന ഭക്ഷ്യവിഭവങ്ങളും വേണ്ട സമയത്ത് ഉപയോഗിച്ച അമ്മമാരുടെ നൈപുണ്യത്തെ തിരസ്കരിച്ചുകൊണ്ടാണ് പുതിയ കച്ചവട ആരോഗ്യരംഗം കടന്നുവന്നത്. സാന്ത്വനത്തിന് വിലപറയുന്ന ഈ നവീനസംസ്കാരത്തിൽ പരിസ്ഥിതി സൗഹൃദവും ഭക്ഷ്യ- ആരോഗ്യ സുരക്ഷയും ഒട്ടുമില്ല.

കുഞ്ഞിന്റെ വളർച്ചയുടെ ഓരോ ഘട്ടങ്ങളെയും വിവേചിച്ചറിഞ്ഞ് ആരോഗ്യത്തിന്റെ സൂക്ഷ്മതത്വങ്ങൾക്കനുസരിച്ചാണ് അമ്മമാർ ഭക്ഷണക്രമം പരിപാലിച്ചിരുന്നത്. ആധുനിക വൈദ്യശാസ്ത്രത്തിൽ ഈ തത്ത്വങ്ങൾ പരിഗണിക്കുന്നില്ല. ഗ്രഹണി, നെഞ്ച് കൂരയ്ക്കുക, ശ്വാസംമുട്ട്, കഫപ്രകൃതി തുടങ്ങിയവയിലെല്ലാം അമ്മമാരുടെ നേർബുദ്ധി അപ്പപ്പോൾ കണ്ടെത്തി ഭക്ഷണം ക്രമീകരിച്ചിരുന്നു. ബാല്യം കാത്തുപോന്നത് ഈ ചിട്ടയായിരുന്നു. കൂടെ നാട്ടുവൈദ്യത്തിലുപയോഗിക്കുന്ന എപ്പോഴും ലഭ്യമായിരുന്ന സസ്യപരിസരവും ഉണ്ടായിരുന്നു. കൗമാരഭൃത്യ ചികിത്സയിൽ കേരളത്തിന്റെ മഹത്തായ സംഭാവന

പ്രത്യേകിച്ച്, ഈഴവ - വേല വൈദ്യപാരമ്പര്യം ശ്രേഷ്ഠമായിരുന്നു.

13. അടുക്കള പൈതൃകങ്ങൾ

ഭക്ഷ്യസംസ്കാരവുമായി ബന്ധപ്പെട്ട കരകൗശലോപകരണങ്ങൾ അടുക്കള പൈതൃകത്തിന്റെ ഭാഗമാണ്. ഐങ്കുടി കമ്മാളരുടെയും കുശവരുടെയും മറ്റു കൈവേലാകൂട്ടായ്മയുടെയും പൊലിമകളാണ് ഈ വീട്ടുപകരണങ്ങളും കലവറ ഉപകരണങ്ങളും. പാത്രങ്ങൾ വെറും പാത്രങ്ങളല്ല, ഓരോന്നും ആവശ്യവും വിവേകവും സന്തുലിത ജീവിതക്രമവും രൂപപ്പെടുത്തിയതാണെന്നു കാണാം. വിഭവങ്ങൾ സൂക്ഷിക്കാനുള്ള പാത്രങ്ങൾ പത്തായം മുതൽ ഭരണി വരെയുണ്ടാകും. ഉപ്പു സൂക്ഷിക്കാൻ ഉപ്പുമരവിയോ കൽച്ചട്ടിയോ വേണം. പാനീയങ്ങൾ പകരാൻ മൺപാത്രങ്ങളോ, മൊന്തയോ, ലോട്ടയോ ഉണ്ടാകും. ഇട്ടുരുട്ടികളിലാണ് മരുന്ന് പലവ്യഞ്ജനങ്ങൾ സൂക്ഷിക്കുന്നത്. മരക്കയിൽ, ചിരട്ടക്കയിൽ തുടങ്ങി അളവ് ഉപകരണങ്ങൾ ഏറെയാണ്. പാത്തിയും അടപലകയും പാലോട്ടിയും ചിരവയും തവിയും 'അടുക്കള മ്യൂസിയത്തെ' മനോഹരമാക്കുന്നു.

അടുക്കളച്ചുമരിനു ചിത്രം വേണ്ട എന്ന ചൊല്ലുതന്നെ അടുക്കള ലാവണ്യം വ്യക്തമാക്കുന്നതാണ്. ഇവയുടെ നിർമ്മാണവുമായി ബന്ധപ്പെട്ട വിശ്വാസങ്ങളും നാട്ടറിവുകളും ഏറെയാണ്. തൊട്ടിയും വട്ടിയും കുട്ടയും മുറവും വല്ലവും ഓരോരോ സമയത്ത് വീടുകളിൽ എത്തിച്ചിരുന്ന ഗ്രാമീണനന്മകൾ ഭക്ഷ്യപരിസരം മാറുന്നതോടെ ഇല്ലാതാകുന്നു. കിഴക്കൻകലവും, വെങ്കായം കലവും ഓർമ്മകൾ ആയേക്കാം. മൺകലത്തിൽ വറുക്കേണ്ട ഇനങ്ങളുണ്ട്. കൂജകൾ അടുക്കളയിലെ അക്വാവാട്ടർ കൂളർ ആയിരുന്നു. വായു കടക്കാതെ, പ്രാണികൾ കടക്കാതെ അടച്ചു വയ്ക്കാവുന്ന മരപ്പാത്രങ്ങളുണ്ടായിരുന്നു. അടുക്കള വൈദ്യം അല്ലെങ്കിൽ അമ്മൂമ്മ വൈദ്യവുമായി ബന്ധപ്പെട്ട ഇനങ്ങൾ അടുക്കളയിൽ സുലഭമായിരുന്നു. അതിനാൽ അടുക്കള പെട്ടിമരുന്നു കടകൂടിയായിരുന്നു. ജീരകം മൂന്നും വിഴാലരിയും തേനും ചുക്കും നവരയും തവിടും അടുക്കളയിലുണ്ടായിരുന്നു.

ചെറിയ രോഗങ്ങൾക്ക് പ്രത്യേകിച്ച് ബാലവൈദ്യത്തിനും, പ്രസവശുശ്രൂഷയ്ക്കും, പ്രായമായവർക്കുള്ള ചികിത്സയ്ക്കും ഇവ പര്യാപ്തമായിരുന്നു, നവീന യന്ത്ര അടുക്കളകൾ വരുന്നതിനു മുമ്പ്. ഇത്തരം വീട്ടുപകരണങ്ങൾ ഇന്ന് പൈതൃക മ്യൂസിയത്തിലെ പ്രദർശന വസ്തുക്കളായി മാറിക്കൊണ്ടിരിക്കുമ്പോൾ നാം മറന്നുപോകുന്നു സന്തുലിത അന്ന ജീവിതത്തിന്റെ അകത്തളവും ചാവടിയുമായിരുന്നു, അടുക്കളയെന്ന്. എവിടെയും പ്രദർശിപ്പിക്കേണ്ടതില്ലാത്തതുകൊണ്ട് അടുക്കളക്കലത്തിനും അടുക്കളപ്പെണ്ണിനും അഴകുവേണ്ട എന്ന് ചൊല്ലുണ്ടെങ്കിലും അടുക്കള മുഴുവൻ അഴകിന്റെ കേന്ദ്രമായിരുന്നു. അടുക്കള സ്വന്തമെങ്കിൽ അടുക്കുചരുവം നിറയെ ഭക്ഷണമുണ്ടായിരുന്നു.

ഇന്നോ? തീ പുകയാത്ത വീട് എന്നത് ഒരു കാലത്ത് ദാരിദ്ര്യത്തിന്റെ പ്രതീകമായിരുന്നു. ഇന്ന് പൊങ്ങച്ചത്തിന്റെ പ്രതീകവും. അടുക്കള വേണ്ടാത്ത വീടുകളാണ് ആധുനിക ഫ്ളാറ്റ് സംസ്കാരത്തിന്റെ ലക്ഷ്യം.

അടുപ്പുകല്ലിനു അഴകുവേണ്ടെന്ന് പറയാറുണ്ടെങ്കിലും വീട്ടിൽ അടുപ്പുകല്ലിന്റെ സ്ഥാനം ശ്രേഷ്ഠമായിരുന്നു. അടുപ്പെത്ര ചെറുതായാലും കല്ലുമൂന്നുവേണം. ഇത് ലോകസംസ്കാര നിയമമാണ്. പക്ഷേ,

കരിങ്കല്ലടുപ്പിനാകാ,
കാഞ്ഞിരം വിറകിനാകാ,
കളികളികാര്യമാകാ

എന്നും ഉണ്ട്. കൈകൊണ്ട് ചാണകം മെഴുകിയുണ്ടാക്കുന്നതും കരിയും ചാണകവും ചേർത്തു മെഴുകി ഉണ്ടാക്കുന്നതുമായ മനോഹരമായ അടുപ്പുകൾ സ്ത്രീകളുടെ കൈവേലയുടെ ഭാഗമാണ്. ആശാരി ഉണ്ടാക്കുന്ന അടുപ്പിന്റെ പേര് ചിത്രൂണടുപ്പ് എന്നാണ്. കരിങ്കല്ല് അടുപ്പുണ്ടാക്കാൻ ഉപയോഗിക്കാറില്ല. കല്ലുചൂടുപിടിക്കുമ്പോൾ വികസിക്കും എന്നതുകൊണ്ടാണ്. മറ്റുകാരണങ്ങളും ഉണ്ട്.

ചൈനയിലെ യീ ഗോത്രത്തിൽ ഭൂമി, മനുഷ്യൻ, ആകാശം എന്നീ സങ്കല്പങ്ങളെ പ്രതിനിധീകരിക്കുന്നതാണ് അടുപ്പുകല്ല് എന്ന സങ്കല്പം. നടുവിൽ അഗ്നിയും. അവരുടെ അടുപ്പിൽ തീ കെടാതെ സൂക്ഷിച്ചുകൊണ്ടിരിക്കുന്നു. കെടാത്ത അടുപ്പ് എന്നത് ജീവിതത്തിന്റെ ആദിരൂപമാണ്. ജീവന്റെ നിലനില്പിന്റെ ആധാരം അടുക്കള എന്ന ശ്രീകോവിലിലെ കെടാവിളക്കാണ്. വേവിച്ച് കഴിക്കാൻ തുടങ്ങിയതിന്റെയും അടുപ്പ് എന്ന വാസ്തുശില്പം നിർമ്മിച്ചതിന്റെയും പച്ചയിൽ നിന്ന് സംസ്കൃതിയുണ്ടാക്കിയ തീയുടെയും ക്രോഡീകൃത രൂപകമാണ് അടുപ്പ്. മാനവചരിത്രത്തിന്റെ പലഘട്ടങ്ങളെയും പിന്നിട്ട ഈ പാരമ്പര്യ രൂപകത്തെ ഉടച്ചുവാർക്കുകയാണ് അടുപ്പ് ഭഞ്ജനത്തിലൂടെ ചെയ്യുന്നത്. 'ജോലി ഒഴിവാക്കുക' എന്നത് ഉപഭോക്തൃ സംസ്കാരത്തിന്റെ ചവിട്ടുപടിയാണ്. വിഭവങ്ങളിൽ നിന്ന് ഒറ്റപ്പെടുത്തുന്നതു പോലെ, നൈപുണ്യങ്ങളിൽ നിന്ന് അന്യവല്ക്കരിക്കുക എന്നതും യന്ത്ര സംസ്കൃതിയുടെ ലക്ഷ്യമാണ്. വിഭവം പാക്കറ്റുകളിലാണ്, ഭക്ഷണം വയറുകുത്തി നിറയ്ക്കാനുള്ളതാണ്, 'തിന്നൽ' ഒരു വിലകുറഞ്ഞ വിനോദമാണ്, കൂടുതൽ വിലകൊടുക്കേണ്ടത് ഭക്ഷണത്തിനാണ് എന്നൊക്കെയാണ് ഉപഭോക്തൃ ഭക്ഷണ സംസ്കൃതിയുടെ നിയമം.

14. ഭക്ഷണം പങ്കുവയ്ക്കലിന്റെ സംസ്കാരം

അറിവും അനുഭവവും വിഭവങ്ങളും പങ്കുവയ്ക്കുന്നു എന്നതാണ് നാടോടി ഭക്ഷണത്തിന്റെ പ്രത്യേകത. ഉല്പന്നങ്ങൾ പങ്കുവയ്ക്കുന്നതുപോലെ ഭക്ഷണവും പങ്കുവയ്ക്കുക എന്നത് പുതിയ ഉപഭോക്തൃ വ്യവസ്ഥിതിയിൽ കാണുന്നില്ല. വിശേഷാവസരങ്ങളിൽ മാത്രമല്ല നിത്യജീവിതത്തിലും കറിക്കൂട്ടുകൾ പങ്കുവച്ചിരുന്നു. ഓരോരു

ത്തരുടെയും കൈപ്പുണ്യത്തെയും വിശേഷമായ കഴിവിനെയും സമൂഹം അംഗീകരിച്ചിരുന്നു. പ്രത്യേകമായ ഒരു കറിക്കൂട്ട് തയ്യാറാക്കാൻ, പാകത്തെയും അളവിനെയും കുറിച്ചറിയാൻ പ്രത്യേകമായ ആളെ വിളിക്കുന്ന സമ്പ്രദായം ദേശങ്ങളിലുണ്ടായിരുന്നു. അവർ നേതൃത്വപരമായ പങ്കും നിർവ്വഹിച്ചിരുന്നു. ഇത് അറിവിന്റെ ശാക്തീകരണമായിരുന്നു.

അന്നത്തിനു മുകളിൽ വൻശക്തികളുടെ കടന്നുകയറ്റം വരുന്നതിനു മുൻപ് അന്നത്തിന്റെ അധികാരം ദേശകൂട്ടായ്മയ്ക്കായിരുന്നു. ചെറുകിട വാണിഭത്തെയും വഴിവാണിഭത്തെയും അവിശ്വസിക്കുന്ന പൊങ്ങച്ച സംസ്കാരമാണിന്നുള്ളത്. ഇതിനു സഹായിച്ചത് യന്ത്രസഹായത്തോടെ പാക്കു ചെയ്യുന്ന രീതി വന്നതോടെയാണ്. പാക്ഡ് ഫുഡ്സ് ഒരലങ്കാരമാണ്. പെട്ടെന്ന് ആകർഷിക്കുന്നതും ധാരാളം പരസ്യം പ്രദർശിപ്പിക്കുന്നതുമായ ഇവ പലപ്പോഴും പഴകിയതായിരിക്കും. വിഭവകേന്ദ്രങ്ങളിൽ നിന്ന് ഉല്പാദന കേന്ദ്രങ്ങളിലേക്ക്, പാക്കിങ് സംവിധാനങ്ങളിലേക്ക്, മാർക്കറ്റുകളിലേക്ക് എന്ന പ്രക്രിയയിലൂടെയാണ് ഇവ എത്തിച്ചേരുന്നത്. ഇവ കേടുകൂടാതെ സൂക്ഷിക്കുന്നതിന് സംരക്ഷണ കീടനാശിനികളും മറ്റും ഉപയോഗിക്കേണ്ടതായും വരും. ഇവയ്ക്കു പുറമെയാണ് മായം ചേർക്കൽ. ഗ്രാമീണ വിപണിയിൽ മായത്തിന് ഒരു സാദ്ധ്യതയുമില്ല. ആധുനിക വിപണിയുടെ കൂടപ്പിറപ്പാണ് മായം. പ്രത്യേകിച്ച് പൊടികളിലെ മായം. മഞ്ഞപ്പൊടി, മുളകുപ്പൊടി, മല്ലിപ്പൊടി, കുരുമുളകുപൊടി ഇവയെല്ലാം ഒരു കാലത്ത് വീടുകളിൽ തന്നെ സംസ്കരിച്ച് ഉണ്ടാക്കിയിരുന്നു. ഇപ്രകാരം ചൂടാക്കാത്ത നല്ല വെളിച്ചെണ്ണയും (വെളിച്ചം പോലെ നിറമാണ് നല്ല വെളിച്ചെണ്ണയ്ക്ക്. ഇന്നത്തെ മഞ്ഞ നിറം മായമോ?) ഉണ്ടാക്കിയിരുന്നു.

15. ആധുനിക ഭക്ഷണവും പരസ്യവും

ഭക്ഷണത്തിനും പരസ്യംകൊടുക്കുക എന്ന രീതി പണ്ടില്ലായിരുന്നു. ഭക്ഷണം മാർക്കറ്റ് വ്യവസ്ഥയുടെ ഭാഗമാകുന്നതും കച്ചവട സാദ്ധ്യതയുള്ള വിപണി ചിഹ്നമാകുന്നതും നഗര കേന്ദ്രീകൃതവ്യവസ്ഥയുടെ ഭാഗമായാണ്. സൗജന്യമായി ചില പാനീയങ്ങളും ഭക്ഷണങ്ങളും കൊടുത്തിരുന്ന തണ്ണീർപ്പന്തൽ എന്ന പ്രാചീന വ്യവസ്ഥയിൽ നിന്നാണ് ഭക്ഷണ ശാലകൾ, ഹോട്ടൽ നിലവിൽവന്നത്. സൗജന്യമായി ഭക്ഷണം നല്കിയിരുന്ന ഭോജനശാലകൾ ആരാധനാലയങ്ങളോട് കേന്ദ്രീകരിച്ചുണ്ടായിരുന്നു. ഊട്ടുപുരകൾ അതിന്റെ ഭാഗമാണ്. കൂടാതെ പൊതുജനങ്ങൾ ഒത്തുകൂടുന്ന ചന്തകൾ. ഉത്സവങ്ങൾ, നേർച്ചകൾ എന്നിവയോടനുബന്ധിച്ചും ഭോജനശാലകൾ, തണ്ണീർപ്പുരകൾ ഉണ്ടായിരുന്നു.

ഇവിടെയെല്ലാം മാനുഷികമായ ബന്ധങ്ങളുടെയും പ്രകൃതിവിഭവങ്ങളുടെ ആവശ്യ ഉപഭോഗവും, പൊതു പാചക വിധികളും, വിശേഷ ഭക്ഷണരീതികളും ഉണ്ടായിരുന്നു. കുട്ടികൾക്കുള്ള വിറ്റാമിൻ ഫുഡുകൾ, ന്യൂട്രീഷ്യൻ ഫുഡുകൾ, ന്യൂഡിൽസ്, ബിസ്കറ്റുകൾ, പാൽപ്പൊടികൾ,

പിസകൾ, കറിപൗഡറുകൾ, മസാലകൾ തുടങ്ങി ഇന്ന് പരസ്യങ്ങളിൽ കൃത്രിമ രീതികളെ ആധാരമാക്കിയുള്ള ഭക്ഷണപ്രളയം കാണാം. ഇവയൊക്കെ നഗരങ്ങളിലെ പോഷ് സംസ്കാരത്തിന്റെ പൊങ്ങച്ച ഭക്ഷണങ്ങളായി മാറുമ്പോൾ അതിനിരയായി മാറുന്നത് കുട്ടികളും യുവാക്കളുമാണ്. എന്തെങ്കിലും പോഷക മൂല്യങ്ങൾ ഇവയ്ക്കുണ്ടെന്ന് പറഞ്ഞുകൂട. ഉപ്പും എരിവും ചേർത്ത് പാക്കറ്റുകളിൽ ഇറക്കുന്ന ഫ്രയിംസും വിവിധ പാർശ്വഫലങ്ങൾ ഉണ്ടാക്കുന്നവയാണ്. അജിനോമോട്ടോ, മെലാമിൻ, ഫോർമലിൻ തുടങ്ങി വിവിധ രാസപദാർത്ഥങ്ങൾ ഭക്ഷണത്തിൽചേർക്കുകവഴി കൃത്രിമമായ ഗുണങ്ങൾ ഉണ്ടാക്കുവാൻ കഴിയുന്നു.

16. അന്നം ദേശ സൂചകങ്ങൾ

പ്രാദേശിക അഭിരുചികളുടെയും വിശേഷപ്പെട്ട ചേരുവകളുടെയും അനുഷ്ഠാന ഭക്ഷണങ്ങളുടെയും വലിയൊരു കലവറതന്നെ മലനാട്ടിനുണ്ട്. ഇവ പ്രാദേശികമായ കൈപ്പുണ്യങ്ങളുടെ ലോകമാണ്. ഭൂമിശാസ്ത്ര സൂചകങ്ങളുടെ പരിധിയിൽ വരുന്ന അന്ന വിഭവങ്ങൾ വേണ്ടത്ര രേഖപ്പെടുത്തിയിട്ടില്ല. ജൈവഭക്ഷണങ്ങൾക്കും നാചറൽസിനും ഹെർബൽഫുഡ്സിനും പ്രചാരമേറിവരുന്ന ഇക്കാലത്ത് ഗ്രാമക്കൂട്ടായ്മകൾ പാരമ്പര്യമായി കാത്തു സൂക്ഷിച്ചിരുന്ന അന്നവഴക്കങ്ങൾക്ക് പ്രാധാന്യമേറി വരുകയാണ്. ഇവയിൽ പലതും ദേശ സൂചകങ്ങളായി, നാടിന്റെ പേരിൽ കേൾവികേട്ടതാണ്. ആധുനിക കാലത്ത് റാഗിപ്പുട്ട്, ചെമ്പാവരി തുടങ്ങിയ ജൈവ ഉല്പന്നങ്ങൾക്ക് സൂപ്പർമാർക്കറ്റുകളിൽ ഇടംകിട്ടി. നവധാന്യങ്ങൾ പാക്കറ്റുകളിൽ ഇറങ്ങിത്തുടങ്ങി. ഭക്ഷണ ഭൂമിശാസ്ത്ര സൂചകങ്ങൾ ബൗദ്ധിക സ്വത്തവകാശ നിയമത്തിന്റെ പരിധിയിൽ ഉൾപ്പെടുത്തി പേറ്റന്റ് ചെയ്യാനുള്ള ശ്രമങ്ങൾ ആരംഭിച്ചിട്ടുണ്ട്. ഇത്തരം ഭക്ഷണക്കൂട്ടുകളുടെ പാരമ്പര്യ അറിവുകൾ ഉപയോഗപ്പെടുത്തിയിട്ടുള്ള സമൂഹനിർമ്മിതികൾ ഉണ്ടാകുന്നതിനു പകരം ചില കച്ചവട താല്പര്യത്തോടെ ഇവ ഉപയോഗപ്പെടുത്തുന്ന പ്രവണതയും ആധുനിക കാലത്തു കാണുന്നു. കേരളത്തിലെ ചില അന്നദേശസൂചകങ്ങൾ ഇവയാണ്.

1. അമ്പലപ്പുഴ പാൽപ്പായസം
2. കോഴിക്കോടൻ ഹൽവ
3. വടകര വെറ്റില
4. ചേർത്തല തെങ്ങ്
5. അന്തിക്കാട്ട് കള്ള്
6. മാട്ടുപ്പെട്ടി ശർക്കര
7. കച്ചുപ്പ്
8. ചേർത്തല തടി
9. കൂടൽമാണിക്കം മുക്കുടി

10. അരവണപ്പായസം
11. രാമശ്ശേരി ഇഡ്ഡലി
12. വടകര ചക്ക
13. മച്ചാട് അരി
14.വയനാടൻ മഞ്ഞൾ
15. പാലക്കാടൻ മട്ട
16. വയനാടൻ ജീരകശാല

ഒരു നാടിനുനല്കാൻ കഴിയുന്ന ശ്രേഷ്ഠമായ അന്നദാനമാകുന്നു ദേശസൂചകഭക്ഷണം.

17. നാട്ടുത്സവങ്ങളിലെ അന്നവിപ്ലവം

അറിയപ്പെടാത്ത ദേശ സൂചകങ്ങൾ വേറെയുണ്ട്. കാർഷിക വിഭവങ്ങളുടെ സൂചകങ്ങളും ഭക്ഷണ സംസ്കൃതിയിൽ ഉൾപ്പെടുന്നതാണ്. ഇത്തരം പ്രാദേശിക ബ്രാന്റുകളുടെ ജൈവതനിമകളും ഭക്ഷ്യ മൂല്യങ്ങളും അന്നം പോലുള്ള കൂട്ടായ്മകളിൽ കണ്ടെത്തി മുദ്രപ്പെടുത്തിക്കൊണ്ടിരിക്കുകയാണ്. നവീനദേശക്കൂട്ടായ്മകളിൽ നാട്ടുഭക്ഷണ കോർണർ പ്രധാന ഇനമായി മാറിക്കൊണ്ടിരിക്കുകയാണ്.

കാമ്പസുകളിൽ നടക്കുന്ന സെമിനാറുകൾക്കും നാടൻകല സെമിനാറുകൾക്കും നാട്ടുഭക്ഷണശാല ഒഴിവാക്കാൻ കഴിയാത്ത ഒന്നായി മാറിയിരിക്കുന്നു. ഇപ്രകാരം കൊടുങ്ങല്ലൂർ കുഞ്ഞിക്കുട്ടൻ തമ്പുരാൻ കോളേജ്, തൃശൂർ കേരള വർമ്മ കോളേജ്, വിമല കോളേജ് എന്നിവിടങ്ങളിലും സാംസ്കാരിക സ്ഥാപനങ്ങളിലും ജനകീയാസൂത്രണ നാട്ടറിവ് നാട്ടുത്സവ സമ്മേളനങ്ങളിലും നാട്ടുഭക്ഷണം സജീവമായി കടന്നുവരുകയും കേൾവികേട്ട രുചികൾ നാട്ടുകാർ അനുഭവിക്കുകയും ചെയ്തു. ഇന്ന് നാട്ടുഭക്ഷണം ഒരുക്കുന്ന കുടുംബശ്രീ യൂണിറ്റുകൾപോലും ഉണ്ട്. ഹയർസെക്കന്ററി-കോളേജ് തല-നാഷണൽ സർവ്വീസ് സ്കീം ക്യാമ്പുകളിലും നാട്ടുഭക്ഷണം ഒരുക്കൽ ഒരു പങ്കാളിത്ത പരിപാടിയാണ്. ആരോഗ്യപ്രദമായ തനതു ഭക്ഷണത്തിലേക്കുള്ള ഈ തിരിച്ചുപോക്ക് ഒരു ഉണർവ്വാണ്. കൂടാതെ കോള-പെപ്സി കമ്പനികളുടെ ചൂഷണത്തിനെതിരെ കേരളത്തിൽ നടക്കുന്ന ജനകീയസമരങ്ങളിൽ ബദൽ പാനീയങ്ങളുടെ ആവശ്യകത കടന്നുവരികയുണ്ടായി. അതിന്റെ തുടർച്ചയായി *തണ്ണീർപ്പന്തൽ പ്രതീകവും പ്രതിരോധവും* എന്ന ലഘുലേഖ കേരളത്തിൽ ഡോ. വന്ദനശിവ പ്രകാശനം ചെയ്യുകയുണ്ടായി. അതിൽ നിലവിലുള്ള എൺപതോളം നാട്ടുപാനീയങ്ങളുടെ പട്ടികയും അവയുടെ പ്രാധാന്യവും വ്യക്തമാക്കുന്നു. തുടർന്ന് 'കേരളീയ'ത്തിന്റെയും പ്ലാച്ചിമട സമരസമിതി യുടെയും ആഭിമുഖ്യത്തിൽ തൃശൂരിൽ 'തണ്ണീർപ്പന്തൽ' എന്ന ജനകീയ പാനീയങ്ങളുടെ മുന്നേറ്റം മേധാപട്കറുടെ നേതൃത്വത്തിൽ നടത്തി.

നാട്ടിൻപുറങ്ങളിൽ നടന്ന നൂറുകണക്കിന് നാട്ടുത്സവങ്ങളിൽ അന്നത്തിന്റെ രാഷ്ട്രീയ പ്രാധാന്യം തന്നെയാണ് വ്യക്തമാക്കപ്പെട്ടത്. കൂട്ടായ്മകൾക്കാണ് വിഭവങ്ങളുടെ രാഷ്ട്രീയഅധികാരമെന്ന് വ്യക്തമാക്കുന്ന വിധത്തിൽ നഷ്ടപ്പെട്ടുപൊയ്ക്കൊണ്ടിരിക്കുന്ന നാട്ടുഭക്ഷണയിനങ്ങൾ പന്തലിൽ കടന്നുവന്നു. കൊഴുക്കട്ട, ഇലയടകൾ, മരുന്നുണ്ടകൾ, ചിരട്ടപ്പുട്ടുകൾ, ചുക്കുകാപ്പി, ഇളനീർ എന്നിവ ഇതിന്റെ ഭാഗമായി ആവിഷ്കരിക്കപ്പെടുകയുണ്ടായി. ജൈവ താഴ്വരകൾ നിലനിർത്താനുള്ള ബദൽ പ്രവർത്തനങ്ങളുടെ തുടർച്ചയായിരുന്നു ഇത്. കിർട്ടാഡ്സ് കൊല്ലംതോറും നടത്തുന്ന ഗദ്ദികോത്സവത്തിൽ കാട്ടുരുചികളാണ് കടന്നുവന്നത്. റാഗിപ്പുട്ടും കാട്ടുതേനും ഔഷധക്കാപ്പിയും നാഗരിക ജനത തിരിച്ചറിഞ്ഞു. മണ്ണുത്തി ഫുഡ് സയൻസ് കോളേജും ചില ആയുർവേദ കോളേജുകളും ചില ഹോട്ടലുകൾ തന്നെയും നാട്ടുരുചികൾ പ്രചരിപ്പിക്കുകയും പുനരാവിഷ്കരിക്കുകയും ചെയ്തു.

18. അന്നം സ്വാതന്ത്ര്യമാണ്

സമുദ്രങ്ങൾ അലതല്ലുന്ന ഏകഗോളമായ ഭൂമി നിലനില്ക്കണമെങ്കിൽ നാമീ പ്രകൃതിയുടെ കൂടപ്പിറപ്പാണെന്നു തിരിച്ചറിയണം. കാലാവസ്ഥാവ്യതിയാനങ്ങൾ ലോകത്തിന്റെ ഭക്ഷ്യസുരക്ഷാ ക്രമത്തിൽ രൂക്ഷമായ പ്രതിസന്ധികൾ സൃഷ്ടിക്കുമെന്ന് വികസിത രാജ്യങ്ങൾ കണ്ടെത്തി നെട്ടോട്ടമോടുകയാണ്. ഖജനാവുകളിൽ ആയുധങ്ങളും സ്വർണ്ണവും നിറച്ചപോലെ ധാന്യങ്ങളും കൊള്ളയടിച്ച് ശേഖരിക്കുക എന്നതാണ് അവരുടെ ലക്ഷ്യം. മാത്രമല്ല അവർ നൂറോ നൂറ്റമ്പതോ കൊല്ലം മാത്രമേ മുന്നിൽ കാണുന്നുള്ളു. കൂടാതെ ഭൂമിയും രാഷ്ട്രങ്ങൾ തന്നെയും വാങ്ങിക്കൂട്ടി പത്തിരട്ടി വിളവുണ്ടാക്കുന്ന കടും കൃഷിയും വൻകിടഫാമുകൾ ചെയ്തു വരുന്നുണ്ട്. അന്നക്കച്ചവടത്തിന്റെയും കയറ്റുമതിയുടെയും കോർപ്പറേറ്റ് ശൃംഖലകൾ ഇന്ന് എവിടെയുമുണ്ട്. നല്ല വിഭവങ്ങൾ തങ്ങൾക്ക്, മുഴുത്ത വിഭവങ്ങൾ തങ്ങൾക്ക്, എന്നതുമാറി ജൈവോല്പന്നങ്ങൾ തങ്ങൾക്ക് എന്നതായി മാറിയിരിക്കുന്നു – വികസിത രാജ്യങ്ങളുടെ അഭിലാഷങ്ങൾ. ഉഷ്ണമേഖലാ പ്രദേശങ്ങളിലെ ഭക്ഷണങ്ങൾ സ്ഥിരമായി ലഭിക്കുന്ന വിധത്തിലുള്ള രാഷ്ട്രീയമായ ബന്ധങ്ങൾ അവർ സ്ഥാപിച്ചെടുത്തിട്ടുണ്ട്. ശ്രീലങ്കയിൽ നിന്ന് അരിയും പഞ്ചാബിൽ നിന്ന് ഗോതമ്പും ഇങ്ങനെ കയറ്റിയയയ്ക്കപ്പെടുന്നു. സമുദ്രോല്പന്നങ്ങളുടെയും കയറ്റുമതിയും ഇങ്ങനെയാണ്.

ഈ സന്ദർഭത്തിൽ തനതു ഭക്ഷ്യസംസ്കാരത്തിന്റെ സ്വാതന്ത്ര്യസങ്കല്പങ്ങൾക്ക് പ്രാധാന്യം നല്കുന്നതാണ് 'അന്നം' കൂട്ടായ്മ. `അടയും ചക്കയും തെക്കഞ്ഞിയും' എന്ന ലേഖനത്തിൽ ഡോ. മോളിജോസഫ് മാമ്പള്ളിയുടെ നിരീക്ഷണം നോക്കുക.

'നമ്മുടെ ഭക്ഷണക്രമങ്ങൾക്ക് ആത്മീയവും ഭൗതികവുമായ സംസ്കാരവുമായി സുദൃഢ ബന്ധമുണ്ട്. ഒരു വ്യക്തിയുടെ, കുടുംബ

ത്തിന്റെ, ദേശത്തിന്റെ, സാംസ്കാരിക വളർച്ചയിൽ തദ്ദേശീയമായ ആചാരങ്ങളും അനുഷ്ഠാനങ്ങളും വിശ്വാസരീതികളും ഭക്ഷണ ക്രമങ്ങളും വലിയ സ്വാധീനം ചെലുത്തുന്ന ഘടകങ്ങളാണ്. നമ്മുടെ ഭക്ഷണ വിജ്ഞാനീയം തലമുറകളായി രൂപപ്പെട്ട് പകർന്നു വന്നവയായിരുന്നു. എന്നാൽ ഇന്ന് ആഗോളവല്ക്കരണവും ഉപഭോഗസംസ്കാരവും നമ്മുടെ ഭക്ഷണക്രമങ്ങളെയും മൂല്യബോധത്തെയും അദ്ധ്വാന ശേഷിയെയും മാറ്റി മറിച്ചിരിക്കുന്നു. ഫാസ്റ്റ് ഫുഡ്ഡും ടിൻഫുഡ്ഡും വളരുന്ന തലമുറയുടെ ബലഹീനതയായി തീർന്നിരിക്കുന്നു. അത് മനുഷ്യജീവിതത്തിന്റെ താളക്രമംപോലും നഷ്ടപ്പെടുത്തിക്കൊണ്ടിരിക്കുന്നു. നാട്ടറിവുശേഖരണത്തിലൂടെ നഷ്ടമൂല്യങ്ങൾ വീണ്ടെടുക്കാനും അവയെപ്പറ്റി ജനങ്ങൾക്ക് അവബോധം പകരുവാനും സാധിക്കും.'

അന്നം തന്നെയാണ് ഔഷധം. ഔഷധം അന്നമല്ല.

ഗ്രന്ഥസൂചിക

1. ഡോ. എ നുജും, വി കെ ശ്രീധരൻ (എഡിറ്റർ), *അന്നം, കേരളീയതയുടെ നാട്ടറിവ്-9* നാട്ടറിവുപഠനകേന്ദ്രം, തൃശൂർ 1999.
2. ഡോ. എം എ ലീന (എഡിറ്റർ), *നാട്ടുഭക്ഷണം,* ഡി സി ബുക്സ്, കോട്ടയം, 2004.
3. ഡോ. സി ആർ രാജഗോപാലൻ (ജനറൽ എഡിറ്റർ), *നാട്ടുപാനീയങ്ങൾ,* ഡി സി ബുക്സ്, കോട്ടയം, 2008.
4. ഡോ. സി ആർ രാജഗോപാലൻ, *തണ്ണീർപ്പന്തൽ,* കോളവിരുദ്ധ സമിതി, പാലക്കാട്.
5. Achaya K T *Indian Food, A Historical companion,* Oxford India Publication, Delhi,1998.
6. Claude Levi-Straus. *The Raw and the Cooked,* Harper & Row Publications.
7. Bertus Haverkart and Wim Hiemstra (ed.), *Food for Thought, Ancient visions and New experiments of rural people,* Compas 1999.
8. Carole Counihan, *Food and Culture,* Routledge, 1997.
9. Marin Nestle. *Food politics*, Newyork University.
10. Marin Nestle, *Safefood, Bacteria, Biotechnology and Bioterorism.*

3

പരിസ്ഥിതിദിനങ്ങൾ പറയുന്നത്

തവള മണ്ണിരയോടു ചോദിച്ചു
പൂമ്പാറ്റകൾ എന്നു മടങ്ങിവരും
മണ്ണിര പറഞ്ഞു
ചിറകുകൾ ഞാനും തേടുകയാണ്.

വിദഗ്ദ്ധക്കോയ്മകളും ജൈവശാസ്ത്രസ്ഥാപനങ്ങളും ഏറെയുള്ള ലോകത്തിൽ പരിസ്ഥിതിദിനങ്ങൾ മാറിമാറി കടന്നുവരികയാണ്. ഒന്നുകിൽ ഭൂമി സ്വയം അതിജീവിക്കാൻ ശ്രമിക്കും. അല്ലെങ്കിൽ മനുഷ്യനു വിവേകം വേണമെന്ന ബോധം ഉണ്ടാകും. ചിപ്‌ക്കോ ആന്ദോളൻ പോരാളിയായ സുന്ദർലാൽ ബഹുഗുണ കേരളത്തിൽ വന്നപ്പോൾ പറഞ്ഞതിന്റെ പൊരുൾ ഇനിയും പലർക്കും മനസ്സിലായില്ല. ഇവിടെ ഒത്തുകൂടിയവർ ഓരോരുത്തരും ഒരു മരം നട്ടിരുന്നുവെങ്കിൽ കേരളം വൃക്ഷനിബിഡമായേനെ എന്ന്. അനുഗൃഹീതമായ ഈ താഴ്‌വര മുച്ചൂടും നശിപ്പിക്കുവാൻ കച്ചകെട്ടിയിരിക്കുന്നവർ തന്നെയാണ് കാലത്തിന്റെ കാറ്റ് തിരിച്ചറിയാത്തത്.

ഓരോ ദിനങ്ങൾ കടന്നുപോകുമ്പോഴും ലോകത്തിൽ പാരിസ്ഥിതിക ദുരന്തങ്ങൾ ഏറുകയാണ്. അനുഭവിക്കേണ്ടിവരുന്നവരാകട്ടെ അരികിലേക്കു പുറന്തള്ളപ്പെട്ട സാധാരണക്കാരും സ്ത്രീകളും കുട്ടികളും ജീവജാലങ്ങളുമാണ്. യൂറോപ്പിൽ ആണവനിലയങ്ങൾ അടച്ചുപൂട്ടിക്കൊണ്ടിരിക്കുമ്പോൾ തെക്കു പടിഞ്ഞാറൻ കാലവർഷക്കാറ്റിനു കൂട്ടായി കന്യാകുമാരിക്കടുത്ത് ആണവനിലയത്തിനു മുറവിളി കേൾക്കുന്നു. വികസിതസ്വർഗ്ഗരാജ്യമായ ജപ്പാനിൽനിന്നു കേട്ടുകൊണ്ടിരിക്കുന്ന വാർത്തകൾ ആശാസ്യമല്ല. ആണവമാലിന്യങ്ങൾ കടലിലും കരയിലും നിറയുന്നു. കൂനിന്മേൽ കുരുവെന്നോണം താപനിലയം നമുക്കും വേണം.

പുതിയ ബഹുവിഷമസന്ധിയിലൂടെ ലോകം കടന്നുപോകുകയാണ്. ക്ഷാമഭീഷണി, കാലാവസ്ഥാമാറ്റം, ഭക്ഷ്യസുരക്ഷ, ഉർവ്വരതാനഷ്ടം, ശുദ്ധജലനാശം, പുതുരോഗങ്ങൾ, ഈ–വേയ്സ്റ്റ്, പ്രകൃതിവിഭവങ്ങളുടെ ശോഷണം, പരിസ്ഥിതിദുർബ്ബലപ്രദേശങ്ങളുടെ കൈയ്യേറ്റം, വനനാശം, എന്നിങ്ങനെ മനുഷ്യന്റെ ഇടപെടൽകൊണ്ടുമാത്രം ദുരിതമനുഭവിക്കേണ്ടിവരുന്ന ഭൂമിയുടെ നിലനില്പിനായി നമുക്കെന്തു ചെയ്യുവാൻ കഴിയും. വിഷമസന്ധിയിലൂടെ മലനാടു കടന്നുപോകുമ്പോഴും, സാക്ഷരതാകേരളത്തിനു മാധ്യമങ്ങൾ ഇതറിയിച്ചുകൊണ്ടിരിക്കുമ്പോഴും പാരിസ്ഥിതികമായ പ്രതിസന്ധികൾ നാം നേരിട്ടുകൊണ്ടിരിക്കുകയാണ്. കഴിഞ്ഞ രണ്ടുദശകങ്ങളിൽ ആത്മാർത്ഥതയുള്ള പരിസ്ഥിതിപ്രവർത്തകരുടെ ആവേശകരമായ ശ്രമഫലമായി ബോധ–ബോധനതലത്തിൽ നാം ഏറെ മുന്നോട്ടുപോയിട്ടുണ്ട്. വിദ്യാഭ്യാസരംഗത്ത് പരിസ്ഥിതിവിജ്ഞാനത്തിന് പ്രാധാന്യം ലഭിച്ചു. പശ്ചിമഘട്ടത്തിന്റെ തനതായ പരിസ്ഥിതി ദർശനം ലോകത്തിനുമുമ്പിൽ കാഴ്ചവയ്ക്കണം. അങ്ങനെ സെമിനാർ കേളികളും നടന്നു, ഫ്ളക്സ് ബോർഡുകളുയർന്നു. പ്ലാച്ചിമടയിലെ കൊക്കൊകോളാ വിരുദ്ധസമരവും അതിരപ്പിള്ളി സമരവും എൻഡോസൾഫാൻ നിരോധനസമരവും ആറന്മുള വീമാനത്താവളവിരുദ്ധസമരവും വിജയം കണ്ടപ്പോൾ മറ്റു കൊച്ചു കൊച്ചു സമരങ്ങൾ പരാജയപ്പെട്ടുപോയി.

പത്രമാധ്യമങ്ങൾ തുറന്നാൽ ഏറെ കാണുന്നത് പുഴസംരക്ഷണം, പ്ലാസ്റ്റിക്ക് വിരുദ്ധസമരം, വയൽസംരക്ഷണം, വയൽനികത്തുന്നതിനെതിരായ പ്രതിഷേധം, കുന്നിടിക്കുന്നതിനെതിരായ മുന്നേറ്റം, ക്വാറികൾക്കെതിരെയുള്ള നാട്ടുകാരുടെ സമരം, നിരോധിച്ച കീട–കളവിഷനാശിനികൾക്കെതിരായ സമരം, കണ്ടൽക്കാടുകളുടെ സംരക്ഷണം, രാസമാലിന്യങ്ങൾ നദികളിലൊഴുക്കുന്നതിനെതിരായ ചെറുത്തുനില്പ്പ്, കരിമണൽ ലോബികൾക്കെതിരായ ജനകീയസമരം, മണൽമാഫിയാ വിളയാട്ടം, തീരദേശസംരക്ഷണം, ആശുപത്രികളിലെ കെടുകാര്യസ്ഥത, ഇംഗ്ലീഷ് മരുന്നുകളുടെ പാർശ്വഫലങ്ങൾ, മൃഗവേട്ട, കാടുകൈയേറ്റം, ആനപീഡനം, മാലിന്യനിക്ഷേപം, പലതരം പനികൾ, മഴക്കാലപകർച്ചവ്യാധികൾ, പാറമടകളുടെ വിപത്ത്, കർഷക ആത്മഹത്യകൾ, കുടിയൊഴിപ്പിക്കൽ, ഗോത്രവർഗ്ഗങ്ങളുടെ അതിജീവനം എന്നിവയാണ്.

സൈലന്റ്‌വാലി, പൂയംകുട്ടി, പാത്രക്കടവ് പോലുള്ള വനസംരക്ഷണ വാർത്തകൾ അപ്രത്യക്ഷമായി. അന്താരാഷ്ട്രവനവർഷം കൊണ്ടാടുമ്പോൾ കാടിനെ മറന്നുവോ. വനനയം മുദ്രാവാക്യങ്ങളിലും ബോർഡുകളിലുമൊതുങ്ങരുത്. ലോകഹരിത പൈതൃകത്തിലിടം നേടിയ സഹ്യാദ്രിയിലെ മഴക്കാടുകൾ നിലനില്ക്കണം. ആനത്താരകളിൽ സഹ്യപുത്രന്മാർ വിഹരിക്കണം. മലമുഴക്കിവേഴാമ്പലുകൾ താഴ്ന്നു പറക്കണം. കടുവകൾ അതിർത്തികൾ നിശ്ചയിക്കണം. അത്യുന്നതമായ മുടികളിൽ വരയാടുകളുടെ കാലടിത്താളം കേൾക്കണം.

ആദിവാസി ഊരുകളിൽനിന്ന് ചാറ്റുപാട്ടുകളുയരണം.

എന്നാലിന്ന് പുലികളും ആനകളും കാട്ടുപോത്തുകളും പന്നികളും നാട്ടിലിറങ്ങിയതിന്റെ വാർത്തകൾ ഹരമാകുന്നു. വന്യമൃഗങ്ങൾക്ക് കാട്ടിലും സുരക്ഷിതത്വം നഷ്ടപ്പെട്ടു. ആനകളെ മയക്കുവെടിവയ്ക്കാൻ കാട്ടിലും നാട്ടിലും വിദഗ്ദ്ധന്മാർ തയ്യാറായിനിന്നു. ഇതാണ് പരിഃസ്ഥിതി പരിതോവസ്ഥ.

ടൂറിസം തൂറിസമായി കായലുകൾ മലീമസമായി. സുന്ദരമായ നാഷണൽ ഹൈവേകളുടെ അരികിലെ മാലിന്യക്കൂമ്പാരങ്ങളുടെ നടുവിൽ, ഇവിടെ മാലിന്യം നിക്ഷേപിക്കരുത് എന്ന ബോർഡ് സ്ഥാപിക്കാൻ ജാഥയായെത്തി തിരിച്ചുപോകുന്നു. വിവാഹം, സൽക്കാരങ്ങൾ എന്നിവയുടെ ബാക്കിഭക്ഷണങ്ങൾ നാട്ടുകുളങ്ങളിലും വയലുകളിലും റോഡരികിലും മാന്യമായി തട്ടുന്നു. പ്ലാസ്റ്റിക്കിൽ കെട്ടിയ ബോംബുകൾ എറിയുകയും അതു ശ്വസിച്ചൊരു വഴിനടത്തവുമാകാം. ഗ്ലൗസുപോലും ഉപയോഗിക്കാതെ നഗരങ്ങളിലെ തൂപ്പുകാരും കുടുംബശ്രീ സഹോദരിമാരും ചെയ്യുന്ന സേവനങ്ങൾ ആരാണ് തിരിച്ചറിഞ്ഞിട്ടുള്ളത്. തോട്ടികൾക്ക് മാന്യമായ ജിവിതം ഉണ്ടാക്കാൻ സമരം ചെയ്തത് ഗാന്ധിജിയാണ്. ലാലൂരും ചക്കംകണ്ടവും വിളപ്പിൽശാലയും കേരളീയന്റെ വ്യാജമായ പരിസ്ഥിതിബോധത്തിന്റെ ജീവിക്കുന്ന സ്മാരകങ്ങളാണ്. ചാനലുകളിലെ അധരവ്യായാമം അത്താഴത്തിനു കൂട്ട്. പ്രാദേശിക കൂട്ടായ്മയുണ്ടാക്കി പ്രായോഗികമായി മുന്നേറുക എന്ന സന്തുലിത വികസനമന്ത്രത്തിനു പകരം വിനാശതന്ത്രങ്ങളാണ് മിക്കവരും പിന്തുടരുന്നത്. പരിസ്ഥിതി സംരക്ഷണത്തിനായി ഇത്രയധികം മുറവിളികൾ നടക്കുന്നതിനു സമാന്തരമായാണ് കാണെക്കാണെ നശീകരണവും നടക്കുന്നത്. കുട്ടികൾ സ്ക്കൂൾ വിട്ട് വീട്ടിലെത്തുമ്പോൾ അവരുടെ പ്രിയപ്പെട്ട കിളിക്കുന്ന് അപ്രത്യക്ഷമാകുന്നു. അവർ മുറിച്ചുകടന്ന പച്ചവയലിൽ ചുവന്നമണ്ണിന്റെ ശവശരീരം. പുഴകളിൽ കാണുന്നത് ആർത്തിയുടെ കരങ്ങൾ.

ഭാരതപ്പുഴ സംരക്ഷണത്തിനുവേണ്ടി എത്രയധികം പ്രോജക്ടുകളുണ്ടായി. ഇപ്പോൾ മണലെടുപ്പ് അംഗീകൃത വ്യാപാരമായി, നിയമാനുസൃതമായി. ഓൺലൈൻ ബുക്കിങ്ങായി. ഭൂസംക്ഷണത്തിനുള്ള വിഭാഗം തന്നെ പാറപൊട്ടിക്കാൻ ലൈസൻസ് നല്കുന്നു. വയൽസംരക്ഷണനിയമം കാറ്റിൽ പറത്തുന്നത് ആരാണ്. പുഴ മലിനീകരണത്തിനു ഒത്താശ ചെയ്യുന്നവരാരാണ്. മായം ചേർക്കാൻ കൂട്ടുചേരുന്നതാരാണ് എന്നൊക്കെ നമുക്കറിയാമെങ്കിലും എല്ലാം ആവർത്തിക്കുന്നു. ആവർത്തനവാദം വഴി മാറ്റമുണ്ടാക്കുകയില്ലെന്ന ബോധം ജനങ്ങളിലുണ്ടായിരിക്കുന്നു. പരിവർത്തനത്തിന് ഇച്ഛാശക്തിയുള്ള വിദ്യാർത്ഥികളും യുവജനങ്ങളും ഉണരേണ്ടിയിരിക്കുന്നു. കാസർകോഡിന്റെ മാത്രമല്ല, കേരളത്തിന്റെ പൊതുവായ ജീവൽ പ്രശ്നമാണ് എൻഡോസൾഫാൻ എന്ന് ജനങ്ങൾക്ക് തിരിച്ചറിവുണ്ടായില്ലേ. കോർപ്പറേറ്റ് ലോബികൾ രംഗത്തുവന്നു

വെങ്കിലും മാധ്യമങ്ങൾ ഈ കാര്യത്തിൽ ചെയ്ത സേവനങ്ങൾ നിസ്തുലമാണ്. എൻഡോസൾഫാന്റെ അന്തരാളഘട്ടത്തിലാണ് നാമിപ്പോൾ. നിരോധനം തത്ത്വത്തിൽ ഒരു മുന്നേറ്റമാണ്. എന്നാൽ സംയോജിത കീടനിയന്ത്രണത്തിന് ഈ മാരകവിഷം തന്നെ മതിയെന്ന് അന്യ സംസ്ഥാനങ്ങൾ തീരുമാനിക്കുന്ന ദുർവ്വിധിയുണ്ടാകുന്നു. കേരളത്തിൽ മുഴുവൻ പലപേരുകളിൽ മാവിൻതോപ്പുകളിലും തേയിലത്തോട്ടങ്ങളിലും ഇടവിളകളിലും ഈ വിഷപ്രയോഗം ഉണ്ടായിരുന്നുവെന്ന് അറിഞ്ഞിരിക്കുന്നു. മഴ പെയ്യാൻ കാത്തിരിക്കുകയാണ്. എത്ര കാലമായി ഇത് ശുദ്ധജലത്തിൽ കലർന്നുകൊണ്ടിരിക്കുന്നു. ക്യാൻസറും കരൾരോഗങ്ങളും ജനിതകമാറ്റങ്ങളും ബോധവൈകല്യങ്ങളും ഏറിവരുമ്പോൾ പരിസ്ഥിതിസൗഹാർദ്ദജീവിതത്തിലേക്കാണോ ദുരന്തത്തിലേക്കാണോ നാം പോകുന്നതെന്ന് ചിന്തിക്കേണ്ട സമയമാണിത്. ജൈവകൃഷിയിലേക്കുള്ള മടക്കത്തിലൂടെ മാത്രമേ നാട്ടാരുടെ ആരോഗ്യം സംരക്ഷിക്കാനാകൂവെന്ന് തിരിച്ചറിവുണ്ടായിരിക്കുകയാണ്. വിദ്യാർത്ഥികൾ കാർഷികസംസ്കാരത്തിന്റെ പരിവർത്തനവിദ്യാഭ്യാസത്തിലേക്കെത്തിച്ചേർന്നിരിക്കുന്നു.

ഭക്ഷ്യ–പോഷക–ഔഷധഗുണമുള്ള നാട്ടുഭക്ഷണ സംസ്കാരമുണ്ടായിരുന്ന നാട്ടിൽ വിഷരഹിതഭക്ഷണം സ്വപ്നമാവുകയാണ്. ജൈവ കാർഷികനയം പ്രഖ്യാപിച്ച സംസ്ഥാനമാണ് കേരളം. പക്ഷേ കീട–കളനാശിനിക്കമ്പനികളുടെ അനുനയത്തിൽ നാം വീണുപോയി. പെരിയാർ മലിനമാക്കുന്നത് കീടനാശിനികൾ ഉല്പാദിപ്പിക്കാനാണ്. ചാലിയാറിൽ നിന്ന് കാതിക്കുടത്തേക്ക് ദൂരമധികമില്ല. കുട്ടനാടിന്റെ പരിസ്ഥിതിസംഘർഷങ്ങൾക്കു കാരണം ടൺ കണക്കിനുള്ള വിഷപ്രയോഗമാണ്. വിഷ ത്തിന്റെ വിഷമവൃത്തം പൂർത്തിയാകുമ്പോൾ പുതിയ ദുരന്തങ്ങൾക്ക് കാതോർ ക്കാം. ഇത് ഒരുതരത്തിലുള്ള ഭക്ഷണനിഷേധം തന്നെയാണ്. അനന്തരതലമുറകളുടെ പ്രകൃതിഭക്ഷണവും നാട്ടുപാനീയങ്ങളും ആരോഗ്യകര മായ ചുറ്റുപാടുകളും നിഷേധിക്കുവാൻ കമ്പനികൾക്ക് എന്തവകാശമാണുള്ളത്? ഒരുകാലത്ത് ഭക്ഷണം തന്നെ ഔഷധമായിരുന്നു.

പ്രകൃതിവിഭവങ്ങളുടെ കാര്യത്തിൽ കേൾവികേട്ട കേരളത്തിന്റെ ഇന്നത്തെ ദയനീയാവസ്ഥയെപ്പറ്റിയുള്ള പഠനങ്ങൾ ഉണ്ടായിട്ടുണ്ടോ? പഞ്ചഭൂതങ്ങൾ തന്നെ തീറെഴുതി വില്പനച്ചരക്കാക്കുന്ന സമകാലത്തിലാണ് നാമിപ്പോൾ. വിഭവങ്ങളിൽനിന്ന് ജനങ്ങളെ ഒറ്റപ്പെടുത്തുന്ന തന്ത്രം വിജയിച്ചുകൊണ്ടിരിക്കുന്നു. നീർച്ചോലകളിൽ നിന്ന് കുപ്പിവെള്ളത്തിലേക്ക്. അതിയൻ വിത്തിൽനിന്ന് മൊൻസാണ്ടോയുടെ അന്തകൻ വിത്തിലേക്ക്. നാട്ടുഭക്ഷണത്തിൽനിന്ന് ഫാസ്റ്റ്ഫുഡ്ഡിലേക്ക്. നാട്ടുചന്തകളിൽനിന്ന് റിലയൻസ് മാർക്കറ്റുകളിലേക്ക്. കൈക്കുമ്പിളിലെ ആരോഗ്യം സൂപ്പർ സ്പെഷ്യാലിറ്റികളിലേക്ക്. മണ്ണിന്റെ പശിമ, മഴകളുടെ അനുഗ്രഹം, ധാന്യങ്ങളുടെ പോഷകത്വം, ആയുസ്സിന്റെ അറിവ്, നാട്ടുകാവുക

ളുടെ നിറവ്, സസ്യങ്ങളുടെ ആരാമം, ജൈവവൈവിദ്ധ്യം, നാട്ടുകാരണവ ന്മാരുടെ ജ്ഞാനം എന്നിങ്ങനെ ഇവിടെയുള്ള സജീവസംസ്കൃതിയെപ്പറ്റിയുള്ള തിരിച്ചറിവുണ്ടാകുന്നില്ല. ആനകളെ കണികാണുന്ന കുന്നിൻചെരിവുകളിൽ ജെ സി ബിയാണ് കാവൽനില്ക്കുന്നത്. വെള്ളം കുടിക്കാനെത്തുന്ന പുഴകളിൽ മണൽലോറികളുടെ വിഹാരമാണ്. സായന്തനം കാണാനെത്തുന്ന കടലോരങ്ങളിൽ ബീച്ചുമാമാങ്കങ്ങളുടെ മാലിന്യങ്ങളും. മഴക്കാടുകളുടെ താഴ്വരകളിൽ റിസോർട്ടുകൾ. ഇന്ന് ഇക്കോ ടൂറിസത്തിന്റ പേരിലാണ് നമ്മുടെ കാടുകൾതന്നെ മലീമസമാകുന്നത്.

ഏറെ പ്രതീക്ഷ നല്കിയിരുന്ന പ്ലാസ്റ്റിക്രഹിത നഗരങ്ങൾ എന്ന ആശയം പരാജയപ്പെടുന്നുവോ. അതിരപ്പിള്ളിയിൽ ഈ ആശയം മുന്നേറുകയാണ്. നഗരത്തിലെ അനിവാര്യതയാണ് മാലിന്യങ്ങൾ. ഉപഭോഗസംസ്കാരത്തിനു മാലിന്യങ്ങൾ തട്ടാൻ ഞെളിയൻപറമ്പുകൾ വേണം. ഈ–വേയ്സ്റ്റുകളും കുന്നുകൂടുന്നു. എന്നാൽ ഗ്രാമങ്ങളാകട്ടെ ഉല്പാദനകേന്ദ്രങ്ങളായിരുന്നു. ഐങ്കുടികമ്മാളരും ഭക്ഷ്യോല്പന്നങ്ങൾ നിർമ്മിച്ചവരുമായ പാവപ്പെട്ടവരുടെ ഗ്രാമീണസാങ്കേതികവിദ്യകളിൽനിന്ന് നാം ഏറെ പുറകോട്ടുപോയി. സന്തുലിതപരിസ്ഥിതിബോധം നിറഞ്ഞ നാട്ടുവിജ്ഞാനങ്ങളുടെ ഗുരുകുലങ്ങൾ ഇടിച്ചുനിരത്തി പുതിയ പാപ്പാസുകോയ്മകൾ വിലസി. ഗവേഷണം പൊടിപൊടിക്കുമ്പോൾ ആരോഗ്യദായകമായ എത്രയോ നാട്ടുവിളകൾ കൈമോശം വന്നുപോയി. കണ്ണിലെണ്ണയൊഴിച്ച് ഉണ്ണികളെക്കാത്ത അമ്മൂമ്മവൈദ്യവും നാട്ടുവൈദ്യവും പുതുസംസ്കാരത്തിന് കരടായി. ശുചിത്വകേരളം സുന്ദരകേരളം എന്നതായിരുന്നു നമ്മുടെ ലക്ഷ്യം. മറ്റൊരു മഴക്കാലരോഗങ്ങൾക്കൂടി കടന്നുവരാതിരിക്കാൻ പ്രവർത്തിക്കേണ്ടിയിരിക്കുന്നു. ചേട്ട അകത്തും ശീവോതി പുറത്തുമാകാതിരിക്കണം.

മലനാടിന്റെ ആദിമകലാസംസ്കാരത്തിനു കാവലായിനിന്നത് സഹ്യാദ്രിമലകളായിരുന്നു. അവിടേനിന്നൊഴുകിയത് നദികൾ മാത്രമായിരുന്നില്ല. സാംസ്കാരികാവിഷ്ക്കാരങ്ങളുടെ ഈടുവെപ്പുകളായിരുന്നു. മലയാളം ഒരു ഇക്കോളജിക്കൽ ഭാഷയായി വികാസംപ്രാപിച്ചത് പശ്ചിമഘട്ടത്തിന്റെ അനുഗ്രഹംകൊണ്ടായിരുന്നു. ഇടനാടൻ കുന്നുകളും കോട്ടവനങ്ങളും കാവുകളും കണ്ടൽക്കാടുകളും പുഞ്ചവയൽനാടുകളും നിറഞ്ഞ ഉർവ്വരതാപ്രകൃതി നമുക്കുണ്ടായിരുന്നുവെങ്കിൽ അതിനേകനിദാനം കരിമലഗോപുരംപോലുള്ള മലനിരകളായിരുന്നു. കുറത്തിമലയും കുറവൻമലയും സംരക്ഷിച്ചുപോന്നത് മണ്ണകത്തിന്റെ ജൈവസംസ്കൃതിയായിരുന്നുവെന്നത് തിരിച്ചറിയുവാനുള്ള വിവേകമുണ്ടാകണം. ആരണ്യസംസ്കാരത്തിന് ഒരു പോറൽപോലുമേൽപ്പിക്കാതെ കാത്തുപോന്ന ആദിമജനവിഭാഗങ്ങൾക്ക് പാരിസ്ഥിതികാവബോധമുണ്ടായിരുന്നു. മലനാടിന്റെ ആദിമശിവനായ കരുമകനെ കണ്ടെത്തിയത് കാട്ടുകിഴങ്ങുപറിക്കുന്ന മലയരായിരുന്നുവെന്ന പുരാവൃത്തംതന്നെ വന്യതയുടെ ആഴം

വ്യക്തമാക്കുന്നു. വയനാട്ടുകുലവൻ സഞ്ചരിച്ചതും മലയിറങ്ങിയതും നാട്ടുവഴികളിലൂടെയായിരുന്നു. മുളങ്കാടുകളിൽ അന്തിയുറങ്ങിയിരുന്ന നാട്ടുദേവതയെ ചെറുവട്ടികളിൽ കൊണ്ടുനടന്നിരുന്നത് പാക്കനാർവംശങ്ങൾ. കൈതക്കാടുകളുടെയും അമക്കാടുകളുടെയും ഇടനാടൻകാവുകളുടെയും കാവലാളായിരുന്ന നാട്ടമ്മമാർ പറഞ്ഞ കുടിപ്പേച്ചുകൾ പരിസ്ഥിതിയറിവുകൾ.

4

വിത്തിന്റെ ലാവണ്യവും പ്രതിരോധവും

അന്നം ചെറുകിളി കൊണ്ടുവന്ന് നട്ടുവളർത്തിയ വിത്ത് ആഗോള ശക്തികൾ തട്ടിക്കൊണ്ടുപോകുന്ന കാലത്താണ് വിത്തിന്റെ കാരുണ്യത്തെപ്പറ്റി ചർച്ച ചെയ്യുന്നത്. പ്രോമെത്യൂസ് ജനങ്ങൾക്കു നല്കിയ അഗ്നിയെ ആഗ്നേയാസ്ത്രമാക്കി ജനങ്ങൾക്കെതിരെ പ്രയോഗിച്ചവരാണ് യുദ്ധശക്തികൾ. തനതു ജൈവവിഭവങ്ങളുടെ ഉറവിടങ്ങളിൽനിന്ന് മണ്ണിന്റെ സ്വത്താവകാശികളെ ഒറ്റപ്പെടുത്തുന്നതാണ് സമകാല കോർപ്പറേറ്റ് വ്യവസ്ഥ. വെള്ളം, അന്നം, ആരോഗ്യം, കാട്, അറിവ്, നടപ്പാത, വിത്ത് തുടങ്ങിയ വിഭവങ്ങളും സ്വാതന്ത്ര്യങ്ങളും ആദിമനിവാസികളിൽനിന്നും കർഷകരിൽനിന്നും കവർന്നെടുക്കുക എന്നതാണ് പ്രത്യേക സാമ്പത്തിക മുന്നേറ്റങ്ങൾ. സാധാരണക്കാരുടെ അതിജീവനകേന്ദ്രങ്ങൾ ഏതു നിമിഷവും കോർപ്പറേറ്റുകൾക്കുവേണ്ടി നിയമം വഴി ഭരണകൂടങ്ങൾ ഏറ്റെടുക്കാം. നാട്ടുവിത്തിന്റെ ജൈവരഹസ്യങ്ങൾ മ്യൂണിക്കിലുള്ള പേറ്റന്റ് ഓഫീസിൽ ജൈവ സാങ്കതികവിദ്യ കൈവശമുള്ള കമ്പനികൾക്കു പേറ്റന്റു ചെയ്യാം. ഏറ്റവും അവസാനം കേട്ടത് ഇന്ത്യയിലെ പരമ്പരാഗത ഭക്ഷ്യ ഇനവും കീടപ്രതിരോധശേഷിയുമുള്ള നാട്ടുമത്തന്റെ (കുക്കുർബീറ്റ്) പേറ്റന്റ് കമ്പനിക്ക് നല്കി എന്നതാണ്. ഇത് അന്തകൻവിത്തുകൾകൊണ്ട് കർഷകരെ കബളിപ്പിച്ചുകൊണ്ടിരിക്കുന്ന അഗ്രബിസിനസ് ഭീമൻ മൊൺസാന്റോ തന്നെയാണ്. ബസുമതി അരി, മഞ്ഞൾ, ആര്യവേപ്പ്, കീഴാർനെല്ലി, ഇന്ത്യൻ ഗോതമ്പ്, പരുത്തി, വഴുതന എന്നിവയെക്കുറിച്ചുള്ള വിവാദങ്ങളും പ്രതിരോധസമരങ്ങളും കെട്ടടങ്ങും മുമ്പ് രഹസ്യമായും പരസ്യമായും കർഷകരുടെ ഉള്ളം കൈയിലും വല്ലൊട്ടികളിലും വിത്തുപൊതികളിലുമുള്ള വിത്തുകൾ തട്ടിപ്പറിക്കുകയാണ്.

മൊൺസാന്റോ വന്നത്

1901 ൽ അമേരിക്കയിലെ മിസ്സൗറിയിൽ ജോൺ ഫ്രാൻസിസ് ക്യൂനി സ്ഥാപിച്ച മൊൺസാന്റോ അസുരവിത്തും മാരകമായ വിഷവും ഓരേ സമയം വിറ്റഴിക്കുന്ന ഒരു ബഹുരാഷ്ട്രകുത്തകയായി വളർന്നിട്ട് നാളേറെയായി. മൂന്നാം ലോകരാജ്യങ്ങളിലെ പരമ്പരാഗതവിത്തുകളും ഭക്ഷ്യവിഭവങ്ങളും കൊള്ളയടിച്ച് മില്യൻകണക്കിന് മൊത്തവരുമാനം വർദ്ധിപ്പിച്ചുകൊണ്ടിരിക്കുകയാണ്. 21000–ത്തിലധികം ജോലിക്കാരുള്ള കമ്പനി ജീനോമും ജേംപ്ലാസവും മോഷ്ടിച്ച് ജനിതകമായി മാറ്റം വരുത്തിയ വിത്തുകൾ റോയൽറ്റി വാങ്ങി വിറ്റഴിച്ചുകൊണ്ടിരിക്കുകയാണ്. വിത്തുവ്യവസായത്തിലൂടെ സമാന്തര ആഗോള ഭരണകൂടം തന്നെയായി മൊൺസാന്റോ വളർന്നിരിക്കുന്നു. ആഗോളവിത്തുവ്യവസായം ജൈവസാങ്കേതികവിദ്യയുപയോഗിച്ച് കർഷകലക്ഷങ്ങളെ അടിമകളാക്കുകയും ആത്മഹത്യയിലേക്ക് നയിച്ചുകൊണ്ടിരിക്കുകയും ചെയ്യുന്നു. വിത്തും കൈക്കോട്ടും എന്ന രീതിയിൽ നിലനിന്നിരുന്ന സാംസ്കാരിക വ്യവസ്ഥയെ വികൃതീകരിച്ച് വിത്തും വിഷവും എന്ന ജൈവനാശ വ്യവസ്ഥയിലേക്ക് എത്തിച്ചുകൊണ്ടിരിക്കുമ്പോൾ സമരംചെയ്യുന്ന കർഷകർ പാടശേഖരങ്ങളിലും ചന്തകളിലും യഥാർത്ഥ പച്ചവിപ്ലവം നടത്തിക്കൊണ്ടിരിക്കുകയാണ്.

വിത്തിന്റെ രാഷ്ട്രീയം

ഇന്ന് ഏറ്റവും ജാഗ്രതയോടെ തനതു കാർഷിക സമൂഹങ്ങൾ ഉന്നയിക്കുന്ന ഒന്നാണ് വിത്തിന്റെ രാഷ്ട്രീയം. പ്രകൃതി വിഭവങ്ങൾ ഏറെയുള്ള രാജ്യങ്ങളിലെ സസ്യങ്ങളും മൂലകങ്ങളും 17–ാം നൂറ്റാണ്ടു മുതലേ വേരോടെ പിഴുതുകൊണ്ടു പോകുവാൻ പാശ്ചാത്യചൂഷിതർ ശ്രമിച്ചിരുന്നു. കുരുമുളകുവള്ളി മാത്രമല്ല ഞാറ്റുവേല കൂടി തട്ടിക്കൊണ്ടു പോകുവാൻ ശ്രമിച്ച മണ്ടന്മാരാണ് പോർച്ചുഗീസുകാർ. പിന്നെയും കൊള്ളക്കാർ വന്നു. കാപ്പി, തേയില, കറുപ്പ്, കരിമ്പ്, തേക്ക്, സുഗന്ധവ്യഞ്ജനങ്ങൾ ഇതെല്ലാം ഉഷ്ണമേഖലാ വനപ്രദേശങ്ങളിൽനിന്ന് ശേഖരിക്കുകയും ഇവ തോട്ടങ്ങളാക്കി, കച്ചവട ഉല്പന്നങ്ങളാക്കി ലാഭം കൊള്ളയടിച്ചതാണ് പ്രകൃതിശാസ്ത്രചരിത്രം. മയിലാഞ്ചി, കറ്റാർ വാഴ, നറുനൊണ്ടി തുടങ്ങിയ സസ്യകുലങ്ങൾ നാചറൽ ഹിസ്റ്ററി മ്യൂസിയങ്ങളിലെ നോക്കുകുത്തികളായിത്തുടങ്ങിയത് അന്നു മുതലാണ്. ഇതിന്റെ രാഷ്ട്രീയ – സാംസ്കാരിക പ്രത്യയശാസ്ത്രമാകുന്നു മ്യൂസിയങ്ങളും പുരാവസ്തുവിജ്ഞാനീയവും. സജീവ കാർഷികസംസ്കാരത്തെ അപമാനിക്കുന്ന പ്രത്യയശാസ്ത്രമാണത്. ബേബിഫുഡ്ഡുപോലെ സംസ്കാരപഠനം ഇൻസ്റ്റന്റായി വിതരണം ചെയ്യുന്നവരാണ് വിത്തിനെ പ്രദർശന വസ്തുവാക്കുന്നത്.

അലക്സാണ്ടർ ഇന്ത്യയിൽനിന്ന് നെല്ലുകൊണ്ടുപോയി ഗ്രീസിലെ പൈഗാ പ്രദേശത്ത് നട്ടുപിടിപ്പിച്ചു എന്നാണ് പ്രചാരം. ഇന്നും 12000 ഹെക്ടർ നെൽപ്പാടശേഖരം അവിടെയുണ്ട്. ഫിനീഷ്യർ, അറബികൾ, ചൈനാക്കാർ, റോമാക്കാർ എന്നിവർ സുഗന്ധവ്യഞ്ജനങ്ങൾക്കും വിത്തുകൾക്കും വേണ്ടി വീണ്ടും വീണ്ടും പത്തേമാരികളിൽ സഞ്ചരിച്ചു. മലയാളത്തിലെ എഴുന്നൂറ്റി നാല്പതോളം സസ്യങ്ങളുടെ അറിവുകൾ ശേഖരിക്കുവാനും അവയുടെ ചേരുവകളിൽനിന്ന് അലോപ്പതിക്കും ഹോമിയോപ്പതിക്കും വേണ്ട മരുന്നുകളുണ്ടാക്കുവാനും കഴിഞ്ഞിരുന്നു.

വിത്തുകളുടെ കൈമാറ്റം

വിത്തുകളുടെ കൈമാറ്റമാണ് ലോകത്തിന്റെ ഭക്ഷ്യസുരക്ഷയും സംസ്കാരങ്ങളുടെ രുചിഭേദവും സാദ്ധ്യമാക്കിയത്. സഞ്ചാരികളും സാർത്ഥവാഹകന്മാരും ജിപ്സികളും എത്രയോ വിത്തുകൾ കൈമാറ്റം ചെയ്തു. ഭംഗിയുള്ള വിത്തുകളും അവയുടെ മേന്മകളും കൗതുകത്തോടെ കാത്തുസൂക്ഷിക്കുകയും വിത്തുകൾകൊണ്ട് മാലകോർക്കുകയും മന്ത്രവാദം നടത്തുകയും കളിക്കുകയും എത്തിപ്പെട്ട മണ്ണുകളിൽ അവ വിതയ്ക്കുകയും ചെയ്തു. പുതിയ ആഹാരങ്ങൾ ഉണ്ടാക്കിക്കൊണ്ട് അപൂർവ്വസംസ്കാരങ്ങളുടെ സ്വാദറിഞ്ഞു. അവരും വിത്തുസംരക്ഷണത്തിന്റെ തത്ത്വം മനസ്സിലാക്കി ധാന്യത്തെ വിത്താക്കിമാററി കൈമാറി പരിപാലിച്ചുപോന്നു.

കാറ്റുകൾ കൊണ്ടുപോയ വിത്തുകളെത്ര

കടലൊഴുക്കുകൾ കൈമാറിയ വിത്തുകൾ അനവധി. നാളികേരം പോളിനേഷ്യൻ ദ്വീപുകളിൽനിന്ന് തിരമാലകൾ പല തീരങ്ങളിൽ കൈമാറിയതാണെന്നു പറയപ്പെടുന്നു. കാട്ടുചോലകൾ ഏറ്റുവാങ്ങി നദികളിലൂടെ ഇടനാടുകളിലെത്തിച്ച വിത്തുകൾ എണ്ണമറ്റതാണ്. ദേശാടനപ്പക്ഷികളും നാട്ടുപക്ഷികളും വിത്തുകൊത്തിക്കൊണ്ടുവന്ന് ഏതോ നാട്ടിൽ ചില്ലകളിൽനിന്നും കൂടുകളിൽനിന്നും താഴെ വീണവയെത്ര. കുരുമുളകിന്റെയും ചെത്തിയുടെയും പഴങ്ങൾ തിന്ന് തൂറിയ വിത്തുകൾ കരുത്തോടെ കിളിർത്തു. കുറുക്കനും വവ്വാലും മരപ്പട്ടിയും തൂറിയ പനങ്കുരുക്കൾ പനങ്കാടുകളായി മാറി. അണ്ണാനും മലയണ്ണാനും കുരങ്ങന്മാരും സിംഹവാലനും കൈകൊണ്ട് പൊത്തിപ്പിടിച്ച് ഫലാംശങ്ങൾ വാരിത്തിന്ന് മണ്ണിലേക്കിട്ടതെത്ര. എല്ലാം മണ്ണിന്റെ അടരുകളിൽ മഞ്ഞും മഴയും വെയിലും കൊള്ളാൻവേണ്ടി കാത്തുകിടന്നു. അനുകൂല കാലാവസ്ഥയിൽ കണ്ണുതുറക്കാൻ.

വിത്തുകളെ വഹിക്കുവാൻ പഞ്ഞിച്ചിറകുണ്ടായിരുന്നു. ചിറകുനെല്ലുണ്ടായിരുന്നു. അപ്പൂപ്പൻതാടികളുണ്ടായിരുന്നു. കാലാതീതമായ നാട്ടുപുരാവൃത്തമായിരുന്നു അലഞ്ഞുതിരിയുന്ന അപ്പൂപ്പൻതാടികൾ. കനം

കുറഞ്ഞതും കട്ടികൂടിയതുമായ പുറംതോടുകളുടെ ആവരണമുണ്ടായിരുന്നു. ഓരോ വിത്തും ഓരോ ശില്പം. കുന്നിക്കുരു മുതൽ പനന്നൊങ്കുവരെ. വിളഞ്ഞ് മുള പൊട്ടിത്തെറിച്ച് പമ്പരംപോലെ കറങ്ങിക്കറങ്ങി താഴ്വരകളിലൂടെ പറന്ന് പറന്ന് മണ്ണിനെ സ്പർശിച്ച വിത്തുകൾ. മണ്ണിൽ കിടന്നു. ഉറങ്ങി. വിത്തുറക്കം. ചലനത്തിന്റെ ചാക്രികതയിൽനിന്ന് ഉറക്കത്തിന്റെ സമസന്ധിയിലെത്തി ഉദയത്തിന്റെ കൺതുറപ്പിലെത്തുമ്പോൾ വിത്തുണർവ്വ്. പുതുനാമ്പിന്റെ സർവ്വോദയം.

തിനകളുടെ ധാന്യപ്പെരുപ്പം

ഗ്രാമീണ കർഷകർ നിത്യേന ഉപയോഗിക്കുന്ന ഗോതമ്പ്, തിന, വരക്, ചോളം, നെല്ല് തുടങ്ങിയ ഭക്ഷ്യവിഭവങ്ങളുടെ വൈവിദ്ധ്യമാർന്ന പല ഇനങ്ങളിലാണ് കമ്പനികൾ നോട്ടം വച്ചിരിക്കുന്നത്. വിത്തിനെ ഡിന്നറിന്റെയും സപ്പറിന്റെയും അസംസ്കൃതവസ്തുവായിമാത്രം കാണുന്നവർക്ക് വിത്തിന്റെ മാനുഷികതയും പ്രകൃതി ലാവണ്യവും തിരിച്ചറിയില്ല. ബസുമതി ഇനങ്ങൾ, ഗോതമ്പിനങ്ങൾ, ചോളം, മുത്താറി, ബജ്റ, ജോവർ തുടങ്ങിയ ധാന്യങ്ങളുടെ കലവറയാണ് വരും കാലത്ത് ഭക്ഷ്യസുരക്ഷയുടെ കേന്ദ്രങ്ങളാകുന്നത് എന്നു തിരിച്ചറിഞ്ഞ് ഈ ധാന്യസംസ്കൃതിയെ സംരക്ഷിക്കേണ്ടിയിരിക്കുന്നു. കർഷകർക്ക് ധാന്യം ഇതിഹാസമാണ്, പുരാവൃത്തങ്ങളുടെ ഗംഗാപ്രവാഹമാണ്. തുക്കടാ കമ്പനികൾക്ക് മോഷ്ടിച്ചുകൊണ്ടുപോകുവാൻ കഴിയുന്ന പേറ്റന്റുവ്യവസ്ഥയെ തിരസ്കരിക്കണം. പുഴുക്കുത്ത് ഏല്ക്കാതെ പ്രകൃതി സ്വയം കാത്തുപോന്ന ധാന്യത്തിന്റെ പാരമ്പര്യഗുണവും പ്രേക്ഷണഗുണവും ഒരു സംസ്കാരമാണ്. പ്രകൃതിദത്തമായ കാട്ടുധാന്യങ്ങളിൽനിന്ന്, പ്രകൃതി പരീക്ഷണശാലയിൽനിന്ന് പൊലിപ്പിച്ചെടുത്തതാണ് നവധാന്യങ്ങൾ എന്ന ഉർവ്വരതാസങ്കല്പങ്ങൾ. നവര, ഉഴുന്ന്, യവം, തിന, എള്ള്, തുവര, മുതിര, ചെറുപയറ്, കടുക്, ചാമ, വൻപയറ്, അമര തുടങ്ങിയ വിത്തുകളെല്ലാം ഇതിൽ വരും. ഇതിലെ ഓരോ ധാന്യത്തിനും ഭൂപ്രദേശമനുസരിച്ച് അനവധി ഭേദങ്ങളുണ്ട്. അവയ്ക്കൊക്കെ രുചിഭേദങ്ങളും പേരുകളുമുണ്ട്. തിനകളുടെ ധാന്യപ്പെരുപ്പത്തിൽനിന്ന് തിണയുടെ ഉലകലാവണ്യവഴക്കങ്ങളുണ്ടായി. വിത്തുപൊലിപ്പാട്ടുകൾ അണപൊട്ടിയപ്പോൾ നാടും പൊലിഞ്ഞു. പ്രകൃതിദത്തമായ വേണുബീജങ്ങളും (മുളനെല്ല്) ഈന്തുകുരുവും ആരണ്യവാസികൾ സംസ്കരിച്ച് ഉപയോഗിച്ചുവന്നു. ശാലി വർഗ്ഗങ്ങൾതന്നെ എത്രയോ ആണ്.

അന്തകൻ വിത്തുകൾ

സ്വാതന്ത്ര്യത്തിന്റെയും നിലനില്പിന്റെയും പ്രതീകമായി വിത്ത് മാറിയിരിക്കുന്നു. വിലകൂടിയതും ഒറ്റപ്രാശ്യം മുളയ്ക്കുന്നതും നിലവാരം കുറഞ്ഞതുമായ വിത്തുകൾ വിറ്റഴിച്ചാണ് മൊൺസാന്റോ പോലുള്ള

കമ്പനികൾ കർഷകരെ കടക്കെണിയിലാക്കി ലക്ഷക്കണത്തിന് റോയൽട്ടി അടിച്ചു മാറ്റിയത്. അന്തകൻ വിത്തുകൾ കർഷകരെ അടി ച്ചേല്പിച്ചതിന് ഉത്തരവാദികൾ ആരാണ്? സുസ്ഥിരതയിലും ജൈവവൈ വിദ്ധ്യത്തിലും സാംസ്കാരികത്തനിമയിലും പേരുകേട്ട ആയിരക്കണ ക്കിനു ജീവന്റെ വിത്തുകളുടെ ഉറവിടങ്ങളായിരുന്നു ഇന്ത്യൻഗ്രാമങ്ങൾ. വിത്ത് വിതച്ച് മരണം കൊയ്യുന്ന കാർഷികബിസിനസിന് തുടക്കം കുറി ച്ചത് റൈസ്ടെക്ക്, മൊൺസാന്റോ, ഡൗ, സിൻജെന്റാ തുടങ്ങിയ ബഹു രാഷ്ട്രകുത്തകകളാണ്. അതിവൃഷ്ടിയും അനാവൃഷ്ടിയും ഉപ്പുവെള്ള ത്തിന്റെ സാന്നിദ്ധ്യവും ചെറുക്കാൻ ശക്തിയുള്ളവയായിരുന്നു ഇന്ത്യ യിലെ പ്രാദേശിക വിത്തുവൈവിദ്ധ്യം. കാലാവസ്ഥാവ്യതിയാനം, ഏക വിളത്തോട്ടങ്ങളുടെ ലാഭസൗന്ദര്യശാസ്ത്രം എന്നീ ഉമ്മാക്കികൾ കാണി ച്ചാണ് കമ്പനികൾ കാലെടുത്തുവച്ചത്. കാലാവസ്ഥാമാറ്റത്തെ ചെറു ക്കാൻ ജൈവസാങ്കേതികവിദ്യയുടെ വിത്തും വളവും വേണമെന്ന് പ്രച രിപ്പിച്ചു. മൂന്നാം ലോകരാജ്യങ്ങളിൽ സ്വതേ മണ്ണിലുള്ള വിത്തുകളിൽ ജനിതകമായ മാറ്റങ്ങൾ വരുത്തി പേറ്റന്റ് നേടിയെടുത്ത് വൻതുകയ്ക്ക് വിറ്റഴിക്കുന്ന പ്രസ്ഥാനമായി ഇത് വളർന്നിരിക്കുന്നു.

ജലജ്, അഭിമാൻ, ഭുട്ന.......

കേരളത്തിലെ പൊക്കാളി, കൊളപ്പാണ്ടി എന്നീ നെല്ലിനങ്ങൾ പോലെ വെള്ളപ്പൊക്കത്തിലും വളരുന്ന നെല്ലിനങ്ങൾ ഗംഗാസമതല ത്തിൽ കർഷകർ കൃഷി ചെയ്തിരുന്നു. ചില നെല്ലിനങ്ങൾ 18 അടി ഉയരം വളരുന്നവയാണ്. ഒറീസയിലെ കളമ്പങ്ക്, കാർത്തിക് പതിനി, ചക്കാ ക്കി, ധാല പതിനി, ദുദേശ്വർ, ലിലാമ്പതി, ലുണ എന്നീ നാട്ടുനെല്ലിന ങ്ങൾ ഉപ്പുവെള്ളത്തെ അതിജീവിക്കുന്നതാണെന്നു കണ്ടെത്തി അവ പ്രചിപ്പിക്കുവാൻ നവധാന്യ എന്ന സംഘടന ശ്രമിക്കുകയുണ്ടായി. വെള്ള പ്പൊക്കത്തിലും ഉയർന്നുപൊങ്ങി വിളയുന്ന നെല്ലിനങ്ങളാണ് ജലജ്, അഭി മാൻ, ഭുട്ന, സാദാ ധേപ, സാദാപൻകുൽ, ജൽകലശ്, ബഗധ, ബെടാ ന, ഭുണ്ഡി, ചമ്പി, ഫരേഖ, ഇന്ദ്രിജിബ, മാഡിയ, കാല ബഗധ എന്നീ വിത്തിനങ്ങൾ. കൊടും വരൾച്ചയിലും അന്നദായിനിയായ തിനയിനങ്ങൾ ഇന്നും മദ്ധ്യേന്ത്യയിലെ പാടശേഖരങ്ങളിലുണ്ട്. ഭട് കാലോൺ, ചെയ്ന, ഗ്യാർസു, ത്ധുംക, രാംജവയൻ, ഉക്റി, അസംലെയ്ജ, ബുച് മൊനി, കയ ലോഹ, ഗോറ, നട, രാജാമണിക് എന്നീ വിത്തിനങ്ങൾ വരൾച്ചയെ അതിജീവിക്കുന്നവയാണ് (അക്ഷത്, ഇന്ത്യയിലെ നെല്ലിനങ്ങൾ, നവ ധാന്യ, ന്യൂദൽഹി,2006). ഇവയും നവധാന്യ ശേഖരിച്ചിട്ടുണ്ട്. വിത്തു കൊള്ളയ്ക്കെതിരായുള്ള സമരത്തിന്റെ ഭാഗമായി ഉത്തരേന്ത്യയിലെ കർഷകർ വിത്തുകൈമാറ്റച്ചന്തകളും പ്രാദേശികമായ വിത്തു ബാങ്കു കളും ഉണ്ടാക്കിക്കൊണ്ടിരിക്കുകയാണ്. ഇതുപോലെതന്നെയാണ് ഇന്ത്യ യിലെ പ്രാദേശിക എണ്ണക്കുരു വർഗ്ഗങ്ങൾക്കെതിരായ നിരോധനങ്ങൾ.

ഗുണനിലവാരമില്ലെന്ന് വരുത്തി വെളിച്ചെണ്ണ, എള്ളെണ്ണ, കടുകെണ്ണ, കപ്പലണ്ടി എണ്ണ എന്നിവ നിരോധിച്ച് കോർപ്പറേറ്റുകളുടെ സോയാബീൻ എണ്ണകൾ ഇറക്കുമതി ചെയ്യുന്നതിനെതിരായ സമരത്തിന് നേതൃത്വം നല്കിയത് ദൽഹിയിലെ ചേരിനിവാസികളായ സ്ത്രീകളാണ്. സോയയെ ഓടിക്കുക, കടുകിനെ സംരക്ഷിക്കുക എന്നതായിരുന്നു മുദ്രാവാക്യം.

കാട്ടിലെ വിത്തുകൾ

വേനൽക്കാലത്ത് കാട്ടിലൂടെ നടക്കുകയായിരുന്നു. ഒരു തീക്കൊള്ളി വീണാൽ കത്തിപ്പടരുന്ന ഉണങ്ങിക്കൊണ്ടിരിക്കുന്ന ഇലപൊഴിയും കാടുകളുടെ ചാഞ്ഞിറക്കം. എവിടെയൊക്കെയോ കുറെ കത്തിയിട്ടുണ്ട്. മരച്ചില്ലകളുരസിയാണ് കാട്ടുതീ പടരുന്നതെന്ന് പ്രചരിപ്പിക്കുന്നവരുണ്ട്. കാട്ടുതീയുണ്ടാക്കുന്നതിന് ഉത്തരവാദി മനുഷ്യൻ തന്നെയാണ്. കാടുചുട്ട് പുനം വിത്തുവിതയ്ക്കുന്ന ആദിവാസികൾപോലും അഗ്നി നിയന്ത്രണ വിധേയമാക്കിയാണ് കാട്ടുകൃഷി ചെയ്യുന്നത്. ഈ കരിപ്പ് വിത്തുകൾക്ക് കിളിർക്കാൻ സഹായകരമാകുകയും ചെയ്യുന്നു. വൃക്ഷങ്ങളുടെ ചോട്ടിൽ തീക്കരിയിട്ട് പുകച്ച് കത്തിക്കുന്നതും ചവറിൽ തീയിട്ട് കാട്ടുതീ പടർത്തുന്നതും കൈയേറ്റക്കാരാണ്. ഇത് കാട്ടുവിത്തുകളുടെ നാശത്തിനുകാരണമാകുകയും ഇലപൊഴിയും കാടുകളിലെ സ്വാഭാവിക സസ്യ പിന്തുടർച്ചയ്ക്ക് തടസ്സമാകുകയും ചെയ്യുന്നു. കത്തിപ്പോയ കാട്ടിലൂടെ നടന്നപ്പോൾ ഞങ്ങൾക്കത് ബോദ്ധ്യമായി. വേങ്ങ മുതൽ എടമ്പിരി വരെയുള്ള വിത്തുകൾ കരിഞ്ഞിരിക്കുന്നു. വള്ളികളുടെ വലകളും കത്തിപ്പോയി. കരിഞ്ഞ പുല്ലാനിപ്പൂക്കളുടെ പാതയിലൂടെ നടന്ന് വനത്തിലെത്തി.

വേനൽ വിത്തുകൾ

മാർച്ച്, ഏപ്രിൽ, മേയ് മാസങ്ങൾ......വിത്തുകളുടെ ഉത്സവം നടക്കുകയായിരുന്നു. എല്ലാ വൃക്ഷങ്ങളും ചെറുസസ്യങ്ങളും ഋതുപരിണാമത്തിന്റെ സമസന്ധിയിലാണ്. ഇലകൾ പൊഴിച്ച വൃക്ഷങ്ങൾ. പൂക്കളിട്ട് കായകൾ ആയിക്കൊണ്ടിരിക്കുന്നവ. മരുതിൽനിന്ന് അവസാനത്തെ ഇളം വയലറ്റ് പൂക്കൾ കൊഴിഞ്ഞു വീഴുന്നു. കൊന്നപ്പൂക്കളുടെ കടുംമഞ്ഞ ജലച്ഛായമഞ്ഞയിലേക്ക് മാഞ്ഞുപോകുന്നു. ഇലപ്പച്ചമഞ്ഞ, കടുംമഞ്ഞ, ജലച്ഛായമഞ്ഞ, വെളുത്തമഞ്ഞ ഇങ്ങനെ കൊന്നപ്പൂക്കൾ മാറുകയായിരുന്നു. കണിക്കൊന്നയിൽനിന്ന് വിത്തുകൾ തൂങ്ങിക്കിടക്കുകയായി. അവ മൂത്തു മൂത്ത് കിലുക്കാൻ കായകളായി മാറുന്നു. കൊന്നകളുടെ വിത്തുകളെ കീടങ്ങളിൽനിന്ന് സംരക്ഷിക്കാനുള്ള സംവിധാനവിദ്യകൾ അതിനകത്തു തന്നെയുണ്ട്. പുല്ലാനിയിൽനിന്നും കാട്ടുപാലകളിൽനിന്നും കള്ളിപ്പാലകളിൽനിന്നും ചോരപ്പാലിയിൽനിന്നും പൂക്കളുതിർന്നുകൊണ്ടേയിരുന്നു. പുല്ലാനിവള്ളിക്കുടിലിൽനിന്നും

തേൻമണം. പൂക്കൾ കുരുത്തോല വർണ്ണം. ഇനി വിത്തുകളുടെ കാലം. ഈ കാട്ടുവിത്തുകൾ പെറുക്കുവാൻ നേച്ചർ ആക്ഷൻ ഗ്രൂപ്പിലെ കുട്ടികൾ പറമ്പിക്കുളത്തെത്തി. വേനൽ വിത്തുകളോരോന്നും പി എൻ ഉണ്ണികൃഷ്ണൻ വിശദീകരിച്ചുതന്നു. ഇതാണ് ഞങ്ങൾ കേരളവർമ്മ കോളേജിലെ കാവുകളിൽ വിതറിയത്. കാട്ടുവിത്തുകൾ വിതറിയ യുഗപ്രസാദന്മാർ എവിടെയാണാവോ.....

ആകാശക്കിലുക്കം കേൾക്കാം

കാട്ടുപാലപ്പൂ സുഗന്ധവും അതിന്റെ വശീകരണ നിലാവുകളും കഥപറഞ്ഞൊഴിഞ്ഞു. ഗന്ധം എവിടെയോ പതുങ്ങിനില്ക്കുന്ന പാലക്കാടുകൾ. ഇനി തൂങ്ങിക്കിടക്കുന്ന പച്ചവിത്തുകളുടെ പകർന്നാട്ടക്കാലം. പതുക്കെ അവ പാകമായി വിരിഞ്ഞുപൊട്ടി പടർന്നു. രണ്ടറ്റവും കൂട്ടിമുട്ടിയ കമ്പിപ്പാലയുടെ വിത്തുകളും അങ്ങനെതന്നെ. അതിൽനിന്ന് വെള്ളപ്പൂക്കൾ ഉതിരുന്നു. വിത്തുകൾ കൊഴിഞ്ഞിരിക്കുന്നു. വിത്തിന്റെ തോടുകൾ കുരുത്തോലയിട്ട് ആടിക്കളിക്കുന്നു. ഇടമ്പിരി വലമ്പിരി വിത്തുകൾ പൂർണ്ണമായ വളർച്ചയിലേക്ക്. ശില്പതുല്യമായ പിരിയൻ വിത്തുകൾ കാട്ടിനുള്ളിലേക്ക് നൂന്നു കടക്കുമ്പോൾ ശരീരത്തിൽ ഉരസുന്നു. താഴെ തിപ്പലി വിത്തുകളും മീതെ എടമ്പിരിവിത്തുകളും. വേനൽക്കാടുകളുടെ ഇലപൊഴിയും പൂ കൊഴിയും കാലം. നിലത്ത് കാട്ടുവാകകളുടെ പൂക്കാലം. ഒരില പോലുമില്ലാത്ത കാട്ടുവാകച്ചോപ്പുകൾ തേച്ച വേനൽക്കാടുകൾ. അതിന്റെ നീളൻ വിത്തുകൾ കാറ്റിൽ കിലുങ്ങിക്കൊണ്ടിരുന്നു. സൂക്ഷ്മമായി ശ്രവിക്കുകയാണെങ്കിൽ ഈ ആകാശക്കിലുക്കം കേൾക്കാം. ഇതാണ് പ്രാചീനകാലത്ത് ആദിമനിവാസികൾ പ്രകൃതിദത്തമായ വിത്തുകിലുക്കുകളാക്കിമാറ്റിയത്. ആദിമ സംഗീതോപകരണങ്ങൾ പലതും കാട്ടുവിത്തുകളായിരുന്നു. ഉള്ളിൽ കനമുള്ള വിത്തുകൾ രണ്ടു കൈയിലും പിടിച്ച് ആടുന്ന ആട്ടങ്ങളുണ്ടായിരുന്നു. വിത്താട്ടങ്ങൾ. രണ്ടു കൈയിലുള്ള വിത്തുകളും കോലടിപോലെ തട്ടിക്കൊണ്ടുള്ള കാട്ടുനൃത്തങ്ങളുമുണ്ടായിരുന്നു. ഒറ്റക്കൈകൊണ്ട് കിലുക്കുന്നവയുമുണ്ടായിരുന്നു. കൊന്ന, വാക, പറണ്ടക്ക തുടങ്ങിയവയെല്ലാം പ്രകൃതിദത്ത വിത്തുസംഗീതോപകരണങ്ങളായിരുന്നു. വിത്തിന്റെ ശബ്ദത്തിൽനിന്ന് കാട്ടുപുരാവൃത്തങ്ങൾ ജന്മമെടുത്തു.

വിത്തിന്റെ ശബ്ദം

ഓരോ കള്ളികളിലുമുള്ള വിത്തുകളാണ് കിലുങ്ങിക്കൊണ്ടിരുന്നത്. വിത്തിന്റെ ശബ്ദം വിത്തുകളും കേട്ടുകൊണ്ടിരുന്നു. കാറ്റും കാട്ടാറും കേട്ടുകൊണ്ടിരുന്നു. കാട്ടാടും കേട്ടു. വിത്തിന്റെ അനക്കവും ശബ്ദവും വിത്തിന്റെ പൊലിമയ്ക്കും ആവശ്യമാണെന്ന് തനതുനിവാസികൾ വിശ്വസിക്കുന്നു. വിത്തുകാലമായി എന്നറിയിക്കുന്നതാണ് ഈ കിലുക്കങ്ങൾ.

ഋതുപരിണാമത്തിന്റെ പാകകാലങ്ങൾ. വിളഞ്ഞകാലത്തിന്റെ പെരുക്കങ്ങൾ. വേനൽമഴയിലെ പാതിയുണർച്ചകൾ. തയ്യാറെടുപ്പുകൾ. ഫലത്തിൽനിന്ന് വിത്തിലേക്കുള്ള പരിണാമം ഐഹികതയിൽനിന്ന് അനാസക്തിയിലേക്കുള്ള മാറ്റമായിരുന്നു. രോഹണം. മണ്ണിൽനിന്ന് ആകാശത്തിലേക്ക്. ഒരു പക്ഷി ഫലം ഭുജിക്കുമ്പോൾ മറ്റൊരു പക്ഷി ശൂന്യാകാശത്തിലേക്ക് നോക്കിയിരിക്കുന്നുവെന്ന് ഉപനിഷത്ത്. വിത്തിന്റെ പൊരുളാണ് തത്ത്വചിന്തയും ലാവണ്യസിദ്ധാന്തങ്ങളുമായത്. കവി, കാവ്യം, സഹൃദയൻ, രസപ്രജ്ഞ എന്നിവ ബോദ്ധ്യപ്പെടുത്താൻ ഭരതമുനി ആവിഷ്കരിക്കുന്നതും വിത്തുരഹസ്യ പ്രതീകം. ബീജത്തിൽനിന്ന് വൃക്ഷവും വൃക്ഷത്തിൽനിന്ന് പുഷ്പവും ഫലവും അതിൽനിന്ന് ആസ്വാദനവും ഒടുവിൽ ലയ വിശ്രാന്തിയും ഉണ്ടാകുന്നുവെന്ന് ഭരതമുനി മനസ്സിലാക്കിയത് വിത്തുപൊരുളിൽനിന്ന്. രസനിഷ്പത്തിസിദ്ധാന്തത്തിന്റെ ഉറവിടം വിത്തായിരുന്നു. ജീവന്റെ ദ്വന്ദ്വഭാവത്തെ ആവിഷ്കരിക്കാൻ, അനാദിസൂക്ഷ്മവും സ്ഥൂലവുമായ പൊരുളിനെ ചിത്രീകരിക്കാൻ വിത്തിനെയാണ് ആദേശപ്രതീകമാക്കിയത്. ബിന്ദു പ്രപഞ്ചമായി മാറുന്ന തത്ത്വമാണത്. അരിപ്പൊടിയുടെ ഒരു കുത്തിൽനിന്നാണ് പടർന്നു പന്തലിക്കുന്ന അഷ്ടനാഗക്കളമുണ്ടാകുന്നത്. അദൃശ്യമായ ആൽവിത്തിൽനിന്ന് തമാലത (canopy) വിടർത്തുന്ന ആൽവൃക്ഷമെങ്ങനെയുണ്ടായി? വിത്തിന്റെ വളർച്ച രംഗാവതരണം തന്നെയാണ്. പ്രകൃതി നാടകപ്പൊരുളിന്റെ ആശയത്തെയാണ് വിത്തിലൂടെ കാണിക്കുന്നത്. അക്ഷരങ്ങൾ മന്ത്രങ്ങളുടെയും ധ്വനികളുടെയും വിത്തായിരുന്നു. ഒരർത്ഥത്തിൽ അത് പരായിലേക്കും പശ്യന്തിയിലേക്കും വളരുന്ന മൂലവിത്തായിരുന്നു.

വിത്തിന്റെ പകർന്നാട്ടം

ഉഴവുചാലിൽനിന്നു ലഭിച്ച വിത്തിന്റെ പ്രതീകമായ സീത ഒടുവിൽ ഭൂമിയുടെ വിടവുകളിൽ വിത്തായിത്തന്നെ മടങ്ങിപ്പോകുന്നു. ഫലം ഭുജിച്ച് വിത്ത് കാട്ടിലേക്ക് വലിച്ചെറിയുന്നു. വിത്തിന് അയനവുമായാണ് ബന്ധമുള്ളത്. സ്ഥലകാലങ്ങളിൽ, ഉചിതനാളുകളിൽ അതാവിഷ്കാരം നടത്തുന്നു. നക്ഷത്രം, സൂര്യൻ, ഓഷധീശൻ, ജീവജാലങ്ങൾ, മണ്ണ്, വിത്ത്, ജലം എന്നിങ്ങനെയുള്ള അദൃശ്യ നേർരേഖയിലൂടെയാണ് ഞാറ്റുവേലയുടെ നാട്ടുത്സവം നടക്കുന്നത്. പ്രകൃതിയുടെ ഈ പൊരുൾക്കാഴ്ച്ചകൾ പ്രജ്ഞയിൽ കണ്ടവരുടെ ബോധമാണ് നാടോടിക്കലകളാവിഷ്കരിച്ചത്. ഭരണിയിലിട്ട വിത്ത് പടർന്നു പന്തലിക്കുന്നു. വിത്തും മിത്തും തമ്മിലുള്ള ബന്ധത്തിന്റെ ആവിഷ്കാരമാണ് മുടിയേറ്റ്. വിത്തിന്റെ പ്രതീകങ്ങൾ, അമ്പതോളം നാടൻ കലകളായി. അരിമാവുകൊണ്ട് മുഖത്തെഴുതിയ കാളിയാണ് പകിരിതിരിഞ്ഞ് തട്ടകത്തിലെത്തുന്നത്. മുഖത്ത് വിത്തിന്റെ കിളിർപ്പുകളാണ്. അനുഗ്രഹദായികയായ അമ്മ വയലിൽ ധാന്യങ്ങളായി വർദ്ധിക്കുമ്പോൾ ശരീരത്തിൽ നിഗ്രഹത്തിന്റെ വസൂരി

ക്കലകളായി പകരുന്നു. വിത്തിന്റെ പകർന്നാട്ടത്തിന്റ പൊരുളാണ് രംഗ കലകളിലും കാണുന്നത്. കളത്തിലും കാളിമുഖത്തും കാലത്തിലും അരി വിത്തിന്റെ പൊരുൾ. ലോകത്തിലെല്ലായിടത്തും പുരുഷബീജവും വിത്തിന്റെ നൂറും തമ്മിലുള്ള ബന്ധത്തിന്റെ അനുഷ്ഠാനങ്ങളുണ്ടായി ട്ടുണ്ട്.

മണ്ണൂക്കാരൻ

ഫലത്തിനു വേണ്ടിയും വിത്തിനുവേണ്ടിയുമുള്ള കാലകർഷകന്റെ കാത്തിരിപ്പ് അവസാനിക്കുന്നില്ല. അട്ടപ്പാടിയിലെ അന്ധനായ മണ്ണൂക്കാ രൻ, കൃഷിയുടെ അധികാരി ഉള്ളംകൈയിൽ വിത്തെടുത്ത് കാവേരിയെ വിളിച്ചുണർത്തി വിത്തെറിഞ്ഞു. കടുകുവയലുകൾ മഞ്ഞപ്പൂക്കളിട്ട് പൂത്തുലഞ്ഞപ്പോൾ കരിവണ്ടുകൾ തെരളിപാടി. വിത്ത് നാട്ടുരാഗം തന്നെ യായിരുന്നു. വിത്തുവളരുന്നതിന്റെ വളവറ്. പവിത്രതയോടെ വിത്തുപൊ തിയിൽ നിന്നെടുക്കുന്ന വിത്തുകൾ അനുഷ്ഠാനത്തോടെ മണ്ണിലേക്കെ ത്തിക്കുന്ന വിത്തുയാത്ര. പല കാട്ടുവിത്തുകളും തനിയേ അതിന്റെ മണ്ണു തേടുന്നു. കുലപ്പകർച്ചയാർജ്ജിക്കുന്ന ഉണ്ണിവിത്തുകൾ മണ്ണിലൊളിച്ചു കളി തുടങ്ങുന്നു. കാട്ടുകോഴികളും മുയലുകളും ഓന്തുകളും എലികളും കേഴമാനുകളും കൂരാൻ പന്നികളും കലമാനുകളും കാട്ടുപോത്തുകളും ഓടിപ്പോകുമ്പോൾ വിത്തുകൾ മൂടുന്നു. ഓരോ പാകത്തിൽ. ഇലകൾ വന്നു മൂടുമ്പോൾ വിത്തുകൾ ഇലവീടിനുള്ളിലാകുന്നു.

വിത്തുശില്പം

മണ്ണിന്റെയും ഇലകളുടെയും പൊതപ്പുകളിൽ ധ്യാനത്തിലാകുന്ന വിത്തുകൾ എത്രയോ. അവ പുറംതോടുപൊട്ടി പുറത്തേക്കു ആദ്യത്തെ നാമ്പുനീട്ടുന്നു. മഹാനിദ്രയ്ക്കുശേഷം ഓരോ വിത്തിന്റെയും സംര ക്ഷണം പ്രകൃതി തന്നെ ഏറ്റെടുക്കുന്നു. മണ്ണമ്മ ഉർവ്വരതയെ സുരക്ഷി തസ്ഥാനത്തെത്തിക്കുന്നു. മനുഷ്യൻ അറിയേണ്ടതൊന്നും അറിയുന്നില്ല. നദികളും കടലും പക്ഷികളും കാറ്റും കുട്ടികളും വിത്തു പകർച്ച ഏറ്റെ ടുക്കുന്നു. ഒരു ബീജത്തിന്റെ ലാവണ്യ-സംരക്ഷണശില്പം നോക്കുക. നനുത്ത ബീജം അഥവാ പരിപ്പ്, അതിനുപുറത്ത് കനമുള്ള പാട, അതിനു പുറത്ത് കനമുള്ളതോട്, തോടിനു പുറത്ത് അതികനമുള്ള തോട്. ഇങ്ങനെ പോകുന്നു വിത്തുശില്പത്തിന്റെ വാസ്തു. ഒരു ബുദ്ധചൈത ന്യത്തിന്റെയോ ഗുഹായാത്രയുടെയോ അന്തർഘടനയുടെ പാരസ്പര്യം വിത്തുകൾക്കുണ്ട്. അതിനുള്ളിൽ പലതരം പശ കാണാം. കീടങ്ങളുടെ ആക്രമണമില്ലാതിരിക്കുന്നതിനും മുളപൊട്ടുന്നകാലംവരെ കാക്കുന്ന തിനുള്ള സംരക്ഷണവലയങ്ങൾ ഓരോ വിത്തിനും പ്രത്യേകമായുണ്ട്. പുഴുക്കുത്തേല്ക്കാതിരിക്കുന്നതിനുള്ള പശകളും ലായനികളും വിത്തു കളിലുണ്ട്. കൊന്നവിത്തിൽ അത് പ്രകടമായികാണാം. വിത്തിനുള്ളിലെ

പരിപ്പാണ് പ്രധാനം. രണ്ടു പരിപ്പുകൾക്കുള്ളിലെ ഒരു മുകുളമാണ് ബീജ സ്രോതസ്സ്. മൃദുലവും കട്ടിയുള്ളതുമായ ഈ പരിപ്പുകളാണ് തൈച്ചെടിക്ക് ആഹാരം. അത് മൃഗങ്ങളുടെയും പക്ഷികളുടെയും മനുഷ്യരുടെ തന്നെയും ആഹാരമാണ്. നിത്യാഹാരം. പോഷകാഹാരം. മരുന്ന്. പച്ചയായിക്കഴിക്കുന്ന (raw) ഔഷധം. മനുഷ്യരുടെ ആദിമ ആഹാരമെന്ന് ലെവിസ്ട്രൗസ്. വിത്തുവളർച്ചയുടെ പാകങ്ങൾ മനസ്സിലാക്കി അത് ആഹാരമാക്കിക്കഴിക്കുന്നവരാണ് തനതുസമൂഹങ്ങൾ. കുട്ടികൾക്കും മൃഗങ്ങൾക്കും അത് ഏറെ ഇഷ്ടമാണ്. ഇത് പാകമാക്കി (cooked) കഴിക്കുന്നവരുമുണ്ട്. വിത്തൊരുക്കം പോലെ പ്രധാനമാണ് വിത്തുഭക്ഷണം. പുളിങ്കുരു, മല്ലിവിത്ത്, കശുവണ്ടി, നൊങ്ക്, ആമക്കുരു, പനങ്കുരു, ഈന്തുങ്കുരു....... തുടങ്ങിയ എത്രയോ ഇനങ്ങൾ അറിഞ്ഞ് ആഹാരമാക്കിയിരുന്നു. ബീജഗുണം നേരിട്ട് ശരീരത്തിലെത്താൻ ഇതാവശ്യമായിരുന്നു.

കക്കും കായ

വള്ളിപോലെ പടർന്നു കയറുന്ന പറണ്ട എന്ന വിത്തിന്റെ വലിയ കായകൾ കാട്ടിൽ അനങ്ങാതെ നില്ക്കുന്നു. ബലിഷ്ഠമായ അതിന്റെ പുറംതോടുകൾ ചിലത് നിലത്തും വീണുകിടക്കുന്നുണ്ട്. അവയിലെ കക്കുംകായകൾ ഉണങ്ങാൻ തുടങ്ങുമ്പോൾ പറണ്ടക്ക ശബ്ദമുണ്ടാക്കും. ഇതും ആദിമർക്ക് താളവാദ്യമായിരുന്നു. വേനൽക്കാലം കഴിഞ്ഞ് കാട്ടുമഴകളും ചോലകളിൽ വെള്ളപ്പൊക്കവുമുണ്ടാകുമ്പോൾ താഴ്വരപ്പുഴയോരങ്ങളിലെ ആളുകൾ ഒലിച്ചുവരുന്ന പറണ്ടക്ക പറക്കും. അത് പൊളിച്ച് കക്കുംകായ സൂക്ഷിച്ചുവയ്ക്കും. കർക്കിടകത്തിലെ മരുന്നുകഞ്ഞിക്ക് അതിനുള്ളിലെ പരിപ്പ് സംസ്കരിച്ച് ചേർക്കും. ഈ വിത്തൊരു ദിവ്യൗഷധമാണ്. ഗ്രാമങ്ങളിലെ അമ്മൂമ്മവൈദ്യത്തിലും പ്രസവശുശ്രൂഷയിലും പ്രധാനപ്പെട്ടതാണ് കക്കുംകായവിത്ത്. വിഷത്തെ ഔഷധമാക്കുന്നതുപോലെയുള്ള സംസ്കരണം ഇതിനും ആവശ്യമാണ്. ഇങ്ങനെ വിത്തിനെ സംസ്കരിച്ചു ഭക്ഷണമാക്കുന്ന എത്രയോ ഇനങ്ങളുണ്ട്.

വിത്തുകളുടെ സംരക്ഷകർ

കുട്ടികളാണ് ദേശത്തെ വിത്തുകളുടെ സംരക്ഷകർ. വിത്തുകള്ളക്കടത്തുനടത്തുന്ന ഇക്കാലത്ത് വിത്തുസംരക്ഷണച്ചുമലതയും ഏറ്റെടുക്കേണ്ടത് കുട്ടികളാണ്. ചുറ്റുപാടുമുള്ള നാട്ടുപഴങ്ങൾ കണ്ടെത്തി കഴിക്കുന്നത് കുട്ടികളാണ്. നീരോലി, പുളി, നാട്ടുമാങ്ങ, പേരയ്ക്ക, ഞാവൽ, പാണൽ, കിളിമരപ്പഴം, പൂച്ചപ്പഴം, തൊണ്ടിപ്പഴം, തൊടലിപ്പഴം, കാരപ്പഴം, മിണ്ടാപ്പഴം, ഇലഞ്ഞിപ്പഴം, പപ്പായ, കശുമാങ്ങ തുടങ്ങിയ എണ്ണമറ്റ നാട്ടുപഴങ്ങൾ കാവുകളിലും തൊടികളിലും വേലികളിലും നാട്ടുകുന്നുകളി

ലും പുഴയോരങ്ങളിലും വള്ളികളിലും തിരിച്ചറിഞ്ഞ് അവ വിദഗ്ദ്ധമായി പറിക്കുകയും പങ്കുവച്ച് കഴിക്കുകയും ചെയ്യുന്നവരാണ് കുട്ടികൾ. കളിക്കാനുള്ള വിത്തുകൾ പ്രത്യേകം സൂക്ഷിക്കുന്നു. വേനലവധിക്കാലത്ത് ഇത്തരം വിത്തുകൾകൊണ്ടുള്ള കളികളാണ് പ്രധാനം. നാട്ടുമാവിൻചോട്ടിൽ കുട്ടികളുടെ പ്രധാനമൂലധനം വിത്തുകളാണ്. അതിൽ കുന്നിക്കുരുവും മഞ്ചാടിയും പുളിങ്കുരുവും കശുവണ്ടിയും മാങ്ങാണ്ടിയും ഇലഞ്ഞിക്കുരുവും കാഞ്ഞിരക്കുരുവും പനങ്കുരുവും ഉണ്ടാകും. അതുകൊണ്ട് കവിടിക്കളി, തെറ്റിക്കളി, കുഴിതപ്പിക്കളി, പഴുക്കക്കളി തുടങ്ങിയ കളികളും കളിക്കും. അവർ എണ്ണം പഠിക്കുന്നതും വരയ്ക്കാനറിയുന്നതും കൂട്ടുണ്ടാക്കുന്നതും വിത്തിലൂടെയാണ്. ജൈവവിത്തുകളുടെ സ്പർശം അവരെ ആരോഗ്യമുള്ളവരാക്കുന്നു. അനൗപചാരികമായി അവർ വിത്തു കൈമാറ്റം നടത്തുന്നു. ഇവ അവർക്ക് അമൂല്യമായ നിധിയാണ്. ചിലർ വിത്തുകൾ കാത്തുസൂക്ഷിക്കുന്നു. കളികളെല്ലാം തീരുമ്പോൾ, സ്നേഹ വഴക്കുകൂടുമ്പോൾ, മടുക്കുമ്പോൾ, മഴക്കാലമാകുമ്പോൾ, സ്ക്കൂൾകാലം എന്നു കേൾക്കുമ്പോൾ, മുതിർന്നവരോടുള്ള പ്രതിഷേധസൂചകമായി .... ഈ വിത്തുകളെല്ലാം വാരി വലിച്ച് ഒറ്റ ഏറാണ്. വിത്തുകൾ മണ്ണിലേക്കുതന്നെ മടങ്ങി. നാട്ടു പഴങ്ങളുടെ രുചിയോർമ്മകളുമായി കുട്ടിക്കാലം പറന്നുപോയതും വിത്തിനു പകരം പച്ചനോട്ടുകൾ കൈയിലെടുത്തതും കാലം മാറിയതും അറിഞ്ഞു. വിത്തിന് മടക്കയാത്രയുണ്ട്. പക്ഷേ, കുട്ടിക്കാലത്തിലേക്ക് ആർക്കും തിരിച്ചുപോകാനാകില്ല. വിത്തിനു പുനർജ്ജനിക്കാം. മനുഷ്യന് ഓർമ്മകൾ മാത്രം പുർജ്ജനിക്കുന്നു. പുനർജ്ജനിയുടെ മഹത്ത്വവും തത്ത്വവും അറിയാതെ മനുഷ്യകുലം വിത്തുകൾ കുഴിച്ചിട്ടുകൊണ്ടിരിക്കുന്നു. മുളയ്ക്കുന്നുണ്ടോ, വേരുകൾ വരുന്നുണ്ടോ എന്നറിയാൻ.

വിഷുഫലം നോക്കി വിത്തിടാനുള്ള കാലമന്വേഷിക്കുകയാണ് മണ്ടനായ മനുഷ്യൻ. അവൻ ഗണിച്ചു നോക്കുന്നു വിത്തുരഹസ്യമറിയാൻ. വിഷുകഴിഞ്ഞാൽ വേനലില്ല എന്നറിഞ്ഞ് അശ്വതി, ഭരണി, കാർത്തിക നാളുകളിൽ വേനൽ പഴുക്കുമ്പോൾ വിത്തിനൊരിടം തേടി, നാളുനോക്കി ഓരോ ഇടവിളയും പറമ്പുവിളയും വയൽവിളയും വിതയ്ക്കുന്നു. ഉൾമണ്ണും ബീജത്തിന്റെ കരുത്തും ഞാറ്റുവേലയുടെ കരുത്തും ചേർന്നാണ് വിത്തു മുളയ്ക്കുന്നത്. ഈ ഉർവ്വരതയുടെ അദൃശ്യകണ്ണികൾ തിരിച്ചറിഞ്ഞവരാണ് കർഷകർ. വിത്തിന്റെ ഗുണവും ഗണവും രൂപവും അറിയാൻ പഴഞ്ചൊല്ലുകളും കടങ്കഥകളും പഴമൊഴികളുമുണ്ടാക്കി. വിത്തെരട്ടിച്ചവല്ലി. വല്ലൊട്ടിയും, വിത്തുകൂടയും, ചുരയ്ക്കാത്തൊണ്ടും പുകവീണ പാത്യമ്പറവും ചാണകം തേച്ച ചുമരുകളും വിത്തു സംരക്ഷണത്തിന്റ കാവലാളായിരുന്നു. മുളകുവിത്തും കയ്പവിത്തും

ചാണകത്തിൽ പൊത്തിവയ്ക്കും. വെണ്ടക്ക, വഴുതനങ്ങ, പയറ്, അമര തുടങ്ങിയ വിത്തുകൾ ഇലയിൽ പൊതിഞ്ഞ് ചുരയ്ക്കയിലോ തുണിയിൽ കെട്ടി വിറകടുപ്പിനു മുകളിൽ കെട്ടിഞാത്തും. പുകകൊള്ളിക്കാൻ. ആഹാരം പാകം ചെയ്യുന്നിടത്ത് വിത്തുകളും പാകമാകുകയായിരുന്നു. അടുക്കള വിത്തുസംരക്ഷണത്തിന്റെ ലാബുകൾ. വിത്തുകൾ കുപ്പിയാക്കാൻ തുടങ്ങിയ കാലത്ത് വല്ലോട്ടികൾ പ്രദർശനശാലകളിലായി. ഇതിൽ വിശേഷമാണ് മലബാറിലെ വിത്തു പൊതികൾ. വൈക്കോൽകൊണ്ട് ഉണ്ടയായി പൊതിഞ്ഞ ഒരു വിത്തുപൊതിയിൽ രണ്ടു സേർ വിത്തു സൂക്ഷിച്ചുവയ്ക്കാൻ കഴിയുമായിരുന്നുവെന്ന് ചെറുവയൽ രാമൻ പറയുന്നു.

തെങ്ങിന്റെ ഓല കൂടപോലെ മെടഞ്ഞുണ്ടാക്കി, അതിൽ വൈക്കോലും തേക്കിന്റെ ഇലയും മഞ്ഞളിന്റെ ഇലയും വെച്ച് വിത്ത് സൂക്ഷിക്കുന്ന സമ്പ്രദായം ഉണ്ടായിരുന്നു. വലിയ പത്തായമില്ലാത്ത സാധാരണക്കാർ ഓലക്കൂടകളാണുപയോഗിച്ചിരുന്നത്. ഓരോ ഇനം വിത്തുകളും പലരീതിയിൽ സൂക്ഷിച്ചുവന്നു. നാടിന്റെയും രാജ്യത്തിന്റെയും ഭക്ഷ്യസുരക്ഷയെ ഊന്നിക്കൊണ്ടുള്ള പാരമ്പര്യ നൈപുണ്യവും അറിവുകളുമാണ് ഇതിനു പ്രേരിപ്പിച്ചിരുന്നത്. വിത്തുകൾ സൂക്ഷിച്ചിരുന്നത് എന്നും ഗ്രാമനൈപുണികളായിരുന്നു. ഗവേഷണസ്ഥാപനങ്ങളും പരീക്ഷണശാലകളും ഉദിക്കുന്നതിനുമുൻപ് കുറ്റിയറ്റുപോകാതെ വിത്തുകൾ സൂക്ഷിച്ചതും കൈമാറ്റം ചെയ്തതുമായ കർഷകരുടെ നന്മകൾ പുതുലോകം തിരിച്ചറിഞ്ഞില്ല. കർഷകരുടെ നട്ടെല്ലിൽ കയറിയിരുന്ന് ശാസ്ത്ര-വിഷകൃഷിയുടെ ഗീർവാണങ്ങൾ വിളമ്പിയവർ വിത്തു കടത്തുന്നതിന് കൂട്ടുനില്ക്കുകയായിരുന്നു. ക്ലോഡ് അൽവാരിസിന്റെ *ജീൻ കള്ളക്കടത്ത്* എന്ന പുസ്തകത്തിലേക്ക് വായനക്കാരുടെ ശ്രദ്ധയാകർഷിക്കുകയാണ്. ഏഴായിരത്തോളം നാടൻ നെല്ലിനങ്ങൾ, അതിലധികം ധാന്യവിഭാഗങ്ങൾ, ഇടവിളകൾ, കാട്ടുവിളകൾ, എല്ലാ വിത്തുകളുടെയും മൂല്യം, ഭക്ഷ്യ-പോഷക-ഔഷധഗുണം നാം തിരിച്ചറിഞ്ഞിട്ടുണ്ടോ?

നാട്ടുചന്തകളുടെ കല

ഈ വിത്തുകളെ മറോടണയ്ക്കാനും സ്വരൂപിക്കാനും അത് നാട്ടുചന്തകളിലെത്തിക്കാനും ശ്രമിച്ച ഗ്രാമീണകൂട്ടായ്മകൾ വീണ്ടും ജനകീയ പ്രതിരോധം ആരംഭിച്ചിരിക്കുന്നു, ഉത്തരേന്ത്യയിലെ ഗ്രാമങ്ങളിൽ. വിദർഭയിലും മറ്റും നടന്ന കർഷക ആത്മഹത്യകൾക്കുശേഷം പിടിച്ചുനില്ക്കാനായി പാടുപെടുന്ന കർഷക-കാർഷികത്തൊഴിലാളി കൂട്ടായ്മകൾ സഹകരണസംഘങ്ങളും കൂട്ടായ്മകളും ഉണ്ടാക്കി മുന്നേറുകയാണ്. ചന്തകൾ വഹിക്കുന്ന സാമൂഹ്യ-സാമ്പത്തിക ധർമ്മങ്ങൾ ഇന്ത്യൻ

സമൂഹത്തിൽ പ്രധാനപ്പെട്ടതാണ്. ഉൾനാടൻ ഗ്രാമങ്ങളിലെയും നഗര–നഗരപ്രാന്തങ്ങളിലെയും സമ്പദ്ഘടനയെ നിയന്ത്രിക്കുന്നതാണ് ഇത്തരം ചന്തകൾ. ഗ്രാമങ്ങളെയും ഗ്രാമങ്ങളെയും ബന്ധിപ്പിക്കുന്നതാണ് ഇത്തരം ചന്തകൾ. കാർഷിക–കൈവേല സൃഷ്ടികൾ കൈമാറുന്നതിനുള്ള ജനകീയവേദികളാണ് നാട്ടുചന്തകൾ. ഏറ്റവും പ്രകൃതിദത്തവും ജൈവകൃഷിയിലൂന്നിയതുമായ വനവിഭവങ്ങൾ എത്തിയിരുന്നതാണ് ഈ ചന്തകൾ. ഉല്പന്നങ്ങൾ വൻകിടക്കാർ കൈയടക്കുകയോ ഒന്നിച്ച് നെല്ലും ചണവും ഉരുളക്കിഴങ്ങും പരുത്തിയും തക്കാളിയും ഉള്ളിയും കടത്തിക്കൊണ്ടുപോയി കയറ്റുമതിയും വൻകിടസൂപ്പർമാർക്കറ്റുകൾക്കുവേണ്ടി തരംതിരിച്ച് വൻവിലയ്ക്ക് വിറ്റഴിക്കുന്ന സമ്പ്രദായം വന്നതോടെ ചന്തകളുടെ നാശം ആരംഭിച്ചുവെന്നുപറയാം. നാടിനെ ഞെട്ടിച്ച കർഷക ആത്മഹത്യകൾക്കുശേഷം രൂപംകൊണ്ട കർഷക സമിതികൾ കർഷകരുടെ സാമ്പത്തിക ഭദ്രതയും അന്തസ്സും വീണ്ടെടുക്കുന്ന ശ്രമത്തിലാണ്. ചന്തകളുടെ സന്തുലിത സൗന്ദര്യബോധം പൊതു–നാഗരികസമൂഹം തിരിച്ചറിയുകയാണ്. വന്ദനാശിവയുടെ നേതൃത്വത്തിലുള്ള നവധാന്യയും മറ്റും നടത്തുന്ന വിത്തു വിതരണ സംരക്ഷണ പ്രവർത്തനങ്ങൾ വിത്തിന്റെ രാഷ്ട്രീയത്തെയാണ് തിരിച്ചറിയുന്നത്. പരുത്തി, വഴുതന (BT Cotten, G M Brinjal)എന്നിങ്ങനെ ജനിതകമാറ്റം വരുത്തിയ വിത്തിനങ്ങൾ ഇറക്കുമതിചെയ്യാൻ തുടങ്ങിയപ്പോൾ ഇന്ത്യയിലങ്ങോളമിങ്ങോളം കർഷകർ സമരം നടത്തുകയുണ്ടായി. വൈവിദ്ധ്യമാർന്ന കാർഷികസംസ്കാരം നിലനില്ക്കുന്ന ഇന്ത്യയിലെ ജനിതകസമ്പത്ത് നിലനിർത്തുകയായിരുന്നില്ല കോർപ്പറേറ്റുകളുടെ ലക്ഷ്യം. വിത്തിന്റെ ഉല്പാദനശേഷിയെ വർദ്ധിപ്പിക്കുകയും ഉല്പാദനം കൂട്ടുകയും ചെയ്യുന്ന പരീക്ഷണശാലകളിലേക്ക് വിത്തുകളെ കൊണ്ടുപോകുക എന്നതായിരുന്നു ലക്ഷ്യം. വിത്തുകളുടെ പ്രഭവ വിഭവ പരിസത്തെ കർഷകരിൽ നിന്നും ഗ്രാമമേഖലകളിൽനിന്നും മാറ്റുക എന്നതാണ് അപ്രഖ്യാപിത പരിപാടി.

ഗ്രാമച്ചന്തകൾ വീണ്ടെടുത്ത് വരാൻപോകുന്ന കോർപ്പറേറ്റ് അധിനിവേശങ്ങളിൽനിന്ന് മുക്തിനേടാനുള്ള സമരങ്ങൾ കേരളത്തിലും നടക്കുകയുണ്ടായി. അതിന്റെ ഭാഗമായാണ് 2012 ൽ കാസർകോട്ടുനിന്നാരംഭിച്ച വിത്തുസംരക്ഷണജാഥ. ഡോ. വി വിജയൻ, എസ് ഉഷ, ഇലിയാസ് തുടങ്ങിയവർ നേതൃത്വം നല്കിയ ഈ വ്യത്യസ്തമായ സമരജാഥ ശ്രദ്ധേയമായിരുന്നു. *കൃഷിഗീത*യിലെ വരികൾ നാടൻശീലുകളിൽ ചൊല്ലി ആരംഭിച്ച ജാഥ തൃശൂരിൽ കേരളവർമ്മകോളേജിലാണ് സമാപിച്ചത്. തമിഴ്നാട്, കർണ്ണാടകം, ബംഗാൾ എന്നിവിടങ്ങളിൽനിന്നുള്ള വിത്തുസംരക്ഷണ മുന്നേറ്റങ്ങളിലെ പ്രതിനിധികൾ പങ്കെടുക്കുകയുണ്ടാ

യി. നാടൻവിത്തുകളുടെ പ്രദർശനം, കൈമാറ്റം, നാട്ടുപാനീയങ്ങൾ, അനുഭവങ്ങൾ പങ്കുവയ്ക്കൽ എന്നിവ വിത്തുയാത്രയുടെ പ്രത്യേകതകളായിരുന്നു. ഇതിന്റെ തുടർച്ചയെന്നോണം കണ്ണൂർ ജില്ലയിലെ കേളകത്തുവച്ച് ചെറുകിട കർഷകരുടെ വിത്തുത്സവം 2012 ഏപ്രിലിൽ നടത്തുകയുണ്ടായി. അനവധി ജനിതക വിഭവങ്ങളുടെ നാട്ടുചന്തയും ഉണ്ടായി. പട്ടുവത്തുനിന്നാരംഭിച്ച വിത്തുപ്രതിരോധത്തിന്റെ ശക്തിയിൽ നാട്ടറിവു പഠനകേന്ദ്രം, കേരളീയം, ഉറവ്, എലിമെന്റ്സ്, തണൽ, ജൈവവൈവിദ്ധ്യബോർഡ്, കർഷകസംഘങ്ങൾ തുടങ്ങി അനവധി പ്രസ്ഥാനങ്ങളും സ്ഥാപനങ്ങളും പലരീതിയിൽ പങ്കെടുത്തു. വിത്തിന്റെ സമകാല രാഷ്ട്രീയപ്രതിരോധം വീണ്ടെടുക്കുന്ന സംഭവമായിരുന്നു കേളകത്തെ കൂട്ടായ്മ. നാമിനിയും എത്രയോ മുന്നോട്ടുപോകണമെന്ന് വിളിച്ചുപറയുന്ന വിത്തുസമരമായിരുന്നു അത്.

5

തണ്ണീർപ്പന്തൽ പ്രതീകവും പ്രതിരോധവും

'**കു**ന്നുപൊലിക, കുളം പൊലിക
കന്നുപൊലിക, നാടു പൊലിക'

വീണ്ടെടുക്കേണ്ട ജലസംസ്കാരം

മലനാടിനു സവിശേഷമായ ജലസംസ്കാരമുണ്ട്. മൺസൂണിന്റെ വരവിലും പോക്കിലുമായി രണ്ടു മഴക്കാലങ്ങൾ (കാലവർഷം, തുലാവർഷം) നമുക്കുണ്ട്. ചെരിഞ്ഞ താഴ്വരകളായതുകൊണ്ട് പണ്ടേതന്നെ കിണറുകളിലും കുളങ്ങളിലും വെള്ളം ശേഖരിച്ചുവയ്ക്കുന്ന പാരമ്പര്യം ഇവിടെയുണ്ടായിരുന്നു. കൽത്തൊട്ടികളിൽ മൃഗങ്ങൾക്കും വഴിയമ്പലങ്ങളിൽ നാട്ടാർക്കുമായി തണ്ണീർപ്പന്തലുകൾ ഒരുക്കിയ സംസ്കാരം ഇന്ന് ജലചൂഷണത്തിന് വിധേയമായിക്കൊണ്ടിരിക്കുന്നു. ഇവിടത്തെ ഭൂഗർഭ ജലസമ്പത്തിന്റെയും (14 ടി എം സി) ജല ഭൂപ്രകൃതി(waterscape)യുടെയും സാറ്റലൈറ്റ് ചിത്രങ്ങൾവരെ കോർപ്പറേറ്റുകൾ സമ്പാദിച്ചുകഴിഞ്ഞു. ബഹുരാഷ്ട്ര കമ്പനികളുടെ ജലചൂഷണത്തിന്റെ കഥയുടെ പ്രതീകമായി പാലക്കാട് ജില്ലയിലെ പ്ലാച്ചിമട ലോകമെമ്പാടും അറിയപ്പെടുമ്പോൾ ഒരുകാലത്ത് ജലസംരക്ഷണത്തിന്റെ കൈക്കണക്കും നൈപുണ്യവും കാത്തുസൂക്ഷിച്ച കേരളത്തിന്റെ നാടോടി–ഗ്രാമീണ സംസ്കാരത്തിന്റെ വഴികൾ നാം തിരിച്ചറിയേണ്ടതാണ്. ആചാരങ്ങളിലും അനുഷ്ഠാനങ്ങളിലും നാട്ടറിവുകളിലും സമ്പന്നമായ സംസ്കാരസവിശേഷതകൾ കാത്തുസൂക്ഷിച്ച മലയാളിയുടെ ഇന്നത്തെ അവസ്ഥ പ്രകൃതി വിരുദ്ധമായ നാഗരികസംസ്കാരത്തിന്റേതാണ്. ജലസംസ്കാരത്തിന്റെ കണ്ടറിവുകൾ വീണ്ടെടുത്ത് കുത്തകകൾക്കെതിരെ പ്രതിരോധിക്കേണ്ട കാലഘട്ടം വന്നിരിക്കുകയാണ്.

ജലതാഴ്വരകൾ

കേരളത്തിന്റെ പ്രാചീനഭൂപടത്തിലെ പ്രകൃതി പരിശോധിക്കുമ്പോൾ ഇവിടം ജലതാഴ്വരകൾ നിറഞ്ഞ ഇടമായിരുന്നുവെന്നു കാണാം. 44 നദികളും അവയുടെ ആയിരക്കണക്കിന് കൈവഴികളും കാട്ടരുവികളും ചേർന്ന ജലപ്രവാഹ താഴ്വരകൾ, അവ ചെന്നു കടലിൽ പതിക്കുന്ന അഴി, തുറ, വായ് (അഴിമുഖം, തുറമുഖം തുടങ്ങിയവ) എന്നിങ്ങനെ രൂപപ്പെടുന്ന വിശാലമായ കടലോരതടാകങ്ങൾ. മലനാടിന്റെ മറ്റൊരു ജലപ്രകൃതി നിർമ്മിക്കുന്ന കവ്വായ് കായൽ, കോഴിക്കോടൻ കായൽ, ചേറ്റുവാ കായൽ, കൊടുങ്ങല്ലൂർ കായൽ, കൊച്ചി, വേമ്പനാട്ടുകായൽ, അഷ്ടമുടിക്കായൽ തുടങ്ങിയവ സൃഷ്ടിക്കുന്ന പ്രകൃതി ഒന്നു വേറെത ന്നെയാണ്. ഇതിനുപുറമെ കേരളത്തിലങ്ങോളമിങ്ങോളം പ്രകൃതി ദത്തമായ വലിയ കുളങ്ങൾ ധാരാളമുണ്ടായിരുന്നു.

കുളങ്ങളിൽ പ്രകൃതിദത്തമായതും മനുഷ്യനിർമ്മിതമായതുമുണ്ട്. കാർഷികവും സാമൂഹ്യവുമായ ആവശ്യങ്ങൾക്ക് പ്രാചീനകൂട്ടായ്മകൾ നിർമ്മിച്ചവയാണ് പല വലിയ കുളങ്ങളും. തൃശൂരിൽ മണ്ണുത്തിക്കടു ത്തുള്ള ഇലഞ്ഞിക്കുളം അപ്രകാരമൊന്നാണ്. ഇതിനുപുറമെ കല്പ ടവുകൾ കെട്ടി ഓരോ പ്രാദേശികമായ അളവിൽ വെട്ടുകല്ലുകൾകൊണ്ട് കെട്ടിപ്പടുത്ത കുളങ്ങൾ മലബാറിൽ കാണാം. ജലശേഖരണമായിരുന്നു ഇവയുടെ ധർമ്മങ്ങൾ. കേരളത്തിലെ പ്രാചീന വയലുകൾ നദികളുടെ ഇടച്ചാലുകൾ വഴിയും മഴവെള്ളം വഴിയും ധാരാളം ജലം ശേഖരിച്ചിരുന്നു. കാലവർഷത്തിലെ മഴ രണ്ടോ മൂന്നോ മാസം ശേഖരിച്ചുവയ്ക്കുന്ന വലിയ തടാകങ്ങളുടെ ഗുണംതന്നെയാണ് വയലുകൾ ചെയ്തിരുന്നത്. പലതും ചിറ എന്നറിയപ്പെട്ടു. 3000ത്തിലധികം ഏക്കർ വലിപ്പംവരുന്ന കോളു നിലങ്ങളും കുട്ടനാടൻ പാടശേഖരങ്ങളും വടകരയിലെ നാളോം വയലും മറ്റും ഇങ്ങനെ ജലപ്രകൃതി സൃഷ്ടിക്കുന്ന ഇടങ്ങളായിരുന്നു. വർഷങ്ങളായി താഴ്ന്ന കണ്ടങ്ങളിൽ ജലം ശേഖരിച്ചുവയ്ക്കുന്ന പ്രാചീന വയലുകളുമുണ്ടായിരുന്നു. അവയെ പുഞ്ചക്കണ്ടം, വെൽത്തൂര്, തരിശ് എന്നൊക്കെ വിളിച്ചുവന്നു. പാടശേഖരങ്ങളിലെ വലിയ ചിറകളിൽ താമര, പലതരം ആമ്പലുകൾ, ജലസസ്യങ്ങൾ എന്നിവ നിറഞ്ഞ് ബാഷ്പീക രണം നടക്കാതെ ജലം ശേഖരിച്ചിരുന്നു. ഈ വയൽക്കാടുകളെ ഗ്രാമീ ണർ സംരക്ഷിച്ചുവന്നു. ചില കഥകളും ആചാരങ്ങളും ഇവയുമായി ബന്ധ പ്പെട്ട് ഉണ്ടായി. വല്ലച്ചിറയിലെ ചിറവൽത്ത്, പുഴയിലെ ആറാട്ട് (ആറാ ട്ടുപുഴ), തണ്ണീർഭഗവതി (വെട്ടത്തുനാട്) എന്നിവ ചിലതുമാത്രം.

കാട്ടുചോലകളുടെ വരവ്

ജലത്താഴ്വരകളുടെ പ്രഭവകേന്ദ്രങ്ങളിലൊന്ന് വനമായിരുന്നു. അവി ടെനിന്നാണ്, സഹ്യാദ്രി മഴക്കാടുകളിൽ കാട്ടുചോലകൾ ജന്മമെടുക്കു ന്നത്. കേരളത്തിൽ 44 നദികളേ ഉള്ളു എന്ന മിഥ്യാധാരണ പ്രചരിപ്പി ച്ചത് ഈ കാട്ടുതാഴ്വരകളിലെ ജലപ്രകൃതിയെപ്പറ്റി അറിവില്ലാത്തവരാ

യിരുന്നു. നൂറുകണക്കിന് ചോലകൾ ഓരോ നദികൾക്കുമുണ്ട്. അവയ്ക്കൊക്കെ പേരുകളുണ്ട്. കുരിയാർകുട്ടി, പൂയംകുട്ടി, ഒരുക്കൊമ്പൻകുട്ടി എന്നിങ്ങനെ ആയിരക്കണക്കിന് കാട്ടരുവികളുടെ പേരുകൾ ആദിവാസികൾക്കറിയാം. ഓരോ കാട്ടുചോലയും അവരുടെ സംസ്കാരത്തിന്റെ ഭാഗമാണ്. കുടിവയ്പ്പ് ചോലകളിൽനിന്ന് വളരെയകലെയല്ലായിരുന്നു. ഓരോ ചോലയുടെയും പ്രകൃതി വ്യത്യസ്തമായിരുന്നു. പൂയംകുട്ടി നദി നൂറുകണക്കിന് ചെറു വെള്ളച്ചാട്ടത്തിലൂടെ രൂപമെടുക്കുന്നു. പുഴയിലെ കല്ലും മലയിടക്കും കാടും അനുസരിച്ച് പുഴമാറുന്നു. ചോല മാറുന്നു. വറ്റിപ്പോയ പുഴകളുടെ പാടുകളും കാണാം. മണ്ണാർക്കാട് സൈലന്റ് വാലിയിൽ വറ്റിപ്പോയ കല്ലുപൊട്ടി പുഴ ഇതിനുദാഹരണം. കാട്ടരുവികളുടെ നാദങ്ങൾ ആദിവാസികൾക്ക് കാടിന്റെ ശബ്ദമാണ്. അരുവികളുടെ നാദവുമായി ബന്ധപ്പെട്ട് അനവധി സങ്കല്പങ്ങളും ഐതിഹ്യങ്ങളും അവർക്കുണ്ട്. അതിലൊന്നാണ് ഇടുക്കിപദ്ധതി വരുന്നതിനു മുൻപുണ്ടായിരുന്ന നദിയുടെ ഉറവസ്ഥാനത്തെ വിശുദ്ധശബ്ദം. കുറവൻമലയ്ക്കും കുറത്തിമലയ്ക്കും ഇടയിലുണ്ടായിരുന്ന വെള്ളച്ചാട്ടത്തെ ഡാം കുത്തകൾക്ക് കാണിച്ചുകൊടുക്കുവാൻ ആദിവാസികൾ നിർബ്ബന്ധിതമായ ചരിത്രമുണ്ട്. പുഴവെള്ളം, കാട്ടുവയൽ എന്നിവയിലൂടെ കാട്ടിലെ തണ്ണീർത്തടങ്ങളെപ്പറ്റി ആദിവാസികൾ മനസ്സിലാക്കിയിരുന്നു.

കാട്ടുതടാകങ്ങൾ

നെല്ലിയാംപതിയിലും പറമ്പിക്കുളത്തും ഇരവികുളത്തും പ്രകൃതിദത്ത തടാകങ്ങളുണ്ട്. ഇവ ഒരിക്കലും വറ്റാത്ത തടാകങ്ങളായിരുന്നു. മലനാടിന്റെ നീർത്തട (കണ്ണീർത്തടം!) ആവാസവ്യവസ്ഥ നിലനിർത്തിയിരുന്നത് ചോലകളായിരുന്നു. കുയിൽ, ചാള, തിരുത, ഇളംപരൽ തുടങ്ങിയ ശുദ്ധജല മത്സ്യങ്ങളുടെ കേന്ദ്രങ്ങൾകൂടിയായിരുന്നു ഈ ജലനിധികൾ. കാട്ടിൽനിന്ന് താഴ്വരകളിലേക്കുള്ള ഈ നദികളുടെ ഒഴുക്ക് ശ്രദ്ധിച്ചാൽ മനസ്സിലാകും, ഉറവകൾ, കിനിഞ്ഞിറങ്ങൽ, മലയിൽനിന്നുള്ള ചെറിയ വെള്ളച്ചാട്ടങ്ങൾ, മഴവെള്ളം ആൾപ്പൊക്കം, കല്ലുകളിൽ തട്ടിയുള്ള പ്രവാഹം, വലിയ വെള്ളച്ചാട്ടങ്ങൾ, കുത്തൊഴുക്ക്, താഴ്വരയിലെ പതിഞ്ഞ പ്രവാഹം, പിന്നെ വൻനദികളായി പരന്നൊഴുകുന്നത്, ആഴമേറിയ കയപ്രവാഹം, കടലോരത്തെ നിശ്ചലപ്രവാഹം എന്നീ ഘട്ടങ്ങളിലൂടെയാണ് നദികൾ പ്രവഹിക്കുന്നതെന്നുകാണാം.

പുഴകൾ നാശത്തിലേക്ക്

പുഴയുടെ അന്താരാഷ്ട്ര നിർവ്വചനത്തിൽ വരുന്നില്ലെങ്കിലും അഴുക്കാണിത്തോട്, കാക്കത്തോട്, നാരങ്ങാത്തോട്, ആനാടിത്തോട്, പരപ്പത്തോട്, പുഴക്കൽ, നെടുപുഴ എന്നിങ്ങനെ ചെറുപുഴകൾ ഇവിടത്തെ ജലസംസ്കൃതിയെ നിയന്ത്രിച്ചിരുന്നവയായിരുന്നു. 10–15 കിലോമീറ്ററിൽ ഒരു പുഴ നമുക്കുണ്ടായിരുന്നു. ഏറ്റവും കൂടുതൽ പുഴകളുള്ള കണ്ണൂർ,

കാസർകോട് ജില്ലകളിലായി ഇരുപതോളം പുഴകളുണ്ട്. ഒഴുക്ക്, വെള്ളപ്പൊക്കം, ആഴം, ജലലഭ്യത, ആചാരം തുടങ്ങിയ ഓരോ കാര്യത്തിലും ഈ പുഴകൾ വ്യത്യസ്തമാണ്. ഇവയിൽ പെരിയാർ, ഭാരതപ്പുഴ, ചാലക്കുടി തുടങ്ങിയ വൻ നദികൾ ഡാം നിർമ്മാണം, മണലെടുപ്പ്, വ്യവസായമാലിന്യം, പുഴകൈയേറൽ എന്നിവകൊണ്ട് പാരിസ്ഥിതികമായ ദുരന്തം ഏറ്റുവാങ്ങിക്കൊണ്ടിരിക്കുകയാണ്. നഗരമാലിന്യങ്ങൾകൊണ്ട് നാശത്തിന്റെ വക്കിലെത്തിയവയാണ് നെയ്യാറ്, കേച്ചേരി, വളപട്ടണം, പനമരം, കടലുണ്ടി എന്നിവ. വ്യവസായ മാലിന്യംകൊണ്ട് ഉപയോഗശൂന്യമായ പുഴയായി മാറുകയായിരുന്നു ചാലിയാറും കുട്ടനാടൻ തോടുകളും പെരിയാറും. മണലെടുപ്പുകൊണ്ട് ചളിനിറഞ്ഞ ചതിക്കുളമായി ഭാരതപ്പുഴയും കരുവന്നൂർ പുഴയും മാറിയിരിക്കുന്നു. പാരിസ്ഥിതികമായി വളരെ പ്രാധാന്യമുള്ളതും ആയിരക്കണക്കിന് ഏക്കർ കൃഷിക്ക് ഏകാശ്രയവുമായ ചാലക്കുടിപ്പുഴയിൽ അതിരപ്പിള്ളി പദ്ധതി വരുന്നതോടെ മറ്റൊരു പുഴകൂടി അഴുക്കുചാലാകും.

കേരളത്തിന്റെ കാർഷികസംസ്കൃതി രൂപംകൊണ്ടത് പുഴതീരങ്ങളിലായിരുന്നു. പ്രാചീനകേരളത്തിലെ നെല്ലറകൾ വിളഞ്ഞത് കാട്ടുപുഴകൾ വന്നുചേരുന്ന വയലുകളിലാണ്. പുഴയിലെ വെള്ളം ചാലുകീറി, രണ്ടും മൂന്നും പൂവ്വ് കൃഷി ചെയ്തുവന്നു. വെള്ളപ്പൊക്കത്തിലൂടെ വന്ന ജലസമ്പത്ത് വയലുകളിലും നാടൻ ബണ്ടുകളിലും ശേഖരിച്ചു. ചീര, ചിറ്റേനി, തവളക്കണ്ണൻ, കുളപ്പാണ്ടി തുടങ്ങിയ നെല്ലിനങ്ങൾ ജലലഭ്യതയനുസരിച്ച് കൃഷിചെയ്തുവന്നു. അധികജലമുണ്ടായിരുന്നയിടങ്ങളിൽ പൊക്കാളിയെന്ന കൃഷിരീതിയാണ് നടപ്പിലാക്കിയിരുന്നത്. ഉത്തരകേരളത്തിലെ കയ്പ്പാടുകൃഷിതനിമയുള്ളതായിരുന്നു. തുലാൻ, ചക്രം, വേത്ത്, കയറ്റുകൊട്ട തുടങ്ങിയ നാടോടി ജലസേചനരീതികളും പുഴകളിലെയും വയലിലെയും ജലലഭ്യതയെ അടിസ്ഥാനമാക്കി രൂപപ്പെടുത്തിയെടുത്തവയായിരുന്നു. പുഴയിൽനിന്ന് തേമാലിക്കണ്ടങ്ങളിലേക്കും (മുകൾഭാഗത്തെ കണ്ടം) വെള്ളം എത്തിച്ചിരുന്ന വലിയ സംവിധാനങ്ങൾ ചാലക്കുടി, കരുവന്നൂർപുഴ, ഭാരതപ്പുഴ എന്നിവിടങ്ങളിലുണ്ടായിരുന്നു. ജലക്കൊയ്ത്തിന്റെ മഹനീയമാതൃകകളായിരുന്ന നാടൻ ജലസേചനയന്ത്രങ്ങൾ ഗ്രാമീണ നൈപുണ്യംകൊണ്ട് നിർമ്മിച്ചതാണ്. വിളകളുടെ നനക്കണക്കുകളും പ്രാദേശികമായ ജലവിതരണ രീതികളും ഇതിൽനിന്ന് മനസ്സിലാക്കാം. മഴയുമില്ല വിളയുമില്ല, താണനിലത്തേ നീരോടു തുടങ്ങിയ അനവധി കാർഷികച്ചൊല്ലുകൾ ജലവുമായി ബന്ധപ്പെട്ട് നിലവിലുണ്ട്. ഗ്രാമീണർ ചികിത്സയ്ക്കായും ജൈവവളത്തിനായും മറ്റും ഉപയോഗിക്കുന്ന സസ്യങ്ങൾ പുഴയോരങ്ങളിലുണ്ടാകുന്നു. പുഴകളിൽ പലതരം കടവുകളും കടത്തുരീതികളുമുണ്ട്. കടവിന്റെ പേരിലാണ് പല പുഴകളും അറിയപ്പെടുന്നത്. അരയൻ കടവ്, പൂരക്കടവ്, അങ്ങാടിക്കടവ് എന്നിങ്ങനെ. വസ്ത്രമലക്കാനും കന്നുകാലികളെ കഴുകാനും കുളിക്കാനും ആചാരങ്ങൾ നടത്താനും പ്രത്യേക കടവുകളുണ്ട്.

പുഴയോരത്താണ് പ്രസിദ്ധമായ പല കാവുകളും ആരാധനാലയങ്ങളുമുള്ളത്. അവയ്ക്കു പുഴയുമായി ബന്ധപ്പെട്ട ഐതിഹ്യങ്ങളാണുള്ളത്. വേനൽക്കാലത്തും വർഷക്കാലത്തും പലതരം നാടോടിക്കളികൾക്കായി പുഴകൾ ഉപയോഗിച്ചുവരുന്നു. പുഴകളിൽ വെള്ളംകുറയുന്ന സമയത്ത് പലതരം വേനൽപ്പച്ചകൾ കൃഷിചെയ്തുവരുന്നു. വെള്ളരികാക്കാൻ നാടകങ്ങളും അരങ്ങേറി. ഇവയ്ക്ക് വെള്ളം നനയ്ക്കുന്നതുപോലും ജലസംരക്ഷണ നാട്ടറിവുകൾ ഉപയോഗിച്ചായിരുന്നു. പുഴകളിലുണ്ടായിരുന്ന (പുണർതം, തിരുവാതിര ഞാറ്റുവേലകളിൽ) വെള്ളപ്പൊക്കത്തെക്കുറിച്ചുള്ള നാട്ടുകഥകൾ അയവിറക്കുന്നവരാണ് കാരണവക്കൂട്ടം. 99 ലെ വെള്ളപ്പൊക്കം ഉദാഹരണം. പുഴ വഴിമാറിയൊഴുകിയതും തടാകങ്ങൾ രൂപപ്പെട്ടതും തുരുത്തുകളുണ്ടായതും മലമട്ട് ഒലിച്ചുവന്നതും കാട്ടുമരങ്ങൾ കടപുഴകി ഒഴുകിവന്നതും വെള്ളപ്പൊക്കത്തിന്റെ അനുഗ്രഹമായിരുന്നുവെന്നാണ് പഴമക്കാർ പറയുന്നത്. മഴപെയ്താൽ പുഴയറിയും, മലവെള്ളം ഒരാള് ഉയരത്തിൽ, രാത്രിപെയ്താൽ പകൽ പുഴ ഉയരും എന്നിങ്ങനെയുള്ള ചൊല്ലുകളുണ്ട്. കതുവന്നൂർ വീരന്റെ തോറ്റംപാട്ടിൽ പ്രാദേശികമായ പുഴകളുടെ പേരുകൾ പറയുന്നുണ്ട്. വണ്ണായ്ക്കടവ്, തുണിയാറ് കടവ്, അത്തിക്കടവ്, മോതിരക്കടവ്, ചതുരൻപുഴ, വന്താർപുഴ, വേളാർക്കോട് പുഴ... ജനങ്ങൾ എന്നും പുഴപരിസ്ഥിതി സംരക്ഷിച്ചിരുന്നു.

നാട്ടുകുളങ്ങൾ നന്മകൾ

ആലിനു ചേർന്നൊരു കുളവും വേണം എന്ന് നാടൻപാട്ടിലുണ്ട്. ദേശത്തിന്റെ ജലസംസ്കാരത്തിന്റെ ഭാഗമാണ് കുളങ്ങൾ. ഇവയെല്ലാം ഒരു കൂട്ടായ്മ കാവിലും കുന്നിന്റെ ചെരിവിടങ്ങളിലും മഴവെള്ളത്തിന്റെ വരവു നോക്കി ജലക്കൊയ്ത്തിന്റെ ഭാഗമായി സംഘടിതമായി നിർമ്മിച്ചതാണ്. നാട്ടാശാരിമാർ സ്ഥാനംനോക്കി കുഴിച്ചവയാണ്. വെറുതെ മണ്ണെടുത്ത് കുഴിച്ചവയും വലിയ വെട്ടുകല്ലുകളും കരിങ്കല്ലും ഉപയോഗിച്ച് പടവുകൾ നിർമ്മിച്ച വലിയ കുളങ്ങളുമുണ്ടായിരുന്നു. മഴക്കാലത്ത് ചില ചാലുകൾ ഇവയിൽ വന്നിരുന്നു. പ്രത്യേകമായ ആവാസരീതികൊണ്ട് പല കുളങ്ങളും വറ്റിയിരുന്നില്ല. കൈത, അമ, വെള്ളിലം, നീരോലി, ചോറ എന്നീ കാടുകൾ കുളങ്ങൾക്ക് ചുറ്റുമുണ്ടാകും. കുളനിർമ്മാണത്തിന് പല കണക്കുകളുമുണ്ട്. പെരുന്തച്ചൻ നിർമ്മിച്ച കുളത്തിന് ഓരോ ദിക്കിൽനിന്നു നോക്കിയാലും പല ആകൃതികൾ കാണുമായിരുന്നുവെന്ന നാട്ടുകഥകളുണ്ട്. ആചാരനിബന്ധനകൊണ്ടാണ് കുളങ്ങൾ നിർമ്മിച്ചുവന്നത്. കുളങ്ങളുടെ നീരൊഴുക്കാണ് ആ പ്രദേശങ്ങളിലെ കിണറുകളിലെ ജലവിതാനം നിലനിർത്തിയിരുന്നതും. ഭൂമിജാതകം, ഉദകാർഗളം എന്നീ പാരമ്പര്യരീതിശാസ്ത്രങ്ങൾ ഉപയോഗിച്ച് ഇവിടത്തെ മൂത്താശാരിമാരുടെ കൈക്കണക്കനുസരിച്ചു കുളങ്ങൾ കുത്തിവന്നു. കേരളത്തിൽ ഏറ്റവുംകൂടുതൽ കുളങ്ങളുള്ളത് (60%) പാലക്കാട് ജില്ലയിലാണ്. വയ

ലിലും കുളങ്ങളുണ്ടാക്കി. പാലക്കാട് മഴ കുറവായതിനാൽ വയലുകളിലെ തലക്കുളങ്ങൾ കൃഷിക്കുപയുക്തമാക്കി.

കിണറുകളിൽ കാത്ത ജലം

ഗ്രാമീണക്കൂട്ടായ്മാജീവിതത്തിന്റെ ഭാഗമായിരുന്നു കിണറുകൾ. ഒരു കാലത്ത് ഗ്രാമത്തിൽ ഒരു പൊതുകിണറാണുണ്ടായിരുന്നത്. അവ വറ്റാറില്ല. പിന്നീടാണ് കഴിവുള്ളവർ സ്ഥാനംനോക്കി കിണറുകൾ കുത്തിയത്. വീട്ടുകിണർ, നാട്ടുകിണർ, കൊക്കർണി, വാൽക്കിണർ, അടുക്കളക്കിണർ, അമ്പലക്കിണർ, ആനക്കിണർ, മണിക്കിണർ എന്നിങ്ങനെ പലതരം കിണറുകളുണ്ടായിരുന്നു. ഇവയെല്ലാം മൂത്താശാരിമാർ സ്ഥാനം നോക്കിയാണ് കുഴിച്ചത്. താംബൂലം, ചിരട്ട മുറിയിലെ വെള്ളത്തിന്റെ തിളപ്പ്, സ്വർണ്ണമാലയുടെ ചലനം, വെള്ളിലം, നീർമരുത്, കടമ്പ്, ഞാവൽ, കരിനൊച്ചി, അത്തി തുടങ്ങിയ വൃക്ഷങ്ങളുടെ സാന്നിദ്ധ്യം, വെളുത്ത തവള, മൺപുറ്റ് നിറം (മഞ്ഞനിറമുള്ളത്), പ്രത്യേകകല്ലുകൾ, ജലാംശം, മണം, താഴ്വരയുടെ കിടപ്പ്, പുല്ല് ഇവ നോക്കിയാണ് ജലാംശം കണ്ടെത്തിയിരുന്നത്. കിണർ പാമ്പിരികളുടെ എണ്ണം നോക്കിയിട്ടാണ് കുത്തിയിരുന്നത്. കൂപലക്ഷണങ്ങളുമുണ്ട്. 11 കോൽ, 12 കോൽ എന്നിങ്ങനെയുള്ള കണക്കുള്ളത് ജലലഭ്യതയെക്കുറിച്ചുള്ള നാട്ടറിവുകളാണ്. കാർത്തിക ഞാറ്റുവേല (ഇടവം-മേയ്)ക്കാലത്താണ് കിണർ കുത്തുന്ന സമയം. ആ ഞാറ്റുവേലയിൽ വെള്ളം കണ്ടാൽ പിന്നെ വറ്റുകയില്ല. വിവിധ ഉറവകളെക്കുറിച്ചുള്ള ജ്ഞാനവും അവർക്കുണ്ട്. ഉറവയെ കരു എന്നു വിളിച്ചുവന്നു. കിഴക്കൻ കരു, വിയർപ്പു കരു എന്ന് രണ്ടുവിധമുണ്ട്. കിഴക്കൻ കരു കണ്ടാൽ നന്ന്, വിയർപ്പു കരുകണ്ടാൽ വേനലിൽ കിണർ വറ്റാൻ സാദ്ധ്യതയുണ്ട് എന്നു തിരിച്ചറിഞ്ഞു. ചെരിഞ്ഞു കിടക്കുന്ന മലനാട്ടിലെ മണ്ണിനടിയിലുള്ള ജലവരവിന്റെ ഗതി നോക്കിയാണ് കിഴക്കൻ കരു എന്നു പറയുന്നത്. ഇടയ്ക്കിടയ്ക്ക് വരുന്നത് വിയർപ്പു കരു. പനിനീര്, കുളനീര്, ഊർ നീര്, കൽനീര്, വളനീര്, മലനീര് എന്നീ 6 തരം ഭൂഗർഭനീരുകൾ ഉണ്ടെന്ന് പറയപ്പെടുന്നു. ഇവ ഭൂമിയുടെ രക്തധമനികൾതന്നെ. ഭൂഗർഭജലത്തിന്റെ പ്രവാഹവും അവയുടെ ഗുണവും നോക്കിയാണ് ജലനിർണ്ണയം നടത്തിയിരുന്നത്. വെള്ളത്തിന്റെ സ്വാദ്, നിറം, കട്ടി ഇവ വ്യത്യാസമുണ്ട്. മണ്ണിനടിയിലെ ജലപ്രവാഹങ്ങളെപ്പറ്റി ബൃഹത്സംഹിതയിൽ പറയുന്നുണ്ട്. വീടിന്റെ ഈശാനകോണിലാണ് കിണർ കുത്തിയിരുന്നത്. കിണറുമായി ബന്ധപ്പെട്ട ധാരാളം ആചാരങ്ങളും ഉണ്ട്. കിണർ കുത്തി വെള്ളം കണ്ടാൽ പാനകം എന്ന ഔഷധപാനീയ വിതരണം ചെയ്തിരുന്നു. വേനൽക്കാലത്ത് കിണർ വെള്ളവും മറ്റും ശുദ്ധീകരിക്കാൻ ബ്രഹ്മി, ചെങ്ങഴിനീര്, ഞെരിഞ്ഞിൽ, കരി, വെള്ളാരം കല്ല്, മണൽ എന്നിവ ഇട്ടിരുന്നു. വായുപ്രവാഹത്തിന് ജലം കോരിത്തുടിക്കണം.

നെല്ലിപ്പടിയിട്ട കിണർ സവിശേഷമായ ഒരു വാസ്തുരീതി

യായിരുന്നു. നെല്ലിയുടെ പലകകൾ വൃത്താകൃതിയിൽ പണിത് കിണറിനടിയിൽ വയ്ക്കുന്ന രീതിയായിരുന്നു അത്. കാസർക്കോടുജില്ലയിൽ വിലങ്ങനെ പാറകൾ തുറന്ന് അവയിലെ ഉറവകൾ വഴി ജലം ശേഖരിക്കുന്ന സുരങ്കങ്ങൾ എന്ന പ്രത്യേക കിണറുകളുണ്ടായിരുന്നു. ഇന്ന് നൂറിൽപ്പരം സുരങ്കങ്ങളുണ്ട്.

ജലമറാത്തൂഴി

വിവിധ ജലപ്രവാഹങ്ങൾ ഭൂമിക്കടിയിലുണ്ടെന്നു പറഞ്ഞല്ലോ. ഭൂഗർഭജലം, പലതരം നീർപ്രവാഹം, ഉറവകൾ, നദികൾ, മേൽത്തട്ടിലെ ജലം ഇവ നിറഞ്ഞ ജലമറാത്തൂഴിയായിരുന്നു കേരളമെന്നാണ് *കൃഷിഗീത*യിൽ പറയുന്നത്. നീർപ്രവാഹംകൊണ്ട് പതം വന്ന ഭൂമിയാണിത്. അതുകൊണ്ട് മഴക്കാലത്ത് മിഴാവിന്റെ കണ്ണുപോലെ പറമ്പുകളിൽ ഉറവകളുണ്ടായിരുന്നുവത്രെ. ഈ നീരൊഴുക്കാണ് മേൽമണ്ണിന്റെ കരുത്ത് നിലനിർത്തി അനവധി ചെറുസസ്യങ്ങളെ മണ്ണിനുമുകളിൽ പിടിച്ചു നിർത്തുന്നത്.

മലയാളമാം നമ്മുടെ ദേശത്തെ
ങ്ങലിവേറുമേ ഭൂമിക്കുനിർണ്ണയം
കൊളനീരും പനനീരും കൽനീരും
വള നീരും പനിനീരു മൂർനീരും
ആറു നീരൊലിച്ചീടുന്ന ഭൂമിയീ
ലേറെയുണ്ടാം വിളവെന്നു നിർണ്ണയം (*കൃഷിഗീത* 2, പേ. 49)

ഇത്രയും ഭൂമിക്കടിയിലെ ജലത്തിന്റെ പ്രത്യേകതകളാണ്. ഉപരിതലത്തിലെ ജലപ്രകൃതിയെപ്പറ്റി പറയുന്നതു നോക്കുക:

കൊളവും കിണറുമതിലുള്ളൊരു
തെളിവെള്ളമിതിന്നേറെയാകുന്നു
കുഴിയും തോടും താങ്ങലുമെന്നിവ
ചുഴന്നാനദി വെള്ളവുമുണ്ടഹോ
പുഞ്ചയാകുന്നു പൊന്നാരിയന്നിഹ

വീട്ടുകുളങ്ങൾ/പറമ്പിലെ കുളങ്ങൾ

കിണറുകൾക്കും കുളങ്ങൾക്കും പുറമെ നനയ്ക്കുന്നതിനും മറ്റും വേണ്ടി ചെറിയ കുളങ്ങൾ തീരപ്രദേശങ്ങളിലും വയൽക്കര-കടൽക്കര ആവാസങ്ങളിലും കാണുന്നു. ഇവയിൽ ധാരാളം ആമകളുണ്ട്. അലക്കാനും കുളിക്കാനും മെടയാനുള്ള തെങ്ങോല വെള്ളത്തിലിടാനും ചകിരി വെള്ളത്തിലിടാനും വിത്തുതേങ്ങ മുളപ്പിക്കാനും കുട്ടികളെ നീന്തൽ പഠിപ്പിക്കുന്നതിനും ഇവ ഉപയോഗിച്ചുവന്നു. ഭൂമിക്ക് വില വർദ്ധിച്ചതോടെ ഇത്തരം കുളങ്ങൾ അനവധി മൂടിപ്പോയി. ചില ഔഷധങ്ങൾ ശുദ്ധീകരിക്കാൻ ഈ നാട്ടുകുളങ്ങൾ ആവശ്യമായിരുന്നു. വേനൽക്കാ

ലത്ത് പറമ്പിൽ നനകൂട്ടുന്നതിന്, കൊട്ടത്തേക്ക് ഒരുക്കുന്നതിന് ഈ വീട്ടുകുളങ്ങളാണുപയോഗിച്ചിരുന്നത്.

മഴ വരവ്

കേരളത്തിൽ ശരാശരി 3000 മില്ലിമീറ്റർ മഴ പെയ്യുന്നുവത്രെ. ഓരോ വർഷവും മഴയുടെ അളവും ദൈർഘ്യവും കുറഞ്ഞുവരുന്നതായി അഭിപ്രായപ്പെടുന്നു. കാലവർഷം, തുലാവർഷം, വേനൽമഴ, പടുമഴ, ന്യൂനമർദ്ദമഴ എന്നിവ ഇവിടെ ലഭിച്ചിരുന്നു. പത്തു ഞാറ്റുവേല പകലെ പിറന്നാൽ പാളയുംകുത്തി എരക്കാം എന്നൊരു ചൊല്ലുണ്ട്. ഇടവം 15 മുതൽ കാലവർഷക്കാറ്റ് വീശാൻ തുടങ്ങുന്നു. തെക്കുപടിഞ്ഞാറൻ ദ്വീപസമൂഹത്തിൽനിന്നു പുറപ്പെടുന്ന നീരാവി നിറഞ്ഞ കാറ്റാണ് മൺസൂൺ കാലവർഷക്കാറ്റായി വീശാൻ തുടങ്ങുന്നത്. ഇതാണ് മഴ എന്ന അനുഭവമായി മാറുന്നത്. ഈ പടിഞ്ഞാറൻ കാറ്റിന്റെ ഗതി മുൻകൂട്ടി നിശ്ചയിക്കാനുള്ള കഴിവ് കേരളത്തിലെ കർഷകർക്കുണ്ടായിരുന്നു. മകരം 28 ന് വൈക്കോൽ തുറുവിൽ ഒരു കൊടി കെട്ടി ഇത് മനസ്സിലാക്കി കാലവർഷം നേരത്തെയാണോ വൈകിയാണോ എന്നു കണക്കാക്കിവന്നു. അതനുസരിച്ച് വിത്തു വിതയ്ക്കുന്നതും ഞാറ്റടിയൊരുക്കുന്നതും ഏകദേശം കൃത്യമായിരുന്നു. പ്രകൃതിയെ തൊട്ടറിഞ്ഞ കാലാവസ്ഥാവിജ്ഞാനീയത്തെ അട്ടിമറിച്ചുകൊണ്ടാണ് ഇവിടെ ഹരിതവിപ്ലവകൃഷി കടന്നുവന്നത്.

ഞാറ്റുവേലകൾ

ഞാറ്റുവേലകളെ അടിസ്ഥാനമാക്കിയുള്ള മഴവിഭജനം മലയാളിക്കറിയാമായിരുന്നു. ഓരോ ഞാറ്റുവേലയ്ക്കും പെയ്ത മഴയുടെ അളവ്, ദൈർഘ്യം, വ്യത്യസ്ത കാറ്റിന്റെ ഗതി, ഉർവ്വരത, ഗുണം എന്നിവ വിവേചിച്ചറിയാൻ ഈ നാട്ടറിവുകൾക്കു കഴിഞ്ഞിരുന്നു. 10 ഞാറ്റുവേല എന്നതായിരുന്നു കണക്ക്. അതനുസരിച്ച് മഴയ്ക്ക് പേരുകളും പറഞ്ഞുവന്നു.

പുണതത്തടിയൻ (പുണർതം ഞാറ്റുവേലയിലെ തടിച്ച തുള്ളികൾ)

ശക്രാന്തിത്തടിയൻ (തിരുവാതിരയിലെ ജലസമൃദ്ധി)

ചിറമുറിയൻ (ചിറകൾ കവിയുന്ന ജലംവരവ്)

വരമ്പുമുറിയൻ (വരമ്പുകൾ പൊട്ടിപ്പോകുന്ന വെള്ളംവരവ്) എന്നിവയായിരുന്നു മഴപ്പേരുകൾ.

ചന്ദ്രൻ ഭൂമിയെ ചുറ്റുമ്പോൾ സൂര്യനു സമീപം എത്തിച്ചേരുന്ന ദിനങ്ങളാണ് ഒരു ഞാറ്റുവേല. ഈ സമയത്ത് കാണുന്ന നക്ഷത്രങ്ങളെ നോക്കി ഓരോ ഞാറ്റുവേലയ്ക്കും ആ നക്ഷത്രങ്ങളുടെ പേരുകൾ വിളിച്ചുവന്നു. 27 ഞാറ്റുവേലകളാണ് ആകെ. 13½ ദിവസമാണ് ഒരു ഞാറ്റുവേല. തിരുവാതിര മാത്രം 15 ദിവസം നീണ്ടുനില്ക്കുന്നു.

മഴസൂചനകൾ

ഗ്രാമീണർ പ്രകൃതിയിലെ ചില സൂചനകൾ അറിഞ്ഞ് കാലാവസ്ഥാപ്രവചനം, പ്രത്യേകിച്ച് മഴ വരവ് പറഞ്ഞിരുന്നു. മണ്ണ് പഴുത്താൽ മഴയുടെ സൂചനയാണ്, മേഘങ്ങൾ നിറഞ്ഞ് വല്ലാത്ത പുഴുക്കം അനുഭവപ്പെട്ടാൽ, സൂര്യോദയത്തിലെ മഴവില്ല്, തവളകളുടെ ശബ്ദം, പക്ഷികൾ നേരത്തെ കൂട്ടമായി പറക്കുന്നത്, പശു കരയുന്നത്, ഉറുമ്പ് കൂടു മാറുന്നത്, തുമ്പി താഴ്ന്നു പറക്കുന്നത്, മഴക്കൊച്ച എന്ന പക്ഷി കരയുന്നത്, ചന്ദ്രന്റെ പരിവട്ടം കാണുന്നത്, കുന്നുകളുടെ നിറമാറ്റം, പൂച്ചകൾ മണ്ണുമാന്തുന്നത്, ഓന്തുകളും പാമ്പുകളും വൃക്ഷത്തിന്റെ കവരങ്ങളിൽ കയറിക്കാണുന്നത് ഇവയെല്ലാം മഴസൂചനകളാണ്.

കൃഷിഗീതയും വെള്ളവും

17-ാം നൂറ്റാണ്ടിന്റെ വാമൊഴിയായി പ്രചരിച്ചിരുന്ന കുടിപ്പള്ളിക്കൂട പാഠപുസ്തകമാണ് *കൃഷിഗീത.* ഇതിലെ രണ്ടാമദ്ധ്യായം മഴ, ഞാറ്റുവേല, ജലസേചനം, കാലാവസ്ഥ, ഭൂഗർഭജലം ഇവയ്ക്കായി മാറ്റിവച്ചിരിക്കുന്നു. 'വെള്ളം തന്നെ കൃഷിക്കു പ്രധാനമെന്നുള്ളിലെല്ലാരും നിരൂപിച്ചുകൊള്ളണം' എന്നു പറയുന്നുണ്ട്. കൃഷിജലത്തിന്റെ പ്രാധാന്യം ഇതിൽനിന്നു മനസ്സിലാക്കാം. ഈ കൃഷിജലമാണ് ഇന്ന് വ്യാപകമായി മറ്റാവശ്യങ്ങൾക്ക് ഊറ്റിയെടുക്കുന്നത്. പ്രത്യേകിച്ച് കുപ്പിക്കമ്പനികൾ.

മഴ ധർമ്മവൃഷ്ടിയാണ്. അധർമ്മം നിലനില്ക്കുന്നിടത്ത് മഴയുണ്ടാവില്ല. തെക്കേഇന്ത്യ മുഴുവനായിട്ടാണ് കൃഷിഗീതാകാരൻ മഴയുടെ ഭൂമിശാസ്ത്രം തയ്യാറാക്കുന്നത്. ചേര, ചോഴ, പാണ്ഡ്യന്മാർക്ക് അവകാശപ്പെട്ട മഴയുടെ അളവ് കൃത്യമായി നിർണ്ണയിക്കുന്നുണ്ട്. കാവേരി പ്രശ്നവും മുല്ലപ്പെരിയാർ പ്രശ്നവും അളിയാർ പ്രശ്നവും കത്തിനില്ക്കുമ്പോൾ ആദി തമിഴ്കാലത്തുതന്നെ മഴ വിഭജിക്കാൻവേണ്ടി മൂവേന്തർ ചർച്ച നടത്തിയിരുന്നുവെന്ന് ഈ കൃതിയിൽ തെളിയുന്നു (കൃ.2. 50–55). കാശിയിൽവച്ചായിരുന്നു തപസ്സും ചർച്ചയും. ചിലപ്പോൾ അനാവൃഷ്ടിയുണ്ടാകുമെങ്കിലും പൊതുവെ കേരളത്തിൽ അതിവൃഷ്ടിയാണുണ്ടായിരുന്നത്.

മഴകുറയുന്നതുകൊണ്ട് വില കുറയുന്നുവെന്നും രാജാക്കന്മാർ പറയുന്നുണ്ട്. അഗസ്ത്യൻ നിർമ്മിച്ച കുടകു മലയിൽനിന്നാണ് തലക്കാവേരി ഉത്ഭവിക്കുന്നത്. അതിൽ ധാരാളം ജലമുണ്ട്. ചോളരാജ്യത്തിന്റെ രക്ഷയാണ് ഈ നദി. അഗസ്ത്യൻ തപസ്സുചെയ്ത അഗസ്ത്യഗിരിയിൽനിന്ന് താമ്രപർണ്ണി നദിയൊഴുകുന്നു. അതിനാൽ പാണ്ടിനാടിനും കുഴപ്പമില്ല. മഴപെയ്യാൻ 4 മാസങ്ങൾ ഓരോ നാടിനായി വീതിച്ചുകൊടുത്തത് ഇന്ദ്രനാണ്. ധർമ്മമാനസന്മാരായി ഇരുന്നാൽ തൃപ്തിവരുന്നോളം മഴ തരാം എന്നാണ് ഇന്ദ്രൻ പറയുന്നത്. മൂന്ന് ഭൂപന്മാർ വഴക്കുകൂടാതെ മഴയെ വിഭജിച്ച് ധർമ്മചിത്തന്മാരായി കഴിഞ്ഞുകൂടണം. ഇങ്ങനെയാ

യിരുന്നു വിഭജനം:

ചേരം	ചോളം	പാണ്ഡ്യം
മിഥുനം	തുലാം	കുംഭം
കർക്കിടകം	വൃശ്ചികം	മീനം
കന്നി	ധനു	മേടം
ചിങ്ങം	മകരം	എടവം

പക്ഷേ, ചേരനാട്ടിൽ മഴ കുറഞ്ഞതുകാരണം മഴ പോരെന്ന് അഭിപ്രായപ്പെട്ടപ്പോൾ ചോളരാജ്യം വൃശ്ചികവും തുലാമാസവും പാണ്ടിരാജ്യം മേടവും എടവവും നല്കി. ഈ മഴ ഇടമാരി എന്നറിയപ്പെട്ടു. ചോളൻ നല്കിയ മഴ കിഴക്കൻമഴ എന്നറിയപ്പെട്ടു. മഴയ്ക്ക് മുമ്പ് ഇടിവെട്ടും എന്നതാണ് തുലാമഴയുടെ പ്രത്യേകത. കിഴക്ക് വായു അടിച്ച് ഇടിവാളു പായും. തുലാമാസത്തിൽ തിരഞ്ഞയ്യടി നേരത്ത് (ഉച്ചതിരിഞ്ഞ് സൂര്യൻ അയ്യടിയിൽ എത്തുമ്പോൾ) മഴ പെയ്യും. ചോതി ചോളന്റെ നാളാണ്. ആദിത്യൻ ചോതിനക്ഷത്രത്തിൽ നില്ക്കുമ്പോൾ വർഷം ഏറും. പാണ്ഡ്യൻ പകരം കൊടുത്ത മഴയുടെ ലക്ഷണം വേറെയാണ്. വലിയ കണങ്ങളുണ്ടാകും. ആലിപ്പഴം പെയ്യും. കുമിളകൾ ഉയരും. പാണ്ഡ്യന്റെ നാളായ രോഹിണി ഞാറ്റുവേലയ്ക്കാണ് ഏറ്റവും ശക്തമായ മഴയുണ്ടാകുക. ഭൂമിക്ക് ഉർവ്വതയുണ്ടാക്കുന്നതാണ് മഴ. അണയാതെ വർഷിക്കുന്നതുകൊണ്ട് അണലിയെന്ന വൃഷ്ടിയുണ്ടാകുന്നു. ചേരന്റെ നാളായ തിരുവാതിര ഞാറ്റുവേലയിൽ അഹോരാത്രം പെരുവൃഷ്ടിയുണ്ടാകുന്നു. ഈ സമയത്താണ് ഫലമൂലങ്ങൾ വർദ്ധിക്കുന്നത്.

'മഴ നോക്കീട്ടു ചെയ്യണമേവരും
കൃഷി കർമ്മണി കർമ്മങ്ങൾ നിർണ്ണയം.'

പുതുമാരിയും ബീജവും കൂടുമ്പോൾ ചെടികൾ നന്നായി ഉണ്ടാകുന്നു. ഓരോ ഞാറ്റുവേലയിലെയും ഭൂമിയിലെ വെള്ളത്തിന്റെ അളവും പ്രത്യേകതയും ഇതിൽ വിവരിക്കുന്നുണ്ട്. വെള്ളക്കെട്ടുള്ള പുഞ്ചനിലങ്ങളുടെ സ്വഭാവങ്ങളും പറയുന്നുണ്ട്. പൂരക്കളിയിലെ പള്ളുപാട്ടിലും മഴ പുരാവൃത്തമുണ്ട്. അനുഗൃഹീതമായ ഈ മഴപ്രകൃതിയെയാണ് കൊള്ളയടിച്ച് നശിപ്പിക്കുവാൻ ശ്രമിക്കുന്നത്. പെട്രോളിനേക്കാളും വിലയേറിയതാണ് വെള്ളം എന്നു മനസ്സിലാക്കിയ കോളക്കമ്പനികൾ കഴിഞ്ഞ നാല്പതുവർഷമായി ജലചൂഷണം തുടരുന്നു.

ജലവും വൃക്ഷവും

ഭൂഗർഭജലപ്രവാഹം തിരിച്ചറിയാനുള്ള സൂചന നല്കുന്ന ചില വൃക്ഷങ്ങളെപ്പറ്റി നാട്ടറിവിൽ പറയുന്നുണ്ട്. ആറ്റുവഞ്ചി, കടമ്പ്, നീർമരുത്, മാതളം, അമ്പഴം, മയിലെള്ള്, ഇലഞ്ഞി, ആയിനി, വെള്ളിലം എന്നിവയുടെ സമീപത്ത് ജലം ഉണ്ടാകും. കിണറുകൾ കുഴിച്ചാലും ഈ മരങ്ങൾ നട്ടുകൊടുക്കുന്നത് നല്ലതാണ്. വൃക്ഷങ്ങളുടെ ലക്ഷണം

നോക്കിയും ജലലഭ്യത നിർണ്ണയിക്കുന്ന ശാസ്ത്രങ്ങളുണ്ട്. നല്ലവണ്ണം ഇല തഴച്ച് ഭൂമിയോടൊട്ടി വളരുന്ന സസ്യങ്ങൾ അതിന്റെ ലക്ഷണമാണ്. കൊന്നപ്പൂ വെളുത്തു കണ്ടാൽ സമീപം വെള്ളമുണ്ടെന്നാണ് ഭൂമി ജാതകസൂചന. ചില പ്രത്യേക വൃക്ഷങ്ങൾക്കു സമീപം മൺപുറ്റ് കാണുകയാണെങ്കിൽ വെള്ളം കാണും. സ്ഥിരമായി തവളയെ കാണുന്ന സ്ഥലവും പുല്ല് തഴച്ചുനില്ക്കുന്ന സ്ഥലവും വെള്ളമുള്ളിടമാണ്. വൃക്ഷസൂചനയിലൂടെ കേരളത്തിന്റെ മഴക്കണക്ക് അവതരിപ്പിക്കുന്ന രസകരമായൊരു കടങ്കഥയുണ്ട്.

'ആണ്ടെന്നൊരുമരം
ഈരാറ് പന്ത്രണ്ട് കൊമ്പതിന്
അതിലാറുപച്ച
ആറുണക്ക'

ഇവിടെ 6 മാസം മഴയും 6 മാസം വെയിലുമായിരുന്നു.

പറക്കണക്ക്

കേരളത്തിൽ പെയ്തിരുന്ന മഴയെക്കുറിച്ചൊരു നാട്ടുകണക്കുണ്ട്. അത് 60 യോജന വിസ്താരവും 100 യോജന നീളവുമുള്ള ഒരു സാങ്കല്പിക പറയിൽ കൊള്ളുന്ന വെള്ളമാണ്. ഇത് ഒരു പറവർഷം (കൃഷിക്ക് ന്യൂനതയുണ്ടാകും), രണ്ടു പറവർഷം (വിരിപ്പിന് വെള്ളം ധാരാളം കിട്ടും), മൂന്നു പറവർഷം (സമൃദ്ധിയായ മഴയുണ്ടാകും), നാലു പറവർഷം (അവിടവിടെ മഴ പെയ്യും – വെള്ളം കുറവാകും) എന്നിങ്ങനെ തിരിക്കുന്നു. ജ്യോതിശ്ശാസ്ത്രവും പറക്കണക്കും തമ്മിലുള്ള ബന്ധവും കർഷകർക്കറിയാം. ഇത് വിഷുഫലം വഴി നിർണ്ണയിക്കുന്നു.

മേടം മുതൽ കർക്കിടകമാസംതൊട്ട് മേഘത്തിന്റെ പ്രസവമാണ് എന്നും പറയുന്നു. ഇതെല്ലാം മഴക്കണക്കിനെ അടിസ്ഥാനമാക്കിയ നാട്ടുനടപ്പായിരുന്നു. ജലാംശത്തെപ്പറ്റിയുണ്ടായിരുന്ന പ്രായോഗികതന്ത്രങ്ങളിൽനിന്ന് ജനങ്ങളെ മാറ്റിയെടുക്കുകയാണ് കുപ്പിവെള്ളക്കമ്പനികൾ ചെയ്യുന്നത്. ജനങ്ങളുടെ ആശ്രയമായിരുന്ന ഭൂമിജലത്തിന്റെ ഉറവകൾ വറ്റിച്ച് അവരെ കുപ്പിവെള്ളത്തിന്റെ അടിമകളാക്കുന്ന തന്ത്രം ബോധപൂർവ്വം നടത്തുകയാണെന്ന് തിരിച്ചറിയണം.

ജലസാന്ദ്രത നിലനിർത്താനുള്ള ഉപാധികൾ

1. നാലോ ആറോ അടി വീതിയും നീളവും മൂന്നടി താഴ്ചയുമുള്ള ചെറിയ മഴക്കുഴികൾ വെള്ളം സമാഹരിക്കുന്നതിനായി കുഴിക്കുക.

2. വിസ്തൃതിയുള്ള സ്ഥലമുണ്ടെങ്കിൽ 30, 30, 10 (നീളം, വീതി, ആഴം) അടി വലിപ്പത്തിൽ ചെറിയ കുളങ്ങൾ നിർമ്മിക്കാവുന്നതാണ്. മഴവെള്ളം ശേഖരിച്ചുകഴിഞ്ഞാൽ ഈ കുളങ്ങളിൽ താമര, ബ്രഹ്മി, ചെങ്ങഴിനീര്, നെയ്തലാമ്പൽ എന്നിവ ഇടാവുന്നതാണ്. ഇതിനുചുറ്റും

കാട്ടുപൊന്ത വളർന്നുവരുന്ന സാഹചര്യം ഒരുക്കാം.

3. ഒരു സ്ഥലത്തു പെയ്യുന്ന മഴവെള്ളം മുഴുവൻ മറ്റുള്ളിടത്തേക്ക് ഒലിച്ചുപോകാത്ത വിധത്തിൽ കാനകൾ കോരുകയും വരമ്പുകൾ വയ്ക്കുകയും കൽക്കഴകൾ നിർമ്മിക്കുകയും വേണം.

4. മണ്ണുസംരക്ഷണത്തിനായി കെട്ടുന്ന തടയണകളിലൂടെ വെള്ളം പതുക്കെ ഒലിച്ചിറങ്ങുന്നവിധത്തിൽ അർദ്ധവൃത്താകൃതിയിൽ തടയണകൾ കെട്ടാം. ചെങ്കുത്തായ പ്രദേശങ്ങളിൽ മഴക്കാലത്ത് ചെറിയ വെള്ളച്ചാട്ടങ്ങൾ ഉണ്ടാക്കാം.

5. മഴവെള്ളം കിണറുകളിലും ശേഖരിക്കണം. കിണറിനു മുകളിൽ അരിപ്പരൂപത്തിലുള്ള ഒരു വലയിട്ട് കഴിയുന്നത്ര മഴവെള്ളം കിണറ്റിലേക്ക് വീഴുന്ന വിധത്തിൽ സംവിധാനം ഉണ്ടാക്കാവുന്നതാണ്.

6. ടെറസ്സിനുമുകളിൽ പെയ്യുന്ന മഴവെള്ളം ശേഖരിച്ച് പൈപ്പുകളിലൂടെ ഒരു ടാങ്കിൽ നിറയ്ക്കാവുന്നതാണ്. ഇതിനായി മണ്ണിൽ ഒരു ടാങ്ക് നിർമ്മിക്കാം. ഈ വെള്ളം മണലും കരിയും ഉപയോഗിച്ച് അരിച്ചെടുക്കാനുള്ള സംവിധാനമുണ്ടെങ്കിൽ കുടിക്കാനുപയോഗിക്കാം. അടച്ചുവച്ചാൽ നീണ്ടകാലം കേടുവരില്ല. പഴയ പുരകളിൽ പാത്തികൾവെച്ച് വെള്ളം ഒരുഭാഗത്തേക്ക് തിരിച്ചുവിട്ടിരുന്നു.

7. വേനൽക്കാലത്ത് മിതമായ നന നടത്തുക. പൈപ്പുകളിലൂടെ തുള്ളിയായി ജലസേചനം നടത്തുന്ന രീതി നാണ്യവിളകൾക്കും മറ്റും അനുയോജ്യമാണ്. വേരിലേക്കുതന്നെ വെള്ളമെത്താൻ ഇത് സഹായിക്കുന്നു. കുടത്തിൽ ഒരു ദ്വാരമുണ്ടാക്കി തെങ്ങിന് വെള്ളമൊഴിച്ചുവയ്ക്കുന്ന രീതി പണ്ടുണ്ടായിരുന്നു.

ജലസംരക്ഷണത്തിനുള്ള പ്രായോഗിക നിർദ്ദേശങ്ങൾ

1. കിണറുകളും കുളങ്ങളും ഉറവകളും സുരങ്കങ്ങളും ചതുപ്പുകളും നീർച്ചാലുകളും ഗ്രാമസമിതികൾ ഏറ്റെടുത്ത് സംരക്ഷിക്കുക. ഇന്ന് ഉപയോഗിക്കാതെകിടക്കുന്ന കിണറുകൾ മഴയ്ക്കുമുൻപ് മണ്ണെടുത്ത് വൃത്തിയാക്കുക. പൊതുകുളങ്ങളിൽ പ്ലാസ്റ്റിക് തുടങ്ങിയ മാലിന്യങ്ങളിടുന്നതിനെതിരെ ബോർഡുകൾ സ്ഥാപിക്കുക. ജാഗ്രത പുലർത്തുക.

2. വീട്ടുമുറ്റത്തും പറമ്പിലും തുറന്ന സ്ഥലങ്ങളിലും ഇലകൾ കൊണ്ട് പുതയിടണം. ഇത് മണ്ണുസംരക്ഷിക്കുന്നതിനും വിത്തുകൾ മുളയ്ക്കുന്നതിനും സഹായകമാണ്.

3. മഴവെള്ളം വീഴുന്നിടത്തുതന്നെ താഴുന്നതിന് ചെറിയ മഴക്കുഴികൾ ഉണ്ടാക്കുക. പറമ്പുകളിലും മറ്റുമുള്ള കല്ലുമടകളിലേക്കും ചെങ്കൽകുഴികളിലേക്കും ആണി തിരിച്ചുവിട്ട് വെള്ളം സംരക്ഷിക്കണം.

4. വരമ്പുകളും മൺകയ്യാലകളും കൽക്കഴകളും കെട്ടി വെള്ളത്തിന്റെ ഒഴുക്ക് തടയുക.

5. ഒഴുകിവരുന്ന വെള്ളം ഒരിടത്ത് സമാഹരിച്ച് ചെറിയ കുളങ്ങൾ ഉണ്ടാക്കുക.

6. വരമ്പുകളിലും മറ്റും സസ്യനിരകൾ നട്ടുവളർത്തുക, ഔഷധ സസ്യങ്ങൾക്കും ഇലച്ചെടികൾക്കും ഫലവൃക്ഷങ്ങൾക്കും പ്രാധാന്യം നല്കുക. ബഹുവിളകളുടെ സംഗമഭൂമിയായിരിക്കണം തോട്ടം.

7. ജൈവവൈവിദ്ധ്യമുള്ള കാട്ടുപൊന്തകളും കാവുകളും സംരക്ഷിക്കുക. ജലത്തെ പിടിച്ചുനിർത്താൻ ഏറെ കഴിവുള്ളവയാണ് കാടുകളും കാവുകളും.

8. തെങ്ങ്, കവുങ്ങ് തുടങ്ങിയവയ്ക്ക് തടമെടുത്ത് ജലസംരക്ഷണം നടത്തുക. ചേന, ചേമ്പ് തുടങ്ങിയവയ്ക്കും തടമെടുക്കുന്ന നാട്ടുമാർഗ്ഗങ്ങൾ വെള്ളം ഊർന്നിറങ്ങുന്നതിന് സഹായിക്കുന്നു. തടമെടുത്ത് ജലസേചനം നടത്തുമ്പോൾ ജലത്തിന്റെ പാഴ്ച്ചെലവ് നിയന്ത്രിക്കപ്പെടുന്നു. പറമ്പുനനയുടെയും ആണിതിരിക്കലിന്റെയും രീതികൾ മനസ്സിലാക്കുക.

9. ചെരിവുള്ള ഭൂമിയിൽ വളക്കൂറുള്ള മേൽമണ്ണ് ഒലിച്ചുപോകാതിരിക്കാനായി തട്ടുകളാക്കി കൃഷിചെയ്യുക. മണ്ണിൽ പുതയിടുന്നത് ഇതിനെ സഹായിക്കുന്നു.

10. ഒരു ഗ്രാമത്തിന്റെ നീർത്തടങ്ങൾ കണ്ടെത്തി സംരക്ഷിക്കുക.

11. നാടൻ ജലസേചനമാർഗ്ഗങ്ങൾ അമിതമായ ജലവിനിയോഗം തടയുന്നു. പുതയിട്ട സ്ഥലത്ത് നനയ്ക്കുമ്പോൾ ദിവസങ്ങളോളം നനവ് നില്ക്കുന്നത് ശ്രദ്ധിക്കുക.

12. പെയ്യുന്ന മഴവെള്ളം പൈപ്പുകൾവഴി നീർത്തൊട്ടികളിൽ സംരക്ഷിച്ചുവയ്ക്കാവുന്നതാണ്. മണലും കരിയും നിറച്ച ടാങ്കുകളിൽ അരിച്ച് ഈ വെള്ളം ഉപയോഗിക്കാം. ഇപ്രകാരം ചെയ്യുന്നില്ലെങ്കിൽ ഈ വെള്ളം മുഴുവനും ഒഴുകി ഉപയോഗയോഗ്യമല്ലാതായി മാറുകയാണ്.

13. പെയ്യുന്ന വെള്ളം കഴിയുന്നത്ര കിണറുകളും കുളങ്ങളും ശേഖരിക്കാനുള്ള സംവിധാനമൊരുക്കുക. മഴക്കാലത്ത് നിറയുന്ന കിണറുകളും കുളങ്ങളും വേനൽക്കാലത്ത് വെള്ളം കരുതിവയ്ക്കുന്ന കലവറയാണെന്ന് തിരിച്ചറിയുക.

14. ഭൂഗർഭ ജലസമ്പത്ത് ചൂഷണം ചെയ്യാതിരിക്കുക. കുഴൽകിണറുകളും മറ്റും ഭൂമിയുടെതന്നെ സന്തുലിതാവസ്ഥയ്ക്ക് പ്രതികൂലമായി ബാധിക്കുന്ന സംഗതികളാണ്. ഉപ്പുവെള്ളം കയറൽ, ഭൂഗർഭജലനാശം, ഭൂഘടനയ്ക്കുള്ള മാറ്റം എന്നിവയാണ് കുഴൽക്കിണറുകൾകൊണ്ടുള്ള ദോഷങ്ങൾ. കുപ്പിവെള്ളക്കമ്പനികളുടെ ഭൂഗർഭജല ചൂഷണം അനുവദിച്ചുകൂടാ.

15. മുറ്റങ്ങൾ കോൺക്രീറ്റ് ചെയ്യരുത്. മണലോ ചരൽക്കല്ലോ വിരിച്ച് വെള്ളം ഊർന്നിറങ്ങാൻ സഹായിക്കുക.

16. വേനൽക്കാലത്ത് കുടിവെള്ളത്തിൽ മാലിന്യങ്ങൾ കലർന്നാണ് വയറിളക്ക രോഗങ്ങൾ ഉണ്ടാകുന്നത്. വ്യവസായ മാലിന്യങ്ങളും കീടനാശിനികളും കുടിവെള്ളത്തിൽ കലരാതിരിക്കാൻ ശ്രദ്ധിക്കണം. ശരീരത്തിലെ ജലാംശം നിലനിർത്തുന്നതിന് പാരമ്പര്യ പാനീയങ്ങൾ ഉപയോഗിക്കുക.

17. വൃഷ്ടിപ്രദേശങ്ങളിലെ വനനാശം ഉരുൾപൊട്ടലിനും അമിതമായ മണ്ണൊലിപ്പിനും കാരണമാകുന്നു.

18. വനമേഖലകളിൽ ആയിരക്കണക്കിന് ശുദ്ധജല ഉറവകളുണ്ട്. ആദിവാസികളും മറ്റും മുളമ്പാത്തികളുപയോഗിച്ച് വെള്ളമെടുക്കുന്നു. ഇത്തരം കാട്ടുറവകൾ നശിപ്പിക്കാതിരിക്കുക. കാസർകോട്ടെ സുരങ്കങ്ങളുടെ പാരമ്പര്യ ജലവിനിയോഗരീതി സംരക്ഷിക്കുക.

19. ചീഞ്ഞ ചകിരി നിക്ഷേപിക്കുന്നതുകൊണ്ട് പല ശുദ്ധജല നദികളും നശിക്കുന്നു.

20. നീർച്ചാലുകളിൽ ഒഴുക്ക് പൂർണ്ണമായും തടസ്സപ്പെടുത്തുന്ന തടയണകൾ പാടില്ല. മരക്കമ്പുകളും കല്ലും തഴുതൽമുളയും മണ്ണും ഉപയോഗിച്ചുള്ള താല്ക്കാലിക ബണ്ടുകൾ നിർമ്മിക്കുക. മത്സ്യങ്ങളുടെ സഞ്ചാരം തടയാൻ പാടില്ല. മണ്ണിനടിയിൽ നീരൊഴുക്കുള്ള സ്ഥലങ്ങളിലും സ്ഥിരം തടയണ കെട്ടരുത്. തടയണകൾ കൽക്കഴ, കളിമണ്ണ് എന്നിവകൊണ്ടുണ്ടാക്കുക.

മേൽപ്പറഞ്ഞ നിർദ്ദേശങ്ങൾ ഓരോപ്രദേശത്തിനും അനുയോജ്യമായ രീതിയിൽ ഉപയോഗിച്ച് മഴസമ്പത്ത് സംരക്ഷിക്കുവാനുള്ള മഴക്കൊയ്ത്തുത്സവങ്ങളിൽ എല്ലാവരും പങ്കാളികളാവുക.

ജലശുദ്ധീകരണത്തിന്റെ നാട്ടറിവുകൾ

വേനൽക്കാലത്ത് കുളത്തിലെയും പുഴയിലെയും വെള്ളം താഴോട്ടിറങ്ങുമ്പോൾ വെള്ളം ശുദ്ധീകരിക്കുന്നതിനും ദാഹം തീർക്കുന്നതിനും പല നാട്ടുമാർഗ്ഗങ്ങളും സ്വീകരിച്ചിരുന്നു. കൂപശാസ്ത്രങ്ങളും ഭൂമിജാതകങ്ങളും എഴുതപ്പെട്ടത് ജലവിനിയോഗത്തിന്റെ നാട്ടറിവുകളെ അടിസ്ഥാനമാക്കിയാണ്. കുളത്തിലെ വെള്ളം സ്വാഭാവികമായും ശുദ്ധീകരിക്കുന്നത് മത്സ്യങ്ങളും ആമകളും നീർപ്പക്ഷികളും മറ്റു ജീവജാലങ്ങളുമാണ്. സൂര്യതാപമേറ്റ് ജലം ആവിയായിപ്പോകാതിരിക്കുന്നതിന് താമര, ആമ്പൽ എന്നിവ വളർത്താറുണ്ട്. കുളത്തിലേക്കുള്ള ചെളിവെള്ളമോ അഴുക്കുവെള്ളമോ ശുദ്ധീകരിക്കുന്നതിന് കൈത, അമ, രാമച്ചം എന്നീ സസ്യങ്ങൾ ആ ഭാഗത്ത് നട്ടുകൊടുക്കുന്നു. ധാരാളം വേരുകളുള്ള ഈ സസ്യങ്ങൾ വെള്ളം ശുദ്ധീകരിക്കുന്നു. വെള്ളം വറ്റാൻ തുടങ്ങിയാൽ ഉറവകൾ ശരിയാക്കുന്നതിന് ചെളിയെടുത്തുമാറ്റുന്നു. കുളങ്ങളും കുളങ്ങളും തമ്മിൽ ഉറവബന്ധമുണ്ടെന്നാണ് നാട്ടുകാർ വിശ്വസിക്കുന്നത്. കൂടൽമാണിക്യത്തിലെ കുളത്തിൽനിന്ന് കിഴക്കുഭാഗത്ത് ചിറങ്ങരക്കുളത്തിലേക്ക് ഉറവയുണ്ടത്രേ. കിഴക്കുഭാഗത്ത് കുളങ്ങളുള്ള ഭൂമി ഐശ്വര്യംനിറഞ്ഞതാണ്. വെള്ളിലം, നീരോലി, പാറോത്ത്, കൈത തുടങ്ങി അനവധി സസ്യങ്ങൾ ചുറ്റുമുള്ള കുളങ്ങൾ എന്നും നിലനില്ക്കും.

കിണറ്റിലെ വെള്ളം വറ്റുമ്പോൾ കിണർ വൃത്തിയാക്കാനുള്ള സമയമായി. ചേറെടുത്തുമാറ്റി ഉറവ ശരിയാക്കണം. ഓരോ വർഷം കഴിയുന്തോറും ജലാംശം താഴോട്ടിറങ്ങുകയാണെന്ന് പഴമക്കാർ പറയുന്നു.

കിണറ്റിലെ വെള്ളം ശുദ്ധീകരിക്കാൻ കരി, ബ്രഹ്മി, വെള്ളാരംകല്ല്, മണൽ എന്നിവ ഇടാറുണ്ട്. ബ്രഹ്മിയിട്ടാൽ വെള്ളം നന്നാകുകയും തണുപ്പുണ്ടാകുകയും ചെയ്യും. വെള്ളം നന്നേ അടിയിലായാൽ ഇരുമ്പുബക്കറ്റ് മാറ്റി പാളയും കയറും ഉപയോഗിക്കുക; കലങ്ങാതെ കോരാം. കിണറ്റിൽ നെല്ലിപ്പടി കെട്ടുന്നത് വേനൽക്കാലത്താണ്. കറകളഞ്ഞ നെല്ലിമരം പന്ത്രണ്ടിഞ്ച് കനത്തിൽ വളച്ച് പലകയുണ്ടാക്കുന്നു. വക്കുള്ള കിണറ്റിലാണ് നെല്ലിപ്പടിയിടുക. വക്കിനും നെല്ലിപ്പടിക്കുമിടയ്ക്ക് മണൽ നിറയ്ക്കും. അതിനു മുകളിൽ വെട്ടുകല്ല് കെട്ടുന്നു. ജലശുദ്ധീകരണത്തിനുള്ള ഈ നാട്ടറിവ് തീരെ അപ്രത്യക്ഷമായിട്ടില്ല.

പാലക്കാട്ടെ മലമ്പുഴയിലും മറ്റും ഇന്നും ആശാരിമാർ നെല്ലിപ്പടി അളവനുസരിച്ച് പണിയുന്നുണ്ട്. ക്ഷമയുടെ നെല്ലിപ്പടി കാണുക എന്ന ചൊല്ലുതന്നെ പാരമ്പര്യരീതിയെ ഓർമ്മിപ്പിക്കുന്നു. നെല്ലിമരം വെള്ളത്തിന് തണുപ്പുനല്കുകയും ശുദ്ധീകരിക്കുകയും ചെയ്യുന്നു. ശുദ്ധജലം എടുക്കാത്ത കിണറ്റിൽ കശുമാവും ഉപയോഗിക്കുന്നവരുണ്ട്. നെല്ലിപ്പടിക്ക് എട്ടുവിരൽ വീതിയുണ്ടാവണം; നാലുവിരൽ കനവും. വെട്ടുകല്ല് വെറുതെ അടുക്കിവച്ച് ചീള് ഉറപ്പിക്കുകയേ ഉള്ളൂ. കരുക്കളിലൂടെ വരുന്ന വെള്ളത്തെ മണലും വെട്ടുകല്ലും നെല്ലിയും ശുദ്ധീകരിക്കുന്നു. എന്നാൽ ഇന്ന് കോൺക്രീറ്റ് സ്ലാബുകളാണ് ഇറക്കുന്നത്. അത്തരം കിണറിന് തണുപ്പുണ്ടാവുകയില്ല.

വേനൽക്കാലത്ത് കോരിവെച്ച വെള്ളം ശുദ്ധീകരിക്കുന്നതിന് പല നാടൻമാർഗ്ഗങ്ങളുമുണ്ട്. വെള്ളം പാത്രത്തിൽ കോരിവെച്ച് തെളിയൂറ്റുക. വെള്ളാരംകല്ലിട്ടുവച്ചാൽ ചെളി താഴെ അടിഞ്ഞുകൂടും. തേറ്റാമ്പരലും നറുനീണ്ടിയും ഇട്ടുവച്ചാൽ നല്ലത്. പുതിയ മൺകലങ്ങളിൽ പകർന്നുവച്ചാൽ നല്ല തണുപ്പുകിട്ടും. ഇതിൽ രാമച്ചം, തുളസി എന്നിവ ഇടാറുണ്ട്. പണ്ട് തട്ടുപാത്രവും (മുച്ചട്ടിവിദ്യ) ഉണ്ടായിരുന്നു. മുകളിലെ തട്ടിൽ കരിക്കട്ട പിന്നെ മണൽ എന്നിങ്ങനെയിട്ടാണ് വെള്ളം ശേഖരിച്ചുവച്ചിരുന്നത്.

വേനൽക്കാലത്ത് തിളപ്പിച്ചാറ്റിയ വെള്ളം കുടിക്കുക. തിളപ്പിച്ചാറ്റിയ വെള്ളത്തിൽ മല്ലി, ചുക്ക്, ചപ്പങ്ങ, ജീരകം, തുളസി, ബാർളി, ഞെരിഞ്ഞിൽ എന്നിവയിലേതെങ്കിലും ഇടുന്നത് നല്ലതാണ്. ശരീരത്തിലെ ചൂടുകുറയ്ക്കാൻ ഉലുവയിട്ട വെള്ളം മതി. ഗർഭിണികൾ കുറുന്തോട്ടി വേര് ഇടിച്ച് ധന്വന്തരം ഗുളിക ചേർത്ത് കഴിച്ചിരുന്നു. ആയിരം കുറുന്തോട്ടി വേര് കഴിച്ചാൽ ആവൂ എന്ന് പറയുമ്പോഴേക്കും പ്രസവിക്കാം. പ്രായമായവർ ഇക്കാലത്ത് ഇളനീർ കുടിക്കും. കുമ്പളനീര് തേനൊഴിച്ച് കഴിക്കുന്നതും വാഴപ്പിണ്ടിയുടെ നീരുകഴിക്കുന്നതും വേനൽക്കാലത്താണ്. നന്നാറിക്കിഴങ്ങ് കഴുകി വൃത്തിയാക്കി ചെറുനാരങ്ങ ചേർത്ത് ദാഹം തീർക്കുന്നതിനുള്ള മധുരജലം ഉണ്ടാക്കിയിരുന്നു. ദാഹം തീർക്കുന്നതിന് തേൻ വെള്ളം, പാനകം, പഞ്ചസാരം, സംഭാരം എന്നിവയും ഗ്രാമങ്ങളിൽ ഉപയോഗിച്ചിരുന്നു. ഇവയ്ക്കൊക്കെ പ്രത്യേക കൂട്ടുണ്ട്. കാഞ്ഞിരപ്പൂ,

ചെത്തിപ്പൂ, തുമ്പപ്പൂ എന്നിവയിൽ നിന്നെടുക്കുന്ന ചെറുതേൻ എടവം, മിഥുനം മാസങ്ങളിൽ ലഭിച്ചുതുടങ്ങും. മരുന്നിനും ദാഹത്തിനും നല്ല താണ്. വെള്ളം തിളപ്പിച്ചശേഷം പാകത്തിന് ശർക്കര ചേർത്താണ് പാനകം ഉണ്ടാക്കുന്നത്. ഇതിൽ ചുക്കും ജീരകവും ആവശ്യത്തിനു ചേർക്കും. ഈ പാനകം ചില വേല-പൂരങ്ങൾക്ക് ഇന്നും നല്കിവരുന്നു. മുന്തിരിങ്ങ, ഇല്ലിപ്പക്കാതൽ, ഇരട്ടിമധുരം, ലന്തക്കുര, മാതളപ്പഴം ഇവ സമത്തിൽ അരച്ചിട്ട് വെള്ളത്തിൽ കലക്കി ഒരു രാത്രി വച്ചിരുന്ന് അരിച്ചെടുത്തുണ്ടാക്കുന്നതാണ് പഞ്ചസാരം. മോരുകടഞ്ഞ് വെണ്ണയെടുത്ത് വെള്ളംചേർത്താണ് സംഭാരം ഉണ്ടാക്കുന്നത്. ഒരുഭാഗം മോരും മൂന്നു ഭാഗം വെള്ളവും എന്നാണ് കണക്ക്. ഇഞ്ചി, പച്ചമുളക്, കറിവേപ്പില എന്നിവയും ചേർക്കണം. കറിവേപ്പിലയ്ക്കു പകരം നാരങ്ങയിലയും ചേർക്കാറുണ്ട്.

പുഴയോരത്തുള്ളവർ പുഴവെള്ളം ശുദ്ധീകരിച്ചാണ് കുടിക്കാനെടുത്തിരുന്നത്. വെള്ളം ഒഴുകുന്നതിനടുത്തുള്ള മണലിൽ ഒരു കുഴികുത്തുന്നു. അതിൽ തെളിയുന്ന വെള്ളം രണ്ടോ മൂന്നോ പ്രാവശ്യം തെക്കിക്കളയുന്നു. പിന്നീട് വരുന്ന വെള്ളം പാത്രങ്ങളിൽ തെക്കി ശേഖരിക്കുന്നു. അവ വീണ്ടും തെളിയിക്കും. പുഴയിൽ വെള്ളം കുറയുമ്പോൾ ആവശ്യത്തിനുമാത്രം ഉപയോഗിക്കുന്ന ജലവിനിയോഗമാർഗ്ഗങ്ങളും നാട്ടറിവിലുണ്ട്. വേനൽപ്പച്ചയ്ക്കും കൊണ്ടക്കൃഷിക്കും നനയ്ക്കുമ്പോൾ വെള്ളം താഴോട്ടിറങ്ങി നഷ്ടപ്പെടാതിരിക്കാൻ ചാണകമോ ചെളിയോ കലക്കി ഒഴിക്കാറുണ്ട്. ചക്രം, വേത്ത്, കാളത്തേക്ക്, ഏത്തം എന്നീ നാടൻ ജലസേചനയന്ത്രങ്ങളും സൂക്ഷ്മമായ ജലവിനിയോഗ മാർഗ്ഗങ്ങൾ അടങ്ങിയതാണ്. പറമ്പിലെ നനയ്ക്കുതന്നെ കണക്കുകളുണ്ട്. കൃഷിക്കുവേണ്ടിയാണ് അറുപതു ശതമാനത്തിലധികവും ജലവും ഉപയോഗിക്കുന്നത്. പാരമ്പര്യകൃഷിക്കും ജൈവകൃഷിക്കും അമിതമായ വെള്ളം ആവശ്യമില്ല. നമ്മുടെ ഭക്ഷ്യസുരക്ഷിതത്വം നിലനിർത്തണമെങ്കിൽ മഴയെ ആശ്രയിച്ചുള്ള നാടൻ കൃഷിയിലേക്കു മടങ്ങണം. പണ്ട് വെള്ളപ്പൊക്കം മണ്ണിനും കൃഷിക്കും ഒരനുഗ്രഹമായിരുന്നു. അത് ഇടനാട്ടിലെ ജലക്കൊയ്ത്തുതന്നെയായിരുന്നു. കൊടുംവരൾച്ച നേരിടുന്ന ആഫ്രിക്കൻ രാജ്യങ്ങൾ വൻകിട പദ്ധതികളും ഹൈവെ വികസനങ്ങളും ഉപേക്ഷിച്ച് നാട്ടറിവുകളുടെ ജലവിനിയോഗ മാർഗ്ഗങ്ങളെ ആശ്രയിച്ച് അതിജീവിക്കുകയാണെന്ന് പഠനങ്ങൾ പറയുന്നു. പതിനാലാം നൂറ്റാണ്ടുമുതൽ ചൈനയിലെ കർഷകർ തുടർന്നുപോന്നതായിട്ടുള്ള ജൈവകൃഷിരീതി മണ്ണും വെള്ളവും കാത്തുപോന്നു. ഈ കൃഷിവെള്ളം കച്ചവടതാല്പര്യങ്ങൾക്ക് ഉപയോഗിക്കാൻ അനുവദിച്ചുകൂടാ.

തണ്ണീർപ്പന്തൽ പ്രതീകവും പ്രതിരോധവും

കേരളം ഒരുകാലത്ത് ജലപ്രകൃതിയുടെ താഴ്വരയായിരുന്നു. തെക്കുപടിഞ്ഞാറൻ മഴയുടെയും കിഴക്കൻ മഴയുടെയും അനുഗ്രഹം

കൊണ്ടാണ് കാലവർഷം, തുലാവർഷം എന്നീ മഴകാലാവസ്ഥ നമുക്ക് ലഭിച്ചിരുന്നത്. കൂടാതെ വേനൽമഴകൊണ്ടും കേരളം സമൃദ്ധമായിരുന്നു. ധാരാളം പുഴകളും തോടുകളും കായലുകളും വയലുകളും കുളങ്ങളും കിണറുകളും കൊണ്ട് ഈ മഴവെള്ളത്തെ സംരക്ഷിച്ചുകൊണ്ട് തണ്ണീർത്തടങ്ങളെ നിലനിർത്തുന്ന മഴവെള്ളസംരക്ഷണപദ്ധതി ഗ്രാമീണർ നിലനിർത്തിയിരുന്നു. ഇതിനുപുറമെ ഭൂഗർഭ ജലസമ്പത്തും നമുക്കുണ്ടായിരുന്നു. വെള്ളത്തിന്റെ സൂക്ഷ്മ വിനിയോഗംവഴി കാർഷിക വിളകളെ കാത്തുപോരുകയും ചെയ്ത പ്രകൃതിപദ്ധതി ഒരുകാലത്ത് മലനാട്ടിലുണ്ടായിരുന്നു. ജലം എന്ന പ്രകൃതിവിഭവത്തെ ഒരു ജനതയുടെ സ്വതന്ത്രസ്വത്തായി കരുതി വിനിയോഗിച്ചുപോരുന്ന നാട്ടറിവുകൾ ഓരോ കേരളീയന്റെയും കൂടപ്പിറപ്പായിരുന്നു. ജലം ഒരിക്കലും സ്വകാര്യസ്വത്തായി കരുതിപ്പോന്നിരുന്നില്ല. മഴക്കാലമെന്നപോലെ ഒരു വേനൽക്കാലവും നമുക്കുണ്ടായിരുന്നു. വേനൽക്കാലത്ത് പുഴകളെയും തോടുകളെയും കുളങ്ങളെയും കിണറുകളെയും നാം കാത്തുപോന്നു. സൂക്ഷ്മജല വിനിയോഗ സംവിധാനംവഴി ഗ്രാമീണന്റെ ജീവിതപദ്ധതികൾ നിർവ്വഹിച്ചിരുന്ന ഈ വ്യവസ്ഥയ്ക്കെതിരായ അക്രമങ്ങളാണ് ഇപ്പോഴുണ്ടായിക്കൊണ്ടിരിക്കുന്നത്. വഴിപോക്കർക്ക് സംഭാരവും പാനകവും വിതരണംചെയ്യുന്നതിനായി തണ്ണീർപ്പന്തലുകളും ഗ്രാമങ്ങളിൽ ഉണ്ടായിരുന്നു. മനുഷ്യർക്കുവേണ്ടി മാത്രമല്ല കന്നുകാലികൾക്കും ജലത്തൊട്ടികൾ ഒരുക്കി. ഈ ജലസംസ്കാരത്തിന്റെ നന്മ തകർത്തുകളയുംവിധത്തിലാണ് ഉപഭോക്തൃനാഗരികസംസ്കാരത്തിന്റെ വിളയാട്ടങ്ങൾ നടന്നത്. ഇത് ഉപയോഗപ്പെടുത്തിയാണ് കുപ്പിവെള്ളക്കമ്പനികൾ കടന്നുവന്നത്.

പ്രകൃതിജലം

കേരളത്തിന്റെ ഏറ്റവും വലിയ അനുഗ്രഹം ഇവിടത്തെ ഭൂഗർഭജലമായിരുന്നു. കിണറുകളിലും താഴെ പാറക്കെട്ടുകളിലും മണ്ണിന്റെ ഇതര അടരുകളിലുമായി നൂറ്റാണ്ടുകൾക്കു മുൻപു പെയ്ത ശുദ്ധജലം കാത്തുസൂക്ഷിക്കുന്ന പ്രകൃതി ആവാസവ്യവസ്ഥ മണ്ണിന്റെ അടിയിലുണ്ടായിരുന്നു. ഇതിനെ നീര് എന്നു പറഞ്ഞുവന്നു. കുളങ്ങളിലും വാൽക്കിണറുകളിലും കൊക്കർണികളിലും വയലുകളിലും കരുവായി പുറത്തേക്ക് വന്നിരുന്നത് ഈ ഭൂഗർഭജലമായിരുന്നു. മാത്രമല്ല ഭൂമിക്കടിയിലുള്ള ഈ ജലത്തിന്റെ സമ്മർദ്ദംകൊണ്ട് ഭൂപരിരക്ഷയും ജലപരിരക്ഷയും നടന്നിരുന്നു. ഇതിനുപുറമെ കടൽ – ഓരുവെള്ളം (ഉപ്പു വെള്ളം) കിണറുകളിലും മറ്റു ജലപ്രകൃതിയിലും കയറാതെ സംരക്ഷിച്ചുപോന്നിരുന്നതും പ്രകൃതിജലത്തിന്റെ പ്രകൃതിദത്ത സംരക്ഷണം കൊണ്ടായിരുന്നു.

കിണറുകളിലെ ജലത്തിന് താഴെയുള്ള ഈ ഭൂഗർഭജലത്തിന്റെ ചൂഷണം കേരളത്തിൽ അനുവദിക്കാൻ പാടില്ലാത്തതായിരുന്നു. കുഴൽക്കിണറുകളുടെ വരവോടെയാണ് കേരളം വരൾച്ചയുള്ള പ്രദേശ

മായി മാറിയത്. ജലപ്രകൃതിയുടെ താളംതെറ്റുകയും ഭൂമികുലുക്കങ്ങൾക്ക് കാരണമാകുകയും വിളനാശം ഉണ്ടാകുകയും മണ്ണിന്റെ പശിമ നഷ്ടപ്പെടുകയും ചെയ്തത് ഇതുകൊണ്ടാണ്. ആയിരക്കണക്കിന് കുഴൽക്കിണറുകൾവഴി ഭൂമിക്കടിയിലെ പ്രകൃതിജലം നഷ്ടമായി. വൻകിട ഹോട്ടലുകളും വ്യവസായ സമുച്ചയങ്ങളും ലക്കും ലഗാനുമില്ലാതെ കുഴൽക്കിണറുകൾ നിയമാനുസൃതമല്ലാതെ സ്ഥാപിക്കുകയുണ്ടായി.

ഈ അവസരത്തിലാണ് വെള്ളക്കമ്പനികളും കേരളത്തിലേക്ക് ചേക്കേറിയത്. ഭൂഗർഭജലത്തിന്റെ അളവ് മനസ്സിലാക്കി പാലക്കാട് ജില്ലയിലെ കഞ്ചിക്കോട് പ്രദേശങ്ങളിൽ പെപ്സി, കൊക്കോകോള കമ്പനികൾ സ്ഥാപിക്കുകയുണ്ടായി. പ്രകൃതിജലത്തെ വിറ്റ് കാശാക്കുകയായിരുന്നു ലക്ഷ്യം. അറിഞ്ഞോ അറിയാതെയോ സ്ഥാപനങ്ങൾ ഇതിനെല്ലാം അംഗീകാരം നല്കി. ഇന്ന് ഈ ദുരന്തഫലങ്ങൾ തിരിച്ചറിയുകയും ചെയ്തു.

വയൽ എന്ന റിസർവോയർ

കേരളത്തിലെ പ്രകൃതിദത്ത ഡാമുകളായിരുന്നു പാടശേഖരങ്ങളും ചതുപ്പുകളും. വയലുകളിലെ പ്രത്യേക ആവാസവ്യവസ്ഥ കാരണം ഭൂമിയുടെ അതേ നിരപ്പിൽതന്നെ ജലം സംരക്ഷിക്കപ്പെട്ടിരുന്നു. ജലവും മലമട്ടും കടഞ്ഞുണ്ടായ ചേറും ചെളിയും (കളിമണ്ണ്) ഒരു കൈത്തലം പോലെ ജലത്തെ സംരക്ഷിച്ച് ഒരു റിസർവോയർ സൃഷ്ടിക്കുകയും ചെയ്തു. കളിമണ്ണാണ് ജലത്തെ താങ്ങിനിർത്തിയിരുന്നത്. വയലിലുള്ള നിരവധി സസ്യങ്ങളും മറ്റു ജീവജാലങ്ങളുമാണ് വയൽക്കാടിന്റെ ജീവരക്ഷ നിർവ്വഹിച്ചിരുന്നത്. പലതരം താമരകൾ, ആമ്പലുകൾ, വള്ളിച്ചെടികൾ, വയൽചുള്ളികൾ, ബ്രഹ്മി, കുടവൻ, കഞ്ഞുണ്ണി തുടങ്ങിയ ഔഷധസസ്യങ്ങൾ, കൈത, അമ, ചെറുമുളങ്കാടുകൾ എന്നിവയടങ്ങിയ സങ്കീർണ്ണമായ ഒരു വയൽക്കാടിന്റെ വ്യവസ്ഥ അവിടെ കാണാം. ഈ ജലപ്രകൃതിതന്നെ കാത്തുപോന്നിരുന്നുവെങ്കിൽ ജലദൗർബല്യം പരിഹരിക്കാമായിരുന്നു. എന്നാൽ വയൽ മൂന്നിലൊന്നായി ചുരുങ്ങുകയും വയൽ നികത്തുകയും കളിമണ്ണ് വില്പനച്ചരക്കാക്കുകയും മേൽമണ്ണ് വ്യവസായം പുരോഗമിക്കുകയും ചെയ്തതോടെ വയൽ എന്ന റിസർവോയർ തകർന്നു. ജലസ്രോതസ്സുകൾ നശിപ്പിക്കുക എന്നതും വികസന വിനാശത്തിന്റെ ലക്ഷ്യമായിരുന്നു.

പ്രകൃതിവിഭവങ്ങളുടെ നാശം

മണ്ണ്, വെള്ളം, നെല്ല് തുടങ്ങിയ പ്രകൃതിവിഭവങ്ങളിൽനിന്ന് ജനതയെ ഒറ്റപ്പെടുത്തുന്നതാണ് ആധുനികതയുടെ വികസനതന്ത്രം. ഒരു കാലത്ത് ജനതയുടെ സ്വന്തമായിരുന്ന പ്രകൃതിവിഭവങ്ങൾ (Genetic resources) അന്യവല്ക്കരിക്കുകയും പിന്നീട് അവയുടെ നാശത്തിന് കാരണമാകുകയും ചെയ്യുന്ന വ്യവസ്ഥയാണ് വികസനം.

വികസന മനഃശാസ്ത്രം സൃഷ്ടിച്ച് പ്രകൃതിവിഭവങ്ങളെ ഇല്ലാതാക്കുന്ന പ്രക്രിയയാണ് പിന്നീടുണ്ടായത്. ഗ്രാമീണരുടെ കൈവേലകളുടെയും കൈത്തൊഴിലുകളുടെയും പ്രകൃതിവിഭവങ്ങൾ തീർന്നുപോയിക്കൊണ്ടിരിക്കുകയാണ്. മുളയും കൈതയും വൃക്ഷങ്ങളും മണ്ണും തീർന്നുപോകുന്നു. ഭക്ഷ്യവിഭവങ്ങളുടെ ഉത്ഭവങ്ങളും നഷ്ടമായി. വൈവിദ്ധ്യമായ ഭക്ഷ്യവിഭവങ്ങൾ ഗ്രാമീണർക്ക് ലഭിച്ചിരുന്നു. ഭക്ഷ്യകൃഷി എന്ന ആശയംതന്നെ നഷ്ടമായി. പകരം നാണ്യവിളകൾ കടന്നുവരികയും ചെയ്തു. ഗ്രാമീണകേരളത്തിന്റെ ഭക്ഷ്യ-പോഷക-ഔഷധഗുണത്തിന്റെ ഉറവിടമായിരുന്ന പല വൈഭവങ്ങളും ഇല്ലാതായി. മാർക്കറ്റിനെ ആശ്രയിക്കേണ്ട ഗതികേടിലേക്ക് എത്തിച്ചേർന്നു. നാട്ടുപാനീയങ്ങളുടെ അവസ്ഥയും ഇതുതന്നെ. ഗ്രാമങ്ങളിൽ വൈവിദ്ധ്യമാർന്ന നാട്ടുപാനീയങ്ങൾ-പാനകങ്ങൾ ഉണ്ടായിരുന്നു. പ്രകൃതിവിഭവങ്ങളുടെ നാശത്തോടെ വൈവിദ്ധ്യമാർന്ന പാനീയങ്ങളും ഇല്ലാതായി. ഈ അവസരമാണ് കുപ്പിവെള്ളക്കച്ചവടക്കാർ ഉപയോഗപ്പെടുത്തിയത്. കൈക്കുമ്പിളിലെ ജലം കുപ്പികളിലേക്ക് എത്തിച്ചേർന്ന ചരിത്രം നാം മുന്നിൽ കണ്ടു. അതും ആരോഗ്യത്തിന് ഹാനികരമായ പാനീയങ്ങളിലേക്ക്.

ഉപഭോക്തൃ-സൂപ്പർമാർക്കറ്റ് സംസ്കാരത്തിലൂടെ ഇവിടെ നിലവിൽവന്നത് വലിച്ചെറിയൽ സംസ്കാരമാണ്. ഉപഭോഗിക്കുക; വലിച്ചെറിയുക എന്നതാണ് വികസനമതത്തിന്റെ ആചാരം. അതിലൂടെ പ്ലാസ്റ്റിക് മാലിന്യങ്ങൾ പെരുകി, മാലിന്യങ്ങൾ നിക്ഷേപിക്കുന്ന കുപ്പത്തൊട്ടികളായി ഗ്രാമങ്ങളും വയലുകളും തോടുകളും മാറി. മാലിന്യകൂമ്പാരത്തിൽ അഴുകി ശുദ്ധജല ഉറവിടങ്ങൾ നശിച്ചുപോകുകയും ചെയ്തു. ഇന്ന് അഞ്ചുതരം ബാക്ടീരിയയെക്കൊണ്ട് മലിനമായിരിക്കയാണ് കേരളത്തിലെ ജലപ്രകൃതി, ഇതിൽനിന്നാണ് പകർച്ചവ്യാധികൾ പടർന്നത്. കോളിഫോം ബാക്ടീരിയ മുതൽ അയോൺ ബാക്ടീരിയ വരെ.

ഇങ്ങനെ ശുദ്ധജലത്തിന്റെ ഉറവിടങ്ങൾ നഷ്ടമായതോടെ വിഷകുപ്പിവെള്ളത്തിന് മാർക്കറ്റുണ്ടായി. ഈ സാഹചര്യവും കുപ്പിവെള്ളകമ്പനികൾ മുതലെടുത്തു. അങ്ങനെയാണ് ജലചൂഷണവും ആരംഭിച്ചത്. അങ്ങനെ കൊക്കോകോള, പെപ്സി തുടങ്ങിയ കമ്പനികൾ ഇന്ത്യയെപ്പോലുള്ള മൂന്നാംലോക രാജ്യങ്ങളിൽ കച്ചവടകുത്തക ഉറപ്പിച്ചു.

ഗ്രാമീണ-കാർഷിക സംസ്കാരത്തിന്റെ ഭാഗമായി പ്രകൃതിയെ സംരക്ഷിക്കുന്ന ഒരുപാട് കൂട്ടായ്മകൾ നിലവിലുണ്ടായിരുന്നു. അതിലൊന്നായിരുന്നു കാർഷികവിഭവങ്ങൾ കൈമാറ്റം ചെയ്തിരുന്ന നാട്ടുചന്തകൾ. ഓരോ ദേശത്തും വഴിവാണിഭങ്ങളുണ്ടായിരുന്നു. നാടോടി കൈവേലകൾ, കാർഷികോപകരണങ്ങൾ, വിത്തുകൾ, ഭക്ഷ്യവിഭവങ്ങൾ, കായ്കനികൾ എന്നിവയാണ് കൂട്ടായ്മകൾ കൈമാറ്റംചെയ്തിരുന്നത്. കന്നുകാലിച്ചന്തകളിലും ഇത്തരമൊരു കൂട്ടുസമൂഹം ഉണ്ടായിരുന്നു. ഈ ചന്തകളിലെല്ലാം ദാഹം തീർക്കുന്നതിനുവേണ്ടി പലതരം പാനീയങ്ങൾ

വിതരണംചെയ്തിരുന്നതായി കാണാം. പല ചന്തകളിലും സൗജന്യമായിത്തന്നെയാണ് ഇതു നല്കിയിരുന്നത്. വളർത്തുമൃഗങ്ങൾക്കും വെള്ളം കുടിക്കുന്നതിനുള്ള സൗകര്യമൊരുക്കിയിരുന്നു.

ഉത്സവകാലമായാൽ വേലപ്പൂരങ്ങൾക്കിടയിൽ മൺപാത്രങ്ങളിൽ ദാഹശമനികളുമായി സഞ്ചരിക്കുന്ന നാടോടികളെ കാണാൻ കഴിയും. മോരും വെള്ളവും ചുക്കുകാപ്പിയും പച്ചമാങ്ങ ചതച്ചിട്ട വെള്ളവും മല്ലിക്കാപ്പിയും അവിടെ വിതരണം ചെയ്തിരുന്നു. പൊരിഞ്ഞ വെയിലത്താണ് ഗ്രാമങ്ങളിൽ വേലപ്പൂരങ്ങൾ കൊണ്ടാടുന്നത്. വയൽക്കരയിലുള്ള അമ്മദൈവക്കാവുകൾ ദേശത്തിലെ ഗ്രാമീണരുടെ താവളങ്ങളാണ്. അവിടെയുള്ള ആൽത്തറകളും മറ്റും ദാഹശമനികൾ പകർന്നുനല്കുന്ന തണുപ്പേറ്റ് ആശ്വാസം നല്കിയിരുന്ന കാഴ്ച ഇന്നും കാണുവാൻകഴിയും. പ്രാദേശികമായ പാനകങ്ങളും ഇക്കൂട്ടത്തിലുണ്ട്. ഇതൊക്കെ വേനൽക്കാലത്ത് ജലാംശം ചോർന്നുപോകാതിരിക്കുന്നതിനായി പ്രാദേശികക്കൂട്ടായ്മതന്നെ ഒരുക്കിയ മുൻകരുതലായിരുന്നു. ഐസ്ക്രീമും കുപ്പിപ്പാനീയങ്ങളും വരുന്നതിനുമുമ്പ് മൺപാത്രങ്ങളിൽ നിറച്ച ശുദ്ധമായ ജലം അധികം പണച്ചെലവില്ലാതെതന്നെ ലഭ്യമായിരുന്ന നാട്ടുവ്യവസ്ഥ കാണാം. തണ്ണീർമത്തൻ, ചെറുനാരങ്ങ, മാമ്പഴം, കരിക്ക്, പനനൊങ്ക്, കരിമ്പ്, കൈതച്ചക്ക, ബബ്ളൂസ് നാരങ്ങ, മാതള നാരങ്ങ തുടങ്ങിയ പഴങ്ങളുടെയും വരവോടെ വ്യാപകമായിത്തന്നെ പാനീയങ്ങളും ജ്യൂസുകളും ഉണ്ടാക്കിയിരുന്നു. പ്രകൃതിതന്നെ നല്കുന്ന രക്ഷയായിരുന്നു നാട്ടുപഴങ്ങൾ. ഇവയിൽ പലതിനും ഔഷധ ഗുണങ്ങളുണ്ടായിരുന്നു. ദാഹശമനം, ജലാംശത്തിന്, ദിനചര്യ, അതിഥി സൽക്കാരം, ഔഷധം, അനുഷ്ഠാനം എന്നിങ്ങനെയുള്ള സന്ദർഭങ്ങളിൽ നാട്ടുപാനീയങ്ങൾ ഉപയോഗിച്ചുവന്നു. നാട്ടാരുടെ ആവശ്യങ്ങൾ കണ്ടറിഞ്ഞ് ദാഹനീര് കൈമാറ്റം ചെയ്തിരുന്ന ഈ വ്യവസ്ഥയെ അട്ടിമറിച്ചുകൊണ്ടാണ് കോർപ്പറേറ്റ് പാനീയങ്ങൾ, വിഷപാനീയങ്ങൾ കടന്നുവന്നത്. പ്രകൃതിപാനീയങ്ങൾക്കുപകരം കൃത്രിമമായ രാസപാനീയങ്ങൾ വർണ്ണകുപ്പികളിൽ എത്തി. ഇത് ഗ്രാമത്തിലെ പാനീയ-ജല വിതരണരീതിയെ മാറ്റിമറിക്കുകയും മാരകമായ ആരോഗ്യപ്രശ്നങ്ങൾ സൃഷ്ടിക്കുകയും ചെയ്തു.

ജനകീയപാനീയങ്ങൾ

കേരളത്തിലുണ്ടായിരുന്ന നൂറുകണക്കിന് ജനകീയ പാനീയങ്ങളിൽ ചിലതിന്റെ പേര് താഴെ ചേർക്കുന്നു.

1. മഞ്ഞപ്പൊടിയിട്ട കള്ള്
2. മല്ലിവെള്ളം
3. പേരയ്ക്കയിലയിട്ട വെള്ളം
4. കരിക്കിൻ വെള്ളം
5. ചുക്കുവെള്ളം
6. ജീരകവെള്ളം

44. വയൽച്ചുള്ളി വെള്ളം
45. ബാർളി വെള്ളം
46. കാടി വെള്ളം
47. പാലൂദ്
48. മോരും വെള്ളം
49. കാവ (ചുക്ക് ചേർത്തത്)

7. ഉലുവവെള്ളം
8. വടുകപ്പുളിയിലയും പച്ചമുളകും ചേർത്ത വെള്ളം
9. ചുക്കുകാപ്പി
10. തുളസിയില വെള്ളം
11. കഞ്ഞിവെള്ളം
12. അല്ലിക്കള്ള്
13. പനങ്കള്ള്
14. നാരങ്ങാവെള്ളം
15. സംഭാരം
16. കൊത്തമല്ലിയിട്ട വെള്ളം
17. പച്ചമാങ്ങ സർബ്ബത്ത്
18. നന്നാറി വെള്ളം
19. ചിറ്റരത്ത വെള്ളം
20. ചപ്പങ്ങമിട്ട വെള്ളം
21. നെല്ലിക്കാനീര്
22. രാമച്ചവെള്ളം
23. കുടവന്റെ ഇലയിട്ട വെള്ളം
24. ഞെരിഞ്ഞിലിട്ട വെള്ളം
25. മലരുവെള്ളം
26. അവിൽവെള്ളം
27. കരിമ്പുവെള്ളം
28. ഉണക്കമുന്തിരിവെള്ളം
29. കരിങ്ങാലിവെള്ളം
30. പതിമുഖമിട്ട വെള്ളം
31. മുത്തങ്ങയിട്ട വെള്ളം
32. കാച്ചിയ പാൽ
33. വിവിധതരം രസങ്ങൾ
34. ചക്കരക്കള്ള്
35. പാനകം
36. ഏലത്തരിവെള്ളം
37. ചന്ദനവെള്ളം
38. തേൻവെള്ളം
39. തേനും പനിനീരും
40. ചിരട്ട പൊടിച്ചിട്ട വെള്ളം
41. മധുപർക്കം
42. മലർപ്പൊടി ചേർത്ത കള്ള്
43. വേങ്ങ വെള്ളം
50. വത്തക്കവെള്ളം
51. അണ്ടിപ്പരിപ്പുവെള്ളം
52. പാൽ വഴക്ക
53. തരിക്കഞ്ഞി
54. പലതരം ആസവങ്ങൾ
55. സുലൈമാനി
56. പലതരം സൂപ്പുകൾ
57. ബ്രാത്തുകൾ
58. കൂവപ്പൊടി വെള്ളം
59. അക്കാനി
60. ചക്കരവെള്ളം
61. കുറുന്തോട്ടിവെള്ളം
62. നെല്ലിക്കാരിഷ്ടം
63. പുല്ലാനിവെള്ളം
64. മുലപ്പാൽ
65. കറുകനീര്
66. എരുമപ്പാൽ
67. ആട്ടിൻപാൽ
68. കടുക്കമോര്
69. മോരു കാച്ചിയത്
70. കൊത്തമ്പാലരി(മല്ലി) വെള്ളം
71. ഉലുവപ്പൊടിവെള്ളം
72. പച്ചക്കറി സൂപ്പുകൾ
73. പരിപ്പു വേവിച്ച വെള്ളം
74. മുത്താറി വെള്ളം
75. പഞ്ചസാരം
76. മുക്കുടി
77. പലതരം പഴച്ചാറുകൾ
78. അരിക്കാടിവെള്ളം
79. പൂപ്പരുത്തിയിലയിട്ട വെള്ളം
80. ചെറൂള വെള്ളം
81. ഔഷധങ്ങളിട്ട പാനീയങ്ങൾ
82. മുഞ്ഞവേരിട്ട വെള്ളം
83. പലതരം കഷായങ്ങൾ
84. പലതരം വീഞ്ഞുകൾ
85. പാൽക്കഞ്ഞി
86. പഞ്ചഗവ്യം

ഇനിയും ഏറെ നാട്ടുപാനീയങ്ങളുണ്ട്. ഇവയിൽ പലതും ദാഹം

ശമിപ്പിക്കുക എന്നതിനുപുറമെ ഔഷധഗുണങ്ങളുമുണ്ട്. ഭക്ഷണംതന്നെ ഔഷധമായി കണക്കാക്കിയിരുന്ന ജനതയുടെ അറിവുകളാണ് ഈ നിർമ്മിതികളിൽ കാണുന്നത്. 'മുലപ്പാലില്ലെങ്കിൽ കുലപ്പാല്' എന്നതുപോലുള്ള ചൊല്ലുകളിൽ പാനീയങ്ങളുടെ മഹാരഹസ്യം നാട്ടുജനത പാലിച്ചിട്ടുണ്ട്.

തണ്ണീർപ്പന്തൽ ഒരു പ്രതിരോധം

നാട്ടുചന്തകളെയും ഗ്രാമീണ കൂട്ടുപാതകളെയും ബന്ധിപ്പിച്ചിരുന്ന ഇടങ്ങളിൽ ദേശസേവനത്തിന്റെ ഒരുപാട് രീതികൾ നിലവിലിരുന്നു. വഴിയമ്പലം, അത്താണി, കരിങ്കൽത്തൊട്ടി, തണ്ണീർപ്പന്തൽ, ചാവടി എന്നിവയായിരുന്നു അവയിൽ പ്രധാനപ്പെട്ടത്. ഇന്നും കേരളത്തിൽ പലയിടത്തും ഇതിന്റെ പുരാവസ്തുസ്മാരകങ്ങളുണ്ട്. വഴിപോക്കർക്കും ഭാരംവഹിക്കുന്നവർക്കും ആശ്രയമായിരുന്നു വഴിയമ്പലങ്ങളും അത്താണികളും. അനാഥർക്കും ദേശാടകർക്കും വളർത്തുമൃഗങ്ങൾക്കുപോലും ജലം നല്കി പുണ്യം ലഭിച്ചിരുന്ന ഈ ഗ്രാമീണ നന്മയാണ് അന്യവല്ക്കരിക്കപ്പെട്ടത്. റോഡ് വികസനങ്ങളുടെ ഭാഗമായി പുരാവസ്തു പ്രാധാന്യമുള്ള അത്താണികളും വഴിയമ്പലങ്ങളും തകർക്കപ്പെട്ടു.

പിത്തള മൊന്തകളിലും മൺപാത്ര(മാട്ടുപാനി)ങ്ങളിലും പാനകക്കുടുക്കയിലും ശുദ്ധമായ കിണറുവെള്ളവും സംഭാരവും ചുക്കുവെള്ളവും സൗജന്യമായി വിതരണം ചെയ്തിരുന്ന തണ്ണീർപ്പന്തലുകൾ കേരളത്തിന്റെ ചരിത്രപാരമ്പര്യത്തിന്റെ ഭാഗമാണ്. തറകളിലും വൃക്ഷച്ചുവടുകളിലും വേനൽക്കാലത്ത് ഓലപ്പന്തലുകൾ കെട്ടിയാണ് ഇതൊരുക്കുന്നത്.

പണ്ട് പ്രസിദ്ധമായ തറവാടുകളും നാട്ടുകൂട്ടായ്മകളും സർക്കാർ വകയായും തണ്ണീർപ്പന്തലുകൾ സ്ഥാപിച്ചിരുന്നു. 'തണ്ണീർ' എന്ന പ്രാചീന തമിഴ് വാക്ക് തന്നെ കാണിക്കുന്നത് ഈ വ്യവസ്ഥയുടെ പ്രാചീനതയാണ്. (തൺ + നീർ = തണുത്ത വെള്ളം). അഗസ്ത്യമുനി കരിമ്പിൻനീരെടുത്ത് പൂജിച്ചതാണ് പാനകമെന്നു പറയുന്നു. എല്ലാവർക്കും എത്തിച്ചേരാവുന്ന ഇടമാണ് പന്തൽഎന്ന സങ്കല്പം. ഈ രണ്ടാശയങ്ങളും ചേർന്നാണ് തണ്ണീർപ്പന്തൽ ഉണ്ടാകുന്നത്. ഉത്തമമായ ദാനവസ്തുവായിരുന്നു നാട്ടുപാനീയങ്ങൾ എന്ന ധാരണ വളരെമുമ്പേ ഉണ്ടായിരുന്നു. മലനാട്ടിൽ സ്വത്ത് കൈമാറ്റം ചെയ്യുമ്പോൾ വില്ക്കുന്നയാൾ ഒരു കിണ്ടിയിൽ വെള്ളമെടുത്ത് അതിൽ അരിയും പൂവുമിടുമ്പോൾ വാങ്ങുന്നയാൾ അതിൽ രണ്ടു പണമിട്ട് കൊടുക്കുന്ന നീർക്കാണം എന്ന രീതി ഇവിടെയുണ്ടായിരുന്നു. ഓലകൊണ്ട് മേഞ്ഞതോ ഓടിട്ടതോ ആയ ചെറിയൊരു വാസ്തുരൂപമാണ് തണ്ണീർപ്പന്തൽ. തണ്ണീർപ്പന്തലുകളിലെ ഈ ജലദാനത്തെ 'വെള്ളംവീത്ത്' എന്നാണ് പറഞ്ഞിരുന്നത്. ഇതിന്റെ മേൽനോട്ടത്തിനു ഒരു ജോലിക്കാരനെ നിയമിച്ചിരുന്നു. എല്ലാ കൊല്ലവും മകരം 15 മുതൽ (ജനുവരി-ഫെബ്രുവരി) മുതൽ ഇടവം 15(മെയ്-ജൂൺ) വരെയാണ് ഈ പാനീയപ്പന്തൽ പ്രവർത്തിച്ചിരുന്നത്. ഇവിടെ ശുദ്ധമായ

തണുത്തവെള്ളവും മോര്, ഉപ്പ്, കറിവേപ്പില, ഇഞ്ചി, പച്ചമുളക്, നാരകത്തില എന്നിവ ചേർത്ത സംഭാരവും ഉപ്പിലിട്ട നെല്ലിക്കയും സൗജന്യമായി വിതരണംചെയ്തിരുന്നു. വലിയൊരു ചെമ്പിലോ മൺകുടത്തിലോ ആണിവ സംഭരിച്ചിരുന്നത്. സംഭാരം കൈക്കുമ്പിളിൽ ഒഴിച്ചുകൊടുത്തിരുന്ന ഗ്രാമീണപുണ്യത്തിനു പകരം ഇന്ന് കുപ്പിവെള്ളത്തിന് വില പറയുന്ന ഘട്ടം എത്തിച്ചേർന്നു. സാധാരണക്കാർക്ക് മുളമ്പത്തലിലൂടെ പാളയിലേക്ക് വെള്ളം ഒഴിച്ചുകൊടുക്കുന്ന രീതിയുമുണ്ടായിരുന്നു. ധാരാളം വെള്ളമുള്ള കിണറിനടുത്താണ് തണ്ണീർപ്പന്തൽ ഉണ്ടാക്കിയിരുന്നത്. പാത്രം, പാള, കയർ ഇവ സൂക്ഷിക്കാനുള്ള മുറിയും വെള്ളം വീഴ്ത്താനുള്ള വരാന്തയുമടങ്ങിയതാണ് പന്തലിലുണ്ടായിരുന്നത്. ചുമടുതാങ്ങികൾക്കടുത്താണ് തണ്ണീർപ്പുരകൾ ഉണ്ടാക്കിയിരുന്നത്. നാട്ടുപാനീയങ്ങളിലൂടെ നിലനിന്നിരുന്ന കൂട്ടായ്മയും അവയുടെ സാമൂഹ്യമായ നന്മകളും ആരോഗ്യപരിപാലനതത്ത്വങ്ങളും ഇന്ന് പുനരുജ്ജീവിപ്പിക്കേണ്ട ഘട്ടം എത്തിയിരിക്കുകയാണ്. അത് നമ്മുടെ നിലനില്പിന്റെയും ജാഗ്രതയുടെയും ആവശ്യമായിത്തീർന്നിരിക്കുന്നു.

കുടിവെള്ളം മലിനീകരിക്കുകയും അവസാനത്തെ ഇറ്റുവരെ ഭൂഗർഭജലം ഊറ്റിക്കുടിക്കുകയും ജലനീതി കാറ്റിൽ പറത്തുകയും ചെയ്യുന്ന കോളക്കമ്പനികളുടെ ചൂഷണത്തിനെതിരെ പ്രതിരോധിക്കാൻ തണ്ണീർപ്പന്തലുകളുടെ ചരിത്രത്തെ ഒരു പ്രതീകമാക്കി മാറ്റുകയാണ്.

ജലസംരക്ഷണം എന്ന മൗലികാവകാശത്തിന്റെ പ്രതീകമാണിത്. 1993 ൽ ഇന്ത്യയിൽ കുടിയേറിയ കോള ഭീകരന്റെ വാഴ്ചയ്ക്കെതിരെ ദേശീയതലത്തിൽ നടക്കുന്ന വിവിധ സമരങ്ങൾക്ക് ആവേശംപകരേണ്ടതുണ്ട്. 1999 നവംബറിൽ പ്ലാച്ചിമടയിൽ ഉല്പാദനമാരംഭിച്ച കുപ്പിവെള്ള പദ്ധതി പരിസരവാസികളുടെ ആരോഗ്യത്തിനും നിലനില്പിനും ഭീഷണിയായി മാറിയപ്പോഴാണ് മയിലമ്മയുടെ നേതൃത്വത്തിൽ പ്രദേശവാസികൾ 2002 ഏപ്രിലിൽ സമരമാരംഭിച്ചത്. ഭൂഗർഭജലം ഊറ്റിക്കുടിക്കുന്നു എന്നതിനുപുറമെ മലിനീകരണവും നടത്തുന്നു എന്നതാണ് കമ്പനി ചെയ്തത്. വി എസ് അച്യുതാനന്ദനും സി കെ ജാനുവും പിന്തുണ നല്കിക്കൊണ്ട് ആരംഭിച്ച ഈ സമരം ഇന്ന് ലോകംമുഴുവൻ ശ്രദ്ധിക്കപ്പെട്ട ഐതിഹാസിക സമരമായി രേഖപ്പെടുത്തപ്പെട്ടു. കോള ഉല്പന്നങ്ങളിൽ കീടനാശിനികളുടെ അംശംകണ്ടെത്തിയ ഞെട്ടിപ്പിക്കുന്ന റിപ്പോർട്ടുകൾ ഇതിനകം പുറത്തിറങ്ങി.

കോളക്കമ്പനികളുടെ ഖരമാലിന്യത്തിലും വിജയനഗർ പഞ്ചായത്തിലെ കിണറിലെ കുടിവെള്ളത്തിലും കാഡ്മിയം, ലെഡ് എന്നീ വിഷവസ്തുക്കൾ വേണ്ടതിലും കൂടുതൽ കാണപ്പെടുന്നു എന്ന വാർത്തയും പുറത്തുവന്നു. ഖരമാലിന്യ നിർമ്മാർജ്ജനത്തിനായി വേണ്ടവിധത്തിലുള്ള ഒരു സംവിധാനവും കമ്പനി ചെയ്തില്ല.

പ്രാദേശിക ജനതയുടെ പ്രകൃതിവിഭവങ്ങൾ കോർപ്പറേറ്റ് ശക്തികൾ സ്വകാര്യവല്ക്കരിക്കുകയും കൊള്ളയടിക്കുകയും ചെയ്യുന്ന ഈ

ദശാസന്ധിയിൽ കേരളത്തിന്റെ ആത്മാഭിമാനം വീണ്ടെടുക്കുന്നവിധത്തിൽ ഈ നൈതികസമരം കേരളത്തിന്റെ മുക്കിലേക്കും മൂലയിലേക്കും പടരുകയാണ്. മണ്ണും ജലവും വയലും വനവും കൈയേറി ഗ്രാമീണരുടെ പ്രകൃതിവിഭവങ്ങൾ മുച്ചൂടും നശിപ്പിക്കുന്ന കാഴ്ചയാണ് നാം കണ്ടുകൊണ്ടിരിക്കുന്നത്. ഇതിനെതിരായ ധാർമ്മികതയുടെ പ്രതീകമായും പ്രതിരോധത്തിന്റെ പ്രായോഗിക സമരമുഖമായും 'തണ്ണീർപ്പന്തലുകൾ' കേരളത്തിൽ വ്യാപകമാകുകയാണ്.

കുട്ടികളുടെയും മറ്റും ആരോഗ്യത്തെ തകർക്കുന്നവിധത്തിൽ കീടനാശിനികൾ കലർന്ന ലഘുപാനീയങ്ങൾ മാർക്കറ്റുകൾ കൈയടക്കുമ്പോൾ ഗ്രാമങ്ങളിലും നഗരങ്ങളിലും കാമ്പസുകളിലും പ്രതിരോധത്തിന്റെ ജനകീയ പങ്കാളിത്തത്തിന്റെയും ഭാഗമായി നാട്ടുപാനീയങ്ങളുടെ വൈഭവം നിറഞ്ഞ തണ്ണീർപ്പന്തലുകൾ കെട്ടണം. ഓരോ പ്രദേശങ്ങളിലും വായനശാലകളുടെയും കലാസമിതികളുടെയും യുവജനസംഘടനകളുടെയും വിദ്യാർത്ഥികളുടെയും തൊഴിലാളികളുടെയും നേതൃത്വത്തിൽ തണ്ണീർപ്പന്തലുകൾ ഉയരണം. ഇത് ഒരു ദ്വിമുഖസമരമാർഗ്ഗമാണ്. വിവിധ മാലിന്യങ്ങളും ബാക്ടീരിയകളും നിറഞ്ഞ് ശുദ്ധജലം ഇല്ലാതായിക്കൊണ്ടിരിക്കുമ്പോൾ മുച്ചട്ടിയിൽ ജലം ശുദ്ധീകരിക്കുന്ന രീതിയിലുള്ള ജലശുദ്ധീകരണത്തിന്റെ നാട്ടുമാർഗ്ഗങ്ങളും നാട്ടറിവുകളും ഉപയോഗപ്പെടുത്തി ജലപ്രകൃതി സംരക്ഷിക്കുകയാണ് ഒരു മാർഗ്ഗം. അതോടൊപ്പം ഗ്രാമീണരുടെ ഭക്ഷ്യസുരക്ഷിതത്വത്തിന്റെ അഭയകേന്ദ്രമായ കൃഷി ജലത്തെയും പരിസ്ഥിതിയെയും നശിപ്പിക്കുന്ന കോള–കുപ്പിവെള്ളക്കമ്പനികൾക്കെതിരായ പ്രതിരോധമാണ് രണ്ടാമത്തെ ലക്ഷ്യം. കുട്ടി ജനിച്ചാൽ 'നീർ തളിക്കുക' എന്ന ചടങ്ങുണ്ടായിരുന്നു. അതിനുള്ള ശുദ്ധജലം എവിടെത്തേടും?

ജീവന്റെ ആധാരമായ ജലം പ്രാദേശികജനതയുടെ ജന്മാവകാശമാണെന്ന് പ്ലാച്ചിമടയിലെ ജനങ്ങൾ പ്രഖ്യാപിച്ചുകഴിഞ്ഞു. പ്രകൃതിചൂഷണത്തിന്റെ പ്രതീകമായി മാറിയിരിക്കുകയാണ് കോളക്കമ്പനികൾ. മഴയുടെ അനുഗ്രഹംകൊണ്ട് ലഭിക്കുന്ന ഓരോ തുള്ളി വെള്ളത്തെയും തണ്ണീർത്തടങ്ങളിലൂടെ സംരക്ഷിച്ചുപോന്ന ഗ്രാമീണ നൈപുണ്യങ്ങളും നാട്ടറിവുകളും ഉപയോഗപ്പെടുത്തിക്കൊണ്ട് ഈ പ്രതിരോധം ആരംഭിക്കാം. നൂറ്റാണ്ടുകളായി മണ്ണിൽ ജീവിച്ച ജനത നേടിയെടുത്ത പ്രായോഗികമായ ജ്ഞാനപരിസരത്തെ സ്വാംശീകരിച്ചുകൊണ്ടുമാത്രമേ സന്തുലിതമായ വികസനം സാദ്ധ്യമാകൂ. പ്രകൃതിവിഭവങ്ങളുടെ സ്രോതസ്സുകൾ അധികാരാശ്രയമില്ലാത്ത ജനതയുടെ സ്വത്താണ്. മുളങ്കാടുകളും ഗ്രാമീണവയലുകളും കാടുകളും പുഴയോരങ്ങളും കൈതക്കാടുകളും നാട്ടുകുന്നുകളും പാറക്കെട്ടുകളും ജലപ്രകൃതിയും കേരളത്തിന്റെ സമ്പത്താണെന്നു തിരിച്ചറിയണം. ഈ സമ്പത്ത് വരുംതലമുറയുടെ മാത്രം സ്വത്താണ്. ഇവയെ കൊള്ളയടിക്കുന്നതിന് നാം കൂട്ടുനിന്നുകൂടാ. ആരോഗ്യപൂർണ്ണമായ ഒരു ജനതയുടെ സ്വപ്നത്തിന്റെ പ്രതീകമായി

ഇന്ന് പ്ലാച്ചിമട സമരം മാറിയിരിക്കുകയാണ്. പ്രകൃതിനല്കിയതു ജലമാണ്. വീണ്ടെടുക്കാനുള്ളത് ശുദ്ധജലമാണ്. നിലനിർത്താനുള്ളത് ജീവൽജലമാണ് എന്നതായിരിക്കണം മുദ്രാവാക്യം.

ഗ്രന്ഥസൂചിക

1. *നീരറിവ്,* എഡി. ഡോ. എ നുജും, ഡി സി ബുക്സ്, കോട്ടയം, 2004.
2. *പുഴയുടെ നാട്ടറിവ്,* എഡി. വിജയകുമാർ മേനോൻ, ഡി സി ബുക്സ്, കോട്ടയം, 2004.
3. *ഞാറ്റുവേലയ്ക്കു പൊട്ടുകുത്തണ്ട, മഴ നാട്ടറിവുകൾ,* നാട്ടറിവുപഠനകേന്ദ്രം, തൃശൂർ, 2007.
4. *കൃഷിഗീത,* നാട്ടറിവു പഠനകേന്ദ്രം, കണിമംഗലം, തൃശൂർ, 1999.
5. പ്ലാച്ചിമട സമരസമിതി, ലഘുലേഖകൾ.
6. പ്രൊഫ. പി സി കർത്താ, *ആചാരാനുഷ്ഠാനകോശം,* ഡി സി ബുക്സ്, കോട്ടയം, 1998.
7. Anil Agarwal, Sunita Narain (ed.), Dying Wisdom, CSE, Delhi, 1997.
8. *Summer Rain,* cfs, Thrissur, 2004.
9. Souvenier, *Exhibition and Seminar on Traditional Foods and Beverages,* AFS & T, CDST, Thrissur, 2002.

6

കേരളം സൃഷ്ടിച്ചത് മണ്ണാർമണിഞ്ഞണ്ടും മണ്ണാർമണിത്തുമ്പിയും

കർക്കടകമാസത്തെയും മഴയെയും വിപണിയും മാധ്യമങ്ങളും പല തരത്തിൽ മാർക്കറ്റ് ചെയ്യുമ്പോൾ കേരളവും കർക്കടകവും മഴയും തമ്മിലുള്ള ജൈവബന്ധത്തെക്കുറിച്ച് ഓർമ്മിക്കണം. മണ്ണിൽ പണിയെടുത്തതിന്റെ കലാചരിത്രവും സംസ്കാരവുമാണ് കേരളത്തിനുള്ളത്. പലതരം പനികളാലും മാലിന്യങ്ങളാലും അടിപതറി നില്ക്കുമ്പോൾ കാർഷിക സംസ്കൃതിയുടെ നാട്ടറിവുകളിലേക്ക് തിരിച്ചുപോവാതെ അതിജീവിക്കാൻ കഴിയില്ലെന്ന് ബോദ്ധ്യമാവുകയാണ്.

വനവിശുദ്ധിയിൽ, നാട്ടുപച്ചകളിൽ കർക്കടകം കാലംതെറ്റാതെ തിമിർത്ത് പെയ്തുകൊണ്ടിരുന്നു. പക്ഷേ, മനസ്സിൽനിന്ന് വിശുദ്ധിയും പച്ചകളും മാഞ്ഞുകഴിഞ്ഞ മനുഷ്യൻ അത് തിരിച്ചറിഞ്ഞതേയില്ല. പേമാരിയായും വെള്ളപ്പൊക്കമായും ദുരന്തമായും ദുരിതാശ്വാസമായും മാത്രം മഴ മനുഷ്യനിൽ നിറയുന്ന കാലമാണിത്. ഒന്നുകിൽ മഴയുടെ പ്രണയാതുരമായ കാല്പനികഭാവങ്ങൾ, അല്ലെങ്കിൽ മഴയുടെ കെടുതികൾ. മഴയെ ശത്രുപക്ഷത്ത് നിർത്തിയും കുറ്റവാളിയാക്കിയും മാർക്കറ്റ് ചെയ്യുന്ന രീതി ഇവിടെയുണ്ട്.

ഞാറ്റുവേലകളും കൃഷിയും മണ്ണുമാണ് കേരളത്തിന് അതിന്റെ ഭൂപ്രകൃതിയെയും ചരിത്രത്തെയും നിർമ്മിച്ചുനല്കിയത്. മലനാടിന്റെ പാരിസ്ഥിതികവും സാംസ്കാരികവുമായ ചരിത്രം മണ്ണിൽ അവൻ നടത്തിയിട്ടുള്ള അദ്ധ്വാനത്തിന്റേതാണ്. ജന്മിത്വവും ഫ്യൂഡലിസവും കോളനിവല്ക്കരണവും കർഷകന്റെ കൈയിൽനിന്ന് അവന്റെ ഭൂമിയും നാട്ടറിവുകളും സ്വത്വവും പിടിച്ചുവാങ്ങിയതിന്റെ ചരിത്രം എഴുതപ്പെട്ടിട്ടില്ല. മണ്ണിന്റെ സംസ്കാരം സമാന്തര രാഷ്ട്രീയചരിത്രമാവുന്നത് അതുകൊണ്ടുകൂടിയാണ്.

ജീവിതത്തെ നിർണ്ണയിച്ചിരുന്ന പ്രകൃതിതത്ത്വങ്ങളെയും സൂക്ഷ്മ ജ്ഞാനത്തെയും കർഷകൻ രേഖപ്പെടുത്തിയത് പഴഞ്ചൊല്ലുകളിലും പാട്ടുകളിലും നാടൻകലകളിലും ആചാരാനുഷ്ഠാനങ്ങളിലുമാണ്. അത് സമൂഹത്തിന്റെ സുസ്ഥിരതയ്ക്കും കാർഷിക സംസ്കൃതിയുടെ കെട്ടുറപ്പിനുംവേണ്ടിയായിരുന്നു. ഞാറ്റുവേലകൾക്കും കർക്കടക മാസത്തിനും മലനാടിന്റെ ജൈവസംസ്കൃതിയിൽ എത്രമാത്രം പ്രാധാന്യമുണ്ടായിരുന്നുവെന്നതിന് നാട്ടറിവിന്റെ ഡാറ്റാബേസിൽ എത്രയോ തെളിവുകളുണ്ട്. കൃഷിയിലേക്ക് തിരിച്ചുപോവാതെ നമുക്കിനി അതിജീവിക്കാനാവില്ല. കാർഷിക സമൃദ്ധിയുടെ ഭൂതകാലം മുന്നിലുണ്ട്. വിപണി നമ്മുടെ ഭക്ഷണവൈവിദ്ധ്യത്തെയും ഭാഷയെയും സംസ്കാരത്തെയും മാത്രമല്ല, ഞാറ്റുവേലകളെക്കൂടി അട്ടിമറിക്കുകയാണ്.

മണ്ണും വെള്ളവും കാലാവസ്ഥയും കൃഷിയും മനുഷ്യനും കന്നുകാലികളും എല്ലാം ഒന്നുചേർന്നതായിരുന്നു കേരളത്തിന്റെ ഗ്രാമീണ ജീവിതം. കേരളത്തിന്റെ ഉല്പത്തിയെക്കുറിച്ച് കർക്കടകവും കൃഷിയുമായി ബന്ധപ്പെടുത്തിയ ഒരു നാട്ടുമിത്ത് വിശദീകരിക്കാം. എല്ലാ ദേശത്തും ദേശത്തിന്റെ ഉത്ഭവത്തെക്കുറിച്ചുള്ള ഒരു നാട്ടുമിത്തുണ്ടാവും. കേരളത്തിന്റെ ഉത്ഭവത്തെക്കുറിച്ച് അത്തരത്തിലുള്ള ഒരു പ്രാചീന ഉൽപത്തി പുരാവൃത്തം തൃശൂർ മാളയിലെ വടമയിൽ വടാശ്ശേരി വീട്ടിലെ കാർത്ത്യായനി അമ്മൂമ്മ പറയുകയുണ്ടായി. അമ്മൂമ്മ പുലയ സമുദായത്തിൽപ്പെട്ട പാട്ടുകാരിയും ഫോക്‌ലോർ അക്കാദമി അവാർഡ് ജേതാവുമൊക്കെയാണ്. അവരുടെ പാട്ടുകളാണ് ഇന്നത്തെ പല നാടൻപാട്ടുസംഘങ്ങളും പാടിവരുന്നത്. കാർത്ത്യായനി അമ്മൂമ്മയുടെ ജീവിതം മുഴുവൻ നാട്ടനുഭവങ്ങളും നാടൻപാട്ടും നിറഞ്ഞതായിരുന്നു. പാട്ടിലൂടെ നാട്ടുസംസ്കാരം പറയും. എഴുതപ്പെടാത്ത ചരിത്രം പറയും. ദളിതരുടെ കലാസൗന്ദര്യത്തപ്പറ്റി പറയും. അങ്ങനെയാണ് മണ്ണാർ മണിഞ്ഞണ്ടിന്റെയും മണ്ണാർമണിത്തുമ്പിയുടെയും കഥ പറഞ്ഞത്. ഗ്രാമീണകഥപറച്ചിൽ പാരമ്പര്യത്തിന്റെ കവിത്തശൈലി അതിനുണ്ടായിരുന്നു. പരശുരാമൻ മഴുവെറിഞ്ഞിട്ടാണ് കേരളമുണ്ടായത് എന്നുള്ള അധിനിവേശചരിത്രം ഇന്നും പ്രചരിക്കുന്നുണ്ട്. കേരളത്തിന്റെ ഭൂപ്രകൃതി രൂപപ്പെട്ടതിനെക്കുറിച്ച്, അതിപ്രാചീനമായ കേരളത്തിന്റെ ആവാസവ്യവസ്ഥ (primitive ecology)യെക്കുറിച്ചുള്ള ജ്ഞാനത്തിൽനിന്ന് ഒരു പരിസ്ഥിതിമിത്ത് രൂപപ്പെടുത്തിയെടുക്കുന്നുണ്ട് ഈ അമ്മൂമ്മ.

പുരാവൃത്തത്തിന്റെ സാരാംശം ഇങ്ങനേയാണ്. വലിയ മലഞ്ചെരിവുകളും അതുകഴിഞ്ഞ് ചെറിയ നാട്ടുകുന്നുകളും പിന്നെ കടലോരവും നിറഞ്ഞതായിരുന്നു പുരാതന ഭൂപ്രകൃതി. നമുക്ക് ആറുമാസം നല്ല മഴയുണ്ടായിരുന്നു. ഈ മലവെള്ളം ഒലിച്ചുവന്ന് അനവധി പുഴകളും തടാകങ്ങളു മുണ്ടായി. പുഴകൾ വഴിമാറിയൊഴുകി. ജലത്തടാകങ്ങൾ നിറഞ്ഞ പ്രളയാവസ്ഥയായിരുന്നു ഇവിടെ. മലയിൽനിന്ന് ഒലിച്ചുവരുന്ന മലമട്ട് കുന്നുകളുടെ ഇടയിൽ രൂപാന്തരപ്പെട്ടാണ് പ്രാചീനവയലുകൾ

ഉണ്ടാവുന്നത്. മഴയുടെ അനുഗ്രഹംകൊണ്ടുണ്ടായ വിളകഴനിയാണ് വയലമ്മ. അന്ന് എന്തായിരുന്നു മനുഷ്യാവസ്ഥ? പ്രകൃതിയിലെ പണിയാളർ വെള്ളത്തിനടിയിലുള്ള ഈ മലമട്ട് മുകളിലേക്ക് കൊണ്ടുവന്ന് കരവച്ച് പിടിപ്പിച്ചതാണ് ഈ കേരളം. ഇപ്പോഴുള്ള ഈ ഭൂമി കരവച്ച് പിടിപ്പിച്ചതാണ്. മനുഷ്യന്റെ അദ്ധ്വാനത്തിന്റെ ചരിത്രമാണ് കേരളത്തിന്റെ പാരിസ്ഥിതിക ചരിത്രം. അമ്മൂമ്മ ഈ കഥയിൽ പറയുന്നത് അതാണ്. ആദ്യം പ്രളയമേ ഉണ്ടായിരുന്നുള്ളൂ. എല്ലായിടത്തും ജലം മാത്രമായിരുന്നു. അപ്പോൾ ഉടയോൻ ഒരു മണ്ണാർ മണിപ്രാവിനെ സൃഷ്ടിച്ചു. കരകാണാതെ ആ പ്രാവങ്ങനെ പറന്നുനടക്കുകയാണ്. അതിന് എവിടെയെങ്കിലും ചെന്നിരിക്കാനുള്ള ഒരു സ്ഥലമില്ലായിരുന്നു. അതാണ് പാക്കനാർ പാട്ടിൽ പറയുന്നത്.

ചെന്നിരിക്കാൻ പൂമിയില്ല
പറന്നുപറ്റാൻ മരങ്ങളില്ല
പൂമിയമ്മേ പൂമിയമ്മേ
നല്ലവാതിൽ തുറക്കവേണം!

കുട്ടനാട്ടിലെ തോറ്റങ്ങളിലും ഈ പരിസ്ഥിതിചരിത്രമുണ്ട്. പ്രാവിങ്ങനെ പറന്നുനടക്കുമ്പോൾ, കരവയ്ക്കാൻവേണ്ടി ദൈവം രണ്ടാമതായി മണ്ണാർ മണിഞണ്ടിനെ സൃഷ്ടിക്കുന്നു (കർക്കടകത്തിന് ഞണ്ട് എന്നാണ് അർത്ഥം). മണ്ണിലെ പ്രകൃതിദത്ത ഉഴവനായി ഞണ്ട് അറിയപ്പെടുന്നു. പിന്നെ മണ്ണാർ മണിത്തുമ്പിയെ സൃഷ്ടിക്കുന്നു. മണ്ണാർ മണിഞണ്ട് വെള്ളത്തിനടിയിൽനിന്ന് മണ്ണ് മുകളിലേക്ക് കൊണ്ടുവരും. തുമ്പി മണ്ണെടുത്ത് കിഴക്കൻകരയിൽ കൊണ്ടുപോയി കൂട്ടിവയ്ക്കും. അങ്ങനെ മണ്ണാർ മണിഞണ്ടും തുമ്പിയും ചേർന്നാണ് കേരളത്തിന്റെ കരഭൂമിയുണ്ടാക്കിയത്.

കരിനിലങ്ങളിൽനിന്ന് കർഷകർ വലിയ കൈക്കോട്ടുകൊണ്ട് മണ്ണുകോരി അത് കൊണ്ടുവന്നാണ് കര പിടിപ്പിച്ചത്. അന്നത്തെ കുട്ടനാടൻ കായലുകൾ നികത്തി, കർഷകത്തൊഴിലാളികൾ അടുത്തകാലം വരെ കര പിടിപ്പിച്ചിരുന്നു. മനുഷ്യന്റെ അദ്ധ്വാനത്തിന്റെ പ്രതീകാത്മകമായിട്ടുള്ള ആവിഷ്കാരമാണ് ഞണ്ടിന്റെയും തുമ്പിയുടെയും കഥയിലൂടെ കാണാൻ കഴിയുക. ആ അദ്ധ്വാനത്തിനുമേലാണ് പിന്നീടവന്റെ കാർഷിക സംസ്കാരം വികസിപ്പിച്ചെടുത്തത്. ഈയൊരു അദ്ധ്വാനപ്രക്രിയയിൽ നിന്ന് ലഭിച്ചിട്ടുള്ള പാരമ്പര്യപരിസ്ഥിതിയറിവുകളാണ് (traditional ecological knowledge)നാട്ടറിവുവഴക്കങ്ങളായി മാറിയിട്ടുള്ളത്. മനുഷ്യന് നേരിടേണ്ടിവന്നത് മഴയും അന്നത്തെ കാലാവസ്ഥയുമാണ്. അതിലൂടെ സൂക്ഷ്മമായിട്ടുള്ള പ്രപഞ്ചജ്ഞാനം അവൻ നേടിയെടുത്തു. പാട്ടുണ്ടാക്കി, കലയുണ്ടാക്കി; വയലി മാതൃദൈവമായി, അമ്മദൈവാരാധനയുണ്ടായി. കാവുകളുടെ ദേശി സൗന്ദര്യബോധമുണ്ടായി. ജന്മിത്വത്തിന്റെ കാലഘട്ടത്തിൽ പിന്നീട് അവന് മണ്ണ് നഷ്ടപ്പെട്ടതിന്റെ നാട്ടുചരിത്രം ഇതിനു സമാന്തരമായി തിരിച്ചറിയേണ്ടതുണ്ട്. പുലം

സൃഷ്ടിച്ചവർക്ക് മണ്ണ് അന്യമായി. മണ്ണാർ മണി എന്ന നാട്ടുമലയാളത്തിലൂടെ കേരളത്തിന്റെ രണ്ടു ആദിമസൗന്ദര്യസങ്കല്പങ്ങളാണ് ആവിഷ്കരിക്കുന്നത്.

മലനാടിന്റെ ജൈവസംസ്കാരവും കർക്കടകമാസവും എങ്ങനെയാണ് പരസ്പരം ബന്ധപ്പെട്ടിരിക്കുന്നത് എന്നു നോക്കാം. കാലാവസ്ഥയെക്കുറിച്ചുള്ള സൂക്ഷ്മജ്ഞാനം ഉണ്ടായിരുന്നവരാണ് കേരളത്തിലെ ഗ്രാമീണർ. കാലാവസ്ഥാ വ്യതിയാനങ്ങളെക്കുറിച്ച് അവർ മുൻകൂട്ടി കണക്കാക്കിയിരുന്നു. കാലംനോക്കി കൃഷി, വിത്തുനോക്കി വിള എന്നാണ് പറയുക. ഇത്തരം ചൊല്ലുകൾ കർഷകരുടെ മാനസികബലതന്ത്രത്തിന് സഹായകമായ ഒന്നുകൂടിയാണ്. പെട്ടെന്ന് ക്ഷാമം വരുമ്പോൾ നിരാശരാകാറില്ല. കർഷകരുടെ കൂട്ട ആത്മഹത്യകളാണ് ഇപ്പോൾ നടക്കുന്നത്. അതെന്താണെന്നുവച്ചാൽ, ഇപ്പോൾ വാണിജ്യകൃഷിയിൽ സമ്പത്തിനെ അടിസ്ഥാനമാക്കിയാണ് മുഴുവൻ കാര്യങ്ങളും. കാലാവസ്ഥയുടെ ആനുകൂല്യം നോക്കിയാണ് പ്രാചീനകൃഷി. കാലം നോക്കി കൃഷി എന്നു പറഞ്ഞാൽ ചെയ്യേണ്ട സമയത്ത് കൃഷിചെയ്യണം എന്നാണ്.

കർക്കടക മാസത്തിന് ഈ ജൈവസംസ്കൃതിയിൽ വളരെയേറെ പ്രാധാന്യമുണ്ട്. സൂര്യനും നക്ഷത്രങ്ങളും ചന്ദ്രനും ഭൂമിയും തമ്മിലുള്ള സൗരബന്ധത്തിന്റെ നാട്ടുകണക്കാണ് ഞാറ്റുവേല. അപ്പോൾ പ്രപഞ്ചത്തിനുണ്ടാവുന്ന മാറ്റം, സൂര്യൻ ഉത്തരായനത്തിൽനിന്ന് ദക്ഷിണായനത്തിലേക്കു മാറുമ്പോൾ ഉണ്ടാവുന്ന പ്രകൃതിമാറ്റത്തെ ശാസ്ത്രീയമായി ഉൾക്കൊണ്ടാണ് നാട്ടുജനത കർക്കടകത്തിലെ ആചാരാനുഷ്ഠാനങ്ങൾ നിശ്ചയിച്ചത്. ദക്ഷിണായനം മണ്ണിനോടടുക്കുന്നതാണ്. അതിനാൽ ഇത് ഋതുചര്യയാണ്. പത്തു ഞാറ്റുവേലയാണ് ശരിക്കും കേരളത്തിന്റെ മഴക്കാലം, ഇടവപ്പാതിയും തുലാവർഷവും കൂടിയിട്ട്. പതിമൂന്നര ദിവസമാണ് ഓരോ ഞാറ്റുവേലയുടെയും കാലാവധി. ഞാറ്റുവേല പകലു പിറന്നാൽ പാളേംകുത്തി എരക്കാം എന്നാണ് ചൊല്ല്. പകൽ മഴപെയ്താൽ പിന്നെ പണിക്കൊന്നും പോകാൻ പറ്റില്ല. ദാരിദ്ര്യം എന്നാണ് സൂചന. എന്നാൽ രാത്രി പിറന്നാൽ ഗുണമുണ്ട്. വെള്ളം കൂടുകയുംചെയ്യും. പകൽ പണിയെടുക്കുകയുംചെയ്യാം.

കൂട്ടായ്മയുടെ ഉത്സവകാലം കഴിഞ്ഞാണ് മഴക്കാലം വരുന്നത്. ഈ കാലത്ത് ചെറിയ കൂട്ടങ്ങളുടെ, കുറച്ചുകൂടി ഗൃഹാന്തരീക്ഷത്തിലുള്ള ആചാരങ്ങൾക്കാണ് പ്രാധാന്യം. ഇത് കാർഷിക-ഗ്രാമീണ വ്യവസ്ഥിതിയുടെ ആചാരങ്ങളാണ്. എല്ലാം കൃഷിയുമായി ബന്ധപ്പെട്ടതാണ്. ഗൃഹാന്തരീക്ഷത്തെ സഹായിക്കുന്ന രീതിയിൽത്തന്നെയായിരുന്നു കാർഷിക ജീവിതാന്തരീക്ഷവും.

മണ്ണിൽനിന്ന് കിട്ടുന്ന ആഹ്ലാദമാണ് കർഷകൻ വേലകളിലും ഉത്സവങ്ങളിലും ദൃശ്യവല്ക്കരിക്കുന്നത്. മണ്ണിന്റെ പുഷ്കലത അവൻ തിരിച്ചറിയുന്നത് കൃഷിചെയ്യുമ്പോഴാണ്. ഓരോ ഞാറ്റുവേലയിലും മണ്ണിന്റെയും മഴയുടെയും സ്വഭാവം വ്യത്യാസപ്പെടുന്നു. കാറ്റിന്റെ, തണുപ്പി

ന്റെ, ചൂടിന്റെ, വളർച്ചയുടെ എല്ലാത്തിന്റെയും സ്വഭാവങ്ങൾ വളരെ വ്യത്യാസപ്പെടുന്നത് കാണാം. അതിനനുസരിച്ചാണ് വിത്തുകൾ മുളയ്ക്കുക. രോഹിണി ഞാറ്റുവേല മുതൽ മഴക്കാലം തുടങ്ങും. ഏറ്റവും കൂടുതൽ മഴ കിട്ടുന്ന കാലം മാത്രമല്ല തിരുവാതിര. തിരുവാതിരയ്ക്ക് നൂറു മഴയും നൂറ് വെയിലും എന്നാണ് കണക്ക്. മഴയും വെയിലും തുല്യമായി ലഭിക്കുന്നതുകൊണ്ട് മണ്ണിന്റെയും സസ്യങ്ങളുടെയും ഉർവ്വരത ഇരട്ടിയാകുന്ന കാലമാണ്. ഞാറ്റുവേലകളുടെ സ്വഭാവമനുസരിച്ചാണ് വിത്തുകൾ മുളയ്ക്കുക. കിഴങ്ങുവർഗ്ഗങ്ങൾക്ക് വളരെയേറെ പ്രാധാന്യമുള്ള സമയമാണ് കർക്കടകം. ദശപുഷ്പങ്ങൾ (പൂവാങ്കുറുന്നില, മുയൽച്ചെവി, കൃഷ്ണക്രാന്തി, കറുക, കയ്യുണ്ണി, ഉഴിഞ്ഞ, തിരുതാളി, നിലപ്പന, മുക്കുറ്റി, ചെറൂള), പത്തിലകൾ എന്നിവയൊക്കെ ധാരാളമായുണ്ടാവും. മുതിരയ്ക്ക് മൂന്നുമഴ മതി, അമരത്തടത്തിൽ തവള കരയണം എന്നൊക്കെയാണ് പറയുക. കായ്കനികളും വള്ളിച്ചെടികളും വളരെപ്പെട്ടെന്ന് ഫലസമൃദ്ധിയുണ്ടാകുന്ന കാലമാണ്. ഓരോ ചെടിയുടെയും പരിപാലനം കർഷകർക്കറിയാമായിരുന്നു. തെങ്ങുപരിപാലനത്തിനായി കർക്കടകത്തിൽ അകത്തും തുലാവർഷത്തിൽ പുറത്തും എന്നാണ് ചൊല്ല്. വെറ്റില, കുരുമുളക് എന്നിവ കർക്കടകത്തിലാണ് നടുക. ഞാറ്റുവേലകളുടെ സൂക്ഷ്മമായ താളം മനസ്സിലാക്കിയാണ് കൃഷി ചെയ്തിരുന്നത്.

കർക്കടകത്തിൽ അദ്ധ്വാനിക്കണമെന്നാണ്. അതുകൊണ്ട് രണ്ടു ഗുണങ്ങളുണ്ട്. ചിങ്ങത്തിലേക്കുവേണ്ട പറമ്പ് കൃഷി ചെയ്യാം. വെയില് കുറവാണല്ലോ. അപ്പോൾ അത്രയും നേരമെങ്കിലും ചൂട് കിട്ടുകയാണ് ചെയ്യുന്നത്. അതില്ലെങ്കിലാണ് അസുഖങ്ങൾ കൂടുന്നത്. കർക്കടകത്തിന്റെ അവസാനം പ്രത്യേക വെയിലുവരും. അതിനെ കർക്കടകവറു എന്നാണ് പറയുക. പൊള്ളുന്ന വെയിലാണ്. തണുപ്പും വെയിലും ഒരു സമതുലനാവസ്ഥയിലെത്തുന്നു. അതുപോലെ ആരോഗ്യകാര്യങ്ങളിൽ ശ്രദ്ധിക്കാനും പറ്റുന്ന സമയമാണ്. കർക്കടകം ചികിത്സാകാലം കൂടിയാണ്. എങ്ങനെയാണ് കേരളത്തിനു മാത്രമായി ഇങ്ങനെയൊരു വീട്ടു ചികിത്സാ സമ്പ്രദായം രൂപപ്പെട്ടത് എന്നു നോക്കാം.

കർക്കടകത്തിൽ വെയിലില്ല മഴയാണ്. അദ്ധ്വാനിക്കാൻ പറ്റുന്നില്ല. അതുകൊണ്ട് അസുഖങ്ങൾ കൂടും. വാതം, പിത്തം, കഫം ഏറ്റവും അധികമാവുന്നത് അപ്പോഴാണ്. മൃഗങ്ങളും വിശ്രമിക്കുന്ന സമയമാണല്ലോ? പോത്ത്, എരുമ, പശു, കാള, ആന ഇവയ്ക്കൊക്കെ വേണ്ടിയുള്ള ഔഷധസേവയും പരിപാലനവുമൊക്കെ ചെയ്യുന്ന സമയംകൂടിയാണ്. മുതിരയൊക്കെ വേവിച്ചുകൊടുക്കും. മൃഗങ്ങളുടെ ആരോഗ്യം സംരക്ഷിക്കുക എന്ന തത്ത്വംകൂടി കാർഷിക സംസ്കാരത്തിന്റെ ഭാഗമാണ്. പുല്ലറ്റാൽ മാടറ്റു എന്നാണ്. പാതയോരത്ത കാടുംപടലും ഇല്ലാതാകുന്നതോടെ കന്നുകാലികളുടെ ഭക്ഷണം മാത്രമല്ല വയലോര ഔഷധസസ്യങ്ങൾകൂടിയാണ് നശിക്കുന്നത്. പത്തിലയൊക്കെ കഴിക്കുന്നതിനു

പിന്നിൽ കർഷകന്റെ ഈ അറിവുണ്ടായിരുന്നു. വേനൽക്കാലത്ത് സൂര്യന്റെ ഊർജ്ജം ഏറ്റുവാങ്ങി ആദ്യത്തെ പൊടിമഴയിൽ വളർന്ന സസ്യങ്ങൾ മഴക്കാലത്ത് കഴിക്കുക എന്നതാണ് പത്തെലക്കറിയുടെ തത്വം. ഇവ ശുദ്ധമായതും പ്രകൃതിയിൽനിന്നു നേരിട്ടു പറിക്കുന്നതുമാണ്. ഊർജ്ജകേന്ദ്രീകൃതമായ നാട്ടുഭക്ഷണരീതിയാണ്. പത്തെല ഭക്ഷണം കഴിക്കുന്നത് ഈ സന്തുലനാവസ്ഥയ്ക്കു വേണ്ടിയാണ്. പിന്നെ കർക്കടകക്കഞ്ഞി; കേരളീയ മിതോഷ്ണ കാലാവസ്ഥയ്ക്ക് ഏറ്റവും യോജിച്ച ആഹാരമാണ് കഞ്ഞി. കഞ്ഞിവെള്ളം മരുന്നായിരുന്നു. മണ്ണിൽ പണിയെടുക്കുന്നവരുടെ പ്രധാന ആരോഗ്യരഹസ്യമായിരുന്നു പഴങ്കഞ്ഞി. ആറിയ കഞ്ഞി പഴങ്കഞ്ഞി അതിനെ ഔഷധമാക്കി മാറ്റുന്നതാണ്. നല്ല പൊടിയരി അല്ലെങ്കിൽ ഒണക്കലരി, ചില പ്രധാനപ്പെട്ട പെട്ടിമരുന്നുകളും പിന്നെ പച്ചിലകളും കുറുന്തോട്ടി അല്ലെങ്കിൽ പണപ്പുള്ളാടി എന്നിവയും ആശാളി, ജീരകം, ഉലുവ തുടങ്ങിയ സാധനങ്ങളൊക്കെ ചേർത്ത് ഉണ്ടാക്കുന്നതാണ് മരുന്നുകഞ്ഞി. ചിലർ 15 കൂട്ടം മരുന്നുകൾ കൂട്ടുന്നു. 40 കൂട്ടം കൂട്ടുന്നവരുമുണ്ട്. ഇതിനൊരു ചിട്ടയുണ്ടായിരുന്നില്ല. പക്ഷേ, അമ്മൂമ്മമാർക്ക് അന്ന് അറിയാവുന്ന വലിയൊരു ജ്ഞാനമായിരുന്നു ഔഷധക്കഞ്ഞി. ഇത് ശരിക്കും നമ്മുടെ ഗോത്രജീവിതത്തിന്റെ സൂചനയാണ്. മരുന്നുകഞ്ഞി, പത്തെലക്കറി എന്നിവ ആയുർവ്വേദ യോഗങ്ങളിലുള്ളതല്ല. ഇന്നിപ്പോൾ ആയുർവ്വേദ മരുന്നുകൾക്ക് പ്രാധാന്യം വരുമ്പോഴും കേരളീയരീതി എന്നു പറയുന്നത് നാട്ടുവൈദ്യവും അമ്മൂമ്മവൈദ്യവുമായിരുന്നു. വീട്ടിൽവച്ചുതന്നെ താളിയുണ്ടാക്കുന്നതും എണ്ണയുണ്ടാക്കുന്നതും കുട്ടികൾക്കുള്ള മരുന്നുണ്ടാക്കുന്നതും തേനും വയമ്പുമുണ്ടാക്കുന്നതും പ്രാചീന ഔഷധജ്ഞാനത്തിന്റെ തെളിവായിരുന്നു.

കർക്കടകത്തിൽ ഒരുപാട് ആചാരാനുഷ്ഠാനങ്ങളിലൂടെ നാം കടന്നുപോവുന്നുണ്ട്. അതോടൊപ്പം തന്നെ കുറെ സസ്യങ്ങളുടെ സ്പർശനസാന്ത്വനവും നേടുന്നുണ്ട്. ദശപുഷ്പം ചൂടൽ, മുക്കുറ്റിച്ചാന്ത്, പൂവാംകുറുന്നിലകൊണ്ട് കണ്മഷി ഉണ്ടാക്കുക എന്നതിലൂടെ സ്പർശനംതന്നെ ഔഷധഗുണമായിമാറുന്നു. എന്നാൽ ആധുനിക സംസ്കാരം ഇതിനെയൊക്കെ കളകളായിട്ടാണ് കാണുന്നത്. ഉപയോഗമില്ലാത്തതൊക്കെ കളകൾ എന്നാണ്. പക്ഷേ, നാട്ടുസംസ്കൃതിയിൽ, ജൈവസംസ്കൃതിയിൽ കളകൾ എന്നുപറയുന്ന ഒന്നില്ല. ഔഷധമല്ലാത്തതൊന്നും ഭൂമിയിലില്ല എന്നാണ് പറയുന്നത്. നാട്ടിൻപുറത്തുള്ള ചെടികളുടെ സൂക്ഷ്മമായിട്ടുള്ള ജ്ഞാനം അറിയാവുന്നതുകൊണ്ടാണ് അവയെ പലവിധത്തിലും ഉപയോഗിക്കുന്നത്.

ആചാരാനുഷ്ഠാനങ്ങൾ ഒരു ഭാഷയും ആശയവിനിമയോപാധിയുമാണ്. കാർഷികാനുഷ്ഠാന ഭാഷയുടെ നിർമ്മിതി സംസ്കാരത്തിന്റെ സമ്പന്നതയെയാണ് കാണിക്കുന്നത്. പ്രകൃതിയെ അറിഞ്ഞ കനിവിന്റെ സമർപ്പിതഭാഷ. ഈ അനുഷ്ഠാനങ്ങൾ അന്ധവിശ്വാസങ്ങളുടെ കൂടാരമല്ല. സമപ്രകൃതിജ്ഞാനത്തിൽനിന്ന് മനുഷ്യകേന്ദ്രീകൃത ജ്ഞാനത്തി

ലേക്ക് മാറിയപ്പോഴാണ് നാം ആധുനികരായത്. ആധുനികത സ്വത്വത്തിന്റെ സാങ്കേതികവല്ക്കരണമാണ്. സാങ്കേതികവിദ്യകൊണ്ടും യന്ത്രങ്ങൾകൊണ്ടുമേ കൃഷി രക്ഷിക്കാനാകൂ എന്നുപറഞ്ഞ് ആധുനികത ജൈവസമഗ്രതയെ പിഴുതുമാറ്റി. വേരില്ലാത്ത സംസ്കാരങ്ങളുടെ ഉദയം അങ്ങനെയാണ്.

നാട്ടറിവിന്റെ സൂക്ഷ്മജ്ഞാനങ്ങൾ ആചാരങ്ങളുടെ രൂപത്തിലാവുന്നത് സമൂഹം അത് സ്ഥിരമായി ചെയ്യാൻവേണ്ടിയാണ്. കർക്കടകത്തിൽ പത്തെല, ഔഷധസേവ, മരുന്നുകഞ്ഞി, ദശപുഷ്പം ചൂടൽ, ശീവോതി ഇതിന്റെയൊക്കെ അവസാനം ഇല്ലംനിറ എന്നുപറയുന്ന ചടങ്ങുണ്ട്. കൊയ്തെടുത്ത കതിർക്കറ്റയും മറ്റു സസ്യങ്ങളുടെ ഇലകളും വീട്ടിലേക്ക് കൊണ്ടുവരികയാണ്. വിളക്കു കൊളുത്തിവച്ച് ഒരു ചടങ്ങുണ്ട്. പാടങ്ങളിലും പറമ്പുകളിലും കാവുകളിലുമുള്ള സസ്യകുലത്തിന്റെ വീട്ടിലേക്കുള്ള വരവാണ്. ഉർവ്വരതയുടെ പ്രതീകം. ആ കതിർക്കുല ഇടിച്ച് പുത്തരിപ്പായസമുണ്ടാക്കും. വയലിൽനിന്ന് അടുക്കളയിലേക്കുള്ള, ധാന്യത്തിന്റെ പ്രതീകാത്മക വരവാണ്. പ്രകൃതിനാടകമാണത്. ഋതുനാടകം. കഷ്ടപ്പെട്ടു കഴിഞ്ഞാൽ നമ്മുടെ പത്തായം നിറയും. ചിങ്ങമാസം എന്നു പറയുന്നത് വിളവെടുപ്പിന്റെ കാലമാണ്. ചിങ്ങം വന്നാലും കർക്കടകത്തെ മറക്കരുത് എന്നു പറയും. ചിങ്ങം കഴിഞ്ഞാൽ കന്നിയിലെ ഞാറ്റുവേലകളിൽ കുറച്ചു വ്യത്യാസം വരുന്നുണ്ട്. രോഗങ്ങളൊക്കെ കടന്നുവരുന്ന സമയമാണ്. ചില ജീവികൾക്ക് വിഷാംശം കൂടുന്നു. ഇതുകൂടി മുൻകൂട്ടി കണ്ടുകൊണ്ടാണ് പ്രതിരോധശേഷിക്കുവേണ്ടി കർക്കടകത്തിൽ ഇത്രയും ഔഷധം കഴിക്കുന്നത്. ചികിത്സാ നാട്ടുരീതികൾ ഗുണാധിഷ്ഠിതമായിരുന്നു. പ്രതിരോധമായിരുന്നു. പൊട്ടി പുറത്ത്, ശീവോതി അകത്ത് എന്നത് കർക്കടകത്തിലെ ആചാരമാണ്. വീട്ടിലെ പഴയ സാധനങ്ങളൊക്കെ കളയുന്ന സമയമാണത്. വീട് വൃത്തിയാക്കി അണ്ടകളൊക്കെ ഒരു കുട്ടയിലിട്ട് കളയാൻ പോവും. അപ്പോൾ വീട്ടിലുള്ളവർ പറയണം, പൊട്ടി പുറത്ത് പോ, പോ, പോ എന്ന്. അത് ഗ്രാമത്തിന്റെ ഒരു മൂലയിൽ കളഞ്ഞ്, കുളിച്ചു തിരിച്ചുവരുമ്പോൾ ആ ആൾ ശ്രീഭഗവതിയായി. ശ്രീഭഗവതി അകത്ത് എന്നുപറഞ്ഞ് ആനയിക്കണം. ശരിക്കും ഇത് ഗ്രാമീണ പരിസ്ഥിതിസംരക്ഷണത്തിന്റെ തത്ത്വങ്ങളാണ്. കേരളം ഇന്നു നേരിടുന്ന മാലിന്യപ്രശ്നത്തെ ഈ ഗ്രാമീണ ആചാരങ്ങളുമായി ബന്ധപ്പെടുത്തി പരിശോധിക്കാം.

ആധുനിക സംസ്കൃതിയിൽ ഏറ്റവും കൂടുതൽ ഉണ്ടാവുന്നത് മാലിന്യങ്ങളാണ്. ഉപയോഗിക്കുന്ന സാധനങ്ങളേക്കാൾ കൂടുതൽ വേസ്റ്റ് ഉണ്ടാവുന്നു. പ്ലാസ്റ്റിക് മാത്രമല്ല, ഇ–വേസ്റ്റ് വരെ. വേസ്റ്റുകളുടെ എണ്ണം കൂടിവരികയാണ്. throw away എന്നു പറയുന്ന സംസ്കൃതി. മതിലിന്റെ പുറത്തിടുക. ഫ്ളാറ്റിൽ നിന്ന് വലിച്ചെറിയുക, അന്യന്റെ വീട്ടിലിടുക. വയലുകളിലേക്കുവലിച്ചെറിയുക. നഗരപരിസ്ഥിതിബോധവും പരിസ്ഥിതിശാസ്ത്രവും ഇതായിമാറിയിരിക്കുന്നു. അതായത് ഒരു വേസ്റ്റ്ബിൻ

വയ്ക്കാം. അല്ലെങ്കിൽ വേസ്റ്റ് മാനേജ്മെന്റ് സെമിനാർ നടത്താം. ഇത്തരം പുതിയ സാങ്കേതികവല്ക്കരണത്തെയാണ് പുതിയ പരിസ്ഥിതി വാദികൾ കൊണ്ടുനടക്കുന്നത്. ഗ്രാമീണ സംസ്കൃതിയുടെ പരിസ്ഥിതി സങ്കല്പങ്ങൾക്ക് പ്രാധാന്യം കൊടുത്തിരുന്നെങ്കിൽ കേരളത്തിൽ ഇത്രയധികം മാലിന്യം ഉണ്ടാവുമായിരുന്നില്ല. മലിന്യമാന്യത അലങ്കാരമായിരിക്കുന്നു. ഈ മാലിന്യങ്ങൾകൊണ്ടാണ് വെള്ളം മലിനമായത്. കോളിഫോം ബാക്ടീരിയ, അയേൺ ബാക്ടീരിയ തുടങ്ങിയ അഞ്ചുതരം ബാക്ടീരിയകൾകൊണ്ട് മലിനമാണ് കേരളത്തിലെ കുടിവെള്ളം. എന്നാൽ ഒരു വീട്ടിൽത്തുടങ്ങി, ഒരു ഗ്രാമത്തിൽത്തുടങ്ങി മൊത്തം ചുറ്റുപാടുകളെ സംരക്ഷിച്ചിരുന്ന ഒരു കാലമുണ്ടായിരുന്നു.

വടക്കേ മലബാറിൽ കർക്കടോത്തി എന്നും വേടൻ എന്നും ഉള്ള കർക്കടകത്തെയ്യങ്ങളുണ്ട്. ഒരു മണികിലുക്കി വീടുകളിലൊക്കെ വരും. തെക്കേ മലബാറിലാണെങ്കിൽ പാണനും പാട്ടിയും തുയിലുണർത്തുപാട്ടുമായി വരും. കള്ളക്കർക്കടക മാസത്തിൽ മുള്ള്, മുരട്, മൂർഖൻ പാമ്പുള്ള വഴിയിലൂടെ ഒരു കമ്പിറാന്തലും പിടിച്ച് പാതിരായ്ക്ക്ശേഷം ഓരോ വീട്ടിലും വന്ന് തുയിലുണർത്തും. ആലസ്യത്തിൽനിന്ന് നമ്മെ ഉണർത്തുക എന്നാണ് അതിന്റെ പൊരുൾ. തിരുവരങ്ങത്ത് പാണനാര് പാട്ടുപാടി നമ്മെ പുതുനിർമ്മിതിയിലേക്ക് ഉണർത്തുകയാണ്. ഒരു awakening, ഒരു ശാക്തീകരണം. മനുഷ്യൻ പ്രകൃതിയെ മറക്കാതിരിക്കാനുള്ള ഓർമ്മപ്പെടുത്തൽ എന്ന രീതിയിലാണ് പുള്ളുവനും പാണനും മണ്ണാനുമൊക്കെ വന്ന് പാട്ടുപാടുന്നത്. അതിൽ പരിസ്ഥിതിരംഗാവതരണം കൂടിയുണ്ട്. പ്രാചീനമായ സംഗീതത്തിന്റെ നൽവരവുണ്ട്. അതിനുപുറമെ സസ്യങ്ങളുമായുള്ള ബന്ധത്തെക്കുറിച്ചുള്ള സങ്കല്പവും.

ഭക്ഷണ സംസ്കാര പഠനമെന്നത് ദരിദ്രവർഗ്ഗങ്ങൾക്ക് പ്രകൃതി ഭക്ഷണമൊരുക്കിയതിന്റെ ചരിത്രം കൂടിയാണ്. ഭക്ഷണ വൈവിദ്ധ്യത്തിന്റെ വലിയൊരു ഉത്സവക്കാലം കേരളത്തിനുണ്ട്. കവറിൽ സീൽ ചെയ്തുകിട്ടുന്ന ഒരേ രുചിയിലേക്ക് നമ്മുടെ ഭക്ഷണ താല്പര്യങ്ങളുടെ സംസ്കാരം ചുരുങ്ങുന്നു. അന്നത്തിന്റെ പാക പരിണാമങ്ങളെക്കുറിച്ച് ഗ്രാമീണ ജനത നേടിയെടുത്ത നാട്ടറിവുകൾ സംസ്കാര ഗുണങ്ങളാണ്. ആധുനിക മാർക്കറ്റ് വ്യവസ്ഥയിൽ ഇത് തിരിച്ചറിഞ്ഞല്ല പറിക്കുന്നതും വിതരണം ചെയ്യുന്നതും. പാകം നോക്കി പറിക്കാനുള്ള ക്ഷമ ആർത്തിയുടെ സംസ്കാരത്തിനില്ല. വിളവെടുപ്പിന്റെ രീതിശാസ്ത്രം തന്നെ മാറി. ഇപ്പോൾ കടയോടെ പറിക്കുന്ന ഉന്മൂലനാശത്തിന്റെ വഴിയിലാണ്. നെല്ലിയുടെ കടവെട്ടിയും നെല്ലിക്ക പറിക്കുന്ന സംസ്കാരം വന്നത് കമ്പനികൾ മൊത്തമായി അധിക വിളകൾ ആവശ്യപ്പെടുമ്പോഴാണ്. കൊയ്ത്തിന് ചില സാംസ്കാരിക-സന്തുലിത മൂല്യങ്ങളുണ്ടായിരുന്നു. കാട്ടിൽ നിന്ന് തേനെടുക്കുമ്പോൾ തേനടകൾ സുഹൃത്തുക്കൾക്കായി (മൃഗങ്ങൾക്കും പക്ഷികൾക്കും) ബാക്കിവയ്ക്കുന്ന പതിവ് ആദിമവാസികൾക്കിടയിലുണ്ട്.

'താളും തകരേം മുമ്മാസം, ചക്കേം മാങ്ങേം മുമ്മാസം, ചേനേം

കൂർക്കേം മുമ്മാസം, അങ്ങനേം ഇങ്ങനേം മുമ്മാസം' എന്ന ചൊല്ലു തന്നെ ഭക്ഷണവൈവിദ്ധ്യമാണ് വ്യക്തമാക്കുന്നത്. വൈവിദ്ധ്യം എന്നു പറയുമ്പോൾ ഭക്ഷ്യസുരക്ഷയുടെ സങ്കല്പം അതിനുണ്ട്. നെല്ല് മാത്രമല്ല പഞ്ഞിപ്പുല്ല്, ചോളം, തിന, വരക്, എള്ള്, മുതിര, ഉഴുന്ന്, തൊവര പലതരം ധാന്യങ്ങൾ നമ്മളിവിടെ കൃഷിചെയ്തിരുന്നു. ഇന്ന് അരിയൊ ഗോതമ്പോ മാത്രമല്ലേയുള്ളൂ? ഭക്ഷണ വൈവിദ്ധ്യം പോയില്ലേ? അന്ന് ഇലക്കറികളും ഫലങ്ങളും കിഴങ്ങിനങ്ങളും ധാന്യങ്ങളും പയറിനങ്ങളും ഉണ്ടായിരുന്നു. ഓരോ ഞാറ്റുവേലയിലും ഇന്നത് കൃഷിചെയ്യണം എന്നാണ് നാട്ടുനടപ്പ്. വിളവെടുപ്പിനും ഓരോരോ സമയം. പിന്നെ ആഹാരശീലങ്ങളിലും വൈവിദ്ധ്യമുണ്ടായിരുന്നു. തവിടിന്റെ അടകൊണ്ടുള്ള ആഹാരം പൊന്നട എന്നുവിളിച്ചുവന്നു. പിന്നെ നാട്ടുമരുന്നുകൾ. ഉലുവ, ജീരകം എന്നിവ ശർക്കരയിലൊക്കെ ഇട്ടിട്ടുള്ള മരുന്നുണ്ടകൾ കുട്ടികൾക്ക് കർക്കടകത്തിലൊക്കെ കൊടുത്തിരുന്നു. അന്ന് അടുക്കളയിൽ മരുന്നുകടപോലെ ഇത്തരം സാധനങ്ങളൊക്കെ ഉണ്ടാക്കിവയ്ക്കും. ആരോഗ്യസങ്കല്പങ്ങളുടെയും പ്രകൃതി ആരാധനയുടെയുമൊക്കെ സങ്കല്പങ്ങൾ കർക്കടകത്തിലുണ്ട്. കർക്കടകത്തിൽ മൂലകങ്ങളൊക്കെ പെട്ടെന്ന് വളരും. കൂർക്ക കലം പൊളിക്കും എന്ന് പറയും. ചേന ചിങ്ങമാസത്തിലേ പാകമാവൂ. കർഷകൻ മൂക്കാത്ത ചേന കർക്കടകത്തിൽ കുഴിച്ചെടുക്കും. അതുകൊണ്ട് കറിവയ്ക്കും. അതിനെക്കുറിച്ചുള്ള മനോഹരമായ ചൊല്ലുണ്ട്. കർക്കടകത്തിൽ ചേന കട്ടുമാന്താം. അത് അർശോരോഗികൾക്ക് പഥ്യാഹാരമാണ്. കർക്കടകത്തിന്റെ വേറൊരു പ്രത്യേകത സസ്യങ്ങൾക്ക്, കിഴങ്ങുവർഗ്ഗങ്ങൾക്ക് രുചിയുണ്ടാവുന്ന സമയമാണിത്.

ഭക്ഷണ നിഷേധം ആധുനിക സംസ്കാരത്തിന്റെ ഒരു ഫാഷനാണ്. കുട്ടികൾക്കും പ്രായമായവർക്കും ഇപ്രകാരം പാരമ്പര്യ ഭക്ഷണങ്ങൾ നിഷേധിക്കുന്ന മദ്ധ്യവർഗ്ഗ പണക്കൊഴുപ്പിന്റെ സംസ്കാരം ഇന്ന് വളരെ പ്രകടമാണ്. അവരുടെ പ്രധാന ഭക്ഷണം പോസ്റ്ററൊട്ടിക്കാനുപയോഗിക്കുന്ന മൈദകൊണ്ടുണ്ടാക്കിയ പൊറോട്ടയാണ്. നാട്ടറിവിന്റെ, ജൈവസംസ്കാരത്തിന്റെ അറിവ് മനുഷ്യൻ ആർജ്ജിച്ചെടുത്തതിന്റെ പശ്ചാത്തലവും ചരിത്രവും നാം തിരിച്ചറിയണം.

മനുഷ്യൻ അലഞ്ഞുതിരിഞ്ഞു നടന്നിരുന്ന കാലത്താണ് ചുറ്റുപാടുകളെക്കുറിച്ച് അവൻ ഏറ്റവും കൂടുതൽ പ്രകൃതിയറിവുകൾ ശേഖരിച്ചിട്ടുള്ളത്. പൂർണ്ണമായി മൃഗത്വം വിട്ടിട്ടുമില്ല, മനുഷ്യത്വം നേടിയിട്ടുമില്ല. ആ കാലത്ത് അവർ നിരീക്ഷിച്ചിരുന്നത് മൃഗങ്ങളെയും പക്ഷികളെയുമാണ്. മൃഗങ്ങൾ ഭക്ഷിക്കുന്നത് നോക്കി അത് ഭക്ഷിക്കുക എന്നുള്ള രൂപത്തിലുള്ള നരവംശജ്ഞാനം നേടിയെടുത്തു. പ്രകൃതിയിൽനിന്ന് അവൻ നേടിയ അറിവുകൾ പിന്നെ സംസ്കരണം എന്ന ഘട്ടത്തിലേക്ക് വരികയാണ്. അഗ്നിയുടെ കണ്ടുപിടിത്തം പ്രധാനമായിരുന്നു. കൃഷി, പാചകം, അടുക്കളഎന്നിവയൊക്കെ നിലവിൽ വരുന്ന ഈ കാലഘട്ടത്തിൽ ഈ അറിവുകളെ മുഴുവൻ അവൻ ഉപയോഗപ്പെടുത്തി. സൂക്ഷ്

മനിരീക്ഷണത്തിൽനിന്ന് കിട്ടിയ അറിവുകൾ : ചില സസ്യങ്ങൾ വിഷമുള്ളതാണ്, ചില സസ്യങ്ങൾ ഭക്ഷ്യയോഗ്യമാണ്. തേൻ കഴിക്കാം, ആറ്റക്കിഴങ്ങ് കഴിക്കാം, കാട്ടിലെ ഫലങ്ങൾ തിന്നാം. ചിലത് പച്ചയ്ക്ക് കഴിക്കാനേ പറ്റൂ. ചിലത് വേവിച്ച് കഴിക്കണം. അതുപോലെ ഏതൊക്കെയാകാം മാംസാഹാരങ്ങൾ. എന്നിങ്ങനെ ഭക്ഷണ സംസ്കാരത്തിന്റെ ആന്ത്രോപ്പോളജി മനുഷ്യൻ നേടിയെടുത്തു. അത് നൂറ്റാണ്ടുകൾകൊണ്ട് മനുഷ്യൻ നേടിയ അറിവാണ്. ഇതാണ് കൈമാറിവന്നത്. ആ അറിവുകൾ അതിജീവനത്തിനാവശ്യമായ നാട്ടറിവുകളാണ്.

അതിനെ ഇന്ന് ഉർവ്വരതാപരിസ്ഥിതി എന്ന് പറഞ്ഞ് ആധുനിക സ്ഥാപനങ്ങളൊക്കെ ഗവേഷണാത്മക പഠനങ്ങളിലൂടെ നിരീക്ഷിക്കുന്നുണ്ട്. തേനിന് ഇന്ന ഗുണമുണ്ട് എന്നേ ആധുനിക ശാസ്ത്രം പറയുന്നുള്ളൂ. അത് പരിശോധനയിലൂടെ അവർ കണ്ടെത്തുന്നു. പക്ഷേ, നൂറ്റാണ്ടുകൾക്ക് മുൻപേ നാട്ടുകാർ കണ്ടെത്തി മനസ്സിലാക്കി ഉപയോഗിച്ചുവന്നു. ആവശ്യമില്ലാത്തതിനെ തള്ളിക്കളഞ്ഞിട്ടാണ് നാട്ടറിവുകൾ ഉപയോഗിച്ചിട്ടുള്ളത്. തേനെടുപ്പുകാർ തേനിന്റെ ഗുണങ്ങൾ വിവേചിച്ചറിഞ്ഞിട്ടുണ്ട്. ചെറിയ കാര്യത്തെക്കുറിച്ച് തന്നെ വളരെ സൂക്ഷ്മമായ നാട്ടറിവുകൾ ഉണ്ടായിരുന്നു. അതൊന്നും രേഖപ്പെടുത്തിയിട്ടില്ല എന്നേയുള്ളൂ. പലതരത്തിൽ അവർ അതു ക്രോഡീകരിച്ചിട്ടുണ്ട്. ആചാരങ്ങളിലൂടെ, ചിട്ടകളിലൂടെ, നാട്ടുമരുന്നുകളിലൂടെ. അതൊരു ഭാഷയാണ്. വാമൊഴിപാരമ്പര്യത്തിലൂടെയാണ് മാനവരാശി ഏറ്റവും അറിവുകൾ കൈമാറിയിട്ടുള്ളത്. എഴുത്തുഭാഷകൾക്ക് അധികം പഴക്കമില്ല. പല സങ്കേതങ്ങളിലൂടെയും സംജ്ഞാപരമായും മറ്റും അറിവുകളെ ശേഖരിച്ചു. കടങ്കഥകൾ, പഴഞ്ചൊല്ലുകൾ, ഭക്ഷണങ്ങൾ, പാട്ടുകൾ, താരാട്ടുപാട്ടായാലും സന്ധ്യാനാമമായാലും അനുഷ്ഠാനഗാനങ്ങളായാലും ഉത്സവഗാനങ്ങളായാലും മനുഷ്യർ നേടിയ പരിസ്ഥിതി സൂക്ഷ്മജ്ഞാനത്തെ–അത് വെറും വസ്തുതാശാസ്ത്രജ്ഞാനമല്ല–സാംസ്കാരിക രൂപപരിണാമത്തിലൂടെ രേഖപ്പെടുത്തുകയായിരുന്നു. അറിവിനെ സംസ്കാരമാക്കി മാറ്റുന്ന പ്രക്രിയയാണിത്. ഓരോ സമൂഹത്തിലും അറിവിന്റെ നരവംശപ്രക്രിയയുടെ സ്വാംശീകരണം വ്യത്യസ്തമാണ്. ആദിവാസി സമൂഹത്തിലും ഗ്രാമീണ സമൂഹത്തിലും ഇത് കാരണവക്കൂട്ടത്തിന്റെ ഭാഗമായുള്ളതാണ്. ആ സാംസ്കാരിക പരിണാമത്തെ മനുഷ്യൻ ക്രിയയാക്കി മാറ്റുകയാണ്. ഓരോ കൊല്ലത്തിലും ഋതുക്കളിലും ഓരോ ഞാറ്റുവേലയിലും വിത്ത് വീണ്ടും മണ്ണിലേക്കിട്ട്, ജൈവതാളം നിലനിർത്തിപ്പോന്നു. അത് തുടർച്ചയായ ഒരു പ്രക്രിയയാണ്. അതിൽ പരീക്ഷണങ്ങളും പരിഷ്കരണങ്ങളുമുണ്ട്. പഴയത് അതുപോലെ ആവർത്തിക്കുന്നതല്ല പാരമ്പര്യമെന്നു പറയുന്നത്.

ആദ്യകാലത്ത് നെല്ല് അവൻ കൃഷിചെയ്തിരുന്നില്ല. വരിനെല്ലുകൾ ഉപയോഗിച്ചുവന്നു. പിന്നീട് മണ്ണൊരുക്കി വേണ്ടസമയത്ത് വിത്ത് മുളപ്പിച്ചു. കാലാവസ്ഥയുടെ താളങ്ങൾ മനസ്സിലാക്കി കൃഷിചെയ്തു. കാ

ലാവസ്ഥയാണ് പ്രധാനം. അതുമാത്രമല്ല കാട്ടുവിളകൾ നാട്ടുവിളകളാക്കി മാറ്റുമ്പോൾ – പത്തിരട്ടിച്ച വല്ലി– വിത്തിൽനിന്ന് അതിന്റെ ഉർവ്വരത നോക്കി ഏറ്റവും കൂടുതൽ വിളവുണ്ടാകുന്ന നെല്ലേത്, വൈക്കോലുണ്ടാകുന്ന നെല്ലേത് എന്നു തിരിച്ചറിഞ്ഞു. വൈക്കോലുണ്ടായാലേ കന്നുകാലികൾക്കുള്ള ആഹാരമുള്ളൂ എന്നു മനസ്സിലാക്കിയിരുന്നു. കോൾനിലകൃഷി സംസ്കാരം ഒന്നു വേറെയാണ്. അത് വ്യാപകമായിട്ടുള്ള കൃഷിയാണ്. വലിയ കൂട്ടായ്മ ആവശ്യമാണ്. കൃത്യമായ മണ്ണൊരുക്കം, ജലവിനിയോഗം, ജൈവവളപ്രയോഗം ഇവയെക്കുറിച്ചുള്ള ശക്തമായിട്ടുള്ള ഗ്രാമീണ ചെയ്‌വനകൾ ഉണ്ടായിട്ടുണ്ട്.

കേരളത്തിന്റെ സാഹചര്യത്തിൽ നാടോടിസാഹിത്യം തന്നെയാണ് അത് രേഖപ്പെടുത്തിവച്ചിട്ടുള്ളത്; മലനാട്ടുതമിഴിലെ ആവിഷ്ക്കാരങ്ങൾക്ക് ആയിരംകൊല്ലത്തിലധികം പഴക്കമുണ്ട്. തോറ്റംപാട്ടുകളിലും നാടൻപാട്ടുകളിലുമായി അതിശക്തമായ നാട്ടുവിജ്ഞാനങ്ങളുടെ പാരമ്പര്യം നമുക്കുണ്ടായിരുന്നു. ഗുരുകുല സമ്പ്രദായം, ബുദ്ധമതം, ജൈനമതം, നാട്ടുമതങ്ങൾ (primitive religion), ആദിവാസി സംസ്കാരം എന്നിങ്ങനെ സമ്പന്നമായ സംസ്കാരകത്തിന്റെ തെളിവുകളുണ്ട്. കുടക്കല്ലുകളും പുരാവസ്തു പാരമ്പര്യവും ഇടയ്ക്കൽ ഗുഹാചിത്രങ്ങൾ നല്കുന്ന തെളിവുകളും രംഗാവതരണ പാരമ്പര്യവും സമ്പന്നമായിട്ടുള്ള നാട്ടുവിജ്ഞാനങ്ങളുടെ ക്രിയാകേന്ദ്രമായിരുന്നു കേരളമെന്നുവ്യക്തമാക്കുന്നു. ആഗോളതലത്തിൽ തന്നെ അങ്ങനെ പറയാൻ കഴിയും. കൃഷിയുടെ നാട്ടറിവുകൾ, കാലാവസ്ഥാവിജ്ഞാനം. വിളപരിപാലനം എന്നീ സൂക്ഷ്മമായ കൃഷിശാസ്ത്രമുണ്ടായിരുന്നു. അതിന്റെ ഏറ്റവും വലിയ തെളിവാണ് ബ്രിട്ടീഷുകാർ വരുന്നതിനു മുൻപുണ്ടായിരുന്ന ഗുരുകുലങ്ങൾ. എല്ലാ ജാതിയിലുള്ളവർക്കും അറിവുറവിടങ്ങളുണ്ടായിരുന്നു. ആയോധനകലയ്ക്കായി തെക്കൻ വടക്കൻ കളരികളുണ്ടായിരുന്നു. പിന്നെ അയ്ങ്കുടി കമ്മാളവ്യവസ്ഥ– ആശാരി, മൂശാരി, തട്ടാൻ, കൊല്ലൻ–ശക്തമായിരുന്നു. അതൊക്കെ അവരുടെ വീടുകളിൽത്തന്നെയാണ്, കണക്കുകളും ശാസ്ത്രങ്ങളും പഠിപ്പിച്ചുതന്നെയാണ് കൈമാറിപ്പോന്നത്. വീടുകളായിരുന്നു സർവ്വകലാശാലകൾ, അവ ഗ്രാമത്തിന്റെ തിരുമുറ്റങ്ങളായിരുന്നു. കൈവേലകളൊക്കെ ഗുരുകുല സമ്പ്രദായങ്ങളിലൂടെ കൈമാറിപ്പോന്നു. ചീരാമൻ, കണ്ണശ്ശന്മാർ, എഴുത്തച്ഛൻ, മണ്ണാർത്തറകൾ ഇതൊക്കെ ഗുരുകുലങ്ങളാണ്. അവിടെ നാട്ടുവിജ്ഞാനങ്ങൾ പഠിപ്പിച്ചിരുന്നു. അറിവുകൾ രേഖപ്പെടുത്തിയ ഗ്രാമീണമായ ഒരുപാട് പാട്ടുകൾ കണ്ടെടുത്തിട്ടുണ്ട്. നക്ഷത്രങ്ങളുടെ ശാസ്ത്രവും സ്ഥാനവും സംബന്ധിച്ച ഗംഭീരമായ ഒരു ശാസ്ത്രശാഖ നമുക്കുണ്ടായിരുന്നു. കേരളീയഗണിതം പുകൾപ്പെട്ടതായിരുന്നു.

ലീലാവതി, വണ്ണാച്ചിത്തം, കൃഷിഗീത, നക്ഷത്രപ്പാന, മനുഷ്യാലയ ചന്ദ്രിക, നാരായണീയങ്ങൾ എന്നിവയെല്ലാം ഇവിടെ ഉണ്ടായിട്ടുള്ളതാണ്. ജ്യോതിശാസ്ത്രത്തിൽ ശക്തമായ രണ്ട് പാരമ്പര്യവഴികളുണ്ടായി

രുന്നത്; ഒന്ന് ഗ്രീക്ക് പാരമ്പര്യവും പിന്നൊന്ന് സംസ്കൃത പാരമ്പര്യവുമാണ്. നമുക്ക് നമ്മുടേതായ ഒരു പാരമ്പര്യമുണ്ടായിരുന്നു. ശങ്കരനാരായണീയം അതിനു തെളിവാണ്. കൊടുങ്ങല്ലൂരിലെ വാനനിരീക്ഷണശാലയും ഇരിഞ്ഞാലക്കുടയിലെ മാധവന്റെ ഗുരുകുലവും പ്രസിദ്ധമായിരുന്നു. അതുപോലെ മന്ത്രവാദം ശരിക്കും നാട്ടുമനഃശാസ്ത്ര സങ്കല്പങ്ങളാണ്. അതൊരു അതിജീവനശാസ്ത്രം തന്നെയാണ്. പാശ്ചാത്യർ കണക്കാക്കുന്നതുപോലെ വെറുമൊരു അന്ധവിശ്വാസമല്ല. അതിന്റെ പിന്നിൽ ഒരുപാട് മാനസിക സാന്ത്വന സങ്കല്പങ്ങളുണ്ട്. കേരളത്തിന്റെ നാട്ടുവൈദ്യ പാരമ്പര്യവും വിഷവൈദ്യ പാരമ്പര്യവുമൊക്കെ ഇത്തരം അറിവുകളുടെ വലിയൊരു ശേഖരമാണ്. ഓരോ ദേശത്തിലും പ്രധാനപ്പെട്ട നാട്ടുവൈദ്യന്മാരുണ്ടായിരുന്നു. കണ്ണിന്, വിഷവൈദ്യത്തിന്, ത്വക് രോഗത്തിന്, മഞ്ഞപ്പിത്തത്തിന്, മൃഗചികിത്സക്ക്, ബാലചികിത്സയ്ക്ക്, ഗർഭചികിത്സയ്ക്ക്, മാനസികചികിത്സക്ക് ഓരോന്നിനും വ്യത്യസ്തമായ കുലപാരമ്പര്യങ്ങൾ. ആദിവാസി വൈദ്യന്മാരും ഈഴവ വൈദ്യന്മാരും വേല വൈദ്യന്മാരുമുണ്ടായിരുന്നു.

ഇതിന്റെയൊക്കെ തെളിവാണ് ഹോർത്തൂസ് മലബാറിക്കസ് എന്ന ഗ്രന്ഥം. ഡച്ച് പട്ടാളക്കാർക്ക് ഇന്ത്യയിൽ വന്നപ്പോൾ പല രോഗങ്ങളും പിടിപെട്ടു. ഇതിനെ മറികടക്കാൻ ഇവിടത്തെ പാരമ്പര്യവൈദ്യത്തിലേക്കാണവർ പോയത്. ചേർത്തലയിലെ ഇട്ടി അച്യുതൻ എന്ന ഈഴവ വൈദ്യന്റെ താളിയോലകളും നാട്ടറിവുകളും തമിഴ്നാട്ടിൽ നിന്നുള്ള ഭട്ടുമാരുടെ സഹായത്തോടുകൂടി, അതിന്റെ സംസ്കൃത ജ്ഞാനവും നാട്ടുവൈദ്യ പാരമ്പര്യവും കൂട്ടിയിട്ടാണ് ഹെന്റിക് വാൻറീഡ് ഹോർത്തൂസ് മലബാറിക്കസ് ഉണ്ടാക്കുന്നത്. 772 സസ്യങ്ങളുടെ ജ്ഞാനം 16-ാം നൂറ്റാണ്ടിൽത്തന്നെ ആംസ്റ്റർഡാമിലെത്തി. ആ ജ്ഞാനം ഉപയോഗപ്പെടുത്തിയാണ് അലോപ്പതി വൈദ്യംതന്നെ വളർന്നിട്ടുള്ളത്. ഇതിലെ ചേരുവകൾ മനസ്സിലാക്കി നാല്പതു ശതമാനത്തോളം അലോപ്പതി വൈദ്യത്തിനുപയോഗിച്ചിട്ടുണ്ട്. ഈ ബൗദ്ധികസ്വത്തിന്റെ ജ്ഞാനത്തിന് വലിയൊരു റോയൽട്ടി പാശ്ചാത്യർ ഇന്ത്യക്ക് കൈമാറേണ്ടതാണ്. ഇത് രേഖപ്പെടുത്തപ്പെട്ട തെളിവാണ്. ലോകത്തിന്റെ പല ഭാഗത്തും ഇത്തരം ജ്ഞാനം ഉണ്ടാവാം. ഇത്തരം ചെറിയ ഒരു സ്ഥലത്ത്, ഒരു സംസ്കാരം രൂപപ്പെടുത്തുന്ന വിധത്തിലുള്ള ഒരു ജൈവ വൈവിദ്ധ്യവും അതിനു പറ്റിയ മണ്ണും ഇവിടെയുണ്ടായിരുന്നു. നമ്മുടെ ഭൂപ്രകൃതിയിൽനിന്ന് പല ജ്ഞാനശാഖകൾ ഉണ്ടായി എന്നതാണ്.

വിഷവൈദ്യപാരമ്പര്യത്തിൽനിന്ന് നാല്പതോളം ഗ്രന്ഥങ്ങളുണ്ടായിട്ടുണ്ട്, എഴുതി സൂക്ഷിക്കുക എന്നു പറയുമ്പോൾ അതിനെ ഒരു സമ്പ്രദായമാക്കി മാറ്റുകയാണ്. ക്രിയാകൗമുദിയും ചികിത്സാകൗതുകവും എഴുതിയ വി എം കുട്ടികൃഷ്ണമേനോനെ ഇവിടെ ഓർക്കേണ്ടതുണ്ട്. ഓരോ ദേശത്തും വൈദ്യനുണ്ടായിരുന്നു. അതുപോലെ ബേപ്പൂർ ഉരു. ഇവിടത്തെ നാട്ടാശാരിമാരുടെ സാങ്കേതികവിദ്യയിൽനിന്ന് വികസിച്ചു

വന്നതാണ്. അറബികളുമായി കൊള്ളക്കൊടുക്കലുകൾ നടന്നിരിക്കാം. പക്ഷേ, അവർക്കേറ്റവും പ്രിയപ്പെട്ടത് നമ്മുടെ ഉരുവാണ്. മരം, നിർമ്മാണവിദ്യയുടെ ശ്രേഷ്ഠത, നീണ്ടകാലം നിലനില്ക്കാനുള്ള കഴിവ്. ഇവിടത്തെ ചെറിയ വനവിഭവങ്ങൾ (mrp). കുരുമുളക് മുതൽ ഇഞ്ച വരെയുള്ള നാല്പതോളം നാട്ട്- വന ഉല്പന്നങ്ങൾ എന്നിവക്കുവേണ്ടിയാണ് വിദേശത്തുനിന്ന് എത്രയോ സഞ്ചാരികൾ ഇവിടെ വന്നിരുന്നത്.

കേരളത്തിന്റെ ഗ്രാമവ്യവസ്ഥയെ അടിസ്ഥാനമാക്കിയുള്ള ജ്ഞാനസമ്പ്രദായം ഇവിടെയുണ്ടായിരുന്നു. ഫ്യൂഡൽ-ജാതിവ്യവസ്ഥയുണ്ടായപ്പോഴാണ് അതിൽ മാറ്റംവരാൻ തുടങ്ങിയത്. ബ്രിട്ടീഷുകാർ വന്നതോടെ മാറ്റം പൂർണ്ണമായി. ബ്രിട്ടീഷുകാർ വരുന്നതിനു മുൻപ് മലബാറിലെ കുടിപ്പള്ളിക്കൂടങ്ങളിൽ *കൃഷിഗീത* ചൊല്ലൽ പാഠപുസ്തകമായിരുന്നു. കൃഷിസർവ്വകലാശാലകളെക്കുറിച്ച് ലോകത്തുതന്നെ ബോധമില്ലാതിരുന്ന കാലത്താണ് ഇവിടെ *കൃഷിഗീത* ഉണ്ടായിരുന്നത്. നാല് അദ്ധ്യായങ്ങളായിട്ട്. നെല്ല്, ഇടവിളകൾ, കന്നുകാലി പരിപാലനം, മഴ എന്നിവ നാല് ഫാക്കൽട്ടികളാണ്. കാർഷിക സംസ്കാരത്തിന്റെ നാലു വകുപ്പുകളെപ്പറ്റി വള്ളുവനാട്ടിലെ രാമൻ എന്നുപറയുന്ന കർഷകന്റെ അറിവുകൾ താളിയോലയായി പ്രചരിച്ചിട്ടുണ്ടായിരുന്നുവെങ്കിൽ അത് നാട്ടറിവിന്റെ സമാനതകളില്ലാത്ത സമ്പന്നതയാണ് കാണിക്കുന്നത്.

കാലാവസ്ഥാ വ്യതിയാനത്തെക്കുറിച്ച് ഇന്ന് ആഗോളതലത്തിൽത്തന്നെ കൂട്ടായ ചർച്ചകളും ജാഗ്രത്തായ സമീപനങ്ങളുമുണ്ട്. കാലാവസ്ഥാ മാറ്റവും ആഗോളതാപനവുമെല്ലാം കേരളത്തിന്റെ പരിസ്ഥിതിയെ മാറ്റിത്തീർക്കുന്നു. ആഗോളതാപനം എന്നു പറയുന്നത് യാഥാർത്ഥ്യമാണ്. ഓസോൺപാളികൾക്കുണ്ടാവുന്ന വിള്ളലുകൾ കാരണം സൂര്യന്റെ ചൂട് ഭൂമിയിലേക്ക് കൂടുതലായി കടന്നുവരുന്നു. കാലാവസ്ഥയിൽ മാറ്റങ്ങൾ സംഭവിക്കുന്നു. മണ്ണിന്റെ ഉർവ്വരത കുറയുന്നു. മണ്ണ് പാറയായി മാറുന്നു. കേരളത്തിൽ വന്നുകൊണ്ടിരിക്കുന്ന വലിയ മാറ്റം വെട്ടുകൽവല്ക്കരണമാണ്. കാട്ടിൽനിന്ന് മഴയോടൊപ്പം ഒലിച്ചുവന്ന മലമട്ട് രൂപാന്തരപ്പെട്ടുണ്ടായിട്ടുള്ള മേൽമണ്ണിലെ (top soil) അന്നത്തിനാധാരമായ സസ്യങ്ങൾ മുളയ്ക്കുകയുള്ളൂ. മേൽമണ്ണിനെ നിലനിർത്തിക്കൊണ്ടുള്ള ഒരു വികസനമല്ല കേരളത്തിലുണ്ടായിട്ടുള്ളത്. മേൽമണ്ണ് വളരേയേറേ ഒലിച്ചുപോയി, കുറെ ഡാമിലാണ്. പിന്നെയുള്ളത് പാറയാണ്. സസ്യങ്ങളില്ലാതാവുമ്പോൾ ഫലങ്ങളുമില്ലാതാവുന്നു. ഭക്ഷ്യസുരക്ഷയിൽ പതുക്കെ വിള്ളലുണ്ടാവുന്നു. പെട്ടെന്നല്ല ക്ഷാമമുണ്ടാവുക. ആർട്ടിക്കിലും ഇതുതന്നേയാണ് സംഭവിക്കുന്നത്.

ഇപ്പോൾ ആമസോണിലും ആന്തമനിലും ട്രാൻസ് ഹൈവേകൾ വരുന്നു. കാട് എന്നു പറയുന്നത് സമഗ്രതയുടെ ആവാസവ്യവസ്ഥയാണ്. കള്ളികളായി തിരിക്കുക എന്നതാണ് മനുഷ്യന്റെ ബോധം. ഇപ്പോൾ ആമസോൺ ഛിന്നഭിന്നമായി. അതോടെ ലാറ്റിനേരിക്കയുടെ കാലാവസ്ഥയ്ക്ക് മാറ്റം വന്നു. വെള്ളത്തിന്റെ സ്വഭാവം മാറി. ജീവജാലങ്ങൾക്ക്

മാറ്റമുണ്ടാവുന്നു. ഇതൊക്കെ കൃഷിയെ ബാധിക്കും. ലോകത്തിന്റെ പലഭാഗങ്ങളിലും ചൂട് പിടിക്കുന്നു. കടൽ ഉയരുന്നു. കലമാനുകൾക്ക് വഴിയടയുന്നു.

ലോക പരിസ്ഥിതിദിനത്തിന് ഐക്യരാഷ്ട്രസഭയുടെ പ്രഖ്യാപനം your planet needs you, unite to combact climate change എന്നായിരുന്നു. കാലാവസ്ഥാ വ്യതിയാനത്തിനെതിരെ ആർക്കെതിരെ പോരാടണം? പ്രകൃതിക്കെതിരെ മനുഷ്യൻ പോരാടിയതിന്റെ ഫലങ്ങളാണ് ലോകം അനുഭവിക്കുന്നത്. നാടോടി സംസ്കാരത്തിൽ പാരസ്പര്യ സങ്കല്പങ്ങളാണുണ്ടായിരുന്നത്. ഇപ്പോ പോരാടുക എന്നാണ് പറയുന്നത്. ശരിക്കും കർഷകന്റെ തത്വശാസ്ത്രങ്ങൾ പിന്തുടർന്നുവെങ്കിൽ ഇന്നത്തെ ദുരന്തമുണ്ടാകുമായിരുന്നില്ല. ആറ്റോളം നന്മ മക്കൾക്കുണ്ടെങ്കിൽ ആറ്റിലെ വെള്ളം മേലോട്ട് എന്നാണ് നേർച്ചൊല്ല്.. അമ്മ മക്കളെ സ്നേഹിക്കുന്നത് എങ്ങനെയാണോ അത്രയും സ്നേഹം മക്കൾക്കുണ്ടായിരുന്നെങ്കിൽ ആറ്റിലെ വെള്ളം മേൽപ്പോട്ട് ഒഴുകും എന്നാണ്. പ്രകൃതിയുടെ സന്തുലിതതത്ത്വത്തിലൂന്നിയുള്ള ഫിലോസഫിയാണ് ഗ്രാമീണർ രൂപപ്പെടുത്തിയിട്ടുള്ളത്.

പത്തിരട്ടിച്ച വാണിജ്യത്തേക്കാൾ നല്ലത് വിത്തിരട്ടിച്ച വല്ലിയാണ് എന്ന് പണ്ടേ പറഞ്ഞു. ഇന്നത്തെ കൃഷി വാണിജ്യവല്ക്കരിക്കപ്പെടുന്നു. അത് പൈസയെ അടിസ്ഥാനമാക്കിയുള്ളതാണ് എന്നതിനെ ചോദ്യം ചെയ്യുന്ന പഴഞ്ചൊല്ലാണിത്. ഈ വിത്ത്, നമ്മൾ വിതച്ചതിന്റെ ഇരട്ടി കിട്ടിയാൽ മതി. അത് പത്തിരട്ടിയാക്കണം എന്നുള്ളതാണ് വാണിജ്യകൃഷിയുടെ സ്വഭാവം. ഈ ലാഭം കിട്ടാതാവുമ്പോഴാണ് പുതിയ കർഷകർ ആത്മഹത്യ ചെയ്യുന്നത്. നിലനില്പിന്റെ കൃഷിയെക്കുറിച്ചുള്ള ഒരു ദർശനം പണ്ടുള്ളവർക്കുണ്ടായിരുന്നു.

കേരളത്തിലിപ്പോൾ പലതരം രോഗങ്ങളും പകർച്ചവ്യാധികളും വ്യാപിക്കുകയാണ്. മുൻപെങ്ങും കണ്ടിട്ടില്ലാത്തതരം പനികൾ, രോഗങ്ങളുമുണ്ടാകുന്നു. മാറിയ ശീലങ്ങളും കാലാവസ്ഥയും പരിസ്ഥിതിയും തന്നെയാണ് കാരണം. ഒരു കാരണവരോട് ആരോഗ്യത്തിന്റെ രഹസ്യം എന്താണെന്ന് ചോദിച്ചപ്പോൾ പറഞ്ഞത്, അന്നത്തെ വെള്ളവും അന്നത്തെ കുളിയും അന്നത്തെ ഭക്ഷണവും എന്നാണ്. അന്നത്തെ വെള്ളത്തിന്റെ സ്വഭാവം മാറി. കുളി എന്നുപറഞ്ഞാൽ ചില ചിട്ടകളാണ്. പിന്നെ അന്നത്തെ ഭക്ഷണവും. ഭക്ഷ്യസംസ്കാരത്തിൽ വലിയ മാറ്റം വരുത്തിയതും പ്രകൃതിയിൽ വന്ന മാറ്റങ്ങളും ഉപഭോഗ സംസ്കൃതിയും എല്ലാം ചേർന്നതാണ് നവീന രോഗങ്ങൾക്കുള്ള കാരണങ്ങൾ. കല്ലുപ്പ് അപ്രത്യക്ഷമായിക്കൊണ്ടിരിക്കുന്നു. ആരോഗ്യ പോഷണത്തിനുള്ള പലതും ഇന്ന് കഴിക്കുന്നില്ല. ഭക്ഷണ വൈവിദ്ധ്യം നഷ്ടപ്പെടുന്നു. ടിൻ ഭക്ഷണങ്ങൾ തുടർച്ചയായി ഉപയോഗിക്കുകയും അതുവഴി നമ്മുടെ പാരമ്പര്യ ഭക്ഷണങ്ങൾ പലതും നഷ്ടപ്പെടുകയും ചെയ്യുന്നുണ്ട്. പ്രിസർവേറ്റീവ്സ് ചേർക്കുന്നതുകൊണ്ട് അരിയുടെ സ്വഭാവം തന്നെ മാറിക്കഴിഞ്ഞിരിക്കു

ന്നു. അസുഖം വരുന്നതിന് കാരണം ഭക്ഷണത്തിൽ കലർന്നിട്ടുള്ള വിഷാംശം തന്നെയാണ്. ഒരുകാലത്ത് വിഷ-രാസവളങ്ങളുടെ ഉപഭോഗം കൂടുതലായിരുന്നു. നെൽകൃഷിക്കൊക്കെ ഉപയോഗിക്കുന്ന രാസവളങ്ങളാണ് ഇതിനൊക്കെ കാരണം. ഭക്ഷണം ഔഷധമായ കാലത്തുനിന്ന് ഔഷധം ഭക്ഷണമാവുന്ന ഒരു കാലത്തിലേക്ക് നമ്മൾ മാറി. മരുന്ന് എന്ന് പറയുന്ന സങ്കല്പം പാരമ്പര്യ ഗ്രാമീണ ജീവിതത്തിലില്ലായിരുന്നു. ഭക്ഷണത്തിന് മൂന്ന് ഗുണങ്ങൾ വേണം.

പുതിയ കാലത്ത് കൃഷിയിലേക്ക് തിരിച്ചുപോവുക എന്നത് അപ്രായോഗികമല്ല. കാലത്തിന്റെ മാറ്റങ്ങളെ അനുഗുണമാക്കിയെടുക്കാനും കൃഷിയിലേക്കുള്ള തിരിച്ചുപോകാനും സാധിക്കും. ജൈവകൃഷിയിലേക്കുള്ള മുന്നേറ്റങ്ങൾ ഇന്ന് കേരളീയസമൂഹത്തിൽ സജീവമാണ്. കൃഷിയിലേക്ക് തിരിച്ചുപോവാതെ അതിജീവിക്കാൻ ഒരിക്കലും സാധിക്കില്ല. വിഷകൃഷിയുടെ അപ്പോസ്തലന്മാർവരെ വഴിമാറിചിന്തിക്കാൻ തുടങ്ങിയിട്ടുണ്ട്. സന്തുലിത കാർഷിക ജീവിതവുമായി ബന്ധപ്പെട്ട് നിലനിന്നിരുന്ന എത്രയോ സമൂഹങ്ങൾ ലോകത്ത് ഇപ്പോഴുമുണ്ട്. കേരളീയ ഗ്രാമങ്ങളിലും ആദിവാസി ഊരുകളിലുമുണ്ട്. വിശുദ്ധമനസ്സുമായി അവിടേക്കു കാലെടുത്തുവയ്ക്കണം. കന്നുകാലികൾക്ക് പ്രാധാന്യം നല്കുകയും ഔഷധ ആഹാരങ്ങൾ, നാടൻ വിത്തുകൾ, ജൈവ വൈവിദ്ധ്യ ഭക്ഷ്യരീതികൾ എന്നിവ പുലർത്തുകയും ചെയ്യുന്ന കൂട്ടായ്മകൾ കേരളത്തിൽത്തന്നെ മാതൃകകളാണ്. സമൂഹത്തിന് അതിനുള്ള ആഗ്രഹങ്ങളുമുണ്ട്. പക്ഷേ, സംസ്കാരം എന്ന പേരിൽ കൊട്ടിഘോഷിക്കപ്പെടുന്ന ചില സങ്കല്പങ്ങളുണ്ട്. സ്കൂളിങ് സമ്പ്രദായം, പാഠപുസ്തകങ്ങൾ, ആധുനിക മാധ്യമ സംസ്കാരങ്ങൾ. ഇതിന്റെയൊരു വലയത്തിലാണ് പൊള്ളയായ നാഗരിക സമൂഹം നിലകൊള്ളുന്നത്. അതിൽ നിന്ന് രക്ഷപ്പെടാനുള്ള ആഗ്രഹമവർക്കുണ്ട്. അതിലേക്ക് മടങ്ങാതെ നിവൃത്തിയില്ല.

അധിനിവേശങ്ങളും ആഗോളവത്കരണത്തിന്റെ സങ്കല്പങ്ങളും അതിനെ മറികടക്കുന്ന വിധത്തിലാണ് നടക്കുന്നത്. ആധുനിക ഉപഭോക്തൃ സമൂഹം പണത്തെ അടിസ്ഥാനമാക്കിയുള്ളതാണ്. ആരോഗ്യപൂർണ്ണമായ സമൂഹം എന്നുപറയുന്നത് ആവശ്യമുള്ളവർക്ക് ഉണ്ട് എന്നുള്ളതാണ്. കുട്ടികളെക്കുറിച്ച്, കുട്ടികളുടെ ആരോഗ്യത്തെക്കുറിച്ച്, അവരുടെ സ്വപ്നങ്ങൾ, ഭാവന, ഇതേക്കുറിച്ച് ബോധമുള്ള സമൂഹമല്ല സമകാലികസമൂഹം. മറ്റൊരു ചിന്തയിലേക്ക് മാറാതെ നിവൃത്തിയില്ല. വേനലിനെ അതിജീവിക്കാനും വർഷത്തെ ഉപജീവിക്കാനും കർഷകർ നിർമ്മിച്ചെടുത്ത അനവധി നാട്ടുവിദ്യകളിൽ പ്രധാനമാണ് മഴയുടെ നാട്ടറിവുകൾ. ഈ നാട്ടറിവുകളാണ് നമുക്ക് കൈമോശം വന്നത്. ഇവിടേയാണ് കാർത്ത്യായിനിയമ്മൂമയുടെ പാട്ടുകളും പുരാവൃത്തങ്ങളും പ്രസക്തമാകുന്നത്. ഞാറ്റുവേലകളുടെ പൈതൃകം നെഞ്ചേറ്റിയ പാട്ടുപാരമ്പര്യം നാടോടിസംസ്കാരത്തിലുണ്ടായിരുന്നു. വയൽ ലാവണ്യത്തിലധിഷ്ഠിതമായ കലാസംസ്കാരത്തിന്റെ ഈടുവയ്പുകൾ മുദ്രപ്പെടു

ത്തുന്നതാണ് നാടോടിസംസ്കാരം. അവയെ പ്രതിരോധത്തിന്റെ മാതൃരുപങ്ങളാക്കേണ്ടിയിരിക്കുന്നു. അതിലൊന്നാണ് മണ്ണാർമണി ഞണ്ടിന്റെ പുരാവൃത്തം. നരവംശശാസ്ത്രപരമായ അതിജീവനത്തിന്റെ ഭാഗമായി സ്വാംശീകരിച്ച മണ്ണിന്റെ ജീവൽമിത്തുകളിലൊന്നാണിത്. ഉല്പത്തിപുരാവൃത്തങ്ങളിലാണ് നരവംശസത്യങ്ങൾ ആഖ്യാനം ചെയ്യുന്നതെന്ന് ലെവിസ്ട്രോസ് വ്യക്തമാക്കിയിട്ടുണ്ട്.

7

വയലെരിയും കാലം

കാടിന്റെ അനുഗ്രഹമായ മലമട്ട് കടഞ്ഞുണ്ടാക്കിയ ചേറ് ചോറാക്കിയ ഉഴവർ പ്രകൃതിയുടെ ഋതുചാക്രികതയെ നെഞ്ചേറ്റിയവരായിരുന്നു. ഇതിനിടയിൽ മണ്ണിൽ ചെയ്ത അദ്ധ്വാനത്തിന്റെ ഉപ്പുമഴയുടെ ചരിത്രം എഴുതപ്പെടാതെ പോയി. കാടിനെപ്പോലെ സങ്കീർണ്ണമായ വയൽക്കാടിന്റെയും വയൽപൈതൃകത്തിന്റെയും (ഫീൽഡ് ടൂറിസം!) ജൈവആരൂഢത്തിന്റെയും ലോകങ്ങൾ ചവിട്ടിയരയ്ക്കപ്പെട്ടു. ആധുനികതയെന്നത് സ്വത്വത്തിന്റെ സ്ഥാപനവത്കരണമാണെങ്കിൽ ഏറ്റവുമധികം അന്യവല്കരിക്കപ്പെട്ടത് കൃഷിയും പണിയാളരുമായിരുന്നു. പുതിയ കോയ്മയുടെ വരവിൽ കാർഷിക ലോകവീക്ഷണങ്ങൾ കുഴിച്ചുമൂടി. കന്നിയിലും മകരത്തിലും പ്രപഞ്ചത്തിന്റെ താളവട്ടങ്ങൾ മനസ്സിലാക്കി മനക്കണക്കിന്റെ ബലത്തിൽ കൊയ്ത്തുതന്ത്രം നിയന്ത്രിച്ചിരുന്ന കാലം, കൊയ്ത്തുയന്ത്രങ്ങൾ ഏറ്റെടുത്തു. പണ്ട് ജന്മിയുടെ പത്തായപ്പുരകളാണ് നിറഞ്ഞിരുന്നത്, ഇന്നാകട്ടെ ഇടത്തട്ടു കച്ചവടത്തിന്റെ പോക്കറ്റുകളാണ് നിറയുന്നത്. അദ്ധ്വാനത്തിനും കാർഷികോല്പാദനത്തിനും വിലയില്ലാത്ത കാലം. കാർഷികോല്പന്നങ്ങൾ ഒറ്റയടിക്ക് തട്ടിയെടുത്ത് ആഗോളമാർക്കറ്റിലെത്തിക്കുന്ന ആഗോളീകരണ ജന്മിത്തം (കോർപ്പറേറ്റ് ജന്മിത്തം) വാഴുന്ന കാലത്ത് വിദർഭകൾ ആവർത്തിക്കുന്നു. കാർഷിക ദുരന്തം അനിവാര്യതയാണെന്ന് കൊട്ടിഘോഷിക്കുന്ന കാലം.

ജർമ്മൻ നാടകകൃത്തായ ബ്രഹ്തോൾഡ് ബ്രഹ്തിന്റെ കൊക്കേഷ്യൻ ചോക്കുവൃത്തത്തിൽ കുട്ടിയുടെ പെറ്റമ്മയെ കണ്ടെത്താനുള്ള ഒരു കളിപരീക്ഷണമുണ്ട്. ഇവിടെ വിളഞ്ഞ കണ്ടങ്ങളെ പണയപ്പെടുത്തിയാണ് വിലപേശൽ നടന്നത്. അരിവാളും യന്ത്രവും തമ്മിലുള്ള ദൂരം കാർഷിക സംസ്കൃതിയും ആഗോളീകരണവും തമ്മിലുള്ള ദൂരമാണ്.

ഇത് അനിവാര്യമായ ഒരു ദുരന്തമാണെന്ന് എല്ലാവരും ഏറ്റുപറയുന്നു. താല്ക്കാലിക ദുരന്തത്തെ ശാശ്വതമായ ദുരന്തമാക്കി മാറ്റാനുള്ള പരവതാനിയാണ് ഒരുക്കുന്നത്, കാർഷിക സംസ്കാരത്തിന്റെ നെഞ്ചിലൂടെ.

എല്ലാ കൊയ്ത്തുകാലത്തും ഇത്തരം പ്രതിസന്ധികൾ സൃഷ്ടിച്ചിട്ടുണ്ട്. സാങ്കേതിക ഹരിതവല്ക്കരണകാലത്ത് തുടങ്ങിയതാണ് ഈ സാമൂഹിക മനഃശാസ്ത്രം. കാർഷിക വിളകളുടെ വിലകുറപ്പിച്ച് എളുപ്പത്തിൽ വിഭവങ്ങൾ കൈയടക്കാനുള്ള കുത്തകകളുടെ തന്ത്രങ്ങൾ ഇപ്പോൾ ഗ്രീൻചാനലിലൂടെ നടപ്പിലാക്കുക. കൂട്ടുകച്ചവടസംഘം ഓരോ കാലത്തും നിഷ്കരുണമായി ഇത്തരം തന്ത്രങ്ങളുപയോഗിച്ച് കാർഷികോല്പന്നങ്ങൾ നിസ്സാരവിലയ്ക്ക് തട്ടിയെടുത്തിട്ടുണ്ട്. നെല്ലുസംഭരണം ഒരു കടങ്കഥയായി മാറുമ്പോഴും അവർക്ക് പ്രതീക്ഷയുണ്ട്.

വിത്തുവിറ്റുണ്ണാതെ, വിത്തു മറിച്ചുവില്ക്കാതെ സംസ്കാരത്തെ കാത്ത കൂട്ടായ്മയായിരുന്നു കർഷകത്തൊഴിലാളി കൂട്ടായ്മ. ജന്മിത്തം കൊടികുത്തിവാണപ്പോഴും നാടുനീങ്ങിയപ്പോഴും നവ സാങ്കേതിക ജന്മിത്തം നാടുവാണപ്പോഴും നാട്ടുനന്മകൾ കാത്തുസൂക്ഷിച്ചത് കുറെ കർഷകരും കർഷകത്തൊഴിലാളികളുമായിരുന്നു. അവരുടെ മുൻതലമുറകളുടെ കണ്ടറിവുകളും അവരുടെ കൊണ്ടറിവുകളുമാണ് പാരിസ്ഥിതികമായി സാന്ദ്രമായ വയൽസംസ്കാരത്തെ സംരക്ഷിച്ചത്. കാർഷികബന്ധ നിയമത്തിനുശേഷവും നെൽവയലുകൾ 36 ശതമാനമായി ചുരുങ്ങിയപ്പോഴും നാളത്തെ ഭക്ഷ്യസുരക്ഷിതത്വത്തിന്റെ ജൈവഭൂമിക കാത്തുരക്ഷിച്ചത് പരിസ്ഥിതി അറിവുകളായിരുന്നു. വിത്തുകൾ നിലനിർത്തിയതും വയൽച്ചോലകൾ കാത്തതും മണ്ണ് പരിശോധിക്കാതെ തന്നെ പശിമയുടെ സ്വർണ്ണരാശികൾ കണ്ടതും കർഷക - കർഷകത്തൊഴിലാളി കാരണവകൂട്ടത്തിന്റെ മാനേജ്മെന്റായിരുന്നു. ആസൂത്രണ വിദഗ്ദ്ധന്മാർ വരുന്നതിനുമുമ്പു തന്നെ നനക്കണക്കുകൾ ഉണ്ടാക്കി ജലം സംഭരിച്ച കുലങ്ങൾ എവിടെപ്പോയി? സാമൂഹിക വൈരുദ്ധ്യങ്ങൾ നിലനിൽക്കെത്തന്നെ സമരസത്തിന്റേതായ വഴികൾ കണ്ടെത്തി കേരളത്തിന്റെ ജനിതക സമ്പത്തിന്റെ സംരക്ഷണത്തിനും ഉണ്ണികളുടെ രക്ഷയ്ക്കും ഒരു കൂട്ടായ്മ രൂപപ്പെടുത്തുന്നതിനുപകരം നാം എന്തുചെയ്യുകയായിരുന്നു? ഗവേഷണ പരീക്ഷണങ്ങൾ സമൂഹത്തിന്റെയും പരിസ്ഥിതിയുടെയും ഗുണത്തിനുവേണ്ടിയെങ്കിൽ അവ എന്തൊക്കെയായിരുന്നു? നഷ്ടപ്പെട്ടുപോയ ജൈവവൈവിദ്ധ്യങ്ങൾ എങ്ങനെ തിരിച്ചെടുക്കും? ജൈവ വൈവിദ്ധ്യ രജിസ്റ്ററുകൾകൊണ്ട് അവ തിരിച്ചുവരുമോ? കർഷക കർഷകത്തൊഴിലാളി കൂട്ടായ്മകളുടെ നന്മകൾ നിറഞ്ഞ ആശയലോകത്തെ നാടോടിസംസ്കൃതിയെ മണ്ണിലേക്ക് ചവിട്ടിത്താഴ്ത്തിയതാരാണ്?

ചോദ്യങ്ങൾ ഉത്തരങ്ങൾ തരില്ല എന്ന് നമുക്കറിയാം. പക്ഷേ, പത്തിരട്ടിച്ച, വാണിഭത്തേക്കാൾ നല്ലത് വിത്തിരട്ടിച്ച വല്ലി എന്നുപാലിച്ചുകൊണ്ട് ധാന്യ ഫലങ്ങൾക്കായി ജീവിതം ബലിയർപ്പിച്ചവരാണ് ഉഴ

വർകുലങ്ങൾ. മണ്ണമ്മയുടെ ശാപമേറ്റു വാങ്ങാൻ ഒരുങ്ങിയ ആധുനിക ഉപഭോക്തൃലോകത്തിന് മനസ്സിലാക്കാൻ കഴിയാത്ത ജീവിതചിന്തകൾ കാഴ്ചവച്ച കർഷകരും കർഷകത്തൊഴിലാളികളും ഇന്നെവിടെ? അവരെ അപമാനിച്ചുകൊണ്ട് മുന്നേറിയവർ നഗരത്തിലെ അഴുക്കുകുളത്തിനും ചാലുകൾക്കുമിടയിൽ മാറാരോഗമേറ്റ് കിടക്കുകയാണ്.

കൃഷി വാണിഭമല്ല (അഗ്രി ബിസിനസ്!); അതൊരു സംസ്കാരവും ജീവിതവുമായിരുന്നു. ഇരുപത് വർഷങ്ങൾക്കുമുമ്പ് തൃശൂരിലെ കോൾനിലങ്ങളുടെ സിരാകേന്ദ്രമായ ചേനത്ത് ഒറ്റവൈക്കോൽ വിപ്ലവത്തിന്റെ പ്രകാശനം അരങ്ങേറിയപ്പോൾ പ്രതാപ് അഗർവാളും കോവിലനും സി പി ഗംഗാധരൻ മാസ്റ്ററും ഊന്നിപ്പറഞ്ഞ ചൊല്ലുകൾ ഇന്നും പ്രസക്തമാണ്: മനുഷ്യനൊന്നുമുണ്ടാക്കുന്നില്ല, പ്രകൃതി തരുന്നു. പ്രകൃതിയുടെ ഈ കാരുണ്യം അന്നവഴക്കങ്ങളായി തീരുമ്പോഴാണ് സംസ്കാരത്തിന്റെ ഉൽസവം നടക്കുന്നത്. കർഷകന്റെ രക്ഷയ്ക്ക് എന്നുപറഞ്ഞുകൊണ്ട് മുന്നോട്ടുവന്ന ചൂതാട്ടത്തിൽ എന്താണ് കാണുന്നത്? കർഷകന്റെ രക്ഷയ്ക്ക് വിഷം മാത്രമേയുള്ളൂ എന്ന് നേരിട്ടുപറയുന്നു. ആത്മഹത്യ മാത്രമേ കരണീയമായുള്ളൂ എന്നുപറയുന്ന ക്രൂരത ഏത് മാധ്യമ സംസ്കാരമുണ്ടാക്കിയതാണ്?

കൃഷി കച്ചവടവും കള്ളക്കടത്തുമല്ലെന്ന് വിളിച്ചുപറഞ്ഞതാണ് കർഷക-കാർഷികത്തൊഴിലാളി കൂട്ടായ്മ. എന്നെന്നും ആധുനിക സാങ്കേതികവിദ്യയുടെയും കൃഷിഭവനുകളുടെയും സർവ്വകലാശാലകളുടെയും സഹായമില്ലാതെതന്നെ വിത്തും മണ്ണും വെള്ളവും മറ്റു ജനിതക വിഭവങ്ങളും കാത്തുപോന്ന ജനത നിലനില്പിന്റെ ധനതത്ത്വശാസ്ത്രം പരിരക്ഷിച്ചവരാണ്. സ്വത്വത്തിന്റെ സാങ്കേതികവത്കരണം പൂർത്തിയാകുമ്പോൾ പ്രകൃതിവിഭവങ്ങളുടെ ഉറവിടങ്ങളിൽനിന്ന് പ്രാചീന ജനതയെ ഒറ്റപ്പെടുത്തേണ്ടതുണ്ട്. കർഷക കർഷകത്തൊഴിലാളികളുടെ മനസ്സ് ഒരു കാലത്ത് വിളനിലങ്ങളിലാണ് കളിച്ചിരുന്നത്. അവരുടെ അദ്ധ്വാനവും പ്രതീക്ഷയും സ്വപ്നങ്ങളും കായ്കനികളുമായി മാറുമ്പോൾ ആഹ്ലാദങ്ങൾ നാടൻപാട്ടുകളും മുടിയാട്ടവും കാളകളിയുമായി മാറി. എന്നാൽ യന്ത്രങ്ങളും കീടനാശിനി കുപ്പികളുമാണ് നിങ്ങളെ കാത്തിരിക്കുന്നതെന്നാണ് വിളിച്ചുകൂവുന്നത്. സമകാലിക ദുരന്തങ്ങളെ ശാശ്വത ദുരന്തങ്ങളാക്കി മാറ്റാനാണ് കാലിക കേരളം മോഹിക്കുന്നത്. ഉപഭോഗിക്കുക; അല്ലെങ്കിൽ മരിക്കുക എന്ന കച്ചവടതന്ത്രമന്ത്രങ്ങളാണ് കച്ചവടകൃഷിക്കാലത്ത് നടക്കുന്നത്!

രാസവിഷക്കുപ്പികൾ നീട്ടി കേരളത്തിന്റെ പ്രകൃതി കൃഷി സംസ്കാരത്തെ ഭീഷണിപ്പെടുത്താൻ തുടങ്ങിയിട്ട് പതിറ്റാണ്ടുകളായി. വിഷം തളിക്കൂ, വിള കൊയ്യൂ എന്നുപറഞ്ഞുകൊണ്ട് രംഗത്തുവന്ന കോയ്മകൾ ഇന്ന് ആത്മഹത്യാ മാനിയയാണ് സൃഷ്ടിക്കുന്നത്. വയനാട്ടിലും ഇതുതന്നെയാണ് നടക്കുന്നത്. വൈവിദ്ധ്യമായ നാട്ടുവിളകൾ കൃഷി ചെയ്ത് ഭക്ഷ്യസുരക്ഷിതത്വം നിലനിറുത്തിയിരുന്ന കർഷകരെ നാണ്യ

വിളകളുടെയും കുമിൾനാശിനികളുടെയും ലോകത്തിലേക്ക് മാറ്റിയവർ ആരാണ്?

മണ്ണും വിത്തും ജലവും കാത്തുസൂക്ഷിച്ച എല്ലുറപ്പുള്ള ഒരു കാർഷികചരിത്രത്തിനു വന്നുചേർന്ന ഗതികേടിന്റെ എഴുതാപ്പുറങ്ങൾ വയലെരിയും കാലത്ത് വീണ്ടും വായിക്കേണ്ടിവരുന്നു. അന്നവും ആരോഗ്യവുമാണ് വേണ്ടതെന്ന് പറയേണ്ടതിനുപകരം വിഷക്കുപ്പിയും യന്ത്രവും മാത്രമേ മാർഗ്ഗമായുള്ളൂ എന്നുപറയേണ്ടിവരുന്നത് വിനാശകാലത്തിന്റെ രോഗബാധയാണ്. കർഷകരും കർഷകത്തൊഴിലാളികളുമടങ്ങുന്ന ശക്തമായ കൂട്ടായ്മയെ തകർക്കേണ്ടത് ലോക വാണിജ്യക്രമത്തിന്റെ ആവശ്യമാണ്.

വിദർഭയിലും മറ്റുമായി ഇന്ത്യയിലൊട്ടാകെ ഒരു ലക്ഷത്തിലധികം കർഷകർ കടക്കെണിമൂലം ആത്മഹത്യ ചെയ്യുകയുണ്ടായി. ഈ പ്രവണത അടുത്തകാലത്ത് വയനാട്ടിലും ദൃശ്യമായി. ബാങ്കുകളുടെയും സാമ്പത്തിക സഹകരണ സ്ഥാപനങ്ങളുടെയും കെണിയിലായവരാണ് അധികവും. ആധുനിക സാങ്കേതിക കൃഷിരീതിയും നാണ്യവിള കൃഷിയും വരുത്തിവച്ച വിനയാണ് ഇത്. കാലാവസ്ഥയിലും പ്രകൃതി കനിവിലുമൂന്നിയ കൃഷിയുടെ വരുംവരായ്കകൾ കർഷകനറിയാമായിരുന്നു. എന്നാൽ ലാഭത്തിലധിഷ്ഠിതമായ മോഹത്തിന്റെ മൂല്യങ്ങൾ പ്രചരിപ്പിക്കുകയാണ് ഉപഭോക്തൃ മാധ്യമസംസ്കാരം ചെയ്യുന്നത്. പ്രകൃതിയുടെ താളങ്ങളെക്കുറിച്ചും ചിട്ടകളെക്കുറിച്ചും അപ്രതീക്ഷിതമായ ഈതിബാധകളെപ്പറ്റിയുമുള്ള പ്രതീക്ഷകളും മുൻകരുതലും നിറഞ്ഞ ജീവിതത്തിൽ അസ്വസ്ഥതകളുണ്ടായിരുന്നില്ല.ലാഭം മാത്രമാണ് കൃഷിയെന്നത് പുതിയ മൂല്യബോധമാണ് സൃഷ്ടിച്ചത്.

ഊരാക്കുടുക്കിലാണ് ആധുനിക നാഗരിക സംസ്കാരം. പരസ്യങ്ങളുടെ കച്ചവടതന്ത്രങ്ങളിൽ, മാധ്യമങ്ങളുടെ പ്രതീക്ഷകളിൽ സാധാരണക്കാർ കുടുങ്ങിപ്പോകുന്നു. കാർഷിക മേഖലയ്ക്ക് ഊന്നൽ നല്കാതെയുള്ള പദ്ധതികളും കൃഷിയെ അവഗണിച്ചു. റോഡ് നിർമ്മാണം, വ്യവസായങ്ങൾ, പാർപ്പിട വികസനം തുടങ്ങി ഓരോ ഘട്ടങ്ങളിലും കൃഷിയെ അവഗണിക്കുകയും അപ്രസക്തമാക്കുകയും ചെയ്യുന്ന സമീപനം കർഷകരിൽ നിരാശയാണ് സൃഷ്ടിച്ചത്. അതിനെ ആശ്രയിച്ച് ജീവിച്ചിരുന്ന കർഷകത്തൊഴിലാളിയാണ് അതിനെക്കാൾ കഷ്ടത്തിലായത്. നിലനില്പിനുവേണ്ടി അവർ മറ്റ് തൊഴിൽ തേടി പലയിടങ്ങളിൽ ചേക്കേറി.

കൃഷിപ്പണി, തൊഴിൽസംസ്കാരം, നടീൽപ്പണി, പറമ്പുപണി എന്നിവയെല്ലാം ഉല്ലാസജീവിതമായി കണക്കാക്കിയിരുന്ന ഒരു കാലമുണ്ടായിരുന്നു. രാവിലെതന്നെ ചോറ്റുപൊതിയും മുറുക്കാനും പണിയായുധങ്ങളുമെടുത്ത് പ്രായമായവരുടെ നേതൃത്വത്തിൽ ഈ കൂട്ടായ്മകൾ കൃഷിക്കളത്തിലേക്കെത്തിയിരുന്നത് ഫാക്ടറിയിലോ ഓഫീസിലോ പോകുന്നപോലെയല്ലായിരുന്നു. ഒരുപാട് നാട്ടുസംവാദത്തിലൂടെ ഉല്ലസിച്ച് അനായാസമായി ചെയ്തിരുന്ന ജോലിസംസ്കാരത്തിന് മാറ്റം വന്നു,

അതൊരു ചിട്ടയും ശൈലിയും കലയും പാട്ടുമായിരുന്നു. കർഷകനും ആ തൊഴിൽസംസ്കാരമുണ്ടായിരുന്നു. ഒപ്പം പണി ചെയ്ത് കൃഷിപ്പണി ചാക്രികതയിൽ ആവശ്യത്തിന് തൊഴിൽ കൊടുത്ത് അറുപത് തൊഴിൽ ദിനങ്ങളെങ്കിലും ഒരു ഏക്കറിൽ കർഷകത്തൊഴിലാളിക്ക് ലഭിച്ചിരുന്നു. ഉത്സവങ്ങൾക്കും ചടങ്ങുകൾക്കും വിരുന്നുകൾക്കും തന്റെ പങ്ക് നിർവ്വഹിച്ച് കൊടുക്കൽവാങ്ങലിന്റെ ബന്ധങ്ങൾ നിലനിന്നിരുന്നു. ഈ ബന്ധങ്ങൾ മുറിഞ്ഞുപോയി. ജന്മി അടിയാൻ ബന്ധങ്ങൾ ഇല്ലാതെതന്നെ നിലനിന്നിരുന്ന സൗഹൃദാന്തരീക്ഷം ഇല്ലാതാക്കിയതിന് ഉത്തരവാദികൾ എല്ലാവരുമാണ്. രണ്ടുകൂട്ടരും ആഗ്രഹിച്ചത് വിളവെടുപ്പിനെക്കുറിച്ച് മാത്രമായിരുന്നു. വിളവുപാടങ്ങൾ ഇവരുടെ അനുഗൃഹീത താഴ്വരകളായിരുന്നു. ചിറപൊട്ടിയതുപോലെ ആ ബന്ധങ്ങളും പൊട്ടിത്തകർന്നു. കർഷകത്തൊഴിലാളി പാടശേഖരങ്ങളെ അവഗണിച്ചതുപോലെ കർഷകനും അവയെ മറന്നു. ഒറ്റക്കുടുംബങ്ങളുടെ ശൃംഖലകളും മതിലുകളും സ്വകാര്യ തന്റേടവും വന്നതോടെ പുതിയ ഭിത്തികൾ ഉയർന്നു; മനുഷ്യത്വമില്ലാത്ത ഭയത്തിന്റെ ചിൽഭിത്തികൾ.

ഭക്ഷ്യസുരക്ഷയുടെ ഉറവിടം കർഷകത്തൊഴിലാളികളും കർഷകരുമാണെന്ന തിരിച്ചറിവ് ഇന്നത്തെ പൊതുജന അധികാര സംവിധാനത്തിനുണ്ടാകണം. അവരെ ബഹുമാനിക്കണം. അധികാര പദ്ധതികളിൽ അവരെ പങ്കാളികളാക്കണം. കാരണവ അമ്മൂമ്മ കൂട്ടായ്മയുടെ ഉപദേശങ്ങൾ ശ്രവിക്കണം. കർഷകരുടെ ഭക്ഷ്യവിളകൾക്ക് നല്ല വില കിട്ടണം. പ്രത്യേകിച്ച് ജൈവ ഉല്പന്നങ്ങൾക്ക്. ഇടത്തട്ടുകാരുടെയും കൃഷി അനുബന്ധ ഉല്പാദകരുടെയും കൊള്ളയ്ക്കെതിരെ നാട്ടുചന്തകളുടെ മഹാമേളകൾ നടക്കണം. കേരളത്തിന്റെ ഗ്രാമപ്രദേശങ്ങളിൽ നടന്നിരുന്ന ജനിതക വിഭവങ്ങളുടെ മാമാങ്കമാണ് യഥാർത്ഥ ജനകീയ വേദികൾ. നല്ല വിഭവങ്ങൾ പുതുമ നഷ്ടപ്പെടാതെ സാധാരണക്കാരിലെത്തുന്ന സംവിധാനമായി ചന്തവേദികൾ തുറന്നുകൊടുക്കണം.

കേരളത്തിന്റെ തനതായ കാലാവസ്ഥയെ അട്ടിമറിച്ചുകൊണ്ടുള്ള സാങ്കേതിക കൃഷിയുടെ വരവും അതിനുള്ള സംവിധാനവുമാണ് ഇന്നത്തെ ദുരന്തത്തിനുള്ള കാരണം. മലനാട്ടിലെ പാടശേഖരങ്ങളുടെ വൈവിദ്ധ്യം തിരിച്ചറിയണം. കുട്ടനാട്ടിലെ കരിനിലങ്ങൾ, തൃശൂരിലെ കോൾനിലങ്ങൾ എന്നിങ്ങനെ ആയിരക്കണക്കിന് ഹെക്ടർ വിസ്താരമുള്ള കൃഷിനിലങ്ങളും ചെറിയ വ്യത്യസ്തമായ പാടശേഖരങ്ങളും നമുക്കുണ്ട്. ഞാറ്റുവേലകളുടെ സൂക്ഷ്മമായ കാലാവസ്ഥയെ അടിസ്ഥാനമാക്കിയുള്ളതാണ് പാരമ്പര്യ കൃഷി സമ്പ്രദായം. മണ്ണ്, മഴ, കാറ്റ്, ഫലങ്ങൾ എന്നിവയെല്ലാമുണ്ടാകുന്ന അനുയോജ്യ കാലാവസ്ഥയിൽ തളിരെടുക്കുന്ന ഫലസമ്പത്തിനെപ്പറ്റി കർഷകർക്കും കർഷകത്തൊഴിലാളിക്കും അറിയാമായിരുന്നു. വേനൽമഴകൾ അപ്രതീക്ഷിതമായിരുന്നില്ല. കാലാവസ്ഥ കൃഷിയെ സ്വാധീനിക്കുന്നു എന്ന സാമാന്യബോധംപോലും കൃഷിവിജ്ഞാനക്കാർക്കുണ്ടായിരുന്നില്ല.

പരിസ്ഥിതി കൃഷി

നമ്മുടെ കൃഷിരീതി ഒരിക്കലും അഗ്രി ബിസിനസ് ആയിരുന്നില്ല. കൃഷിക്കൊരു സന്തുലിത പരിസ്ഥിതി സംസ്കാരമുണ്ടായിരുന്നു. മണ്ണിന്റെ ആരോഗ്യത്തിലും നിലനില്പിലും ഊന്നിക്കൊണ്ടുള്ള പ്രാചീന ജൈവകൃഷി തന്നെയാണ് ഉണ്ടായിരുന്നത്. ജൈവവളങ്ങളുടെ പ്രയോഗം, ജൈവകീടനിയന്ത്രണങ്ങളുടെ ഉപയോഗം, ജലത്തിന്റെ അനുയോജ്യ പരിപാലനം, ചതുപ്പുകളുടെയും കുളങ്ങളുടെയും സംരക്ഷണം, ശുദ്ധ ജല ജീവജാലങ്ങളുടെ സുരക്ഷ, ഇടവിളകളുടെ സുരക്ഷ, വിത്തുസംര ക്ഷണം തുടങ്ങിയ കാർഷികചക്രത്തിന്റെ മുഴുവൻ പരിസ്ഥിതിബോധ വും അട്ടിമറിച്ചുകൊണ്ടാണ് 'അഗ്രിബിസിനസ്' കടന്നുവന്നത്. കാർഷി കസംസ്കാരത്തിന്റെ തിരസ്കാരത്തിലൂടെ കടന്നുവന്ന ഉപഭോക്തൃസം സ്കാരത്തിന്റെ സ്വാഭാവിക പ്രതിസന്ധിയും ദുരന്തവുമാണ് ഇപ്പോഴത്തെ അവസ്ഥക്ക് കാരണം.

പ്രാദേശിക സാങ്കേതികവിദ്യകളുടെ വിനിയോഗം

കൃഷിയുടെ സാങ്കേതികവിദ്യ യഥാർത്ഥത്തിൽ എന്താണ്? അത് കൊയ്ത്തുമെതിയന്ത്രങ്ങളും ട്രാക്ടറുകളും കീടനാശിനികളുമാണോ? ഭൗതിക സാഹചര്യങ്ങൾക്കനുയോജ്യമായ കൃഷിയുടെ സാങ്കേതികവി ദ്യയെ നാം അവഗണിച്ചതെന്തുകൊണ്ട്? പാടശേഖരങ്ങളിൽ മുളതഴു തൽ, മുളയും മണ്ണും ഉപയോഗിച്ചുണ്ടാക്കിയ വിവിധതരം ബണ്ടുകളും ഇരുമ്പുപണിയായുധങ്ങളും കാളവണ്ടിയും കാർഷിക പണിയായുധ ങ്ങളും പെട്ടിയും പറയും ചക്രങ്ങളും അടക്കമുള്ള ജലസേചന യന്ത്ര ങ്ങളും സാങ്കേതികവിദ്യ തന്നെയാണ്. കാർഷിക കൂട്ടായ്മകളുടെ അ നുയോജ്യമായ സാങ്കേതിക മികവിനെ വ്യക്തമാക്കുന്ന ഈ ഉപകരണ ങ്ങൾ തിരസ്കരിച്ചതെന്തുകൊണ്ടാണ്? ഗ്രാമീണ സാങ്കേതിക വിദ്യയെ മുച്ചൂടും അവഗണിച്ചുകൊണ്ട് കടന്നുവന്ന യന്ത്രസംസ്കാരം കൃഷിയെ മനുഷ്യപ്രകൃതി സ്പർശമില്ലാത്ത സാങ്കേതികതയാക്കി മാറ്റി. തേമാലി ക്കണ്ടങ്ങളും പറമ്പുകൃഷിയും സംരക്ഷിച്ചുവന്ന ഒലിമുട്ടും തുലാത്തേ ക്കും സാങ്കേതികവിദ്യതന്നെയായിരുന്നു. കൃഷിവിരുദ്ധർക്ക് മനസ്സിലാ ക്കാൻ കഴിയാത്ത ഒന്നാണിത്. താല്ക്കാലികമായ വിജയങ്ങൾ നേടി യേക്കാം. എന്നാൽ ശാശ്വതമായ ദുരന്തത്തിൽനിന്ന് നാം എങ്ങനെ വിമുക്തരാകും?

വളർത്തുമൃഗങ്ങൾ

ഗ്രാമകൃഷി സംസ്കാരത്തിന്റെ സജീവ അനുബന്ധമായിരുന്നു വ ളർത്തുമൃഗങ്ങൾ. കാളകളും പോത്തുകളും പശുക്കളും ആടുകളും വിവിധ തലങ്ങളിൽ ജനതയുടെ കാർഷികവ്യവസ്ഥയുടെ സുരക്ഷയ്ക്ക് അവശ്യഘടകങ്ങളായിരുന്നു. വെച്ചൂർ പശു, വടകര പശു, കാസർകോ

ടൻ കുള്ളൻ കന്നുകാലിയിനങ്ങൾ, അട്ടപ്പാടി ആട്, ചെങ്കൊമ്പിപാൽപയ്യ് തുടങ്ങിയ നാടൻജനുസ്സുകൾ അപൂർവ്വമായിരിക്കുന്നു. അവയ്ക്കാവശ്യമായ തീറ്റയും വയൽസംസ്കാരത്തിൽനിന്ന് ലഭിച്ചിരുന്നു. വൈക്കോൽ അനാവശ്യമാണെന്നും പുല്ലിനങ്ങളും ഔഷധ സസ്യങ്ങളും കളകളാണെന്നും പ്രചരിപ്പിക്കുകയും ചെയ്യുന്നു. വിനാശകൃഷിയിൽ വളർത്തു മൃഗങ്ങളും അനാവശ്യമായിത്തീരേണ്ടതുണ്ട്. വിഭവങ്ങളിൽനിന്ന് ജനതയെ ഒറ്റപ്പെടുത്തുകയും സാങ്കേതിക ഉല്പന്നങ്ങളുടെ അടിമകളാക്കി മാറ്റുകയും ചെയ്യുന്ന പ്രക്രിയ തന്നെയാണിവിടെ കാണുന്നത്. നല്ല പാലും ജൈവവളങ്ങളും മണ്ണിനനുയോജ്യമായ മൃഗാദ്ധ്വാനവും പ്രകൃതി കൃഷിയുടെ ഭാഗമായിരുന്നു. കാളയെ ബലികൊടുക്കുന്ന സംസ്കാരത്തിനുപകരം അവയെ തോളിലേറ്റി കൃഷി സംസ്കാരത്തിന് നന്ദിപറയുന്ന നാടോടി ജീവിതത്തിന്റെ സങ്കല്പങ്ങൾ അധികാരക്കോയ്മകൾക്ക് ആവശ്യമില്ല. നമ്മുടെ ജനിതക സമ്പത്തുകളുടെ കൂട്ടത്തിൽ മൃഗസമ്പത്തുമുണ്ടായിരുന്നു. തമിഴ്നാടിന് കാലി മൃഗസമ്പത്ത് സംരക്ഷിക്കാമെങ്കിൽ നമുക്കെന്തുകൊണ്ട് ആയിക്കൂടാ. കൊയ്ത്തുയന്ത്രങ്ങൾ ചാണകമിടുന്ന വിദ്യ സമീപഭാവിയിൽ പുറത്തുവരുമോ? ക്യൂബയിലെ കർഷകർ ജൈവകൃഷിയിലൂടെ ജനിതകസമ്പത്തിനെ സംരക്ഷിച്ച അനുഭവം നമുക്കുണ്ട്.

നമ്മുടെ മണ്ണും ജലവും മാത്രമല്ല വിഷലിപ്തമായത്. വരുംതലമുറയുടെ ആരോഗ്യത്തെയും വിഷകൃഷി നശിപ്പിച്ചു. ഇക്കാര്യങ്ങളെപ്പറ്റി ഫുക്കുവോക്കയുടെയും വെങ്കിടേശിന്റെയും മറ്റു ജൈവകൃഷി സ്നേഹിതരുടെയും വാക്കുകൾ ഓരോ ഗ്രാമത്തിലും അലതല്ലിയതാണ്. അന്ന് അതിനുനേരെ മുഖംതിരിച്ചുനിന്ന രാസവിഷകൃഷിയുടെ വക്താക്കൾക്ക് ഇന്ന് മറിച്ചുചിന്തിക്കേണ്ടി വന്നപ്പോഴേക്കും സമയം വൈകിപ്പോയി. കുട്ടനാട്ടിൽ തന്നെ എത്ര ടൺ രാസവിഷമാണ് മണ്ണിൽ വീണത്. നെല്ലിൽ മാത്രമല്ല, കവുങ്ങ്, വാഴ, കയ്പക്ക തുടങ്ങി പല ഭക്ഷ്യ-നാണ്യവിളകളിലും തളിച്ച വിഷം കേരളത്തിന്റെ ആരോഗ്യത്തെയും പ്രതിരോധശേഷിയെയും തകർത്തുകളഞ്ഞുവെന്ന് ചില പഞ്ചായത്തുകൾതന്നെ നടത്തിയ സർവേകൾ വ്യക്തമാക്കി. അമിതമായ വിളവിനെ ഉദ്ദേശിച്ച് നടത്തിയ ഈ കടുംകൃഷി എത്രനാൾ നീണ്ടുനിന്നു. ഇന്ന് രാസവിഷപ്രയോഗം പത്തിരട്ടി വർദ്ധിപ്പിച്ചാലും ഈ വിളവ് ലഭിക്കാതായിരിക്കുന്നു. അനവധി സൂക്ഷ്മജീവികളടങ്ങിയ മണ്ണ് ചത്തുപോയി. പശിമ പോയി. നെല്ലറകൾ കല്ലറകളാകുകയായിരുന്നു. മണ്ണ് ജീവനുള്ളതായിരിക്കണമെന്നാഗ്രഹിച്ച കർഷക കർഷകത്തൊഴിലാളികളുടെ സംസ്കാരം എവിടെപ്പോയി? റബ്ബർ, കൊക്കോ, വാനില ഇങ്ങനെയുള്ള പരീക്ഷണശാലയിൽ മണ്ണിന്റെ ജീവൻ പോയി.

പ്രകൃതിവിഭവങ്ങൾ അക്ഷയഖനികളല്ല. കേരളത്തിന്റെ ഈ പരിമിതവിഭവങ്ങളെ സംയോജിതമായി ഉപയോഗിക്കാനും നിലനിർത്താനുമുള്ള ഭാവനയും കൈക്കരുത്തുമാണുണ്ടാകേണ്ടത്. അതത് പ്രാദേശിക

കർഷക കർഷകത്തൊഴിലാളി കൂട്ടായ്മയ്ക്ക് വിവേകപൂർവ്വമായ പ്രായോഗിക മുറകൾ കണ്ടെത്താനാകും. മുകളിൽനിന്ന് അടിച്ചേല്പ്പിക്കുന്ന നിയമങ്ങളല്ല വേണ്ടത്. അഗ്രി ക്ലിനിക്കുകൾക്കും അഗ്രിടെക്നോളജി മിഷനുകൾക്കും വേണ്ടി വാദിക്കുന്നവർ ആകെ നടുവൊടിഞ്ഞ കാർഷിക സംവിധാനത്തിനുമുകളിൽ കുറെക്കൂടി വിദഗ്ദ്ധക്കൂട്ടത്തിന്റെ ആക്രമണം നടത്താനുദ്ദേശിക്കുന്നവരാണ്.

8

ഞാറ്റുവേലയ്ക്കു പൊട്ടുകുത്തേണ്ട

തിരുവാതിര ഞാറ്റുവേലക്കാലം

ചേര രാജാവിന്റെ നാളായ തിരുവാതിരയ്ക്ക് നമ്മുടെ ഞാറ്റുവേലയിൽ മുഖ്യമായ സ്ഥാനമാണുള്ളത്. ഞാറ്റുവേലകളിൽ ഏറ്റവും കൂടുതൽ ദിവസവും (15 ദിവസം) തിരുവാതിരയിലാണ്. ആർദ്ര എന്ന പേരുള്ള തിരുവാതിര നക്ഷത്രത്തിന് ജലവുമായി ബന്ധമുണ്ട്. നനവ് എന്നർത്ഥം. കിണറും കുളവും നന്നാക്കാൻ ഈ ദിവസം നല്ലതാണെങ്കിലും മഴക്കാലത്തെ തിരുവാതിരക്കാലമാണ് നാം ഏറെ അറിയപ്പെടുന്നത്.

രോഹിണി ഞാറ്റുവേല മുതൽ തുടങ്ങുകയായി മഴക്കാലം. ഏറ്റവും കൂടുതൽ മഴ കിട്ടുന്ന കാലം മാത്രമല്ല തിരുവാതിര. തിരുവാതിരയ്ക്ക് നൂറ് മഴയും നൂറ് വെയിലും എന്നാണ് കണക്ക്. മഴയും വെയിലും തുല്യമായി ലഭിക്കുന്നതുകൊണ്ട് മണ്ണിന്റെയും സസ്യങ്ങളുടെയും ഉർവ്വരത ഇരട്ടിയാകുന്ന കാലമാണ്. ഒടിച്ചുകുത്തികളും വള്ളികളും നടേണ്ട കാലമാണ്. വിരൽ മുറിച്ച് നട്ടാൽ പൊടിക്കും എന്ന് പറയും. തിരുതകൃതിയായി മഴ പെയ്യുന്ന കാലത്ത് തിരുമുറ്റത്തും തുപ്പാം. ഈ സമയത്ത് ചെമ്പരത്തി തുടങ്ങി, മലയാളിയുടെ മുറ്റത്തും, തൊടികളിലും, വേലികളിലും അത്യാവശ്യമായി വേണ്ട ചെടികൾ കമ്പുവെട്ടി നടണം, കൂർക്കം തല നുള്ളി നടാം. നന്ത്യാർവട്ടം പൂക്കുന്ന കാലമാണ്. പൂക്കൾ പിഴിഞ്ഞ് നീര് കണ്ണിലൊഴിക്കാം. കർക്കടകത്തിന് മുമ്പ് മുരങ്ങയില കഴിക്കാം. തണുപ്പ് വർദ്ധിക്കാൻ പോകുന്ന കർക്കടകം വരുന്നതിന് മുമ്പ് ഈ ഞാറ്റുവേല കാലത്ത് മുതിര ഉപ്പേരി വിശേഷമാണ്. കുരുമുളകിന്റെ ഞാലിയായ വള്ളിയെടുത്ത് നടാം. രുചി കൂടുന്ന കാലവർഷക്കാലത്തും,

വേനൽക്കാലത്ത് വരട്ടി വച്ചിരിക്കുന്ന ചക്കകൊണ്ട് ഇലയടകൾ ഉണ്ടാക്കാം. ആവിയിൽ വേവിച്ച വിവിധ തരം അടകൾ ഈ കാലാവസ്ഥ യിൽ ഉചിതമായ ഭക്ഷണമാണ്. വേനൽക്കാലത്തെ ചൂട് ശരീരത്തിൽനിന്ന് പുറത്തു കടക്കുന്ന ഈ കാലത്ത് പലവിധ പകർച്ചവ്യാധികൾ വരുന്ന സമയമാണ്. മഴ തുടങ്ങിയ ഉടനെ ചിക്കൻപോക്സ് ചിലരിൽ കാണുന്നത് അതുകൊണ്ടാണ്. മാമ്പഴത്തിന്റെ ചൂടും ചക്കപ്പഴത്തിന്റെ തണുപ്പും ഇതിനെ സമതുലിതമാക്കുന്നു.

തിരുവാതിര ഞാറ്റുവേലയ്ക്ക് ജലവുമായി ബന്ധമുള്ളതിനാലാകം ധനുമാസത്തിലെ തിരുവാതിരയ്ക്ക് തുടിച്ചു കുളി ഒരു പ്രധാന ആചാ രമായി മാറിയത്. തിരുവാതിരയിലെ മഴയ്ക്കും കാറ്റിനും പ്രത്യേകതക ളുണ്ട്. ഒന്നുകിൽ ആദ്യത്തെ ഏഴര ദിവസം മഴയായിരിക്കും. അല്ലെങ്കിൽ രണ്ടാമത്തെ ഏഴര ദിവസം മഴയായിരിക്കും. നല്ല തടിച്ച വെള്ളത്തുള്ളി കളോടെ കാറ്റോടൊപ്പം പെയ്യുന്ന ഈ മഴയ്ക്ക് ശങ്കരാന്തിത്തടിയൻ എന്നാണ് പേര്. ഈ മഴയുടെ സ്വഭാവം ഒരു കൃഷിപ്പാട്ടിൽ ഇങ്ങനെ ആവിഷ്കരിച്ചിട്ടുണ്ട്.

അണയാതെ വർഷിക്ക കാരണം
അണലിയെന്ന വൃഷ്ടി നമുക്കെല്ലാം
തിരുവാതിര നമ്മുടെ നക്ഷത്രം
വരുന്നേരത്ത് ഞാറ്റുനിലയതിൽ
പെരു വൃഷ്ടിയഹോരാത്രമാകയാൽ
പെരുകുന്നു ഫലമൂലമൊക്കവേ

സൂര്യനും നക്ഷത്രങ്ങളും ചന്ദ്രനും ഭൂമിയും തമ്മിലുള്ള സൗരബ ന്ധത്തിന്റെ നാട്ടുകണക്കാണ് ഞാറ്റുവേല. സൂര്യന്റെ ഈ കളിയിൽ പ്രപ ഞ്ചത്തിനു സംഭവിക്കുന്ന മാറ്റം, സൂര്യൻ ഉത്തരായനത്തിൽനിന്ന് ദക്ഷി ണായനത്തിലേക്കു മാറുമ്പോൾ ഉണ്ടാകുന്ന പ്രകൃതിമാറ്റത്തെ ശാസ്ത്രീ യമായി ഉൾക്കൊണ്ടാണ് നാട്ടുജനത കർക്കടകത്തിലെ ആചാരാനുഷ്ഠാ നങ്ങൾ നിശ്ചയിച്ചത്. അതിനാൽ ഇത് ഋതുചര്യയാണ്. ഓരോ ഋതുക്കൾ ക്കനുസരിച്ച് കാറ്റ്, മഴ, വെയിൽ എന്നിവ മാറുന്നതിനുസരിച്ച് നാം ജീവിതപരിപാലനം നടത്തിയാൽ ആരോഗ്യം സംരക്ഷിക്കപ്പെടും എന്ന നാട്ടുശാസ്ത്ര വിധി. കുത്തിവയ്പില്ലാതിരുന്ന കാലത്ത് ശരീരത്തിന്റെ പ്രതിരോധശേഷി വർദ്ധിപ്പിക്കാനായി നടത്തിയിരുന്ന നാട്ടുമാർഗ്ഗമാണ് ഈ പരിസ്ഥിതി സംരക്ഷണ തത്ത്വങ്ങൾ. ആധുനികതയുടെ പൊള്ള യായ വിശ്വാസ പ്രമാണങ്ങൾക്കിടയിൽ മറന്നുപോയ ഗ്രാമീണ സത്യം.

ഈ ഞാറ്റുവേലക്കാലത്തിന്റെ പ്രകൃതിപുണ്യത്തെക്കുറിച്ചാണ് പാട്ടിൽ പറയുന്നത്. മഴ കിട്ടുന്ന പത്തു ഞാറ്റുവേലകളിൽ പ്രധാനമാണ് തിരുവാതിര. കൃഷിക്കാർക്ക് കണ്ടങ്ങളിൽ നട്ട ഞാറുകൾ സംരക്ഷി ക്കേണ്ട കാലംകൂടിയാണ് തിരുവാതിര. പ്രത്യേകിച്ച് അടിവളം ചേർ ക്കേണ്ട സമയം. ആദ്യം തെളിഞ്ഞാൽ ഞാറ്റുവേലപ്പോക്കിനു മഴ

എന്നാണ് മഴക്കണക്ക്.

തിരുവാതിര മഴവെള്ളത്തിന് ഔഷധഗുണമുണ്ടെന്ന് പഴമക്കാർ പറയുന്നു. ഏതെങ്കിലും ഒരു ദിവസം അമൃതമഴ പെയ്യുമത്രേ. ഒരു ദിവസം ചോര വർഷത്തിനും സാദ്ധ്യതയുണ്ട്. എങ്കിലും മഴവെള്ളം കൈക്കുമ്പിളിൽ വാങ്ങി കുടിക്കണമെന്നാണ് പറയാറ്. രോഗ പ്രതിരോധശേഷി വർദ്ധിപ്പിക്കുവാൻ ഈ വെള്ളത്തിന് കഴിയുന്നതുകൊണ്ടാണ് പണ്ടുകാലത്ത് ആയുർവ്വേദ കഷായങ്ങളും ആസവങ്ങളും ഉണ്ടാക്കാൻ മൺഭരണികളിലും മരഭരണികളിലും ഞാറ്റുവേല മഴ ശേഖരിച്ചിരുന്നത്. വെള്ളം ശേഖരിക്കാൻ ഒരു നാട്ടുവിധിയുണ്ടായിരുന്നു. നാലു കമ്പുകളിൽ തോർത്തുമുണ്ടു കെട്ടി താഴെ വീഴുന്ന വെള്ളം പാത്രങ്ങളിൽ ശേഖരിക്കുന്ന ഈ രീതിയെ ഏലം കെട്ടുക എന്നാണ് പറഞ്ഞിരുന്നത്. കടലിൽ മത്സ്യങ്ങൾ പോലും ഈ ഞാറ്റുവേലയിൽ വായ് മേൽപ്പോട്ടാക്കി ജലോപരിതലത്തിൽ കിടക്കുമെന്ന് മുക്കുവർ പറയുന്നു. തിരുവാതിര കർഷകരെ സംബന്ധിച്ചിടത്തോളം പണിക്കാലമാണെന്ന് പറഞ്ഞല്ലോ. ഓണത്തിനുള്ള വിളവെടുപ്പിന് പണിയെടുത്താൽ അത്തം ഞാറ്റുവേലയിൽ ഇരുന്നു തിന്നാം എന്നു ചൊല്ലുണ്ട്. വെള്ളം ചേർന്ന് മണ്ണിന് പതം വരുന്ന ഇക്കാലത്ത് എല്ലാ തനതു സസ്യങ്ങളും വിളയും. സ്ത്രീകൾ മുടി തഴച്ചു വളരാൻ വേണ്ടി മുടിത്തുമ്പ് മുറിക്കുന്നത് ഈ ഞാറ്റുവേലയിലാണ്. മലവെള്ളം ഒഴുകി വരുമ്പോൾ കാട്ടിലെ മലമട്ട് അടിയുന്ന സമയമാണിത്. തിരുവാതിരയിൽ മലവെള്ളം വന്നാൽ തിരുവോണം കണ്ടേ പോകൂ എന്നു ചൊല്ലുണ്ട്. നീലക്കൊടുവേലി തുടങ്ങിയ ഔഷധികളുമായി പുഴപ്പെണ്ണ് അമ്മേക്കാണാൻ ഒഴുകിവരുന്ന കാലമാണിത്!

തിരുവാതിര ഞാറ്റുവേലയിലാണ് അമര കുത്തേണ്ടത്. അമരത്തടത്തിൽ എപ്പോഴും വെള്ളം നില്ക്കണം. അമരത്തടത്തിൽ തവള കരയണം എന്നു പറയുന്നതതുകൊണ്ടാണ്. അമരയും അപരാധവും കുറച്ചു മതിയത്രേ. വീട്ടുമൃഗങ്ങൾക്കും മനുഷ്യർക്കും ആനയ്ക്കും സുഖ ചികിത്സയുടെ കാലം കൂടിയാണിത്. തെങ്ങിന് കടവാങ്ങി പച്ചിലത്തൂപ്പുകൾ ഇടേണ്ട കാലമാണിത്. കാലവർഷം അകത്തും തുലാവർഷം പുറത്തും എന്ന ചൊല്ലുണ്ട്. കാലവർഷത്തിൽ തിരുവാതിര ഞാറ്റുവേലക്കാലത്ത് തെങ്ങിന്റെ കട വാങ്ങിയാൽ വെള്ളം വീഴണം എന്നാണ് അർത്ഥമാക്കുന്നത്.

മഴക്കൊയ്ത്തുകാലം: ജലസംഭരണത്തിന്റെ നാട്ടറിവുകൾ

വിഷുഫലം നോക്കി ഇടവപ്പാതിയിലെ മഴയുടെ അളവ് നിർണ്ണയിച്ചിരുന്ന നാട്ടുരീതിയുണ്ടായിരുന്നു. അതനുസരിച്ച് പെയ്യുന്ന മഴ ശേഖരിക്കാനുള്ള ശ്രമങ്ങൾ ഗ്രാമീണകർഷകർ ചെയ്തിരുന്നു. മഴക്കൊയ്ത്ത് മഴയ്ക്കു മുമ്പേ നടത്തേണ്ടതാണ്. മലനാടിന്റെ പ്രകൃതിദത്തമായ ജലസംഭരണി (റിസർവോയർ)യാണ് വയലുകൾ. അതിനാൽ വയലിനെ ആധാരമാക്കിയുള്ള ജലക്കൊയ്ത്തിന്റെ അനവധി ഗ്രാമീണ എഞ്ചിനീയറിങ്

സംവിധാനങ്ങൾ ഉണ്ടായിരുന്നു. ഈ ശാസ്ത്രീയ നിർമ്മിതികളെ തകർക്കുന്ന നിർമ്മാണ പ്രവർത്തനങ്ങളും റോഡ് വികസനങ്ങളും മണ്ണിട്ട് നികത്തിയും വയൽ സംഭരണികളെ നശിപ്പിക്കുകയുണ്ടായി.

കൊയ്ത്തു കഴിഞ്ഞാൽ കർഷകർ കണ്ടങ്ങൾ മുഴുവൻ വെറും ചാൽ പൂട്ടുന്നു. പിന്നെ തരിശിടുന്നു. വൈക്കോൽ കാല മണ്ണിനടിയിലേക്ക് പോകുവാനും മഴ പെയ്യുമ്പോൾ ഇവ ചീഞ്ഞ് വളമാകുവാനും ഇത് സഹായിക്കുന്നു. മാത്രമല്ല കെട്ടിനില്ക്കുന്ന വെള്ളം വലിയ ആഴത്തിൽ പോകാതെ കിനിഞ്ഞിറങ്ങി ജലം വറ്റിപ്പോകാത്ത ഊഴിയാക്കി നിലനിർത്തുന്നതിനും ഇത് കാരണമാകുന്നു. മണ്ണിനടിയിലെ ജലസാന്ദ്രത പിടിച്ചു നിർത്തുന്നതാണ് വയൽ ജലസംഭരണികൾ. പിന്നീട് മലവെള്ളത്തോടൊപ്പം മലമട്ട് ഒലിച്ചു വരും. വയലുകളിൽ ഈ മലവെള്ളം രണ്ടോ മൂന്നോ മാസം നില്ക്കുമ്പോൾ കണ്ടങ്ങളിൽ ചേറ് അടിഞ്ഞുകൂടുന്നു. പിന്നത്തെ വിള കേമമായിരിക്കും. വെള്ളത്തിന്റെ അപാരമായ ഈ കഴിവിനെപ്പറ്റി കർഷകർ തൊട്ടറിഞ്ഞിരുന്നു. പുഴകൾക്കു പുറമെ കാട്ടിൽ നിന്നു വെള്ളമെത്തിക്കുന്ന ആയിരക്കണക്കിന് ചാലുകൾ ഉണ്ടായിരുന്നു. ഇതെല്ലാം അന്ധമായ വികസന തന്ത്രങ്ങൾകൊണ്ട് നശിപ്പിക്കപ്പെട്ടിരിക്കുന്നു. വയൽ ജലസംഭരണികളിൽ ധാരാളം മത്സ്യങ്ങളും മറ്റു ജലജീവികളും ഉണ്ടായിരുന്നതിനാൽ രോഗങ്ങൾ പരത്തുന്നതുമായിരുന്നില്ല. പകരം ആധുനികനഗരങ്ങളിലാണ് മാരകരോഗങ്ങൾ പരത്തുന്ന ചെളിക്കണ്ടങ്ങളുള്ളത്. കുളങ്ങളായിരുന്നു മറ്റൊരു ജലസംഭരണി. വലിയ കുളങ്ങളും പാടത്തെ ചെറിയ കുളങ്ങളും ആരാധനാലയങ്ങളിലെ കുളങ്ങളും മറ്റും നാട്ടുകാർ സംരക്ഷിച്ചിരുന്നു. നീർച്ചാലുകൾ കുളങ്ങളിലേക്കെത്തുന്ന വിധത്തിൽ രൂപപ്പെടുത്തിയിരുന്നു. അവയ്ക്കു ചുറ്റും പൊന്തക്കാടുകളും ജലസസ്യങ്ങളും ഉണ്ടായിരുന്നതിനാൽ വേനൽക്കാലത്ത് ജല ബാഷ്പീകരണം തടഞ്ഞിരുന്നു. വേനൽക്കാലത്ത് വറ്റിപ്പോകുന്ന കുളങ്ങളിലെ മണ്ണെടുത്ത് കുളത്തിനു ചുറ്റും തന്നെ നിക്ഷേപിച്ചിരുന്നു. പാലക്കാടു ജില്ലയിലെ കുള സംരക്ഷണം പ്രത്യേകം പഠിക്കേണ്ടതാണ്. അവിടെയാണ് ഏറ്റവും കൂടുതൽ കുളങ്ങൾ ഉള്ളത്. ഇവയിലൊക്കെ ജലജീവികളും ഉണ്ടായിരുന്നു. പാടങ്ങളിലേക്കും പുഴകളിലേക്കും എത്തിച്ചേരുന്ന ചാലുകൾ ഒരിക്കലും കൈയേറിയിരുന്നില്ല. അവയുടെ വരമ്പുകളിൽ കൈത, അമ, ചോറക്കാടുകളുമുണ്ടായിരുന്നു. വയൽപ്പക്ഷികൾ കഴിഞ്ഞിരുന്നത് ഈ കാടുകളിലായിരുന്നു. കൈതക്കാടുകൾ തഴപ്പായ നിർമ്മാണത്തിനും സ്ത്രീകൾ ഉപയോഗിച്ചിരുന്നു. വലിയ കുളങ്ങൾ ഒരു കാലത്തും വറ്റിയിരുന്നില്ല. കുളങ്ങളിൽനിന്ന് ചാലുകളിലേക്ക് വേനൽക്കാലത്തും നീരൊഴുക്കുകൾ ഉണ്ടായിരുന്നു. കർഷകർ ജലക്കൊയ്ത്തിനായി ഉപയോഗിച്ചിരുന്ന ഇത്തരം കുളങ്ങളാണ് ത്രിതല സംവിധാനത്തിൽ സംരക്ഷിക്കേണ്ടിയിരുന്നത്. എന്നാൽ ഇന്ന് സാമൂഹ്യവിരുദ്ധർ ചണ്ടികളും പ്ലാസ്റ്റിക്കുകളും നിക്ഷേപിക്കുന്ന

ഇടങ്ങളായി ഇതുമാറി. ഇത്തരം കുളങ്ങളും വയലുകളും മറ്റുമായിരുന്നു തണ്ണീർത്തട ആവാസ വ്യവസ്ഥ എന്നറിയാത്ത വികസന വൃന്ദം അവയൊക്കെ ഇല്ലാതാക്കുന്നതിനു കൂട്ടുനിന്നു. അവരാണിപ്പോൾ ജല സംരക്ഷണത്തിന് പ്രതിജ്ഞയെടുക്കാനും സമരം ചെയ്യാനും മുന്നിൽ. കുഴൽക്കിണറുകൾ സാമൂഹ്യ വിപത്താണെന്നറിഞ്ഞിട്ടും ഫാക്ടറികൾക്കും ഹോട്ടലുകൾക്കും സ്വകാര്യ വ്യക്തികൾക്കും ഇതൊത്താശ ചെയ്തു കൊടുക്കാൻ വികസന കൂട്ടം മുന്നിലായിരുന്നു. വികസനമെന്നാൽ വിനാശമല്ല.

എന്നാൽ ഭൂമിക്കടിയിലെ ജലം ചൂഷണം ചെയ്യാൻ കർഷകർ തയ്യാറായിരുന്നില്ല. പാറയ്ക്കടിയിലും വെട്ടുകല്ലിനടിയിലും ശുദ്ധമായ ജലമുണ്ടെന്ന് ഗ്രാമീണർ മനസ്സിലാക്കിയിരുന്നു. കുളനീര്, മലനീര്, ഊർ നീര് തുടങ്ങിയ ആറു തരം നീരുകൾ ഭൂമിക്കടിയിലുണ്ടത്രേ. ഇവയ്ക്കും മുകളിലാണ് കിണറിന്റെ വാസ്തു. കന്നിമൂലയിലാണ് കിണറു കുത്തിയിരുന്നത്. ഭൂമിജാതകം നോക്കി കിണറുകൾ കുത്തിയിരുന്നപ്പോൾ പറഞ്ഞ കോലിന് വെള്ളം കണ്ടിരുന്നു.

പണ്ടു കിണറുകൾ അത്ര സാർവ്വത്രികമായിരുന്നില്ല. പൊതു കിണർ ഉണ്ടായിരുന്നു. എല്ലാവർക്കും വെള്ളം കോരാൻ സൗകര്യത്തിന് മൂന്നോ നാലോ തുടികളിട്ട കിണറുകൾ വരെയുണ്ടായിരുന്നു. ഓരോ കിണറുകൾക്കും പ്രത്യേകം അളവുകൾ ഉണ്ടായിരുന്നു. കിണറിൽനിന്ന് എല്ലാ വർഷവും വേനൽക്കാലത്ത് ചേറെടുത്ത് കരു നന്നായി ഉണ്ടാക്കാൻ വേണ്ടി ശ്രമിച്ചിരുന്നു. കിഴക്കൻകരു കാണണേയെന്ന് ആശിച്ചിരുന്നു. കിണറു കുത്തുമ്പോൾ കിഴക്കൻകരു കണ്ടാൽ നല്ലതാണ്. വിയർപ്പുകരു വേനലിൽ വറ്റാൻ സാദ്ധ്യതയുണ്ടെന്നും മനസ്സിലാക്കി. വെള്ളിലം, പാറോത്ത്, അയിനി, പ്ലാവ് തുടങ്ങിയ മരങ്ങളും സസ്യങ്ങളും ഉള്ളിടത്ത് കിണറു കുത്തിയാൽ വെള്ളം കാണുമെന്ന നിരീക്ഷണങ്ങൾ ഗ്രാമങ്ങളിലുണ്ടായിരുന്നു.

ഉദകാർഗളം എന്ന ശാസ്ത്രത്തിന്റെ ഉറവിടം നാട്ടറിവുകളായിരുന്നു. കിണറുകുത്തി വെള്ളം കണ്ടാൽ ജലസമൃദ്ധിയെ കാണിക്കുന്ന പാനകം എന്ന പാനീയം അയൽക്കാർക്ക് കൊടുത്തിരുന്നു. കിണറുകൾക്കു പുറമെ കൊക്കർണികളും കല്ലുമടകളും വാൽക്കിണറുകളും ചില പറമ്പുകളിൽ, തറവാടുകളിലുണ്ടായിരുന്നു. ഇതിലൊക്കെ മഴക്കാല വെള്ളം ശേഖരിച്ചിരുന്നു. കന്നുകാലികളെ കഴുകുന്നതിനും അലക്കുന്നതിനും പ്രത്യേക കുളങ്ങളുണ്ടായിരുന്നു. അതിൽ തന്നെ പുര കെട്ടാനുള്ള ഓല കുതിർക്കാൻ ഇട്ടിരുന്നു. വിത്തു തേങ്ങ വെള്ളത്തിലിട്ടിരുന്നതും ഇതിൽ തന്നെ. പറമ്പിൽ പെയ്യുന്ന വെള്ളം ഇത്തരം കിണറുകളിലേക്കും കുളങ്ങളിലേക്കും എത്തുന്ന വിധത്തിലുള്ള സംവിധാനം കർഷകർ ചെയ്തിരുന്നു. അവരുടെ പ്രായോഗികമായ അറിവുകൾ മനസ്സിലാക്കുന്നതിനു പകരം മഴക്കുഴി നിർമ്മാണ പ്രഹസനങ്ങൾ നടത്തിയിട്ട്

കാര്യമില്ല. വീട്ടുവളപ്പിൽ പെയ്യുന്ന വെള്ളം അവിടെത്തന്നെ താഴാൻ അനുവദിക്കണം. അതിനു മണ്ണിനെ പരുവപ്പെടുത്തുന്ന ജോലിയാണ് ആദ്യം ചെയ്യേണ്ടത്. പറമ്പു തുറന്നിടുന്നതിനു പകരം അവയ്ക്കു മുകളിൽ പടരുന്ന ആവരണ വിളകൾ ഇടാവുന്നതാണ്. അതില്ലാത്തിടത്ത് ചവറുകളും ഇലകളുമിട്ട് അവിടെ തന്നെ ചീയാൻ അനുവദിക്കണം. അപ്പോൾ ചിതലും മണ്ണിരയും മറ്റ് സൂക്ഷ്മജീവികളും താനേ ഉണ്ടാകുകയും മണ്ണിനകത്ത് വായുപ്രവാഹത്തിനുള്ള സൗകര്യവുമുണ്ടാകുകയും ചെയ്യുന്നു. ഇത്തരം ഭൂമിയിൽ ജലം പെട്ടെന്ന് ആഗിരണം ചെയ്യുന്നു. മേൽമണ്ണ് നഷ്ടപ്പെട്ടിടത്തുനിന്ന് വെള്ളം ഒഴുകിപ്പോകുകയേ ചെയ്യൂ. ആയതിന് ജല സംരക്ഷണത്തിന് ആദ്യം ചെയ്യേണ്ടത് മണ്ണു സംരക്ഷണം തന്നെയാണ്. ചെരിഞ്ഞ ഭൂമികളിൽ കൽക്കഴകൾ കെട്ടി ഒഴുകുന്ന ജലം തടഞ്ഞു നിർത്തി തട്ടുതട്ടായുള്ള വെള്ളച്ചാട്ടങ്ങൾ ഉണ്ടാക്കാവുന്നതാണ്. സിമന്റോ കോൺക്രീറ്റോ ഉപയോഗിച്ചുള്ള കൽക്കഴകൾ പാടില്ല. ശക്തിയായി വെള്ളം ഒഴുകിപ്പോകുന്ന സ്ഥലങ്ങളിൽ മണ്ണ് പിടിച്ചു നിർത്തുന്ന വിധത്തിൽ വേരുള്ള സസ്യങ്ങൾ നടേണ്ടതാണ്. രാമച്ചം, കൈത, ഇല്ലിമുള എന്നിവ വരമ്പാക്കി നട്ടുകൊടുക്കുന്നത് നല്ലതാണ്. നിര നിരയായുള്ള ചെമ്പരത്തി വേലികളും ഔഷധ സസ്യ നിരകളും നടാവുന്നതാണ്.

ഇതെല്ലാം മുന്നിൽ കണ്ടാണ് കർഷകർ പറമ്പുകൃഷി രൂപപ്പെടുത്തിയിരുന്നത്. തുലാവർഷം കഴിഞ്ഞാൽ ധനുമാസം മുതൽ പറമ്പ് ആണി തിരിക്കാൻ തുടങ്ങും. അധികം മണ്ണിളക്കാതെ ഓരോ വിളക്കും അനുയോജ്യമായ തടങ്ങളെടുക്കുന്നു. തെങ്ങിൻ കുഴികൾ കുഴിക്കുന്നു. മഴക്കാലത്തോടെ വെള്ളം പറമ്പിൽ തന്നെ നില്ക്കുന്ന വിധത്തിലാണ് ഈ സംവിധാനങ്ങൾ. ചിലയിടത്ത് പറമ്പു കിളച്ചിടാറുണ്ട്. തെങ്ങിന് തടമെടുക്കുന്നതും ജലം സംരക്ഷിക്കുന്ന വിധത്തിലാണ്.

വേനൽക്കാലത്ത് തണ്ണീർപ്പന്തലൊരുക്കി മോരും വെള്ളവും കിണറു വെള്ളവും പാനകവും നല്കിയിരുന്നതാണ്. നാട്ടുത്സവങ്ങളിൽ ചുക്കു കഷായമുണ്ടാക്കി സൗജന്യമായി നല്കിയിരുന്ന കരങ്ങൾ ആരുടേതാണ്? അലഞ്ഞു തിരിയുന്ന ജന്തുക്കൾക്കുവേണ്ടി നാട്ടുവഴികളിൽ കൽത്തൊട്ടികൾ സ്ഥാപിച്ചതാരാണ്? ഈ നാട്ടുനന്മയിൽ നിന്ന് പഠിക്കുന്നതിനു പകരം മുച്ചൂടും തണ്ണീർത്തടങ്ങൾ കണ്ണീർത്തടങ്ങളാക്കി മാറ്റിയവരെ തിരിച്ചറിയേണ്ടേ? ജലം ജന്മാവകാശമാണ്, കച്ചവടച്ചരക്കല്ല. ഞാറ്റുവേലയ്ക്കു പൊട്ടു തൊടേണ്ട എന്ന് കർഷകർ പറഞ്ഞത് അതുകൊണ്ടാണ്.

ഭക്ഷ്യ കൃഷിക്കാലം

തിരുവാതിര, പുണർതം, പൂയം ഞാറ്റുവേലകൾ പറമ്പുകൃഷിയുടെ കാലം കൂടിയാണ്. നാണ്യവിളയിൽ അധിഷ്ഠിതമായ വ്യവസായ-ഹൈടെക്ക് കൃഷി വരുന്നതിനു മുൻപ് വയലുകളിലും പറമ്പുകളിലും

നടന്നിരുന്നത് ജൈവ കൃഷിയുടെ തത്ത്വങ്ങൾ തന്നെയായിരുന്നു. സ്വന്തം നാട്ടിലെ പ്രകൃതിഭക്ഷ്യവിഭവങ്ങളുടെ സുരക്ഷയ്ക്കുവേണ്ടിയുള്ള പ്രതിരോധ പ്രവർത്തനങ്ങളിൽ നാം ഏർപ്പെടേണ്ടിയിരിക്കുന്നു. ഭക്ഷണം സ്വാതന്ത്ര്യമാണ്. ജനിതക മാറ്റം വരുത്തിയ വിത്തുകളും ഭക്ഷ്യവിഭവങ്ങളും ആഗോള വിപണിയിലിറക്കി ലാഭം കൊയ്യാൻ കോർപ്പറേറ്റുകൾ കാത്തുനില്ക്കുകയാണ്. അതിന് പ്രകൃതി വിഭവങ്ങളിൽ നിന്ന് ജനങ്ങളെ അന്യവല്ക്കരിക്കുക എന്നതാണ് ലോകക്രമം. ഭക്ഷ്യകുത്തകയിൽനിന്നും മോചനം നേടാനും വിഷമയമാക്കപ്പെട്ട താഴ്‌വരകൾ വീണ്ടെടുക്കുന്നതിനും കൃഷി നാട്ടറിവിലേക്ക് മടങ്ങാതെ വയ്യ എന്നു തിരിച്ചറിഞ്ഞുകൊണ്ടിരിക്കുന്നു.

മഴക്കാലം പറമ്പുകൃഷികൊണ്ടു സജീവമായിരുന്നു. പറമ്പുകൃഷിക്കുവേണ്ടി പരുവപ്പെടുത്തുന്ന ജോലി നേരത്തെ നടത്തണം. മണ്ണിൽ പുതയിട്ടും ജൈവവസ്തുക്കളിട്ടും മൺകൃഷിയാരംഭിക്കണം വാനിലല്ല മണ്ണിലാണ് കൃഷി തുടങ്ങേണ്ടത്. അപ്പോൾ മണ്ണിരയും ചിതലും മറ്റു സുക്ഷ്മ ജീവികളും മണ്ണിലേക്കു തിരിച്ചുവരും. പറമ്പിനകത്ത് ജലസാന്ദ്രതയുണ്ടാകുന്ന വിധത്തിലുള്ള ജലക്കൊയ്ത്തുരീതികൾ അവലംബിക്കണം. തുടർന്ന് പ്രാദേശികമായ വിത്തുകളുടെ ശേഖരമാണ്. വിളകളുടെ നാടൻ വിത്തുകൾ ചുരയ്ക്കാ തൊണ്ടിലിട്ടും ചാണകത്തിൽ പതിച്ചും വെണ്ണീറു പുരട്ടിയും കർഷകർ സൂക്ഷിച്ചുവച്ചിട്ടുണ്ട്. അല്പം വിത്തുകൾ ഉള്ള സ്ഥലത്ത് കൃഷി ചെയ്യാം. വിഷമയമായ പച്ചക്കറികളിൽ നിന്നും വിമുക്തി നേടാൻ ഇതേ മാർഗ്ഗമുള്ളൂ. പയറ്, ഉഴുന്ന്, മുതിര, വെള്ളരി, കുമ്പളം, പാവൽ, വഴുതന, കോവൽ, പച്ചമുളക്, ചേമ്പ്, ചേന, വെണ്ട, തൊവര, എള്ള്, ചാമ, തിന, വരക്, ചോളം, വാഴ, വെറ്റില, കുരുമുളക്, കാവത്ത്, ചെറുകിഴങ്ങ്, കൂർക്ക, മാവ്, പ്ലാവ്, അമര, കൂവ, പടവലം, ചുരയ്ക്ക, മഞ്ഞൾ, ഇഞ്ചി, ചീര, കഞ്ഞിപ്പുല്ല് തുടങ്ങി പറമ്പിലെ ഭക്ഷ്യവിഭവ വൈവിദ്ധ്യം ഏറെയാണ്. പറമ്പിൽ ഏകവിളയ്ക്കു പകരം പലതരം വിളവുകൾ ഇടകലർത്തി കൃഷി ചെയ്യുന്ന രീതിയാണ് ഉചിതം.

മുളപ്പിച്ച വിത്ത് പാകുവാൻ പറ്റിയ ഞാറ്റുവേലയാണ് മകയിരം. ഓണത്തിനുകൊയ്യുന്ന വിധത്തിൽ കർഷകർ വിത്തിടുകയോ ഞാറ്റടിയൊരുക്കി കിട്ടുന്ന മഴയിൽ വയൽ പൂട്ടിയൊരുക്കി ഞാറു നടുകയോ ചെയ്യുന്നു. രോഹിണി ഞാറ്റുവേലയിൽത്തന്നെ പയർത്തടങ്ങളെടുത്ത് പയർ നടുന്നു. വൻപയർ, കുരുത്തോലപ്പയർ, ചെറുപയർ, ചൂലുക്കുറ്റി, ഒടിപ്പയർ തുടങ്ങിയ വിവിധ പയർ വർഗ്ഗങ്ങൾ ഒരുക്കുന്ന സമയമാണിത്. പയറില കർക്കടകത്തിൽ പത്തെല കഴിക്കുന്നതിനുപാകത്തിൽ വളരുന്നു.

തിരുവാതിര ഞാറ്റുവേലയാണ് കുരുമുളകു വള്ളികൾ നടാൻ പറ്റിയ സമയം. കാലാവസ്ഥയും മഴയുടെ സാദ്ധ്യതയും നോക്കിയാണ് പറമ്പുകൃഷി നടത്തിയിരുന്നത്. വെള്ളവും വെളിച്ചവും സമൃദ്ധിയായി വിളകളു

ണ്ടാക്കാൻ പറ്റിയ സമയമാണ്. കുത്തിയിടുന്ന പയർ വർഗ്ഗങ്ങളും കിഴങ്ങുകളും നടാൻ പറ്റിയ സമയമാണിത്. ഉചിതമായ കാലവർഷ കാലാവസ്ഥയും ശേഖരിച്ചുവച്ച ജൈവവളങ്ങളും പറമ്പുകൃഷിയെ സമ്പമാക്കുന്നു. നാട്ടുചന്തകളിൽനിന്നും വാങ്ങിയ നടുതല വിത്തുകൾ മഴ സമയത്ത് മണ്ണിലിട്ട് മുളപ്പിക്കുന്നു. ചേമ്പ്, കൂർക്ക തുടങ്ങിയവയുടെ കൃഷിയും അമരത്തടങ്ങളും പയർതടങ്ങളും ഒരുക്കുന്നു. പയറിനൊപ്പം കഞ്ഞിപ്പുല്ലും ചിലയിടത്ത് കൃഷി ചെയ്യാറുണ്ട്. പയറുത്തടത്തിലെ പുല്ല് (റാഗി) വിശേഷമാണ്. വള്ളി പോലെ വളരുന്ന പയറിന് ഞൊടി കുത്തണം. മണ്ണിന് നഷ്ടമായ ജൈവവളം വീണ്ടെടുക്കാൻ നാടൻ പയർ കൃഷി ഉത്തമമാണ്. പയറിന്റെ വേരിലെ മത്ത് മണ്ണിനെ സമ്പുഷ്ടമാക്കുന്നു. പയറുപ്പേരി നാട്ടുരുചികളിലെത്തുന്ന കാലമാണിത്. വേനൽ കൃഷികളിൽപ്പെട്ട മുതിര, എള്ള്, ഉഴുന്ന് തുടങ്ങിവയുടെ വിളയെടുത്ത് ഭക്ഷ്യയോഗ്യമാക്കുന്ന കാലം കൂടിയാണിത്. ചിങ്ങത്തിൽ ഓണം കാണത്തക്ക വിധത്തിൽ ചിലർ ഇക്കാലത്ത് എള്ളു വിതയ്ക്കുന്നു. രോഹിണി ഞാറ്റുവേലയിലിട്ട ചാമയും വളർന്ന് വരുന്ന കാലമാണിത്. തൊവര കൃഷി നമ്മുടെ പറമ്പുകളിൽനിന്ന് പോയി എന്നു പറയാം. പക്ഷേ, രണ്ടോ മൂന്നോ വർഷം വിളവുതരുന്ന തൊവരയുടെ ഗുണവിശേഷങ്ങൾ കർഷകരുടെ ഓർമ്മകളിൽനിന്നും മാഞ്ഞിട്ടില്ല. മത്ത, കുമ്പളം, കിഴങ്ങുവർഗ്ഗങ്ങൾ എന്നിവ നടാനുള്ള സമയമാണിപ്പോൾ. കർക്കടകത്തിലേക്കും ചിങ്ങത്തിലേക്കും കായ്ഫലങ്ങൾ വരുന്ന വിധത്തിൽ കൃഷി ചെയ്തിരുന്നു. മാത്രമല്ല, ഇവയുടെ ഇലകളും ഇക്കാലത്തു രുചികരമായ ഭക്ഷണമായി മാറുന്നു. കർക്കടകം ആകുന്നതോടു കൂടി മുള പൊട്ടിയ കൂർക്ക വിത്തുകൾ നടുന്നു. മുളക്, വെണ്ട, വഴുതനങ്ങകൾ മുളപ്പിച്ചൊരുക്കുന്ന സമയം കൂടിയാണിപ്പോൾ. ഔഷധസസ്യങ്ങളും ദശപുഷ്പങ്ങളും താനേ മുളച്ചുണ്ടാകുന്നു. ചീരത്തടങ്ങളും ഇക്കാലത്തുതന്നെ ഒരുക്കാം. ചോന്നമര, വാളനമര, വെള്ളമര തുടങ്ങിയവ പടരാൻ തുടങ്ങുന്ന ഇക്കാലത്ത് പന്തലൊരുക്കണം.

മഴക്കാലത്തെ ഈ ഭക്ഷ്യകൃഷി എത്ര സൂക്ഷ്മതയോടെയാണ് കർഷകർ ചെയ്തിരുന്നതെന്ന് ഞാറ്റുവേലക്കലണ്ടർ സാക്ഷ്യപ്പെടുത്തുന്നു. കിഴങ്ങുവർഗ്ഗങ്ങളും പയർ വർഗ്ഗങ്ങളും ഇലച്ചെടികളും നാടോടി കർഷകർ കൃഷി ചെയ്തിരുന്ന നാട്ടുരീതികളും നാട്ടറിവും ശീലിച്ചാലേ ഇന്നത്തെ വിഷകൃഷിയിൽനിന്നും വിഷഭക്ഷണത്തിൽനിന്നും മോചിതമാകാൻ കഴിയൂ. കുഴികുത്തിയും വാരം മാടിയും പൊലികൂട്ടിയും ജൈവവളങ്ങളൊരുക്കിയും ചെയ്ത കൃഷി തന്നെയാണ് ജൈവ കൃഷി. പുറത്ത് പണിയെടുക്കുമ്പോൾ വെയിൽ കൊള്ളും. മഴക്കാലത്ത് കിട്ടുന്ന വെയിൽ കൊള്ളണം. മേഘങ്ങൾ കൂടിനില്ക്കുന്നതിനാൽ വെയിൽ കുറവാകുന്നു. ഇത് രോഗങ്ങൾക്ക് കാരണമാകുന്നു. വെളിച്ചം കടക്കാ

ത്തിടത്ത് വൈദ്യർ കടക്കേണ്ടി വരും എന്ന് ചൊല്ല് ഉണ്ടായതും അങ്ങനെയാണ്.

മരുന്നുകഞ്ഞിക്കാലം

ഔഷധ ഭക്ഷണം നിത്യജീവിതത്തിന്റെ ഭാഗമായിരുന്ന ഒരു കാലമുണ്ടായിരുന്നു.

താളും തകരയും മുമ്മാസം
ചക്കേം മാങ്ങേം മുമ്മാസം
ചേനേം കൂർക്കേം മുമ്മാസം
അങ്ങനേം ഇങ്ങനേം മുമ്മാസം

എന്നൊരു ഗ്രാമീണ ചൊല്ലുണ്ട്. ഇവിടെ അനുഭവപ്പെട്ടിരുന്ന ആറു ഋതുക്കളെ അടിസ്ഥാനമാക്കിയുള്ള ആഹാര-ആരോഗ്യത്തെ നശിപ്പിച്ചുകൊണ്ടിരിക്കുകയാണ്. വാങ്ങിക്കൊണ്ടുപോയി കഴിക്കുക എന്ന ശീലം വഴി പാരമ്പര്യ ഋതുഭക്ഷണം മൺമറഞ്ഞുകൊണ്ടിരിക്കുന്നു. വാങ്ങുക, വലിച്ചെറിയുക എന്നതാണിന്നത്തെ ശൈലി.

വർഷം ഋതുവിൽ (കർക്കടകം-ചിങ്ങം) സൂര്യപ്രകാശം കുറവു ലഭിക്കുന്നതിനാൽ ശരീരത്തിനുണ്ടാകുന്ന ബലക്ഷയവും വാത സംബന്ധിയായ രോഗങ്ങളും ഇല്ലാതാക്കുന്നതിന് നാട്ടുവൈദ്യന്മാർ കണ്ടെത്തിയ മറുമരുന്നാണ് പലതരം ഔഷധക്കഞ്ഞികൾ. മിഥുനം, കർക്കടകം മാസങ്ങളിൽ ഇത്തരം രക്ഷാമരുന്നുകൾ മലയാളികൾ ചെയ്തിരുന്നു. പലതരം കഞ്ഞികൾ, പത്തെലക്കൂട്ടുകൾ ഔഷധസേവ, ശീവോതി ആരാധന, ദശപുഷ്പം ചൂടൽ ഇങ്ങനെ ആരോഗ്യപരിപാലനത്തിന്റെ നാളുകൾ കടന്നുവരുന്നു. വേനലിൽ സൂര്യതാപം ഏറ്റുവാങ്ങിയ ഔഷധ സസ്യങ്ങളുടെ ചെറുവിത്തുകൾ മാനത്തിടി വെട്ടി പുതുമഴ ചെയ്യുമ്പോൾ മുളപൊട്ടുന്നു. സൗരോർജ്ജവും മഴയും കൂടിച്ചേർന്ന് ഈ അമൃതസസ്യങ്ങൾ വളരുന്നു. പറമ്പിലും പാടത്തും മുറ്റത്തും മുളയ്ക്കുന്ന ഈ ചെറുസസ്യങ്ങൾ ദിവ്യസസ്യങ്ങളാണ്. കളകളല്ല. ഇവയെ കളകളാക്കിയത് ഗവേഷണകേന്ദ്രങ്ങളാണ്. കാട്ടപ്പ മുതൽ മുക്കുറ്റിവരെ നഷ്ടമാകുന്ന ഊർജ്ജം വീണ്ടെടുക്കുക മാത്രമല്ല, കന്നി മാസത്തിൽ വരാൻ പോകുന്ന വിഷകോപത്തിൽനിന്നുള്ള രക്ഷാകവചം കൂടിയാണ്. കന്നിമാസത്തിൽ ജീവികൾക്ക് വിഷമേറുന്ന സമയമാണ്. മരുന്നുകഞ്ഞി വാത, പിത്ത, കഫ ത്രിദോഷങ്ങളെ ഇല്ലാതാക്കുകയും ശരീരത്തിന്റെ രോഗ പ്രതിരോധശേഷി കൂട്ടുകയും ചെയ്യുന്നു. ഔഷധ സേവ ഒരു കാലത്ത് കേരളത്തിലെ ആചാരമായിരുന്നു. ആശുപത്രികളെയും കമ്പോളത്തേയും ആശ്രയിക്കാതെതന്നെ ജനങ്ങൾക്ക് സ്വയം ആരോഗ്യ പരിപാലനത്തിന്റെ രീതികൾ ഉണ്ടായിരുന്നു. അവർക്ക് ഭക്ഷണംതന്നെ ഔഷധം. ഔഷധം ഭക്ഷണമല്ല. ഇവയിന്ന് വിപണിയുടെ ഭാഗമായിക്കഴിഞ്ഞിരിക്കുന്നു.

തുളസിക്കഞ്ഞി, നവധാന്യക്കഞ്ഞി, പാൽക്കഞ്ഞി, കക്കും കായ്ക്കഞ്ഞി, പത്തെലക്കഞ്ഞി, ശീവോതിക്കഞ്ഞി, ദശപുഷ്പക്കഞ്ഞി, ഉഴിഞ്ഞക്കഞ്ഞി, ഉലുവക്കഞ്ഞി, നവരക്കഞ്ഞി, നാല്പാമരക്കഞ്ഞി, മലർകഞ്ഞി എന്നിങ്ങനെ പലതരം കഞ്ഞികൾ കേരളത്തിലെ ഗ്രാമാന്തരങ്ങളിൽ നിലനിന്നിരുന്നു. ഇതിൽ വിശേഷമായതാണ് കർക്കടകത്തിൽ കഴിക്കുന്ന മരുന്നുകഞ്ഞി. മരുന്നുകഞ്ഞിയിലില്ലാത്ത മരുന്നില്ല എന്ന ചൊല്ല് ഉണ്ടെങ്കിലും ഉഴിഞ്ഞ വേര്, പണപ്പുള്ളാടി, നിലപ്പനക്കിഴങ്ങ്, മൂവില വേര്, കുറുന്തോട്ടി, തഴുതാമ വേര്, കരിങ്കുറുഞ്ഞി വേര്, പുത്തിരിച്ചുണ്ട വേര്, ഇല്ലംകെട്ടി വേര്, നന്നാറി കിഴങ്ങ്, ചതുരമുല്ല, മുക്കുറ്റി, ചെറുള, ചങ്ങലം പരണ്ട, വിഷ്ണുക്രാന്തി, പൂവ്വാംകുറുന്നില, മുയൽ ചെവിയൻ, കറുക, തിരിതാളി, കയ്യുണ്യം, കീഴാർനെല്ലി, വയൽചുള്ളി തുടങ്ങിയവ കഴുകി വൃത്തിയാക്കി ഇടിച്ചു പിഴിഞ്ഞ് നീരെടുത്ത് ഉണക്കലരിയിട്ട് വേവിച്ചെടുക്കു ന്നതാണ് മരുന്നുകഞ്ഞി. ഇതിൽ തേങ്ങാപ്പാലും ജീരകവും ഉലുവയും മല്ലിയും ചേർക്കാറുണ്ട്. മരുന്നുകഞ്ഞിക്ക് കൃത്യമായ കൂട്ടുകളില്ല. പ്രാദേശികമായ വ്യത്യാസങ്ങൾ ഏറെയുണ്ടെങ്കിലും അടിസ്ഥാന സസ്യങ്ങൾ ഏകദേശം ഒന്നുതന്നെയാണ്. ഓരോ അമ്മൂമ്മയുടെയും നൈപുണ്യം ഓരോന്നാണ്. ഓരോ നാട്ടുവൈദ്യന്റെ രീതിയും തനതാണ്.

കർക്കടകം മുഴുവനും അല്ലെങ്കിൽ 7, 10 ദിവസങ്ങളും ഇത് കഴിക്കാവുന്നതാണ്. മരുന്നുകഞ്ഞി സേവക്കാലത്ത് പഥ്യമുണ്ട്. മരുന്നുകഞ്ഞിയിലെ ഓരോ ഔഷധത്തിന്റെയും ഫലസിദ്ധി തിരിച്ചറിഞ്ഞാണ് ഉണ്ടാക്കിയിരുന്നത്. രക്തശുദ്ധീകരണത്തിന് കുറുന്തോട്ടിയും കരിങ്കുറുഞ്ഞിയും വിഷാംശം പോകാൻ ഇല്ലംകട്ടിയും ഉഷ്ണനാശനത്തിന് നറുനീണ്ടിയും വായുകോപങ്ങൾക്ക് ഉഴിഞ്ഞയും പുത്തരിച്ചുണ്ടയും വാതശമനത്തിന് കുറുന്തോട്ടിയും തഴുതാമയും എന്നൊക്കെയുണ്ട്. ഒരു വർഷത്തെ രോഗപ്രതിരോധശേഷി നിലനിർത്തുന്നതാണ് ഒരു മാസത്തെ ഈ ഔഷധ സേവനം.

ഒരു കാലത്ത് ഉത്സവംപോലെ നാട്ടുമരുന്നുകൾ തേടിപ്പോവുകയും ചിട്ടയോടെ അത് പാകം ചെയ്യുകയും കുരുന്നുകൾക്ക് പകർന്ന് നല്കുകയും ചെയ്ത നാട്ടുനന്മയുടെ പ്രതീകമാണ് മരുന്നുകഞ്ഞി. ഇൻസ്റ്റന്റ് മരുന്നു കഞ്ഞി പ്രചരിക്കുന്ന ഇക്കാലത്ത് ഒട്ടും ചെലവില്ലാതെ സ്വന്തം ആരോഗ്യ സംരക്ഷണത്തിന് ഉപയുക്തമാക്കേണ്ട നാളുകളാണിത്. ആരോഗ്യം സംരക്ഷണ സ്ഥാപനങ്ങളിലല്ല കൈക്കുമ്പിളിലാണ് എന്ന് തിരിച്ചറിയുക. നിങ്ങളുടെ അന്വേഷണങ്ങൾക്കായി അമ്മൂമ്മമാർ ഇന്നും കാത്തിരിക്കുന്നു. സ്ഥാപനങ്ങളിലുള്ളവർ ഹൃദയമല്ല പോക്കറ്റാണ് പരിശോധിക്കുക. എന്നാൽ അമ്മൂമ്മഅറിവുകൾ നാടിന്റെയും മനുഷ്യന്റെയും ഹൃദയം തൊട്ടറിഞ്ഞതാണ്.

ദശപുഷ്പക്കാലം

തനികേരളീയമായ ആചാരനുഷ്ഠാനമാണ് പത്തു പൂക്കൾ ചൂടുന്നത്. കർക്കടക മാസത്തിൽ ഇത് ചിട്ടയോടെ ചെയ്യുന്നത് ശിരസ്സിൽ സർവ്വാത്മസുഖം നല്കുന്നു. അകത്ത് മരുന്നുകഴിക്കുക എന്നതിനേക്കാൾ അവയുടെ സ്പർശനംതന്നെ ആരോഗ്യം നല്കിയിയിരുന്നു. ഭക്ഷണം തന്നെ ഔഷധമായിരുന്ന ഒരു കാലമുണ്ടായിരുന്നു. കേരളീയമായ ചികിത്സാരീതി നോക്കുക. താളികൾ, എണ്ണകൾ, ദശപുഷ്പങ്ങൾ എല്ലാം പുറത്താണ് ചെയ്യുന്നത്. അതുകൊണ്ട് അകത്ത് ഗുണമുണ്ടാകും. നാട്ടുവൈദ്യത്തിന്റെ ഉത്തമ മാതൃകയായ നാട്ടുവൈദ്യത്തിന്റെ ഉപനിഷത്താണ് ദശപുഷ്പക്കാലം.

ഗ്രാമീണർ ആരോഗ്യവാന്മാരായിരിക്കണം എന്ന ഭൗതിക ചിന്തയാണ് ഇതിനു പിന്നിലുള്ളത്. ദോഷങ്ങൾ ഒട്ടും ഇല്ലാതാനും. സസ്യങ്ങൾ കാത്ത് പ്രകൃതിസംരക്ഷണം നടത്തുന്നുമുണ്ട്. ഓരോ സസ്യങ്ങളുടേയും ത്രിഗുണങ്ങളെപ്പറ്റി ഗവേഷണം നടത്തി മരുന്നുകളുണ്ടാക്കിയും പേറ്റന്റു ചെയ്തും മുന്നേറുന്ന ആഗോളവല്ക്കരണകാലത്ത് നാട്ടുസസ്യങ്ങളെ പരിപാലിച്ച ജനതയ്ക്കു മുൻപിൽ കുമ്പിടണം. വേദനകളെ അകറ്റുന്നതാണ് ഔഷധസസ്യങ്ങൾ.

ഭൂമിദേവിക്ക് ഔഷധസസ്യങ്ങൾ വയ്ക്കുന്ന ചടങ്ങാണ് ശീവോതി. ശിരസ്സിൽ ഔഷധസസ്യങ്ങൾ ചൂടുകയും ചെയ്യുന്നു. ബുദ്ധികൂർമ്മതയും കണ്ണിനാനന്ദവും കാഴ്ചയും നല്കുന്ന സസ്യങ്ങളാണിവ. ബോധവും പ്രജ്ഞയും തെളിഞ്ഞ് ഉത്സാഹത്തോടെയിരിക്കാൻ അവ പ്രേരണ നല്കുന്നു. പൂവ്വാംകുറുനില തലയിൽ ചൂടുന്നു. പൂവ്വാംകുറുനില കൊണ്ട് കൺമഷിയുണ്ടാക്കുന്നു. ഐശ്വര്യം എന്ന അർത്ഥമാണ് ഇവിടെ ശീവോതിക്കുള്ളത്.

കർക്കടകത്തിൽ ദശപുഷ്പം ചൂടൽ, ശീവോതിക്കു വയ്ക്കൽ, കൺമഷിയുണ്ടാക്കൽ, മുലപ്പാലു വർദ്ധിപ്പിക്കാനുള്ള നാട്ടുചടങ്ങുകൾ, മെയ്യഴകിനുള്ള ചിട്ടകൾ എന്നിവ കടന്നുവരുന്നു. ഒരു താമ്പാളത്തിൽ അഷ്ടമംഗല്യ വസ്തുക്കളും ജലവും വയ്ക്കുന്ന ചടങ്ങാണിത്. വിളക്കും ഉണ്ടാകും. വാൽക്കണ്ണാടി, അലക്കിയ വസ്ത്രം, ചന്ദനമുട്ടി, അക്ഷതം, ചാന്ത്, കൺമഷി, കുങ്കുമാദികൾ എന്നിവയാണ് അഷ്ടമംഗല്യ വസ്തുക്കൾ. പഞ്ചഭൂതതത്ത്വവും പ്രപഞ്ചസാരവും ഓരോ വസ്തുക്കളിലുമുണ്ട്. ഇതോടൊപ്പം ദശപുഷ്പങ്ങൾ ഒരുക്കുന്നു. ദിവ്യമായ പത്ത് ഔഷധച്ചെടികളുടെ ഗുണങ്ങൾ പറയുന്നു.

'പൂവ്വാങ്കുറുന്തല, മുയൽച്ചെവി, വിഷ്ണു, ദുർവ്വാ
കയ്യുണ്യൂഴിഞ്ഞ, തിരുതാളി, നിലപ്പനാചാ
മുക്കുറ്റിയും ചെറുവുളാ ദശപുഷ്പാ നാമം
എല്ലാമറിഞ്ഞു വന്ദനം ചെയ്ക നിത്യം'

(*ജ്യോത്സനിക* എന്ന വിഷയ ചികിത്സാഗ്രന്ഥം, അധികാരം 6, 7)

ദശപുഷ്പങ്ങൾ	സംസ്കൃതനാമം	ശാസ്ത്രനാമം	ഔഷധ ഗുണം
1. പൂവ്വാങ്കുറുനില	സഹദേവി ജ്വരഹര ഔഷധി,	വെണോണിയ സ്നേനിയ	മൂത്ര തടസ്സ ത്തിനും തേൾ വിഷത്തിനും, പനി പോകാൻ, എണ്ണ കാച്ചാൻ, കൺമഷിയു ണ്ടാക്കാൻ.
2. മുയൽച്ചെവി (മോച്ചമി)	ശശശ്രുതി	എമീലിയ സോഞ്ചി ഫോളിയ	രക്താർശ്ശസ്, വാതം, വ്രണം എന്നി വയ്ക്ക്.
3. കൃഷ്ണക്രാന്തി	കൃഷ്ണക്രാന്തം	ഇവോൾവുലസ് ആൻസിനോ യ്ഡിസ്	ശിരോസംബ ന്ധമായ അസു ഖങ്ങൾക്ക്, എണ്ണകാച്ചാൻ.
4. കറുക	ശതവീര്യാ	സൈനോ ഡോൺ ഡാക് ടൈലോൺ	രക്തപ്രസാദിനി, കഫ-പിത്ത രോഗങ്ങൾക്ക്, വിഷഹരം, എണ്ണകാച്ചാൻ, ഭക്ഷണത്തിനും നന്ന്.
5. കയ്യുണ്ണി	കേശരാജ	എക്സിപ്റ പ്രോസ്ട്രേറ്റ	കേശവർദ്ധന യ്ക്ക്, മഞ്ഞപ്പി ത്തത്തിന്, മാലക്കണ്ണിന്.
6. ഉഴിഞ്ഞ	ചക്രലതാ	കാർഡിയോസ് പെർമം ഹെലി കാകാബം	വാതരോഗത്തിന്, നീര് ശമിപ്പി ക്കുന്നു, മുടി ക്കുത്തമം.
7. തിരുതാളി		ഐപോമിയ സെപിയേറിയ	താളി, ബുദ്ധി ക്കും മുടിയഴ കിനും.

8.	നിലപ്പന	അർമോഘ്നി	കുർക്കുലിഗോ ഓർക്കിയോയ്ഡസ്	വിഷഹാരി
9.	മുക്കുറ്റി	കൃതാഞ്ജ്ജലി	ബയോഫൈറ്റം സെൻസിറ്റൈവം	തലവേദനാസം ഹാരി, അതി സാരത്തിന്.
10.	ചെറുള	ഭദ്രാ	ഏർവ ലനാറ്റ	മൂത്രാശയ രോഗങ്ങൾക്ക്, ആയുർവർദ്ധ നവിന്.

ഈ പത്തു സസ്യങ്ങൾക്കുമുള്ള പ്രാധാന്യം അതിന്റെ ഔഷധവീര്യമാണ്. അതുകൊണ്ടാണ് നാട്ടുജനത ആചാരാനുഷ്ഠാന രൂപത്തിൽ യാതൊരു ധനമുടക്കും കൂടാതെ കാത്തുപോന്ന് ഉപയോഗിച്ചുവരുന്നത്. കുട്ടികളുടെ ആരോഗ്യ പരിപാലനത്തിൽ അമ്മൂമ്മ അറിവുകൾക്കുള്ള ശ്രദ്ധ നോക്കുക. ഈ ആചാരങ്ങൾ കർക്കടകത്തിൽ നടത്തുന്നതിന് ചില അടിസ്ഥാനങ്ങളുണ്ട്. വിഷ ജന്തുക്കൾക്ക് വിഷാംശം വർദ്ധിക്കുന്ന കാലമാണ് വർഷക്കാലം. പ്രത്യേകിച്ച് കർക്കിടകം. വെയിൽ കുറവായ ഇക്കാലത്ത് സുര്യോർജ്ജം കാത്തുസൂക്ഷിച്ച ഈ സസ്യങ്ങൾ പലവിധത്തിൽ ഉപയോഗിക്കുന്നത് ഉത്തമം. ഇവയുടെ മണം പോലും നല്ലതാണ് എന്നതു കൊണ്ട് ശിരസ്സിൽ ചൂടുന്നു. പ്രതിരോധശേഷി വളർത്തുന്നവയാണ് ദശപുഷ്പങ്ങൾ മെയ്യഴക് വർദ്ധിപ്പിക്കുന്നു. ഈ ഫലസിദ്ധി മനസ്സിലാക്കിയാണ് സ്ത്രീകൾ ദശപുഷ്പങ്ങളെപ്പറ്റി തിരുവാതിരപ്പാട്ടു പാടുന്നത്.

'ധന്യമാം ദശപുഷ്പം ചൂടുവാൻ
മന്ദമെന്നിയേ പോകനാം.
ചൊല്ലെഴും ദശപുഷ്പമെന്തെന്നും
ചൊല്ലേണമതിൻ നാമങ്ങൾ
സൽഗുണങ്ങളെ വർണ്ണിച്ചു കേൾപ്പാ
നാഗ്രഹമുണ്ടു മാനസേ
ആദിയാകും കറുകയ്ക്കോർക്കുമ്പോൾ
ആദിത്യനല്ലോ ദേവത
ആധിവ്യാധികളാകവേ തീരു-
മാദരാലിതു ചൂടുകിൽ.
രണ്ടാമതാകും വിഷ്ണു ക്രാന്തിക്കു
കൊണ്ടൽ നേർ വർണ്ണൻ
തൃഷ്ണയോടിതു ചൂടുന്നാകിലോ.
വൈഷ്ണവപദം ലബ്ധമാം.
മൂന്നാമതാകും തിരുതാളിക്കോർത്താൽ

ഇന്ദിരാദേവി താനല്ലോ
തൃഷ്ണയോടിതു ഭക്ത്യാചൂടുകിൽ
ഐശ്വര്യമുണ്ടാം മേൽക്കുമേൽ
നാലാമതാകും പൂവ്വാംകുറുന്നില-
നാന്മുഖനെന്നറിഞ്ഞാലും
ദാരിദ്ര്യദു:ഖമായതിനാലെ
ഭൂതിദമായി വന്നിടും
അഞ്ചാമതാകും കഞ്ഞുണ്ണിക്കോർത്താൽ
പഞ്ചബാണാരി ദേവത
അഞ്ചാതെയിതു ചൂടുന്നാകിലൊ
പഞ്ചപാതകം തീർന്നിടും
ആറാമതാകും മുക്കുറ്റിക്കോർത്താൽ
പാർവ്വതിദേവി താനല്ലോ
ഭർത്തൃസൗഖ്യവും പുത്രരുമുണ്ടാം
ഭക്തിയോടിതു ചൂടുകിൽ
ഏഴാമതാകും നിലപ്പനയ്ക്കോർത്താൽ
ഊഴി ദേവി താൻ ദേവത
പാഴിലല്ലിതു ചൂടുന്നാകിലൊ
പാരമാം വിവേകാദികൾ
എട്ടാമതാകും ഉഴിഞ്ഞയ്ക്കിന്ദ്രനാം
വാനവർ നാഥൻ ദേവത
മട്ടോലും മൊഴിമാരെ നിങ്ങടെ
ഇഷ്ടമൊക്കെയും സാദ്ധ്യമാം.
ഒമ്പതാമതാം ചെറുവുളയ്ക്കോർത്താൽ
വമ്പനാം യമധർമ്മനും
അയതുമിഹ ചൂടുന്നകാലൊ
ആയുസ്സുമുണ്ടാം മേൽക്കുമേൽ
പത്താമതാകും മോച്ചമിക്കോർത്താൽ
ചിത്തജനല്ലൊ ദേവത
സുന്ദരിമാരെ ചൂടണം നിങ്ങൾ
സൗന്ദര്യത്തിനുമുത്തമം
ഇങ്ങനെ ദശപുഷ്പമെന്നതും'

ദശപുഷ്പങ്ങളിൽ ആദിത്യനെ പ്രതിനിധാനം ചെയ്യുന്ന കറുകയ്ക്ക് പ്രാധാന്യമുണ്ട്. ഇവയെല്ലാം മാല കെട്ടി തലയിൽ ചൂടണമെന്നാണ് നാട്ടാചാരം. ദിവസവും ചൂടിയാൽ രോഗപ്രതിരോധശക്തി കൂടുമെന്നാണ് വിശ്വാസം. കർക്കടകത്തിൽ ചേട്ടഭഗവതിയെ കളഞ്ഞ് ശീവോതി പ്രവേശിക്കാൻ ദശപുഷ്പം വയ്ക്കാറുണ്ട്. മരുന്നുകഞ്ഞി, തവിട്ടട (പൊന്നട) ചുട്ടുതിന്നൽ, മൈലാഞ്ചിയിടൽ, വെള്ളിലത്താളി തേയ്ക്കൽ എന്നിവയും

ഗുണകരമാണ്. കൈകാലുകളിൽ രോഗാണുക്കൾ പ്രവേശിക്കാതിരിക്കാനാണ് മൈലാഞ്ചി അരച്ചിട്ടിരുന്നത്. മുക്കുറ്റി നീരെടുത്ത് പൊട്ടു തൊടാറുമുണ്ട്. ദശപുഷ്പം അരച്ചുണക്കി സൂക്ഷിക്കാറുമുണ്ട്. വീട്ടുമുറ്റങ്ങളിൽ ഈ സസ്യങ്ങൾ നട്ടുവളർത്തുന്നതു വഴി പരിസ്ഥിതി സംരക്ഷണവും നടത്തുന്നു.

പത്തിലക്കാലം

സൂര്യന്റെ ഊർജ്ജം ഏറ്റുവാങ്ങിയ സസ്യങ്ങൾ എന്നും എല്ലാ ജീവിവംശങ്ങൾക്കും ആശ്രയമായിരുന്നു. ഇലകൾക്കിടയിലാണ് നൂറുക്കണക്കിന് ചെറുജീവികളുടെ വാസം. ഇലകളെ വാസസ്ഥലങ്ങളായി ഉപയോഗിക്കുന്ന മൃഗങ്ങൾ ഏറെ. ആനയും കാട്ടുപോത്തും മാനും മുയലുമടക്കം സസ്യഭുക്കുകളുടെ അഭയകേന്ദ്രങ്ങളും സസ്യങ്ങൾ തന്നെ. മനുഷ്യന്റെ ദുരകൊണ്ട് മാത്രം നഷ്ടപ്പെട്ടുപോയിക്കൊണ്ടിരിക്കുന്ന സസ്യങ്ങളെ ചുവന്ന പുസ്തകത്തിൽ (Red data book) രേഖപ്പെടുത്തിയിരിക്കുന്നു. ആയുർവ്വേദ വ്യവസായം തഴയ്ക്കുമ്പോൾ ഗ്രാമീണ വൈദ്യത്തിന്റെ താഴ്വരകളാണ് നഷ്ടപ്പെടുന്നത്. അശോകവും കൂവളവും കുമിഴും വംശനാശത്തിന്റെ ഭീഷണിയിലാണ്. സാധാരണക്കാരുടെ പ്രകൃതിഭക്ഷണത്തിന്റെ ഭാഗമായിരുന്ന ഇലകളാണ് വികസന നാഗരിക സംസ്കാരം നശിപ്പിച്ചത്. വയൽ നികത്തിയ മേടകളിലിരുന്ന് ഇന്നലെകളുടെ കാരുണ്യത്തെക്കുറിച്ച് സംസാരിക്കേണ്ടിവരികയാണ്. കർക്കടകത്തിലെ ഔഷധ ഭക്ഷണത്തിലെ മറ്റൊരു കൂട്ടാണ് പത്തിലക്കറികൾ. ഇതും അമ്മൂമ്മ അറിവിന്റെ നിധിയാണ്. അവർ സസ്യങ്ങളെ കളകളായിട്ടല്ല (weeds) പൊൻവിളകളായിട്ടാണ് കണ്ടിരുന്നത്. തകര പോലും പൊൻ തകരയാണ്. താള്, തകരയില, പയറില, ചീരയില, മത്തില, കുമ്പളത്തില, ചേനയില, ആനത്തുമ്പയില, നെയ്യുണ്ണിയില, തഴതാമയില, ചേമ്പില, വെള്ളരിയില, പൊന്നാങ്കണ്ണി, കറുക തുടങ്ങി അനവധി ഇലകൾ ഇക്കാലത്ത് ഉപ്പേരിയും കറിയും വയ്ക്കുന്നതിന് ഉപയോഗിക്കും. പത്തില പത്ത് ഇലവർഗ്ഗങ്ങൾ മാത്രമല്ല. പ്രാദേശികമായി തനി ഗ്രാമീണരായ ആളുകൾ ധാരാളം ഇനങ്ങൾ ഉപയോഗിക്കുന്നുണ്ട്. അട്ടപ്പാടിയിലെ ആദിവാസികൾക്ക് 'ടാക്' എന്നു വിളിക്കുന്ന ഇലക്കറികളുടെ എണ്ണം അറുപതിൽപരം വരുമെന്ന് ഓർക്കുക. കാട്ടുചേനയിലയും കാട്ടുചേമ്പിൻ തണ്ടും ഗ്രാമീണർ ഉപയോഗിക്കുന്നുണ്ട്. ഇവ ഓരോന്നും ഓരോ ദിവസമായും മൂന്നോ നാലോ ഇലക്കൂട്ടുകൾ ചേർത്തും ഉപ്പേരി ഉണ്ടാക്കാവുന്നതാണ്.

രുചിയും ഔഷധഗുണവും ഒന്നിച്ചുചേരുന്ന ഭക്ഷണമാണ് ഗ്രാമീണർ തെരഞ്ഞെടുത്തിരുന്നത് എന്നോർക്കണം. പോഷക ഔഷധ ഗുണം അവയ്ക്കുണ്ട്. ആധുനികമായ ഏത് ഫാസ്റ്റുഫുഡിലാണ് ഇത്തരം ഗുണങ്ങളുള്ളത്? ചില ഇലവർഗ്ഗങ്ങൾ പച്ചയായിട്ടു തന്നെ കഴിച്ചിരുന്നു. കൂവളം,

കീഴാർനെല്ലി, വേപ്പില ഇവയൊക്കെ പച്ചയായിട്ടു തന്നെ കഴിക്കാം. മുരിങ്ങയില കർക്കടകത്തിൽ കഴിക്കാൻ പാടില്ലെന്നാണ് നാട്ടുവഴക്കം. മറ്റെല്ലാ മാസങ്ങളിലും ഉണ്ടാവുന്നതും കഴിക്കാവുന്നതുമാണ് മുരിങ്ങയില. കമ്പൊടിച്ച് മുരടിച്ച മുരിങ്ങയ്ക്ക് വളരാനുള്ള സമയമാണ് കർക്കടകം. മാത്രമല്ല കട്ട് ഉള്ള സമയവുമാണ്. ഇതിനു പുറമെ മരുന്നുകളുടെ രൂപത്തിലും നാം ഇലക്കറികൾ ഭക്ഷിക്കുന്നുണ്ട്. മിക്കവാറും ഇല സസ്യങ്ങളാണ് മരുന്നുകഞ്ഞിയിലും മറ്റും ഉപയോഗിക്കുന്നത്. ഏറ്റവും പ്രാചീനമായ ഒരു നാട്ടുഭക്ഷണമാണ് ചാമച്ചോറും പയറിലത്തോരനും. ഇവയിൽ ശുദ്ധീകരിക്കേണ്ടതിനെ ശുദ്ധീകരിച്ചും ചില പ്രത്യേക കൂട്ടുകൾ ചേർത്ത് രുചികരമാക്കിയുമാണ് ഭക്ഷിച്ചിരുന്നത്. അടുക്കളയറിവുകൾ കലയുടെ കൂടി ഭാഗമാണ്. സാധാരണക്കാരുടെ നാട്ടുഭക്ഷണത്തിന് ആഭിജാത്യം കുറവാണെന്ന് ഉപഭോക്തൃസമൂഹം വിലയിരുത്തി. സാധാരണക്കാരുടെ അടുക്കള നേരെ തന്നെയായിരുന്നു. അവിടെ കയ്പയിലയും പച്ചമുളകില പോലും ഭക്ഷണമാണ്. അമരയിലയും ഉഴുന്നിലയും ഉപ്പേരി വയ്ക്കാറുണ്ട്. വയറു സംബന്ധമായ രോഗങ്ങൾക്ക് ഇലക്കറികൾ വിശേഷമാണ്. തഴുതാമ കണ്ണിനും കറുകയും ചീരയും രക്തവർദ്ധനവിനും നല്ലതാണ്. മുലപ്പാൽ വർദ്ധനവിനും കറുക ഉത്തമമാണ്. ചീര തന്നെ പച്ചച്ചീര, മലഞ്ചീര, ചാണകച്ചീര, ചെറുചീര, നീർച്ചീര, പരിപ്പുചീര, മുള്ളൻചീര എന്നിങ്ങനെ അനവധി നാട്ടിനങ്ങളുണ്ട്. എല്ലാം ഉപയോഗിച്ച് വന്നിരുന്നു. തകര, കരിന്തകര, വെന്തകര എന്നിങ്ങനെ ആറു തരമുണ്ട്. ആറു തരം ചേനകളിൽ പലതും അർശസിനെ ഇല്ലാതാക്കുന്നതാണ്. ശരീരത്തിലെ നീർക്കെട്ട് പോകാനും മൂത്ര സംബന്ധിതമായ അസുഖങ്ങൾക്കും വയൽച്ചുള്ളിയില ഉപയോഗിച്ചുവരുന്നു.

തകര പുത്തരിക്കൊപ്പമാണ് കഴിക്കേണ്ടത്. പരിപ്പും ചീരയും കൂട്ടി കറി വയ്ക്കുക. ഏതാണ്ട് കന്നിമാസംവരെ ഇത്തരം ഇലകൾ പറമ്പിൽ സുലഭമാണ്. പുളിയില നീര് ഗർഭിണികൾക്ക് ഉത്തമമാണ്. പലതരം പുളിയുടെ ഇലനീര് അവർക്ക് കൊടുക്കുന്നത് ചില സമുദായങ്ങളിൽ ഇന്നുമുണ്ട്. വാഴക്കൂമ്പും മുളങ്കൂമ്പും ഭക്ഷണം വച്ച് കഴിച്ചിരുന്ന നാട്ടുനന്മയുടെ അഭിരുചികൾ ഒരിക്കലും വീണ്ടെടുക്കാനാവാത്ത വിധത്തിൽ മാറിക്കൊണ്ടിരിക്കുകയാണ്.

ന്യൂട്രീഷ്യൻ കോഴ്സുകളും ത്രീസ്റ്റാർ മെനുവും പ്രചരിക്കുന്ന ഇക്കാലത്ത് ഉത്സവം പോലെ പത്തെല നുള്ളാൻ പോയ പഴയകാലം ഓർമ്മ മാത്രമായിരിക്കാം. വെളിച്ചെണ്ണയും പുളിയും മഞ്ഞളും ചേർത്ത് ഇലകൾ ശുദ്ധീകരിച്ചിരുന്ന കൈത്തഴക്കങ്ങൾ നമുക്ക് അന്യമായി. ഒരു കാട്ടിലയും അവർക്ക് അന്യമായിരുന്നില്ല. ചിലതുകൊണ്ട് താളിയുണ്ടാക്കി ചിലതുകൊണ്ട് എണ്ണകാച്ചി, ചിലതുകൊണ്ട് കറിവച്ചു, ചിലതുകൊണ്ട് പൊട്ടു തൊട്ടു. അമ്മൂമ്മമാരുടെ പ്രകൃതിയറിവുകൾ, ഗ്രാമങ്ങളിൽ അമ്മൂമ്മ പദവി കേമമായിരുന്നു.

'മാനത്തിടി വെട്ടി പുതുമഴ പെയ്തപ്പോൾ
താനെ മുളച്ചൊരു പൊൻതകര'

നിറപുത്തരിക്കാലം

ആചാരങ്ങളും നാട്ടുനടപ്പും പാരമ്പര്യത്തിന്റെ ദൃശ്യ ചിഹ്നങ്ങളാണ്. പ്രകൃതിയെ തൊട്ടറിഞ്ഞ ജനതയുടെ പ്രപഞ്ച വീക്ഷണമാണ് അതിൽ നിഴലിക്കുന്നത്. ഇതാണ് കർക്കടകത്തിൽ പൂയം ഞാറ്റുവേയിൽ നല്ല ദിവസം നോക്കി ആചരിച്ചുവരുന്ന ഇല്ലം നിറയും പുത്തരിയും. തീർത്തും കാർഷികവും ഗ്രാമീണ ജനതയുമായി ബന്ധപ്പെട്ട് സമ്പൽസമൃദ്ധിയുടെ ചടങ്ങുമാണ്. ഗൃഹങ്ങളിലും കാവുകളിലും ഇതരങ്ങേറി വന്നു. വയലിൽ നിന്ന് ഗൃഹത്തിലേക്കുള്ള നെൽക്കതിരിന്റെ വരവിനെ പ്രതിനിധീകരിക്കുന്ന ഈ അനുഷ്ഠാനം ഓണാഘോഷത്തിന്റെ നാന്ദിയാണത്. അത് വിളവെടുപ്പിന്റെ അർത്ഥപൂർണ്ണമായ ആരംഭമാണെന്നു പറയാം. വയലിൽ നിന്ന് അരങ്ങത്തേക്ക്.

ഇല്ലം നിറയ്ക്കാനും കതിരെടുക്കാനുമുള്ള അവകാശം അടിയാളർക്കും കർഷകനുമായിരുന്നു. എന്നാൽ ഇന്ന് അത് തന്ത്രവിധി പ്രകാരമുള്ള ചടങ്ങായി മാറി. മണ്ണ് തൊട്ടിട്ടില്ലാത്തവർ കതിർ ചുമക്കാറില്ല. തീർത്തും കേരളീയവും പ്രാദേശികവുമായ ചടങ്ങാണ് ഇല്ലം നിറ. ഇല്ലം എന്നാൽ ഇവിടെ കഴിഞ്ഞുവന്ന ആദിമനിവാസികളുടെ വീടിനെയാണ് വിശേഷിപ്പിക്കുന്നത്. അവർക്ക് 18 ഇല്ലങ്ങളുണ്ടായിരുന്നു. രാവിലെ കുളിച്ചിട്ടാണ് കർഷകത്തൊഴിലാളികളോ ഗൃഹനാഥനോ കതിർക്കുലകൾ എടുക്കാൻ പോകുന്നത്. വീടിന്റെ ഉമ്മറത്തു ചാണകം മെഴുകി അരിമാവു കോലമിടുന്നു. ഇതിലാണ് തലേദിവസം പടിക്കൽ കൊണ്ടുവന്ന പച്ചിലകളും വയ്ക്കുന്നത്. വീടുകളിലാണ് ഇത് കേമമായി നടന്നിരുന്നത്. നെൽക്കതിരിനു പുറമെ നെല്ലി, ഉഴിഞ്ഞ, ഇല്ലി, മാവ്, പ്ലാവ്, അരയാൽ, പേരാൽ, താള് തുടങ്ങിയ ഇലകളും കൂട്ടിവയ്ക്കും. ഈ കതിർക്കൂട്ടത്തിന് ഗ്രാമീണമായ പൂജ നടത്തുന്നു. നെൽക്കതിരും മറ്റും തലയിലേറ്റി കൊണ്ടുവരുമ്പോൾ സ്ത്രീകൾ വിളക്കുമായി എതിരേല്ക്കണം. അപ്പോൾ ഒരു വായ്ത്താരി ചൊല്ലും.

'ഇല്ലം നിറ, വല്ലം നിറ, വല്ലോട്ടി നിറ
നിറയോ നിറ, നിറയോ നിറ
അവിടെപ്പോൽ, ഇവിടെ നിറ
പത്തായം നിറ, പെട്ടി നിറ
ഉണ്ണിക്കുട്ടീടെ വയറു നിറ'

കതിർപ്പൂജയ്ക്കുശേഷം ഇലകളും കതിരും വാതിലിൽ ചാണകം കൊണ്ട് പതിപ്പിക്കാറുണ്ട്. കൂടാതെ തൊഴുത്ത്, കളപ്പുര, പത്തായം, ഉരൽ എന്നിവയിലും വയ്ക്കാറുണ്ട്. ചിലപ്പോൾ ഫലവൃക്ഷങ്ങളിലും. ഇതെല്ലാം കാണിക്കുന്നത് വിളവെടുപ്പിനെയും സസ്യാരാധനയെയുമാണ്. ഫല

ങ്ങൾ തരുന്ന ധാന്യക്കതിരിനെയും ഇലകളെയും ആരാധിക്കുക. നിറകതിർ ഊരിയെടുക്കണമെന്നാണ് വിശ്വാസം. ഐശ്വര്യദേവതകൾ ഈ ഹരിതലോകം തന്നെയാണെന്ന് ഗ്രാമീണർ തിരിച്ചറിഞ്ഞിരുന്നു. അരിമാവിൽ മുക്കി വാതിലുകളിൽ അടയാളമിടുന്നു. കർക്കടക സംക്രാന്തിക്കിടുന്ന ഈ അടയാളം അന്നത്തിന്റെ സൂചനയാണ്. അന്നം കൈകൊണ്ടാണ് കഴിക്കുന്നത്. മറക്കാൻ പാടില്ലാത്ത പ്രകൃതിയുടെ വരദാനം. കർക്കടകത്തിലെ ഈ ആചാരങ്ങൾക്കെല്ലാം ഒരു വർഷത്തെ കാർഷികസങ്കല്പങ്ങളുടെ നൈതികതയുണ്ടായിരുന്നു.

മുറ്റത്തു വയ്ക്കുന്ന ഇലക്കൂട്ടങ്ങൾക്കൊപ്പം വർഷഫലത്തെ കാണിക്കുന്ന ഒരു ചടങ്ങു കൂടി നടത്താറുണ്ട്. ഒരു കുടത്തിൽ അരിയും പൂവും കിഴിയാക്കിയിടും. മറ്റൊരു കിഴി നെല്ലാണ്. പിന്നെ ഒരു കിഴി കുരുമുളകും, നാലാമത്തെ കിഴി മഞ്ഞളും. ഈ നാലു കിഴികളും ഒരു താളിൽ കെട്ടി ഒരു കുടത്തിലിടുന്നു. പൂജയ്ക്കുശേഷം കുട്ടികളെ കൊണ്ട് ഈ കിഴികളെടുപ്പിക്കുന്നു. കുരുമുളകും മഞ്ഞളും കിട്ടിയാൽ നല്ലതാണ്. രോഗങ്ങളുണ്ടാകുകയില്ല. അരിയും പൂവും കിട്ടിയാൽ ദോഷമാണ്. ശേഷക്രിയയുണ്ടാകും. നെല്ലു കിട്ടിയാൽ ധാന്യ സമൃദ്ധിയുണ്ടാകും.

ഇല്ലം നിറയ്ക്കുശേഷം പുത്തരി എന്ന ചടങ്ങു നടത്തുന്നു. ഇത് ചെറു പുത്തരി വലിയ പുത്തരി എന്നിങ്ങനെ രണ്ടു തരമുണ്ട്. പൂന്നെല്ലിൻ അരിയിൽ ശർക്കരപ്പായസം ഉണ്ടാക്കുന്ന രീതിയാണിത്. ചെറുപുത്തരിക്ക് നെല്ല് കുത്തിയാണ് അരിയെടുക്കുക. വലിയ പുത്തരിക്ക് പുഴുങ്ങിക്കുത്തിയ അരിയും വേണം. ആദ്യം ചെറു പുത്തരി നടത്തുന്നു. ഇല്ലംനിറയുടെ ചടങ്ങുകൾ അവസാനിക്കുന്നത് വലിയ പുത്തരിയോടെയാണ്. വലിയ പുത്തരിയോടെ പുന്നെല്ല് പഴയ നെല്ലാകുന്നു.

ഇതെല്ലാം കാണിക്കുന്നത് കാർഷിക ലോകവീക്ഷണമാണ്. വയലുകൾ അന്യം നില്ക്കുമ്പോൾ, കർഷകർ കടക്കെണിയിൽ വീണ് കീടനാശിനികൾ കുടിക്കുമ്പോൾ, മണ്ണ് വിഷലിപ്തമാകുമ്പോൾ ഇത്തരം ചടങ്ങുകൾ പൊള്ളയായ വാർത്തകൾ മാത്രമാകുന്നു. വയലിൽ നിന്ന് അടുക്കളയിലേക്കുള്ള ധാന്യദേവതയുടെ ആഘോഷയാത്രയെ ഗ്രാമീണർ അതിമനോഹരമായ ഒരു പ്രകൃതി നാടകത്തിലൂടെ ആവിഷ്കരിക്കുകയാണ്. വിത്ത് കളത്തിൽനിന്ന് തിരിച്ച് വയലിലേക്കും യാത്രയാകുന്നു. ഈ പ്രദക്ഷിണത്തിന്റെ ഫലമാണ് നെൽക്കതിർ. 'അന്താരാഷ്ട്ര നെൽവർഷം' കടന്നു പോയി. പക്ഷേ, സൂപ്പർ ഹൈവേയുടെ വരവോടെ അവസാനത്തെ വയലുകളും നഷ്ടപ്പെടുന്നു.

ദാരിദ്ര്യത്തിൽ നിന്നും സമൃദ്ധിയിലേക്കുള്ള, സുഭിക്ഷതയിലേക്കുള്ള പ്രയാണമാണ് ഇല്ലംനിറ. ധാന്യക്കതിരുകളും ഇലകളും നിത്യവും കണികാണുമ്പോൾ നാമൊരിക്കലും അന്നത്തെയും അതിനാധാരമായ പ്രകൃതിയെയും മറക്കാൻ പാടില്ലാ എന്നതിന്റെ സൂചകമാണ് ഇല്ലംനിറ. ചേട്ടഭഗവതിയെ ആട്ടിക്കളഞ്ഞ് പരിസരം വൃത്തിയാക്കുന്നതിനാൽ വിത്തു

കളും മറ്റ് ഭക്ഷ്യവസ്തുക്കളും സംരക്ഷിക്കപ്പെടുന്നു. ഇല്ലം വീടാണ്, വല്ലം വിത്ത് സൂക്ഷിക്കുന്ന പാത്രവും. രണ്ടും കാത്തു സൂക്ഷിക്കേണ്ട താണ്. വിത്ത് വിറ്റുണ്ണുന്ന ഇക്കാലത്ത് ഇത്തരം ചടങ്ങുകൾ വയൽ സംര ക്ഷണത്തിന്റെ തത്വങ്ങൾ പറയുന്നു. നാട്ടറിവുകൾക്ക് ആധികാരികഗ്ര ന്ഥങ്ങളില്ല. പ്രൊഫഷണൽ വിജ്ഞാനത്തിന്റെ കുത്തക ആവശ്യവുമില്ല. ഒരു കുറിപ്പടി പോലുമില്ലാതെ പത്തെലകഴിക്കാനും പ്രകൃതി സത്യങ്ങൾ പാലിക്കാനും സസ്യലോകത്തെ കൺവെട്ടത്ത് ആരാധിക്കാനും കഴിഞ്ഞി രുന്ന സങ്കല്പങ്ങളാണ് അവിടെകാണുക. കൂട്ടായ്മയുടെ സ്വാതന്ത്ര്യ ബോധത്തെയാണ് ഇതുകൊണ്ടർത്ഥമാക്കുന്നത്. ആരോഗ്യ സംര ക്ഷണം, പരിസ്ഥിതി സംരക്ഷണം, ഗ്രാമീണരുടെ പദവി ഉയരൽ, സ്വത ന്ത്രമായി അറിവു നേടൽ - ഇതു വരുന്നതോടെ പ്രൊഫഷണലുകൾ അപ്രത്യക്ഷമാകും.

പറഞ്ഞു തന്നത്

1. സി എൻ നാരായണിയമ്മ, മാലതി മന്ദിരം, ചേർപ്പ് പി ഒ, തൃശൂർ.
2. അമ്മു തമ്പായി, മാളിയേക്കൽ, കണിമംഗലം പി ഒ, തൃശൂർ.

9

തെങ്ങുകൃഷിയുടെ ജൈവവൈവിദ്ധ്യ രജിസ്റ്റർ

(1869 ൽ 'കുടികളുടെ ഉപകാരത്തിന്നായിട്ട് തിരുവിതാംകൂറു സർക്കാരിൽനിന്നും പ്രസിദ്ധപ്പെടുത്തിയ 'തെങ്ങുകൃഷി' എന്ന കൃതിയെക്കുറിച്ചുള്ള പ്രബന്ധം)

ആയിരത്തിയെണ്ണൂറ്റി അറുപത്തിയൊൻപതിൽ കുടികളുടെ ഉപകാരത്തിന്നായിട്ട് തിരുവിതാംകൂറു സർക്കാരിൽനിന്നും പ്രസിദ്ധപ്പെടുത്തിയ *തെങ്ങുകൃഷി* എന്ന കൃതി തെങ്ങുവയ്പിനെക്കുറിച്ചും മണ്ണു സംരക്ഷണത്തെക്കുറിച്ചും ശ്രദ്ധയോടെ തയ്യാറാക്കിയ നാട്ടറിവുകളുടെ ശേഖരണമാണ്. മണ്ണിന്റെ വൈവിദ്ധ്യവും വിളയുടെ ജൈവഗുണവും പ്രത്യേകിച്ച് പറയുന്നുണ്ടെന്നത് കാലികപ്രസക്തിയുള്ളതാണ്. പ്രകൃതിദത്ത പാറക്കെട്ടുകളും മണ്ണും മണലും കരിമണലും ഇരുമ്പയിരും ഭൂഗർഭജലവും തിരിച്ചറിഞ്ഞതും അറിയപ്പെടാത്തതുമായ ധാതുക്കളും കൊള്ളയടിച്ചുകൊണ്ട് കേരളത്തെ തരിശുവല്ക്കരിക്കാൻ കണ്ണുനട്ടുനില്ക്കുന്നവർക്കെതിരായുള്ള പ്രതിരോധമാണ് തെങ്ങുകൃഷിയുടെ ജൈവവൈവിദ്ധ്യ രജിസ്റ്ററായ ഈ കൈപ്പുസ്തകം. കേരളത്തിൽ കടലിനും പശ്ചിമഘട്ട മലനിരകൾക്കും ഇടനാടൻ കുന്നുകൾക്കുമിടയിലുള്ള പ്രകൃതിദത്തമായ മണ്ണിടങ്ങളെപ്പറ്റിയുള്ള വിവരണം രേഖപ്പെടുത്തിയ ഈ രേഖയിൽ കരിമണലിനെപ്പറ്റി പറയുന്നത് പ്രത്യേകം ശ്രദ്ധിക്കണം. നൂറ്റാണ്ടുകളായുള്ള കടലിന്റെ തിരയിളക്കത്തിൽനിന്ന് നിർമ്മിതമായതാണ് കരിമണൽ അടക്കമുള്ള മണലിടങ്ങൾ.

പശ്ചിമഘട്ടത്തിൽ നിന്നൊഴുകുന്ന പുഴകളുടെ അനുഗ്രഹംകൊണ്ടാണ് വയൽമണ്ണും മണലുമുണ്ടായത്. മണ്ണിനടിയിലെ കിഴക്കൻ ഊർനീരിന്റെ പ്രവാഹത്തിൽനിന്ന് മണ്ണിനടിയിലും ഒഴുക്കിൽനിന്ന് പുഴയിലും പലതരം മണൽ സമ്പത്തുണ്ടായി. ഇവയുടെ സ്വാഭാവികമായ നിലനില്പിനെ കാത്തുവന്നവരാണ് പ്രാദേശിക കർഷകരും കൂട്ടായ്മകളും. മണലും കരിമണലും കുഴിതോണ്ടി കച്ചവടം നടത്തണമെന്ന് ഗ്രാമജനതയ്ക്ക് ഒരിക്കലും തോന്നിയിരുന്നില്ല. വേനൽക്കാലത്ത് പുഴമണലിൽ

കുഴികുത്തി പല പ്രാവശ്യം വെള്ളം തെക്കിക്കളഞ്ഞ് ശുദ്ധജലം എടുത്തിരുന്നവർ ഈ മാഫിയാ സംഘങ്ങൾക്ക് കൂട്ടുനിന്നിട്ടില്ല. ഈ മണ്ണിലാണ് അന്നത്തിന്റെ ഹരിതകനിറവുള്ളത്. സമ്പന്നമായ ജനിതക വിഭവങ്ങളുടെ താഴ്‌വരകളിൽ വിള്ളലുണ്ടാക്കുന്നത് അപരിഹാര്യമായ മേൽമണ്ണിന്റെ നാശത്തിനു കാരണമാകുമെന്ന് നാട്ടുകാർക്കറിയാമായിരുന്നു. പശ്ചിമഘട്ടത്തിലെ നൂറുകണക്കിനു ക്വാറികളിലും കോഴിക്കോട്ടെ ചക്കിട്ടപ്പാറയിലെ ഇരുമ്പയിരിലും കാസർകോട്ട് നീലേശ്വരം കരന്തളത്തെ കടലാടിപ്പാറയിലെ ബോക്സൈറ്റിലും നിലമ്പൂരിലെ സ്വർണ്ണത്തിലും കല്ലാറിലെ വൈഡൂര്യത്തിലും മാടായിപ്പാറയിലെ ചൈനാക്ളേയിലും (ചേടി, കയോലിൻ) ആലപ്പുഴ മുതൽ കന്യാകുമാരി വരെയുള്ള കടലോരങ്ങളിൽ രൂപപ്പെട്ട കരിമണലിലും കണ്ണുനട്ട് പ്രവർത്തിക്കുന്ന കൊള്ളസംഘങ്ങൾ ഒരേ കൂട്ടാണ്.

ഇടനാടൻ കുന്നുകളിലും വെട്ടുകൽ കുന്നുകളിലും കരിങ്കൽ പാറക്കെട്ടുകളിലും ഭൂഗർഭജലം സൂക്ഷിച്ചുവച്ചിട്ടുണ്ട്. ോകൊളനീര്, പനനീര്, കാൽനീര്, വളനീര്, മലനീര്, മൂർനീര് എന്നിങ്ങനെ ആറുതരം നീരാണ് നമ്മുടെ ഭൂഗർഭ ജലസമ്പത്ത്. പ്രാചീന ജലതാഴ് വരയെക്കുറിച്ച് ബോധവാന്മാരായിരുന്നു പാട്ടുകാർ. ചരിത്ര പ്രാധാന്യമുള്ള മാടായിപ്പാറയിലെ ഖനനത്തിനെതിരായുള്ള സമരത്തിന് മേധാപട്ക്കറാണ് മുന്നിട്ടിറങ്ങിയത്. പശ്ചിമഘട്ടമലനിരകളിലുള്ള ഗുഹാചിത്രങ്ങൾ, മഹാശിലാസംസ്കൃതിയുടെ അടയാളങ്ങളായ ഡോൾമൻ സിസ്റ്റ്, ഡോൾമനോയിഡ് സിസ്റ്റ് എന്നീ ചരിത്രാതീത കല്ലറകൾ എന്നിവയ്ക്ക് മാത്രമല്ല തദ്ദേശീയരുടെ പുരയിടങ്ങൾക്കും ഭീഷണിയാണ് ഭീകരമായ മൈനിങ് ക്വാറികൾ. നാലായിരത്തിലധികം വർഷം പഴക്കമുള്ള എടയ്ക്കലിലെ പ്രകൃതിദത്തമായ ഗുഹാചിത്രങ്ങൾക്കു ഭീഷണിയാണ് ചുറ്റുമുള്ള ക്വാറികൾ. പത്തുസെന്റിലെ ലൈസൻസിൽ തുടങ്ങി പിന്നെ ഏക്രകണക്കിനു പാറക്കെട്ടുകളെ തുരന്ന് ഭൂമിയെ ഖനികളാക്കി മാറ്റുന്ന വ്യവസായം ആർക്കുവേണ്ടി. പ്രകൃതി വിഭവ സംരക്ഷണത്തിനായുള്ള ജനകീയപ്രതിരോധക്കൂട്ടായ്മകളാണ് ഗ്രാമങ്ങളിൽ ഉടലെടുക്കേണ്ടത്.

പ്രകൃതിയിൽ കരിമണലിന്റെ വരദാനം

'തെങ്ങുകൃഷി'യിൽ പറയുന്ന മണ്ണിന്റെയും മണലിന്റെയും വൈവിദ്ധ്യം താഴെ ചേർക്കുന്നു. മണൽ തറകൾ, പശമണ്ണ്, മണൽ അധികമായി ഇടുന്ന തറകൾ, മണ്ണും മണലും ഇട്ടുനിറച്ച ഇടങ്ങൾ, മുറ്റങ്ങളിലെ മണ്ണ്, ഉപ്പും ചാമ്പലും കൂട്ടിയ മണൽ പ്രദേശം, ചാമ്പൽ തനിച്ചു ചേർക്കേണ്ട പ്രദേശം, മണ്ണും മണലും ചേർന്ന തറകൾ, ഉപ്പും ചാമ്പലും മണലുമായി ചേർത്ത മണ്ണ്, ചാമ്പലും മണലുമായിട്ടു ചേർത്ത പ്രദേശം, പശമണ്ണു കൂടിയ സ്ഥലങ്ങളിൽ ഉപ്പും ചാമ്പലും മണലും ഉമിയുംകൂടി ചേർത്ത മണ്ണ്, ഉയർന്ന തറകളിൽ ഓരുമണ്ണും ചാമ്പൽ ഒന്നിച്ചുചേർത്തും

പാകുന്ന തടം എന്നിങ്ങനെ മണ്ണും വളവുമിടേണ്ട മണ്ണും സൂക്ഷ്മമായി തിരിച്ചറിയുന്നുണ്ട്. മണ്ണറിഞ്ഞു കൃഷി എന്ന തത്ത്വം തെങ്ങുകൃഷിക്കും ബാധകമാണ്.

കറുത്ത ഉപ്പും മടലിന്റെ ചാമ്പലും കടൽ മണലും ആയാൽ അധികം ഗുണമാകുന്നു. അതാതു ഭൂമികളിലെ ഉണക്കിന്റെ സ്വഭാവം നോക്കണം. ചെളിത്തറ, കായൽവാരം മുതലായ താഴ്ച്ചസ്ഥലങ്ങൾ, ഓരുള്ള പ്രദേശം, ജലതീരം എന്നീ ഭൂമികളിൽ നട്ടാൽ നല്ലവണ്ണം ഉണ്ടാകുന്നു. ഉപ്പുവെള്ളം സമീപിച്ച തറകൾ, മണൽ തറകൾ, മണൽ അധികം ഉള്ള തറകൾ, കരിമണലായുള്ള തറകൾ, കരിമണൽകൂടിയ തറകൾ, പലമാതിരി നേർത്ത മണൽ ചേർന്ന തറകൾ, മണലും ചെമ്മണ്ണും കൂടിയ തറകൾ, മണലും ചെമ്മണ്ണും ചെളിയും കൂടിയ തറകൾ, മണലും ചെമ്മണ്ണും കരിമണലും കൂടിയ തറകൾ, മണലും കറുത്തമണ്ണും ചേർന്ന തറകൾ, മണലും കറുത്ത ചെളിയും ചേർന്ന തറകൾ, അടിയിൽ മണലുള്ള ചെളിത്തറകൾ, അടിയിൽ മണലും മീതെ ചെളിയും മണലും ഉള്ള തറകൾ, മണലും ചരലും ചെളിയും കൂടിയ തറകൾ, കടപ്പുറമായുള്ള തറകൾ, കായൽ വാരങ്ങൾ, ആറ്റുകരകൾ, തോട്ടുകരകൾ. ചിറവരമ്പുകൾ, കുളങ്ങളുടെ കരകൾ, കായൽ വൈപ്പു തറകൾ, ആറ്റുവൈപ്പു തറകൾ, കുളം ചിറ മുതലായ നികന്ന തറകൾ, ഒന്നേകാൽ കോൽ താഴെ വെള്ളം ഉള്ള തറകൾ, താഴ്ച്ചയുള്ള എല്ലാ തറകളും, കരിക്കകമായുള്ള തറകൾ, ഓരുള്ള തറകൾ, ഓർക്കാറ്റുള്ള തറകൾ, ഓരില്ലാത്ത സമഭൂമികൾ, നിരപ്പുള്ള പാഴുതറകൾ, കുഴിനികന്ന തറകൾ, മലയടിവാരമായ തറകൾ, വളപ്പറ്റുള്ള തറകൾ, മനത്തറകൾ, ആൾ സഞ്ചാരമുള്ള തറകൾ എന്നിങ്ങനെ വിവിധ മണ്ണിടങ്ങളെപ്പറ്റി വ്യക്തമാക്കുന്നു. ഇങ്ങനെയുള്ള തറകളിൽ അല്ലാതെ കടുത്ത തറകളിലും കല്ലും പാറയും ഉള്ള സ്ഥലങ്ങളിലും, ചീക്കല്ല്, ചെമ്മണ്ണ് ഇങ്ങനെ ഉള്ള തറകളിലും ഉയർന്ന വെള്ള മണൽതറയിലും തെങ്ങു നടുന്നതായാൽ വേരുപിടിച്ചു കരുത്തായിട്ടു ഉണ്ടാകാതെ മണ്ട ശോഷിച്ചു പോകുന്നുവെന്ന് ഈ കർഷക അറിവുകൾ പറയുന്നു.

ചവറ, നീണ്ടകര പ്രദേശങ്ങളിലുള്ള കരിമണലിനെക്കുറിച്ചു പറയുന്ന രേഖയാണിത്. അവിടത്തെ മിത്തികഘടകങ്ങളെപ്പറ്റിയും തോറിയം മുതലായ ആണവവികിരണ ശേഷി(റേഡിയോ ആക്ടിവിറ്റി)യെക്കുറിച്ചും വി ടി പത്മനാഭനെപ്പോലുള്ളവർ മുമ്പ് പഠനങ്ങൾ നടത്തിയിരുന്നു. മണ്ണിലും തീരദേശത്തെ മണലിലും സംഭവിക്കുന്ന പ്രകൃതിദത്തമായ മ്യൂട്ടേഷൻ തുടങ്ങിയ പരിവർത്തനങ്ങളെക്കുറിച്ച് ശാസ്ത്രത്തിനറിഞ്ഞുകൊള്ളണമെന്നില്ല. മണ്ണിൽ വിളവൈവിദ്ധ്യങ്ങൾ ഉണ്ടാകുന്നതിന്റെ കാരണം അതായിരിക്കാം. മണ്ണിന്റെ സ്വഭാവമനുസരിച്ചുള്ള വെള്ളത്തിന്റെ രുചിഭേദങ്ങൾ നാട്ടുകാർ തിരിച്ചറിയുന്നു. നൂറ്റമ്പതിൽപരം നെല്ലിനങ്ങളും മുപ്പതുതരം തെങ്ങി നങ്ങളും ഉണ്ടാകുവാനും ജനിതക

വൈവിദ്ധ്യം നിലനിർത്തുവാനും കാരണം ഈ മണ്ണിന്റെയും കരിമണലിന്റെയും അനുഗ്രഹം തന്നെയാണ്. മൂലകങ്ങളുടെ ദോഷങ്ങൾക്കുള്ള പ്രത്യൗഷധങ്ങളും പ്രകൃതിയിൽ ഉണ്ടായിരിക്കും. മനുഷ്യൻ അപരിഹാര്യമായ ദോഷങ്ങളുണ്ടാക്കുമ്പോൾ പ്രകൃതി വൈവിദ്ധ്യവല്ക്കരണത്തിലൂടെ അതുപരിഹരിക്കുവാൻ കാലത്തിനുവിട്ടുകൊടുക്കുന്നു.

കേരളവും തെങ്ങും

പസഫിക് ദ്വീപസമൂഹങ്ങളിലാണ് തെങ്ങിന്റെ ജന്മനാട്. അവിടെനിന്ന് കടലൊഴുക്കിനനുസരിച്ച് തെക്കുകിഴക്കൻ ഏഷ്യൻ രാജ്യങ്ങളിലൊക്കെ തെങ്ങ് വ്യാപിക്കുകയുണ്ടായി. ചേരളം കേരളമായതിനുപിന്നിൽ പരിസ്ഥിതി ചരിത്രമുണ്ട്. വയലുകൾ തെങ്ങിൻ തോട്ടങ്ങളായി മാറുന്നതിന്റെ ചരിത്രമായിരിക്കാം അത് സൂചിപ്പിക്കുന്നത്. വന്യവിളയായി കടലോരത്തുനിന്നിരുന്ന തെങ്ങിനം പിന്നീട് പ്രാചീന കേരളീയർ നാട്ടിനവും വീട്ടിനവുമായി ഉപയോഗപ്പെടുത്തുകയാണുണ്ടായത്. കേരളത്തിന്റെ സാംസ്കാരിക ചരിത്രത്തിന്റെ ഭാഗമാണ് തെങ്ങ്. വർഷങ്ങളായി ആചാരാനുഷ്ഠാനങ്ങൾ, പുരകെട്ട്, നാട്ടുവൈദ്യം, നാട്ടുഭക്ഷണം, പാനീയങ്ങൾ, അണിയലങ്ങൾ, കയറുല്പന്നങ്ങൾ, കൃഷിപ്പണിയായുധങ്ങൾ, ജൈവകളിപ്പാട്ടങ്ങൾ, കരകൗശലങ്ങൾ എന്നിവയുമായി ബന്ധപ്പെട്ടതാണ് തെങ്ങ്. തെങ്ങിന് രാഷ്ട്രീയ സമരചരിത്രവുമുണ്ട്. വീടുകളിൽ ചക്കരയുണ്ടാക്കുന്നത് ബ്രിട്ടീഷ് സർക്കാർ നിരോധിച്ചപ്പോഴും കള്ളുചെത്തിന് കുലനികുതി ഏർപ്പെടുത്തിയപ്പോഴും പ്രാദേശികമായി സമരങ്ങളുണ്ടായിട്ടുണ്ട്. അട്ടപ്പാടിയിലെ കുലവെട്ടുസമരം പ്രസിദ്ധമാണ്. ചേർത്തല ത്തെങ്ങ്, കുറ്റ്യാടി തെങ്ങ്, പനങ്ങാട് തേങ്ങ എന്നിവ ജൈവ ദേശസൂചക (geographical indication) മാണ്. പൊതുവെ west coast tall എന്ന് അറിയപ്പെടുന്ന തെങ്ങാണ് കായഫലമുള്ളതെന്ന് പറയപ്പെടുന്നു.

ഹോർത്തുസ് മലബാറിക്കസിലെ തെങ്ങ്

1678 ൽ ആംസ്റ്റർഡാമിൽ മലയാളലിപിയിൽ അച്ചടിച്ച 'ഹോർത്തുസ് മലബാറിക്കസ്' എന്ന കൃതിയിൽ തെങ്ങിനെപ്പറ്റിയുള്ള വിവരണമുണ്ട്. ചേർത്തലയിലെ ഇട്ടി അച്ച്യുതൻ എന്ന നാട്ടുവൈദ്യന്റെ അറിവുകൾ ക്രോഡീകരിച്ചതാണ് ഈ കൃതി (കെ എസ് മണിലാൽ, 1-13). 'തെങ്ങ്' എന്ന പേരിൽ തുടങ്ങുന്ന വിവരണത്തിൽ മണലുള്ള മണ്ണിൽ വളരുന്നുവെന്ന് വ്യക്തമാക്കുന്നു. വെള്ളമുള്ള പ്രദേശങ്ങളിൽ ദീർഘകാലം വളരുന്നു. തീരപ്രദേശത്തെ ഉപ്പുള്ള മണ്ണിൽ സമൃദ്ധിയായി വളരുന്നു. മലമ്പ്രദേശങ്ങളിൽ വളരുന്നവ കായ്ഫലം കുറഞ്ഞവയാണ്. 20-30 കൊല്ലം പ്രായമുള്ളവയ്ക്കാണ് ഏറ്റവും കരുത്ത്. 100 വർഷമാണ് തെങ്ങിന്റെ ആയുസ്സ്. ആയുസ്സെത്തുമ്പോൾ ശാഖകൾ 'മഞ്ഞനിറമായി തീ പിടിച്ച പോലെ തോന്നുന്നു.' 'മണ്ണിനനുസരിച്ച് ഏറെക്കുറെ നല്ല മണ്ണാണെ

ങ്കിൽ മരത്തിന്റെ അഗ്രത്തിൻനിന്നുണ്ടാകുന്ന ഏഴു ശാഖകളിൽ ഓരോന്നിന്റെയും ഇടയ്ക്ക് കുലകൾ ഉണ്ടാകുന്നു.' ഉണങ്ങിയ തേങ്ങ, കൊട്ടത്തേങ്ങ, പഴുപ്പൻ തേങ്ങ, കരിക്കു തേങ്ങ, മന്നങ്ങ, ഇളനീർ, കുരിമ്പ, വിടർന്ന മമ്മ, വിടരാത്തവ എന്നിങ്ങനെയാണ് കുലകളിലുള്ള തേങ്ങയുടെ വളർച്ചയുടെ ക്രമം.

തെങ്ങിന്റെ വേര്, തടി, പട്ടകൾ, കൂമ്പുകൾ, കായ തുടങ്ങിയവയുടെ സസ്യശാസ്ത്രപരമായ നാട്ടറിവുകളാണ് ഈ കൃതിയിൽ ക്രോഡീകരിച്ചിട്ടുള്ളത്. വെള്ളയ്ക്ക, കൊറുമ്പ, മന്നങ്ങ, വരട്ടു തേങ്ങ, കൊട്ടത്തേങ്ങ, പൊങ്ങ്, മമ്മം തുടങ്ങിയ മലബാറിലെ നാട്ടുപ്രയോഗങ്ങൾ ഈ കൃതിയിലുണ്ട്. കരിക്കിൻ വെള്ളത്തിന്റെ രൂപാന്തരവും സവിശേഷതകളും വിവരിച്ചിട്ടുണ്ട്. 'ഈ വൃക്ഷത്തിൽനിന്നും സൂരി എന്ന വീഞ്ഞു പോലെയുള്ള ലഹരിയുണ്ടാക്കുന്ന പാനീയം ലഭിക്കുന്നു'വെന്നു പറഞ്ഞതിനുശേഷം ഈ മദ്യത്തിന്റ ഉപയോഗങ്ങളും (മദ്യം, വിനാഗിരി, ഇയാഗ്ര എന്ന ചക്കര) 'ചേകോർ' മദ്യം ചെത്തിയെടുക്കുന്നതിന്റെയും വിനാഗിരിയും ചക്കരയുമുണ്ടാക്കുന്നതിന്റെയും വിവരണമുണ്ട്. കള്ളിനായി ചെത്തിയ ഭാഗത്ത് പ്രത്യേകതരം ചെളിയോ വെട്ടിത്താളിയുടെ ഇലകൊണ്ടോ പച്ചത്തോടു ചുരണ്ടിയെടുത്തതുകൊണ്ടോ പൊതിയുന്നു. ഇളം വൃക്ഷങ്ങളേക്കാൾ പ്രായവും ഉയരവുള്ള തെങ്ങുകളിൽനിന്നാണ് ശക്തിയും വീര്യവുമുള്ള കള്ള് ലഭിക്കുക. കള്ളിൽ ഏതാനും തുള്ളി വെളിച്ചെണ്ണ ചേർത്ത് വാറ്റിയാൽ വീര്യമുള്ള മദ്യം ലഭിക്കും. 'അത് വളരുന്ന മണ്ണിന്റെ മണം പുറപ്പെടുവിക്കുന്നു. കള്ളു ശേഖരിച്ച പാത്രം കുമ്മായത്തിൽ പതിനഞ്ചുദിവസം വച്ചാൽ വിനാഗിരിയും ചക്കരയും കിട്ടും. 'തെങ്ങിന്റെ നാട്ടുവൈദ്യത്തിലുള്ള ഉപയോഗങ്ങളാണ് തുടർന്നു പറയുന്നത്. വേരും ചുക്കും വെള്ളം ചേർത്ത് തിളപ്പിച്ചു കുടിച്ചാൽ പനിക്കു നല്ലതാണ്, ഇതു തന്നെ പൊടിച്ചു വെളിച്ചെണ്ണ ചേർത്തുണ്ടാക്കിയ സത്തുകൊണ്ട് വായ് കഴുകിയാൽ മോണയിലുണ്ടാകുന്ന വ്രണങ്ങൾ ശമിക്കും...' (പേ. 12). ഇങ്ങനെ തെങ്ങിന്റെ നാട്ടുപയോഗങ്ങൾ പറയുന്നുണ്ട്.

*കൃഷിഗീത*യിലെ തെങ്ങ്

കേരളത്തിലെ 'ധാന്യങ്ങളുടെ നാമഭേദങ്ങളും ധന്യന്മാർക്കുള്ള മൂലഫലങ്ങളും' വിവരിക്കുന്ന 17-ാം നൂറ്റാണ്ടിലുണ്ടായ *കൃഷിഗീത* എന്ന കൃതി താളിയോലയിൽനിന്ന് പകർത്തി പ്രസിദ്ധീകരിച്ചിട്ടുണ്ട്. മലബാറിലെ കുടിപ്പള്ളിക്കൂടങ്ങളിൽ ഇതു ചൊല്ലിപ്പഠിപ്പിച്ചിരുന്നു. ഇതിൽ തെങ്ങിനങ്ങളെയും അവ നടേണ്ട കാലത്തെയും വിത്തുതേങ്ങ തയ്യാറാക്കേണ്ടതിനെയും കുറിച്ചുള്ള പാരമ്പര്യ നാട്ടറിവുകൾ വ്യക്തമാക്കിയിട്ടുണ്ട്. *കൃഷിഗീത*യിൽ ചെറുതേങ്ങ, വെള്ളത്തേങ്ങ, ഗൗരിപാത്രം, കന്നികൂരൻ, കുംഭക്കുടവൻ എന്നീ അഞ്ച് ഇനങ്ങളെ മാത്രമേ പറയുന്നുള്ളു. തെങ്ങുകൃഷിയുടെ മഹത്ത്വവും ചൂണ്ടിക്കാട്ടുന്നുണ്ട്.

'തെങ്ങുവെക്കുന്ന മാനുഷരെല്ലാരും
പൊങ്ങിടാതെയിരിക്കുന്നു സ്വർഗ്ഗത്തിൽ' (*കൃഷിഗീത* 63-64)

പത്തൊമ്പതാം നൂറ്റാണ്ടിലെ കേരസമൃദ്ധി

1857 ൽ ആണ് കോഴിക്കോട്ടുവച്ച് കേരളത്തിലെ ആദ്യത്തെ കാർഷിക പ്രദർശനം നടന്നത്. 1867 ജനുവരിയിൽ കാഴ്ച്ചബംഗ്ലാവു തോട്ടത്തിൽവച്ച് നടന്ന തിരുവിതാംകൂറിലെ ആദ്യത്തെ കാർഷിക പ്രദർശനത്തിൽ ഏറ്റവും ആകർഷണീയമായത് എഴുപത്തിരണ്ടു തേങ്ങയുള്ള ഒരു തേങ്ങാക്കുലയായിരുന്നു. കേരളത്തിന്റ കാർഷിക ചരിത്രത്തിൽ ഏറെ പങ്കു വഹിച്ച കുരുമുളകിന്റെ സ്ഥാനം പത്തൊമ്പതാം നൂറ്റാണ്ടാകുമ്പോൾ നാളികേരകൃഷിയിലേക്ക് മാറുന്നതായി ഗവേഷകർ വിലയിരുത്തിയിട്ടുണ്ട്. 'നാലുഭോഗം എന്ന് പഴയകാലത്ത് കൃഷിക്കാർ പറഞ്ഞുവന്നിരുന്നതിൽ മൂന്നാമത്തെയോ നാലാമത്തെയോ സ്ഥാനത്തു നിന്നിരുന്ന നാളികേരം, പത്തൊമ്പതാം നൂറ്റാണ്ടിന്റെ അവസാനത്തോടുകൂടി ഒന്നാമത്തെ സ്ഥാനത്തെത്തി നിന്നുവെന്നത് ഭാവിയിൽ അധികമധികം ശ്രദ്ധേയമാകാൻ പോകുന്ന കേരളത്തിന്റെ കേരസമൃദ്ധിയുടെയും കേരകൃഷിയുടെയും കേരഫല വ്യവസായത്തിന്റെയും ശുഭലക്ഷണങ്ങളേയാണ് പ്രദർശിപ്പിച്ചു തുടങ്ങിയത്.' (പി ഭാസ്ക്കരനുണ്ണി, 982-985). നാലുഭോഗം എന്നു പറഞ്ഞുവന്നിരുന്നത് പ്ലാവ്, തെങ്ങ്, കുരുമുളക്, കമുക് എന്നീ വിളയിനങ്ങളാണ്. തെങ്ങിന്റെ സാമ്പത്തികശാസ്ത്രസംബന്ധിയായ പ്രാധാന്യം പിന്നീടാണ് തിരിച്ചറിഞ്ഞത്. വീടുപണിക്കുള്ള ഓല, തടി, വെളിച്ചണ്ണ, കൊപ്ര, ചകിരി, കയർ, ചിരട്ട, പിണ്ണാക്ക്, കള്ള് തുടങ്ങി തെങ്ങിൽനിന്നുണ്ടാകുന്ന സാമ്പത്തിക പ്രാധാന്യമുള്ള ഇനങ്ങളെപ്പറ്റി കേരളീയ സമൂഹം തിരിച്ചറിഞ്ഞിരുന്നു. കോടിക്കണക്കിന് ഉല്പന്നങ്ങളാണ് കയറ്റുമതിചെയ്യുന്നത്. 1904-ൽ 5 കോടിയായിരുന്നെങ്കിൽ ഇന്ന് അത് പതിന്മടങ്ങ് വർദ്ധിച്ചിട്ടുണ്ട്. 19-ാം നൂറ്റാണ്ടിന്റെ തുടക്കത്തിൽ 30 ലക്ഷം തെങ്ങുകളാണ് കേരളത്തിലുണ്ടായിരുന്നത് (ഇന്നിസ്, 219, പി.ഭാസ്ക്കരനുണ്ണി, 984).

തെങ്ങിന്റെ സംസ്കാരവിശേഷങ്ങൾ

കേരളത്തിന്റെ കാർഷിക-നരവംശസംസ്കാര ചക്രത്തിൽ ഈ വിളയിനത്തിന്റെ സ്ഥാനം പ്രധാനപ്പെട്ടതായിരുന്നു. കേരളത്തിൽ തെങ്ങുകൃഷി പ്രതിസന്ധിയിലായിട്ട് ഏറെ നാളായി. മണ്ട ചീയലും മണ്ഡരി രോഗവും പടർന്ന് ഏറെ തെങ്ങുകൾ നശിച്ചുപോയി. ഒരു കാലത്ത് ഐശ്വര്യത്തോടെ പച്ചപ്പട്ടവിടർത്തി തലയുയർത്തി നിന്നിരുന്ന കല്പവൃക്ഷത്തിന്റെ സ്ഥാനവും കർഷകന്റെ ആത്മാഭിമാനവും ചോദ്യം ചെയ്യപ്പെട്ടു. നാളികേരത്തിന്റെ വിലയിടിവു മൂലവും വിപണിയുടെ പ്രലോഭനവും മൂലം കർഷകർ മറ്റു ഏകവിള-നാണ്യവിളക്കൃഷിയിലേക്ക് മാറി

പ്പോയി. മനുഷ്യരാഗ്രഹിക്കുമ്പോൾ കുനിഞ്ഞുവന്ന് ഇളനീർ നല്കിയിരുന്ന തെങ്ങിന്റെ കഴിഞ്ഞകാലത്തിലേക്ക് എത്തിനോക്കാം.

പുള്ളുവരുടെ കറ്റപ്പാട്ട്

പുള്ളുവരുടെ പാട്ടുകളിൽ പ്രധാനപ്പെട്ടതാണ് കറ്റപ്പാട്ട്. വിളവെടുപ്പു നടത്തുന്ന വയലുകളിൽ വന്ന് പുള്ളുവനും പുള്ളുവത്തിയും കുടംകൊട്ടി വീണ വായിക്കുന്നത് സമൃദ്ധിയുണ്ടാകുന്നതിന് നല്ലതാണെന്നാണ് കൃഷിക്കാരുടെ ഇടയിലുള്ള വിശ്വാസം. അവർക്ക് അതിനു പ്രതിഫലമായി കറ്റയോ നെല്ലോ ലഭിക്കുന്നു. അപ്പോൾ പാടുന്ന പാട്ടാണ് നെല്ലും തെങ്ങും തമ്മിലുള്ള മത്സരത്തിന്റെ കഥ സംവാദരൂപത്തിൽ അവതരിപ്പിക്കുന്ന കറ്റപ്പാട്ട്. നെല്ലും തെങ്ങും മനുഷ്യർക്കു നല്കുന്ന ഉപകാരങ്ങളെക്കുറിച്ചാണ് പാട്ട്. ഉത്തരകേരളത്തിലെ 'കറ്റപ്പാട്ട്' ഇങ്ങനെ പോകുന്നു.

'മാനുഷർ മന്നിൽ പിറന്നുള്ള കാലത്ത്
ആധാരമില്ലം പുരയാക്കും തെങ്ങു ഞാൻ
ആധാരമില്ലം പുരയാക്കും തെങ്ങെങ്കിൽ
ആധാരമില്ലം പുതപ്പാനും പുല്ലു ഞാൻ
....
പാലിനു നല്ല പഴയരി നീയെങ്കിൽ
പൊങ്ങുന്ന കഞ്ഞിക്കടങ്ങുന്ന കയിലു ഞാൻ'

എന്നു മത്സരിച്ച് ഗുണങ്ങൾ പറഞ്ഞ് നെല്ലും തെങ്ങും മുളയ്ക്കുന്നതിനായി വയൽ വെള്ളത്തിൽ ചാടി. നെല്ലു മുളയ്ക്കുകയും തേങ്ങ നശിക്കുകയും ചെയ്തുവെന്നാണ് പാട്ടിൽ പറയുന്നത്. നെല്ല് 101 ഇനമുണ്ടെ ന്നും തെങ്ങ് നാലിനമേയുള്ളൂവെന്നും പാട്ടിലുണ്ട്. കരിന്തെങ്ങ്, ചെന്തെങ്ങ്, വൻതെങ്ങ്, ഈഴനാടൻ തെങ്ങ് എന്നിവയാണ് നാലിനങ്ങൾ. ഈ പാട്ടിൽ കേരളത്തിലെ രണ്ടു പ്രധാന ഭക്ഷ്യഇനങ്ങളുടെ ജൈവഗുണങ്ങളാണ് പറയുന്നത്. മാത്രമല്ല വയലുകൾ നികത്തി തോട്ടമായി തെങ്ങ് കൃഷി ചെയ്യാൻ തുടങ്ങിയ കാലത്തിന്റെ പ്രതികരണവുമായിരിക്കാം. വടക്കൻ കേരളത്തിൽ പുലയസമുദായം കെട്ടിയാടുന്ന കലിവൻ, കലിച്ചി എന്നീ തെയ്യങ്ങൾക്കു പാടുന്ന തോറ്റംപാട്ടിൽ തെങ്ങു കൃഷിയുടെ ചരിത്രം രേഖപ്പെടുത്തിയിരിക്കുന്നു. ഏതോ ദ്വീപിൽനിന്നു കൊണ്ടുവന്ന തൈവെച്ച് കള്ളെടുക്കുന്നതുവരെയുള്ള ചരിത്രമാണ് പാടുന്നത് (എം വി വിഷ്ണു നമ്പൂതിരി, പേ.17). കർക്കടകമാസം കറുത്തവാവുദിവസമാണ് തൈ വയ്ക്കാൻ പറ്റിയ സമയം.

നാടൻ പാട്ടിൽ

കരിന്തലക്കൂട്ടം ശേഖരിച്ച ഒരു നാട്ടറിവുപാട്ടിൽ തെങ്ങിന്റെ ഇനങ്ങൾ, ചെത്ത് കത്തികൾ, കള്ളിനങ്ങൾ എന്നിവ വിവരിക്കുന്നുണ്ട്.

'ചെമ്മഞ്ചേരി മൂത്തണ്ടാരുടെ
ചെത്തുന്നിളം തെങ്ങ് കാണട്ടെ
ചെത്തുന്നിളം തെങ്ങ്, ചെറു തെങ്ങ്, മുതുതെങ്ങ്,
മാണികിട്ടാന്തെങ്ങ്, കൂനന്തെങ്ങ്
....
ചെത്തുന്നിളം കള്ള്, ചെറുകള്ള്, മുതുകള്ള്
മാണികിട്ടാങ്കള്ള്, അന്തിക്കള്ള്' എന്നിങ്ങനെയാണ് നാടൻപാട്ടിൽ തെങ്ങ് കടന്നു വരുന്നത്.

'മുലപ്പാലില്ലെങ്കിൽ കുലപ്പാല്'

പഴഞ്ചൊല്ലുകളിലും (സമ്പത്തുകാലത്ത് തൈ പത്തുവച്ചാൽ ആപത്തുകാലത്ത് കാ പത്തുതിന്നാം) കടങ്കഥകളിലും (അമ്മ കല്ലിലും മുള്ളിലും മോള് കല്യാണപ്പന്തലില്) ആചാരങ്ങളിലും നിറഞ്ഞു നില്ക്കുന്ന ഒന്നാണ് തെങ്ങ്. ജനിച്ച കുഞ്ഞിന്റെ കണ്ണു കഴുകുന്നതു മുതൽ മരണാനന്തരച്ചടങ്ങുകൾക്കുവരെ നാളികേരത്തിന്റെ സാന്നിദ്ധ്യമുണ്ട്. ഇളനീരുകൊണ്ട് കലശമാടുന്ന ചടങ്ങുണ്ട്. കളമെഴുത്തിലെ പന്തലൊരുക്കത്തിനും ഇളനീരനീർക്കുലകൾ വേണം. ചെന്തെങ്ങിന്റെ നിറക്കാഴ്ചകൾ പരിസ്ഥിതി- ദേശസൗന്ദര്യത്തിന്റെ ഭാഗമാണ്. നിറവിന്റെ പ്രകൃതിദത്ത സങ്കല്പമായി ഈ ഐശ്വര്യപ്രതീകം കടന്നുവരുന്നു. പ്രത്യേകിച്ച് കുരുത്തോല വർണ്ണവും അതിന്റെ കളിപ്പാട്ടങ്ങളും സംഗീതോപകരണങ്ങളും നാട്ടുകൈവേലാ നൈപുണ്യങ്ങളുടെ ലാവണ്യമാണ് വിളിച്ചറിയിക്കുന്നത്. കൃത്രിമ നിറങ്ങളെക്കൊണ്ട് നിർമ്മിക്കാനാവാത്തതും എളുപ്പം നിറം മാറുന്നതുമായ ഇളം തളിരുമഞ്ഞയാണ് കുരുത്തോലയ്ക്കുള്ളത്. സൂര്യപ്രകാശം ആദ്യം ഏറ്റുവാങ്ങുന്ന കുരുത്തോലയുടെ ഊർജ്ജം സ്പർശനത്തിലൂടെ ആർജ്ജിക്കുകയാണ് കുരുത്തോലപ്പണിക്കൂട്ടത്തിലൂടെ ചെയ്യുന്നത്. കുരുത്തോല മാത്രമല്ല പൂക്കുലയും വളർച്ചിഹ്നങ്ങളായി കളമെഴുത്തിൽ നിറയുന്നുണ്ട്.

ഇളനീരാട്ടം, നൂറും പാലും, വേട്ടയ്ക്കൊരുമകൻ പാട്ടിലെ തേങ്ങയേറ്, പൊങ്ങൂരടി, വിഷുഫലം, മന്ത്രവാദച്ചടങ്ങുകൾ എന്നിവയ്ക്കും നാളികേരം ഒഴിച്ചു കൂടാനാവാത്തതാണ്. ചില നാട്ടുദേവതകളെ അടക്കം ചെയ്യുന്നത് തേങ്ങയിലാണ്. ഗൃഹത്തിൽ വാസസ്ഥലത്ത് പടിഞ്ഞാറുഭാഗത്താണ് കായ്ക്കുന്ന വൃക്ഷമായ തെങ്ങ് നടേണ്ടത്. ഒരുകാലത്ത് കേരളീയ ഗ്രാമങ്ങളിലെ എഴുത്തുപള്ളിക്കൂടങ്ങളിൽ നാളികേരക്കുടുക്കകളിൽ മണൽനിറച്ച് കുട്ടികൾ എഴുത്തു പഠിക്കാനെത്തിയിരുന്നു. മാത്രമല്ല, പഞ്ചവർണ്ണക്കളമെഴുത്തിൽ അണിവരകൾ വാർന്നു വീണിരുന്നത് കണ്ണുള്ള കളക്കുടുക്കകളിലൂടെയായിരുന്നു. തനി കേരളീയമായ നാട്ടുവൈദ്യത്തിലെ പ്രധാനയിനമാണ് തെങ്ങിന്റെ എല്ലാഭാഗങ്ങളും. ഇളനീർ കൊഴമ്പ്, പൂക്കുലലേഹ്യം അതിലൊന്നുമാത്രമാണ്. 'മുലപ്പാലി

ല്ലെങ്കിൽ കുലപ്പാല്' എന്ന ചൊല്ല് ഇളനീരിന്റെയും ഇളംകള്ളിന്റെയും പ്രാധാന്യമാണ് പറയുന്നത്. ശുദ്ധജലം ഊറ്റിക്കുടിക്കുന്ന ബഹുരാഷ്ട്ര ക്കമ്പനികളുടെ കോളകൾക്കെതിരായി നാട്ടുപാനീയങ്ങളുടെ പ്രചാരണ മുണ്ടായപ്പോൾ ഏറ്റവും സ്വീകാര്യമായത് ഇളനീരുതന്നെയായിരുന്നു. ജനകീയ പ്രതിരോധസമരങ്ങളിൽ പഴയ തണ്ണീർപ്പന്തൽ എന്ന ആശയം പുനരുജ്ജീവിച്ചത് അങ്ങനെയാണ്.

പുരകെട്ടു കല്യാണം

മണ്ണോടുകളും പാശ്ചാത്യ വാസ്തുമാതൃകകളും വരുന്നതിനുമുമ്പ് സാധാരണക്കാരുടെ വീടുകൾ മാത്രമല്ല നാലുകെട്ടുകളും കൂത്തമ്പല ങ്ങളും നെടുമ്പുരകളും നിർമ്മിച്ചിരുന്നത് തെങ്ങോലകൾ കൊണ്ടാണ്. ഓലമെടച്ചിൽ ഗ്രാമീണ സമ്പദ്‌വ്യവസ്ഥയിൽ പ്രാധാന്യമുള്ള സ്ത്രീക ളുടെ ഒരു കൈത്തൊഴിലായിരുന്നു. കൈത്തഴക്ക നൈപുണ്യമുള്ള നാടോടി വാസ്തുസങ്കല്പം പുരകെട്ടിലുണ്ട്. പരസ്പരം സഹായിച്ചുള്ള ഈ വേലയ്ക്ക് പുരകെട്ടു കല്യാണം എന്നാണ് പറഞ്ഞിരുന്നത്. പിന്നീട് പായസം വിതരണംചെയ്യും. അതിന് കൂറപ്പായസം എന്നാണ് പറഞ്ഞി രുന്നത്.

തെങ്ങുകയറ്റം ഒരു അവകാശവും കുലത്തൊഴിലുമായിരുന്നു. ഒരാ ളുടെ അതിർത്തിയിൽ മറ്റൊരാൾ തെങ്ങുകയറിയിരുന്നില്ല. 'ഏറ്റും (തെ ങ്ങുകയറ്റം) മാറ്റും' വിലക്കുന്ന സമ്പ്രദായം പണ്ടുണ്ടായിരുന്നു. ചിലർ തേങ്ങ വെട്ടും, ചിലർ തേങ്ങ ഇടും, ചിലർ തേങ്ങ വലിക്കും. മലബാ റിൽ തേങ്ങക്കൊയ്ത്തും ഉണ്ട്. കൊയ്യക്കാരൻ എന്നാണ് പറയുക. തെങ്ങുമായി ബന്ധപ്പെട്ട പഴയ നാട്ടുവാക്കുകളാണ് കോഞ്ഞാട്ട, വെളി ച്ചിൽ, മൊരി, മടൽ, കൊതുമ്പ്, മച്ചിങ്ങ, തളപ്പ്, തള തുടങ്ങിയവ.

നാട്ടുവിജ്ഞാനങ്ങളുടെ പ്രാധാന്യം

ഇംഗ്ലീഷ് വിദ്യാഭ്യാസം നിലവിൽ വരുന്നതിനുമുമ്പ് നാട്ടുവിജ്ഞാ നങ്ങൾ ശേഖരിക്കുകയും കൈമാറ്റം ചെയ്യുകയും ചെയ്യുന്ന രീതിശാ സ്ത്രം നിലവിലുണ്ടായിരുന്നു. നാട്ടുവിദ്യാഭ്യാസത്തിന്റെ ഭാഗമായിരുന്നു അത്. ഭക്ഷ്യസുരക്ഷയിലൂന്നിയുള്ള ജൈവവൈവിദ്ധ്യസംരക്ഷണ സംസ്കൃതിയുടെ ആവിഷ്കാരങ്ങളായിരുന്നു ഇതുപോലുള്ള നാട്ടറിവു പരമ്പരകൾ. തിരുവിതാംകൂറിൽ ആദ്യത്തെ പാഠപുസ്തകക്കമ്മിറ്റി നില വിൽവന്നത് 1867 ൽ ആണ്. 'ഭൂവിവരണം', `ക്ഷേത്രവ്യവഹാരം' പോലു ള്ള പാശ്ചാത്യശാസ്ത്രത്തെ അധികരിച്ചുള്ള പാഠപുസ്തകങ്ങൾ ഇറ ങ്ങിയ കാലത്താണ് നാട്ടറിവുകളെ അധികരിച്ചുള്ള ഈ പഠനം ഉണ്ടാ യത് എന്നത് ശ്രദ്ധേയമാണ്.

പാഠപരിചയം

ഒന്നര നൂറ്റാണ്ടുമുൻപ്, കൃത്യമായി 1869 ൽ കോട്ടയ (coottayam) ത്തെ ചർച്ച് മിഷൻ ഹൗസിൽ അച്ചടിച്ചതും 'കുടികളുടെ ഉപകാരത്തിന്നായിട്ട് തിരുവിതാംകൂറു സർക്കാരിൽനിന്നും പ്രസിദ്ധപ്പെടുത്തിയതു'മായ *തെങ്ങുകൃഷി* ((cultivation of the coconut)) എന്ന കൃതിയെക്കുറിച്ചുള്ളതാണ് ഈ പ്രബന്ധം. പതിനാറു പേജുള്ള ഈ ലഘുലേഖയിൽ പ്രാദേശികമായി ശേഖരിച്ച 51 നാട്ടറിവുകളാണ് ഉള്ളടക്കം. കേരളത്തിലെ ഒരു ഭക്ഷ്യവിളയെക്കുറിച്ച് മലയാളത്തിൽ അച്ചടിച്ച ആദ്യ കൃതിയാകാം ഇത്.

പരിസ്ഥിതി പഠനം

ജൈവവൈവിദ്ധ്യ രജിസ്റ്റർ, ശാസ്ത്രീയ വർഗ്ഗീകരണം, പ്രാദേശിക ഭൂമിശാസ്ത്ര സവിശേഷതകൾ, വിളവൈവിദ്ധ്യം, ജൈവവളങ്ങൾ, തെങ്ങുകൃഷിസാങ്കേതികവിദ്യയുടെ വികാസം, മലനാടിന്റെ പരിസ്ഥിതി ചരിത്രം, കാലാവസ്ഥാവിജ്ഞാനം, വിത്തറിവുകൾ- വിതയ്ക്കേണ്ട നാളും രീതിയും, കൃഷിയുടെ ധാർമ്മികത-ജീവിതത്തിന്റെയും, നാടിന്റെ ഭക്ഷ്യ സുരക്ഷ, മഴ വിജ്ഞാനം, മണ്ണുപരിപാലനം തുടങ്ങിയ അറിവുകൾ *തെങ്ങുകൃഷി* എന്ന ചെറുകൃതിയിൽനിന്ന് ക്രോഡീകരിക്കാം. വിളയും വിവിധതരത്തിലുള്ള മണ്ണും തമ്മിലുള്ള ബന്ധം ഊന്നിപ്പറയുന്നുവെന്നത് ശ്രദ്ധിക്കേണ്ടതാണ്.

പാഠം

'തെങ്ങുകൾ മറ്റുള്ള എല്ലാ വൃക്ഷങ്ങളെക്കാളും വിശിഷ്ടമുള്ളവയും ഈ വൃക്ഷങ്ങളിൽനിന്നു ജനങ്ങൾക്കു അനേകം കാലം ഇടവിടാതെ പലവിധത്തിലും ഉള്ള അനുഭവങ്ങൾ ഉണ്ടാകുന്നതും ആകുന്നു.[1] എന്നാൽ ഈ വൃക്ഷങ്ങൾ നട്ടുണ്ടാക്കി ഫലപ്പെടുത്തുന്നതിലേക്കു ആദ്യംമുതൽക്കേ ചെയ്‌വാനുള്ള വേലകളുടെ ക്രമം എല്ലാ ജനങ്ങൾക്കും നല്ലപോലെ ഗ്രാഹ്യമില്ലാത്ത നിമിത്തം ഇതിന്മേലുള്ള ഗുണങ്ങൾ ഈ കൃഷി സാധാരണമായി നടപ്പുള്ള ദേശങ്ങളിലെ ആളുകൾക്കു പൂർണ്ണമായിട്ടനുഭവിക്കാനിടവരാതെയും അന്യരാജ്യങ്ങളിലുള്ളവർക്കു ഈ കൃഷിയിന്മേൽ തീരെ ഉത്സാഹമില്ലാതെയും ഇരിക്കുന്നതായി കാണുന്നു.[2]

അതിനാൽ തെങ്ങുകൃഷിയുടെ ക്രമങ്ങൾ മുഴുവനും ജനങ്ങൾ ഗ്രഹിച്ച് ഇതിന്മേൽ ഉത്സാഹം ഉണ്ടായി പരിശ്രമിച്ച് ഈ വൃക്ഷങ്ങളിലെ പൂർണ്ണമായ ഗുണാനുഭവങ്ങൾ അഭിവൃദ്ധിയുണ്ടാക്കണമെന്നുള്ള ഉദ്ദേശ്യത്തോടുകൂടി ഈ വിഷയത്തിൽ പരിചയവാന്മാരും പഴമക്കാരും ആയിരിക്കുന്നതിൽ ആയിരത്തിലധികം തടസ്സന്മാരുടെ അഭിപ്രായം അനുസരിച്ച് ഈ കൃഷിയുടെ സകല ക്രമങ്ങളെയും ഫലപ്രാപ്തികളെയും വിവരമായി താഴെപ്പറയുന്നു.[3]

1. തെങ്ങിൻതൈ മുളപ്പിക്കുന്നതിന് അധികം കൊന്ന ആകാതെയും മദ്ധ്യപ്രായം കഴിഞ്ഞവയായും ഉള്ള തെങ്ങുകളിൽ കുലയിൽ എണ്ണം കുറഞ്ഞും കണ്ണു വലുതായും ഉണ്ടായി വിളഞ്ഞു പഴുത്തുണങ്ങിത്തുടങ്ങുന്ന തേങ്ങ പറിച്ചു സൂക്ഷിച്ചു പാകേണ്ടുന്നതും അതു താമസം കൂടാതെ മുളച്ചു ക്രമത്തിനു വളരുകയും ഇളക്കിനട്ടാൽ പുഷ്ടിയായിട്ടു ഉണ്ടായി നല്ലതിന്മണ്ണം ഫലിക്കുകയും വളരെക്കാലം അനുഭവം ശരിയായിട്ടു നില്ക്കുകയും ചെയ്യുന്നതും ആകുന്നു. കുംഭമാസം മുതൽ മേടമാസം വരെ പറിക്കുന്ന തേങ്ങയ്ക്കു പുഷ്ടി ഏറുന്നതാകക്കൊണ്ടു ആ തേങ്ങ പാകുന്നതായാൽ ഗുണം അധികമായിരിക്കും. പഴക്കം അധികമായ കൊന്നത്തെങ്ങുകളിൽ ഉണ്ടാകുന്ന തേങ്ങകൾക്കു കണ്ണു ചെറുതാകക്കൊണ്ടു അതുകളെ പാകിയാൽ മുളയ്ക്കും. കനം കുറഞ്ഞും തൈകൾ നെടുതായി വളർന്നും കരുത്തില്ലാതെ തീരുകയും ഇളക്കിനട്ടാൽ കായ്പിനു താമസിക്കുകയും ഫലം കുറകയും ചെയ്യുന്നു.

എളന്തെങ്ങിലെ തേങ്ങ പാകുന്നതായാൽ ചിലത് മുളയ്ക്കാതെ കണ്ണഴുകിയും മറ്റും കേടുവരുന്നതുകൂടാതെ മുളയ്ക്കുന്ന തൈകൾ നട്ടാൽ ക്രമം അല്ലാതെ തടിയായിട്ടുവളരുകയും മടലുകൾ ഉറച്ചുനില്ക്കാതെ അടർന്നുപോകുകയും കൂമ്പുവന്നാൽ കാപിടിക്കാതെ വെള്ളയ്ക്ക പൊഴിഞ്ഞുവീഴുകയും കുലകൾ ഒടിയുകയും പാതിപ്രായമാകുന്നതിന് മുൻപിൽ കായ്പ് മാറിക്ഷീണിച്ചു പട്ടുപോകുകയുംചെയ്യുന്നു. അതുകൊണ്ട് തെങ്ങിന്റെ ബാല്യവാർദ്ധക്യസമയങ്ങളിൽ കായ്ക്കുന്ന തേങ്ങ വിത്തിന് കൊള്ളുന്നതല്ലാ.

2. പാകുന്നതിന് എടപ്രായം[4] തെങ്ങുകളിൽ മേല്പറഞ്ഞ ക്രമത്തിനു ഉണ്ടായി പാകം വന്നു ഉണങ്ങുന്ന തേങ്ങകളെ കുലയോടുകൂടി പറിച്ചു നിലത്തു ഇടാതെ കയറുകെട്ടി ഇറക്കി എടുക്കുന്നതായിരുന്നാൽ അതുകളെ പാകി മുളയ്ക്കുന്ന തൈകൾക്കു ഫലപ്രാപ്തി അധികമായിരിക്കുമെന്നും, വിത്തുതേങ്ങ വൃക്ഷത്തിന്റെ മുകളിൽനിന്നു താഴെ ഇട്ടാൽ അതിന്റെ പുറത്തുള്ള തൊണ്ടിനോ ചിരട്ടയ്ക്കോ ഹേമം തട്ടുകയും അകത്തുള്ള വെള്ളം കലങ്ങിപ്പോകുകയും ചെയ്വാനിടവരുന്നതുനിമിത്തം ആ വക തേങ്ങ പാകിയാൽ ചിലത് മുളയ്ക്കാതെ കെട്ടുപോകുന്നതിനും മുളയ്ക്കുന്ന തൈകൾക്ക് ബലഹീനതവന്നു അതുകളെ ഇളക്കിനട്ടാൽ എളുപ്പത്തിൽ വേരുപിടിക്കാതെയും പുഷ്ടിയായി വളരാതെയും താമസപ്പെടുവാനും മടലുകൾ ഒടിഞ്ഞു ചേതപ്പെടുന്നതിനും ക്രമമായ സമയത്ത് കായ്ക്കാതെ ഇരിക്കുന്നതിനും അല്പമായി കായ്പിനു ആരംഭിക്കുമ്പോൾ വെള്ളയ്ക്ക പൊഴിയുന്നതിനും പേട്ടുതേങ്ങ കായ്ക്കുന്നതിനും ഹേതുവായി വരുമെന്നും ഒരുപക്ഷം ഉണ്ട്. അതും ശരിയായിരിക്കാം.[5] തെങ്ങിൽനിന്നുണങ്ങി അടർന്നുവീഴുന്ന തേങ്ങകൾ പാകിയാൽ ആ തേങ്ങകൾക്കു വെള്ളത്തിനു കുറവുള്ളതുകൊണ്ടും മറ്റും കേടുവരുന്നതാകുന്നു.

3. പാകുന്ന വകയ്ക്കായിട്ടു പറിച്ചെടുക്കുന്ന തേങ്ങകൾ ഒരുമാസം വരെ ഇട്ടുസൂക്ഷിച്ചു പഴകിയതിനുമേൽ പാകേണ്ടതാകുന്നു. അതിൽ ഉണ്ടാകുന്ന തൈകൾ ബലമുള്ളവയായിരിക്കും. വേഗത്തിൽ ഫലിക്കുകയും ചെയ്യുന്നതായിരിക്കും. തേങ്ങ പറിച്ച ഉടനെ പാകിയാൽ തൊണ്ടും കണ്ണും അഴുകി ചിലത് മുളയ്ക്കാതെ പോകുകയും മറ്റുള്ളത് മുളയ്ക്കുന്നതിന് താമസിക്കുകയും തൈകൾക്ക് കരുത്ത് കുറയുകയും ഇളക്കിനട്ടാൽ കായ്ക്കുന്ന സമയം വെള്ളയ്ക്കാ പൊഴിക മുതലായിട്ട് പലവിധത്തിലും അനുഭവദോഷങ്ങൾ വരികയും ചെയ്യുന്നു. പഴകുന്നത് അധികമായാൽ തേങ്ങയുടെ വെള്ളം വറ്റി മുളയ്ക്കാതെ മോടിളകി അകത്ത് വെള്ളം ഇറങ്ങിയും വെള്ളം കെട്ടുപോകയും മുളയ്ക്കുന്ന തൈകൾക്ക് ബലം കുറകയും ചെയ്യുന്നു.

4. വിത്തു തേങ്ങകൾ വെള്ളം നില്ക്കാതെ ഉള്ള മണൽ തറകളിലും അധികമായി മണൽ ഇടുന്ന തറകളിലും പാകേണ്ടുന്നതാകുന്നു. അതുകൾ കേടുവരാതെയും അധികം താമസംകൂടാതെയും മുളച്ചു നല്ല തൈകളായിട്ടു ഉണ്ടാകും. വീടുകളുടെ സമീപത്തുള്ള മുറ്റങ്ങളിൽ പാകുന്നതു കുറെക്കൂടി പുഷ്ടിയായിട്ടു ഉണ്ടാകുന്നു. മൺപാത്രങ്ങളിൽ മണ്ണും മണലും ഇട്ടു നിറച്ചു അതുകളിൽ പാകിയാൽ ചിതൽ മുതലായതിന്റെ ഉപദ്രവം കൂടാതെ എല്ലാം മുളയ്ക്കും. ഇതിൽവണ്ണം അല്ലാതെ കടുപ്പം ഉള്ള തറകളിൽ പാകിയാൽ തേങ്ങയുടെ വെള്ളംവറ്റിയും ചിതലിന്റെയും മറ്റും ഉപദ്രവം ഉണ്ടായും തേങ്ങ മിക്കതും കേടുവരികയും മുളച്ചാൽ ക്രമത്തിനു വേരിറങ്ങാതെ ഇരിക്കയും തൈകൾ ശോഷിക്കുകയും ബലം കുറയുകയും ചെയ്യുന്നതുകൂടാതെ നടുവനായിട്ടു ഇളക്കുന്നസമയം വേരുപൊട്ടിയും മുള അടന്നും ചേതത്തിനും സംഗതി വരും. താഴ്ന്ന സ്ഥലങ്ങളിൽ പാകുന്നതായാൽ നനവുകൊണ്ടും തേങ്ങയുടെ തൊണ്ടും കണ്ണും അഴുകി മിക്കതും കേടുവരുന്നതാകുന്നു.

5. തേങ്ങ പാകുന്ന സ്ഥലം വെയിൽ കൊള്ളുന്നതായിരിക്കണം. എന്നാൽ അധികമായി ചൂടുതട്ടാതെയും സൂക്ഷിക്കേണ്ടതാകുന്നു. വെയിൽ ഉള്ള തറകളിൽ പാകുന്ന തേങ്ങ കേടുവരാതെ മുളയ്ക്കയും ആ തൈകൾക്കു വളർച്ച കുറയുന്നതായിരുന്നാലും ബലമുള്ളവയായിരിക്കയും പിന്നീട് ഇളക്കി ഏതു തറയിൽ നട്ടാലും ക്ഷീണിക്കാതെ ഉണ്ടാകയും ചെയ്യുന്നതു തന്നെയുമല്ല ആ തെങ്ങുകൾ വേനലിനാൽ ബാധിക്കപ്പെടാതെ ഫലപ്പെടുകയും ചെയ്യുന്നു. അധികം ചോലയല്ലാതെ അല്പം വെയിൽ തട്ടുന്ന സ്ഥലങ്ങളിൽ പാകിയാൽ ഏറെ ദുഷ്ടിപ്പെടുന്നില്ല. തീരെ വെയിൽ കൊള്ളാത്ത തറകളിൽ പാകുന്ന തേങ്ങ ചിതൽ കേറി കേടുവരിക, മുളയ്ക്കുന്ന തൈകൾക്കു പുഴുവിന്റെ ഉപദ്രവം ഉണ്ടാക, വണ്ണമില്ലാത്ത നെടുതായിട്ടു വളരുക, ബലം കുറഞ്ഞു മടലുകൾ ഒടിക, ഇളക്കിനടുമ്പോൾ അധികമായി വാടുക, വേനൽക്കാലങ്ങളിൽ ആ തെങ്ങുകൾ അധികം ക്ഷീണിക്ക, ഇങ്ങനെ അനേകം ദോഷ

ങ്ങൾ സംഭവിക്കുന്നു.

6. തേങ്ങ പാകുന്നതു വർഷമില്ലാത്ത സമയങ്ങളിൽ വേണ്ടുന്നതും, മകരം മുതൽ മേടംവരെ നാലു മാസങ്ങളിലും ചിങ്ങമാസത്തിലും പാകിയാൽ നല്ല തൈകളായി മുളച്ചു വർദ്ധിക്കയും പ്രാപ്തിയാകുമ്പോൾ അധികം കായ്ക്കയും ചെയ്യുന്നതാകുന്നു. മറ്റുള്ള മാസങ്ങളിൽ പാകിയാൽ അധികമായി വർഷം ഏറ്റു തേങ്ങയുടെ തൊണ്ടും കണ്ണുകളും അഴുകിയും ഉള്ളിൽ വെള്ളം ഇറങ്ങിയും അതുകൂടാതെ മണ്ണിലുള്ള ഇര മുതലായും ബാധിച്ചും കേടുകൾ ഉണ്ടാകുന്നതുമല്ലാതെ, മുളയ്ക്കുന്ന തൈകൾക്കു ബലക്കുറവു വരികയും പ്രാപ്തി ആയാൽ കാപിടിത്തം കുറകയും ഉണ്ടാകുന്ന തേങ്ങ ചെറുതായിരിക്കയും ചെയ്യുന്നതാകുന്നു.

7. തേങ്ങ പാകുവാനുള്ള സ്ഥലം രണ്ടു അടി താഴ്ച്ചയിൽ കിളച്ചു മണ്ണിന്നു താഴെ വൃക്ഷങ്ങളുടെ വേര്, കല്ലുകൾ ഇങ്ങനെ എന്തെങ്കിലും ഉണ്ടെങ്കിൽ എടുത്തുകളഞ്ഞു തറനിരത്തി തേങ്ങയുടെ മോടുകളയാതെ എടുത്തു അതിന്റെ തൊണ്ടും മുഖവുമായി രണ്ടംഗുലം ഇടമാത്രം മീതെ കാണത്തക്കവണ്ണം ചെരിച്ച് താഴ്ത്തി പരസ്പരം ഓരോ അടി അകലത്തിൽ പാകേണ്ടുന്നതാകുന്നു. അങ്ങനെ പാകുന്നതിനു കനമായിട്ടു മുള പുറപ്പെട്ടു തൈകൾ കരുത്തായിട്ടു ഉണ്ടാകും. മേല്പറഞ്ഞ ക്രമത്തിലും അല്പംകൂടെ അകലമിട്ടു പാകിയാലും കൊള്ളാം. അകലം അധികമായാൽ വളരെ വേരുകൾ ഇറങ്ങുകയും തൈകൾക്കു ഉണക്കുതട്ടി വെളുത്തു ക്ഷീണിക്കുകയും ചെയ്യുന്നു. പാകുന്നതു അധികം അടുത്തുപോയാൽ കനം കുറഞ്ഞു മുളവരികയും തൈകൾക്കു കരുത്തും തഴപ്പും കുറഞ്ഞു നെടുന്നാമ്പായിട്ടു വളരുകയും വേരുകൾ തമ്മിൽ ചുറ്റി, ഇളകുന്ന സമയത്തു പൊട്ടി ചേതം വരികയും ചെയ്യുന്നതാകുന്നു.

8. പാകുന്ന തേങ്ങ മുളച്ചു വേരു പുറപ്പെടുന്നതിനു മുൻപിൽ ഉരങ്ങൾ6 ഇടുന്നതുകൊണ്ടു ഉപയോഗമില്ലെന്നു വരികിലും ചിതൽ മുതലായതു ബാധിക്കാതെയിരിപ്പാനും തറയ്ക്കു ഉരം പിടിപ്പാനും വേണ്ടി പാകുന്നസമയം മണൽപ്രദേശങ്ങളിൽ ഉപ്പും ചാമ്പലും കൂട്ടിയും ചാമ്പൽ തനിച്ചും, മണ്ണും മണലുമായുള്ള തറകളിൽ ഉപ്പും ചാമ്പലും മണലുമായി ചേർത്തും, ചാമ്പലും മണലുമായിട്ടും, പശമണ്ണു കൂടിയ സ്ഥലങ്ങളിൽ ഉപ്പും ചാമ്പലും മണലും ഉമിയുംകൂടി ചേർത്തും, ഉയർന്ന തറകളിൽ ഓരുമണ്ണും ചാമ്പൽ മുതലായതും ഒന്നിച്ചുചേർത്തും പാകുന്ന തടങ്ങളിൽ തേങ്ങ വയ്ക്കുന്നതിനു താഴെയും മുകളിലും ഇട്ടു പാകണം. അങ്ങനെ ഉരം ഇടുന്നത് കറുത്ത ഉപ്പും മടലിന്റെ ചാമ്പലും കടൽമണലും ആയാൽ അധികം ഗുണമാകുന്നു. ഇപ്രകാരം ഉള്ള ഉരങ്ങൾ ഇടാതെ പാകിയാൽ തേങ്ങയ്ക്കു കേടു പറ്റി ചിലതു മുളയ്ക്കാതെ പോകുന്നതിനും തൈകൾ വെളുത്തു ശക്തിക്കുറവു വരുവാനും ഹേതുവാകും.

9. ഉരങ്ങൾ യാതൊന്നും ഇടാതെ തേങ്ങ പാകി മുളച്ചാൽ ആ തൈകൾ ഇളക്കി മറ്റൊരു സ്ഥലത്തു നട്ടു ഉരങ്ങൾ ഇടുന്ന സമയത്തു

അധികം നന്നായിട്ടു ഉണ്ടാകുമെന്നും, ചിതലിന്റെയും മറ്റും ഉപദ്രവം കണ്ടാൽ അപ്പോൾ ഉപ്പു കലക്കി ഒഴിക്കുന്നതുകൊണ്ടു മാറുമെന്നും ഉര മിട്ടു പാകുന്ന തേങ്ങ മുളച്ചാൽ അധികമായി വളരുകയും ആ തൈകൾ ഇളക്കി വേറെ സ്ഥലങ്ങളിൽ നടുമ്പോൾ ഉരങ്ങൾ വളരെ ഇട്ടാലും നന്നാ കാതെ ക്ഷീണിച്ചുപോകയും ചെയ്യുമെന്നും ഒരുപക്ഷം ഉണ്ട്.

10. തേങ്ങ പാകിയാൽ തടം ഉണങ്ങാതിരിക്കേണ്ടുന്നതിനു മാത്രം വെള്ളം ഒഴിപ്പാനുള്ളതാകകൊണ്ടു അതാതു ഭൂമികളിലെ ഉണക്കിന്റെ അവസ്ഥപോലെ രണ്ടോ നാലോ ദിവസത്തിൽ ഒരിക്കൽ വെള്ളം ഒഴി ക്കേണ്ടുന്നതാകുന്നു. വെള്ളം ഒഴിക്കുന്നത് അധികമായാൽ തേങ്ങയും മുളയും അഴുകിയും തടം ഉണങ്ങിപ്പോയാൽ തേങ്ങയുടെ വെള്ളം വറ്റിയും മുള ഉണങ്ങിയും കേടുവരുന്നതാകുന്നു.

11. മേല്പറഞ്ഞപ്രകാരം തേങ്ങ പാകിസൂക്ഷിച്ചാൽ ആ മാസത്തി നകം തൊണ്ടിനുപുറത്തു മുളവരും. ചില തേങ്ങ അതിനുമുൻപിലും മുളയ്ക്കുന്നു.

12. തേങ്ങ തറയിൽ പാകുന്നതുകൂടാതെ രണ്ടു തേങ്ങവീതം ചേർത്തു അതിന്റെ തൊണ്ടുരിച്ചുകെട്ടി വർഷകാലങ്ങളിൽ മുകളിലും പിലാവു മുതലായ വൃക്ഷങ്ങളുടെ കൊമ്പുകളിലും ഇട്ടു മഴയും മഞ്ഞും ഏറ്റുമുളച്ചതിന്റെ ശേഷം ഇറക്കി പ്രത്യേകം എടുത്തു തറയിൽ പാകി വളർന്നതിൽപ്പിന്നെ ഇളക്കി നട്ടുവരുന്നു. ആ തൈകൾ ദോഷപ്പെടാതെ വളർന്നു എളുപ്പത്തിൽ ഫലപ്പെടുന്നു. കൂടുകളിലിട്ടു സൂക്ഷിക്കുന്നതിൽ ചില തേങ്ങകൾ പഴകുമ്പോൾ മുളച്ചു തൈകൾ ആകുന്നതിനെ എടുത്തു നടുന്നുണ്ട്. അതുകൾ പ്രാപ്തിയാകുന്ന സമയം മടലും കുലയും ഒടിഞ്ഞു അനുഭവദോഷങ്ങൾ വരുന്നു.

13. പാകി മുളയ്ക്കുന്ന തൈകൾ മാടു മുതലായതു തിന്നാതെയും ചവുട്ടാതെയും മുഖ്യമായി സൂക്ഷിക്കേണ്ടുന്നതല്ലാതെ പാകിയസ്ഥലത്തു നിറുത്തി യാതൊരു ഉരവും ഇടണമെന്നില്ല. ഉരമിട്ടാൽ തൈകൾ ഇള ക്കുന്ന സമയം മുള അടന്നുപോകയും നടുമ്പോൾ ക്ഷീണിക്കയും ചെയ്വാനിടയുള്ളതാകുന്നു.

14. മുളയ്ക്കുന്ന തൈകൾ നടുന്നതിനു പ്രായമാകുന്നതുവരെ ചാമ്പൽ തനിച്ചോ ചാമ്പലും ഉപ്പുംകൂടി ചേർത്താൽ ചാമ്പലും ഉപ്പും മണലുമായിട്ടോ മാസംതോറും ഇടണമെന്നും അതു ചെയ്യാഞ്ഞാൽ ചുവ ട്ടിൽ ചിതൽ കേറി കേടുവരുത്തുവാനും തൈകൾക്കു കരുത്തു കുറഞ്ഞു വെളുത്തു പുഷ്ടിയില്ലാതെ തീരുന്നതിനും സംഗതിവരുമെന്നും ഒരു പക്ഷം ഉണ്ട്.

15. തെങ്ങുംതൈകൾ തേങ്ങ പാകി ഒരുവർഷം മുതൽ 3 വർഷം വരെ സാധാരണമായിട്ടും 9-ാം മാസം മുതൽ 5-ാം വർഷം വരെ അപൂർവ്വ മായും ഇളക്കി നട്ടുവരുന്നു. എന്നാൽ മുളയ്ക്കുന്നത് മുതൽ 6 മാസം ചെന്ന തൈകൾ ഏതുവിധമായ തറകളിൽ നട്ടാലും ക്ഷീണം തട്ടാ

തെയും കേടുവരാതെയും വേരു പിടിച്ചു ഒന്നരമാസത്തിനകം പുഷ്ടി ആയ നാമ്പുവന്നു വളർന്നു പ്രാപ്തി ആകയും എല്ലാനാളും ഒരുപോലെ അധികമായി ഫലപ്പെടുകയും ചെയ്യുന്നതാകുന്നു. മുളയ്ക്കുന്നതു മുതൽ ഒരു വർഷംവരെ ചെന്ന തൈകൾ നടുന്നതായാൽ മേല്പറഞ്ഞപോലെ ഉള്ള ഗുണം സിദ്ധിക്കുന്നതല്ലാ എങ്കിലും പൊക്കമില്ലാത്ത തറകളിൽ ദോഷപ്പെടാതെ ഉണ്ടാകുന്നു. മുളച്ചു ഒരുവർഷത്തിനുമേൽ മൂപ്പാകുന്ന തൈകൾ നട്ടുപിടിപ്പിച്ചാൽ വേഗത്തിൽ കായ്ക്കുന്നു എന്നുള്ളതല്ലാതെ വേറെ ഗുണങ്ങൾ ഒന്നും കാണുന്നില്ല. അങ്ങനെ മുൻപിൽ കൂട്ടി കായ്ക്കുന്ന പാകിയ സ്ഥലത്തുനിന്നു മൂപ്പുചെല്ലുന്നതുകൊണ്ടാകുന്നു ആവക തൈകൾ ചെളിത്തറയിലും കായൽവാരം മുതലായ താഴ്ച്ചസ്ഥലങ്ങളിലും അധികം ദോഷപ്പെടാതെ ഫലപ്പെടുന്നുണ്ട്. മൂപ്പുചെല്ലുന്ന തൈകൾ ഇളക്കുന്ന സമയം തേങ്ങയുടെ തൊണ്ടിനും അറ്റകുറ്റം വരികയും നട്ടാൽ ചിലതു കേടുവന്നുപോകയും മറ്റുള്ളതു വാടി ക്ഷീണിച്ചു അപ്പോൾ ഉള്ള ഓല മുതലായതു തീരെ പഴുത്തു വീണുപോകയും വേരുപിടിച്ചു നാമ്പുവരുന്നതിനു നാലു മാസത്തിനു മേൽ താമസിക്കയും വളർന്നാൽ കാപിടിത്തം കുറകയും എടപ്രായത്തിൽ പട്ടുപോകയും ചെയ്യുന്നു.

16. തെങ്ങുംതൈകൾ മേടം, ഇടവം, ചിങ്ങം, തുലാം, വൃശ്ചികം, മകരം, കുഭം, മീനം മാസങ്ങളിൽ നടുവാനുള്ളതാകുന്നു എന്നും, സമഭൂമികളിലും താഴ്ച്ച ആയുള്ള തറകളിലും വേനൽക്കാലത്തും, ഉയർന്ന സ്ഥലങ്ങളിലും ഓരുള്ളപ്രദേശത്തും വർഷമുള്ള സമയങ്ങളിലും തൈകൾ നടേണ്ടുന്നതായിട്ടും, ഇതിൽ മകരം, മീനം ഈ മാസങ്ങളിൽനട്ടാൽ ആ തെങ്ങുകൾ ആണ്ടിൽ 6 മാസവും തുലാമാസത്തിൽ നട്ടാൽ 6 മാസവും അധികമായിട്ടു കായ്ക്കുമെന്നും മിഥുനം, കർക്കിടകം മുതലായ മറ്റുള്ള മാസങ്ങളിൽ നടുന്നതായാൽ ആ തൈകൾക്കും കേടും ഫലക്കുറവും ഉണ്ടാകുമെന്നും ഒരോ ശേഖരക്കാരെ പ്രത്യേകമായി അഭിപ്രായപ്പെട്ടിരിക്കുന്നതും; ഇതിൽ മേടവും ചിങ്ങവും മാസങ്ങൾ ഏറ്റവും കൊള്ളാമെന്നു അധികം ആളുകൾ സമ്മതിച്ചിട്ടുള്ളതും ആകുന്നു. അതിനാൽ മേൽപറഞ്ഞിട്ടുള്ളതിൽ അതാതുസ്ഥലങ്ങളുടെ സ്ഥിതിക്കു യുക്തമായുള്ള മാസങ്ങളിൽ തൈകൾ നടുവാനുള്ളതാകുന്നു.

17. തെങ്ങുംതൈകൾ താഴെ പറഞ്ഞിട്ടുള്ളമാതിരി മണൽതറകളിലും മണൽ സംബന്ധിച്ചുള്ള സ്ഥലങ്ങളിലും ജലതീരമായും മറ്റും ഉള്ള ഭൂമികളിലും നട്ടാൽ നല്ലതിൻവണ്ണം ഉണ്ടായി ഫലപ്പെടുന്നതും ഉപ്പുവെള്ളം സമീപിച്ച തറകളിൽ വളരെ ഫലം ഉണ്ടാകുന്നതും ആകുന്നു.

തെങ്ങു നടുന്നതിനു നല്ല തറകൾ

സമഭൂമിയായും താഴ്ച്ചയായിട്ടും ഉള്ള മണൽ തറകൾ, മണൽ അധികം ഉള്ള തറകൾ, കരിമണലായുള്ള തറകൾ, കരിമണൽകൂടിയ

തറകൾ, പലമാതിരി നേർത്ത മണൽ ചേർന്ന തറകൾ, മണലും ചെമ്മണ്ണും കൂടിയ തറകൾ, മണലും ചെമ്മണ്ണും ചെളിയും കൂടിയ തറകൾ, മണലും ചെമ്മണ്ണും കരിമണലും കൂടിയ തറകൾ, മണലും കറുത്തമണ്ണും ചേർന്ന തറകൾ, മണലും കറുത്ത ചെളിയും ചേർന്ന തറകൾ, അടിയിൽ മണലുള്ള ചെളിത്തറകൾ, അടിയിൽ മണലും മീതെ ചെളിയും മണലും ഉള്ള തറകൾ, മണലും ചരലും ചെളിയും കൂടിയ തറകൾ, കടപ്പുറമായുള്ള തറകൾ, കായൽ വാരങ്ങൾ, ആറ്റുകരകൾ, തോട്ടുകരകൾ, ചിറവരമ്പുകൾ, കുളങ്ങളുടെ കരകൾ, കായൽ വൈപ്പുതറകൾ, ആറ്റുവൈപ്പു തറകൾ, കുളം ചിറ മുതലായ നികന്ന തറകൾ, ഒന്നേകാൽ കോൽ താഴെ വെള്ളം ഉള്ള തറകൾ, താഴ്ച്ചയുള്ള എല്ലാ തറകളും, കരിക്കകമായുള്ള തറകൾ, ഓരുള്ള തറകൾ, ഓർക്കാറ്റുള്ള തറകൾ, ഓരില്ലാത്ത സമഭൂമികൾ, നിരപ്പുള്ള പാഴുതറകൾ, കുഴിനികന്ന തറകൾ, മലയടിവാരമായ തറകൾ, വളപ്പറ്റുള്ള തറകൾ, മനത്തറകൾ, ആൾസഞ്ചാരമുള്ള തറകൾ. ഇങ്ങനെയുള്ള തറകളിൽ അല്ലാതെ കടുത്ത തറകളിലും കല്ലും പാറയും ഉള്ള സ്ഥലങ്ങളിലും ചീക്കല്ലു ചെമ്മണ്ണു ഇങ്ങനെ ഉള്ള തറകളിലും ഉയർന്ന വെള്ള മണൽതറയിലും തെങ്ങു നടുന്നതായാൽ വേരുപിടിച്ചു കരുത്തായിട്ടു ഉണ്ടാകാതെ മണ്ട ശോഷിച്ചു പോകയും കൂമ്പു വരുന്നതിനു അധികം താമസിക്കയും കാപിടിത്തമില്ലാതെ അനുഭവദോഷങ്ങൾ വരികയും പഴകുന്നതിനും മുൻപിൽ പട്ടുപോകയും ചെയ്യുന്നതാകുന്നു.[8]

18. തെങ്ങുംതൈ നടുന്ന സ്ഥലം വെയിൽകൊള്ളുന്ന തറ ആയിരുന്നാൽ ബലമായിട്ടു ഉണ്ടാകയും മടലുകൾ അടുത്തു മണ്ട കനത്തു ക്രമത്തിനു പ്രാപ്തി ആയി അധികം ഫലിക്കുകയും ചെയ്യുന്നതാകുന്നു. ചോല ആയിട്ടുള്ള സ്ഥലങ്ങളിൽ നട്ടാൽ ആ തെങ്ങുകളുടെ മൂടുവണ്ണിച്ചു തടിയും മണ്ടയും ശോഷിച്ചും മടലുകൾ അകന്നും പൊക്കമായിവരുന്നതുകൂടാതെ, ഓരോ കേടുകൾ ഉണ്ടാകയും കൂമ്പു വരുന്നതിനു താമസിക്കുകയും ഫലം വളരെ കുറയുകയും ചെയ്യുന്നതായിരിക്കും.

19. തെങ്ങുനടുന്ന സ്ഥലം കാറ്റുള്ള പ്രദേശമായിരുന്നാൽ എല്ലാ നേരവും മടലുകൾ ഉലഞ്ഞു ഉടനുടൻ പുഷ്ടിയായി നാമ്പുകൾ പുറപ്പെട്ടു തെങ്ങിനു മണ്ടക്കനവും ഉറപ്പും ഉണ്ടാകയും വേഗം കായ്പ് തുടങ്ങുകയും അധികം കൂമ്പുകൾ വിടർന്നു ഫലംവർദ്ധിക്കുകയും ചെയ്യുന്നതാകുന്നു. കാറ്റില്ലാത്ത സ്ഥലങ്ങളിൽ ഈ ഗുണം കുറഞ്ഞിരിക്കും.

20. തെങ്ങു നടുന്നതിന് വെട്ടുന്ന കുഴികൾ പരസ്പരം മൂന്നു കോലിൽ കുറയാതെ അകലമായിരിക്കേണ്ടതാകുന്നു. ചില സ്ഥലത്തു പത്തും എട്ടും കോൽ അകലെയും കുഴിവെട്ടി വരുന്നുണ്ട്. എന്നാൽ കായൽവാരം, ചെളിത്തറ ഇങ്ങനെ ഉള്ള താഴ്ച്ചസ്ഥലങ്ങളിൽ കുഴികൾ കുറെ അടുപ്പമായതിനാൽ ദൂഷ്യമില്ലാ. മേല്പറഞ്ഞ ക്രമംപോലെ നിശ്ചിതദൂരത്തിൽ കുറയാതെ എടയിട്ടു കുഴിവെട്ടി നടുന്ന തെങ്ങുകൾ

വേഗത്തിൽ കിളർന്നുപോകാതെ മണ്ടയിരുത്തി നല്ല തഴപ്പായിട്ടു ഉണ്ടായി എളുപ്പത്തിൽ ഫലിക്കുകയും വളരെക്കാലം ഒരുപോലെ അനുഭവം നില്ക്കയും ചെയ്യുന്നതാണ്. കുഴികൾ അടുത്തുപോയാൽ വളരുന്ന സമയം തെങ്ങുകളുടെ ഓല തമ്മിൽ മുട്ടി ആ വൃക്ഷങ്ങൾ നേരേ നില്ക്കാതെ വേറിട്ടു എട കാണുന്ന ദിക്കിലേക്കു ചാഞ്ഞുപോകയും തടി ശോഷിച്ചു നെടുതായി വളരുകയും മണ്ടയ്ക്കു കനം കുറഞ്ഞ് കായ്പിനു താമസിക്കയും കുലയിൽ കാപിടിത്തം കുറയുകയും ചാഞ്ഞുനില്ക്കുന്ന നിമിത്തം തെങ്ങു പഴക്കമായി നിന്നു അനുഭവിപ്പാനിടവരാതെ മൂടിളകി വീണുപോകയും ചെയ്യുന്നു.

21. തെങ്ങുംതൈകൾ നടുന്നതിനു സമഭൂമിയായുള്ള പ്രദേശങ്ങളിൽ ഓന്നേകാൽ ഒന്നേമുക്കാൽ കോൽ താഴ്ച്ചയിൽ അത്രയും വിസ്താരത്തിലും, ഉയർന്നസ്ഥലങ്ങളിൽ രണ്ടേകാൽ രണ്ടേമുക്കാൽ കോൽ താഴ്ച്ചയിൽ അത്രയും വിസ്താരമായിട്ടും, ജലതീരമായുള്ള താഴ്ന്ന തറകളിൽ വെള്ളത്തിന്റെ സ്ഥിതിപോലെ മുക്കാലും അരയും കോൽ താഴ്ച്ചയിൽ ഒരു കോൽ വിസ്താരത്തിലും കുഴി എടുക്കേണ്ടുന്നതാകുന്നു. ഈ ക്രമത്തിൽ കുറയാതെ കുഴിച്ചു നടുന്ന തെങ്ങുകൾ വളരെക്കാലം ഫലത്തോടുകൂടെ നില്ക്കും. കുഴികൾക്കു താഴ്ച്ചയും വിസ്താരവും കുറഞ്ഞുപോയാൽ കാലക്രമേണ തെങ്ങിന്റെ വേരു മീതെ വന്നു ഫലം കുറകയും പഴക്കമാകുന്നതിനു മുൻപിൽ പിഴുതുവീണുപോകയും ചെയ്യുന്നതാകുന്നു. ഇതുകൂടാതെ ഊറ്റുള്ള തറകളിൽ തേങ്ങയുടെ തൊണ്ടു താഴുന്നതിനുമാത്രം കുഴിച്ചും ചെളിത്തറകളിൽ കുഴി എടുത്തു മണലിട്ടും നികത്തിയും വെള്ളം കേറുന്ന സ്ഥലങ്ങളിൽ മണ്ണുവെട്ടിപ്പൊക്കിയും തൈകൾ നട്ടുവരുന്നു. രണ്ടേകാൽ മൂന്നേകാൽ വർഷവും അതിലധികവും മൂപ്പുചെല്ലുന്ന തൈകൾ നടുവാനുള്ള കുഴികൾക്കു താഴ്ച്ചയും വിസ്താരവും രണ്ടേകാൽ കോലിൽ കുറയാതെ വേണ്ടുന്നതാകുന്നു.

22. തെങ്ങുനടുന്ന വകയ്ക്കു വെട്ടുന്ന കുഴികൾ കുറെ ദിവസം പഴകിയതിൽപ്പിന്നെ തൈകൾ നടുവാനുള്ളതാകകൊണ്ടു 6 മാസത്തിനു മുൻപിൽ കുഴികൾ എടുത്ത് അതിനകത്തു ചവറുകൾ ഇട്ടു ചുട്ടും ചാമ്പൽ മുതലായ ഉരങ്ങൾ ഇട്ടും പഴക്കി പിന്നത്തേതിൽ തൈനട്ടാൽ അധികം ഫലിക്കുന്നതാകുന്നു. അല്ലാത്തപക്ഷം 6 മാസമെങ്കിലും പഴക്കുവാനുള്ളതാണ്. കുഴി എടുത്ത ഉടനെ തൈ നട്ടാൽ പുതുമണ്ണിന്റെ ദൂഷ്യംകൊണ്ടും ചിതലിന്റെയും മറ്റും ഉപദ്രവത്താലും തൈകൾക്കു കേടുണ്ടാകുന്നതു കൂടാതെ വേരു പിടിപ്പാനും നാമ്പുവളരുന്നതിനും വളർച്ചയ്ക്കും താമസപ്പെടുക, തൈകൾ വെളുത്തുപോക, ഓല പഴുക്കുക, പ്രാപ്തി ആയാൽ കാപിടിത്തം കുറക ഇപ്രകാരം ഓരോ ദോഷങ്ങളും സംഭവിക്കും. കുഴി എടുത്ത ഉടനെ തൈകൾ നട്ടു വരുന്നതായിട്ടും അതിൽവച്ചു ബാധകളില്ലെന്നും ഒരുപക്ഷം ഇരിക്കുന്നു. എന്നാൽ

താഴ്ച്ച ആയിട്ടുള്ള തറകളിൽ തൈകൾ നടുന്ന സമയംതന്നെ കുഴി എടുപ്പാനുള്ളതാണ്.

23. പാകിയിരുന്ന സ്ഥലത്തുനിന്നും തൈകൾ ഇളക്കി എടുത്താൽ അന്നേദിവസംതന്നെ നടുവാനുള്ളതാകുന്നു. അങ്ങനെ ഉടനെ നടുന്ന തൈകൾ വാടി ക്ഷീണിക്കാതെ ഒരു മാസത്തിനകം വേരിറങ്ങി നാമ്പു വന്നു ക്രമത്തിൽ പ്രാപ്തിയായി അധികം ഫലിക്കുന്നതായിരിക്കും. ഇളക്കിയ ഉടനെ നടുന്നതിനു പാടില്ലാതെ തീരുന്നതാകയാൽ വാടിപ്പോകാതെ സൂക്ഷിച്ചു മൂന്നോ നാലോ ദിവസം കഴിഞ്ഞും അതുകൂടാതെ മണ്ണിൽ കുഴിച്ചുവച്ചു വെള്ളം ഒഴിച്ചും തണലിട്ടു 10 ദിവസംവരെ താമസിച്ചും നട്ടുവരുന്നു. അങ്ങനെ അധികം താമസിക്കുന്നതിൽ ചില തൈകൾ വാടി പട്ടുപോകയും നാമ്പു വരുന്നതിനു വളരെ താമസിക്കയും പ്രാപ്തി ആയാൽ ആ തെങ്ങുകളുടെ ഓല മുതലായതു പഴുപ്പായിരിക്കയും ചെയ്യുന്നതാകുന്നു.

24. തെങ്ങു നടുന്നതിനു വിസ്താരത്തിൽ വെട്ടി ഇടുന്ന വലിയ കുഴികളുടെ മദ്ധ്യത്തിൽ ചെറുതായിട്ടു ഓരോ കുഴികൾ തുരന്നു അതിൽ ഉപ്പുചേർത്ത ചാമ്പലിട്ടു മണ്ണുമായി യോജിപ്പിച്ച് തൈയുടെ തൊണ്ടു താന്നിരിപ്പാൻ തക്കതായ തടം ഉണ്ടാക്കി തൈവച്ചു ആ മണ്ണുതന്നെ നാലു വശത്തും മണ്ടയിൽ വീഴാതെ, മുകളിലും ഇട്ടു ഉറപ്പിച്ചു വെള്ളം ഒഴിച്ചു വെയിൽ കൊള്ളാതെ തണലുകൾ ഇടേണ്ടുന്നതാകുന്നു. മണൽ കുറയുന്ന തറകളിൽ ഉപ്പും ചാമ്പലും മണലുമായി ചേർത്തും കടൽവാരങ്ങളിലും ഓരുള്ള തറകളിലും ചാമ്പൽ തനിച്ചും ചെളിത്തറകളിൽ മണൽ തനിച്ചും ഇട്ടു മേൽപ്രകാരം തൈകൾ നടണം. തൈകൾക്കു തല്ക്കാലം ഉള്ള വേരുകൾ, നട്ടതിന്റെ ശേഷം, കേടുവന്നു പിന്നീടു പുത്തൻവേരിറങ്ങുന്നതാകകൊണ്ടു അതിലേക്കു താമസപ്പെടാതെയിരിപ്പാൻവേണ്ടി തൈകളുടെ വേരുകൾ അശേഷം മുറിച്ചും നടുന്നുണ്ട്. ചിതലിന്റെ ഉപദ്രവം വരാതെയിരിപ്പാൻ മഞ്ഞളോ കൂവക്കിഴങ്ങോ തൈകളുടെ ചുവട്ടിൽ കൂടെ ചിലരു നട്ടുവരുന്നു.

25. തൈകൾ നട്ടാൽ 6 മാസംവരെ വെയിൽ തട്ടാതെ തണലുകൾ ഇട്ടു സൂക്ഷിപ്പാനുള്ളതാകുന്നു. ആയതു ചെയ്തില്ലെന്നുവരികിൽ തൈകളുടെ ഓലയും മണ്ടയും വാടി ഉണങ്ങിപ്പോകുന്നതിനും വേരുറച്ചു നാമ്പു വന്നാലും വളരെദിവസം ക്ഷീണിച്ചു നില്പാനും ഇടവരുന്നതാകുന്നു.

26. നടുന്ന തൈകൾക്കു ഒരുമാസംവരെ ദിവസംപ്രതി കാലത്തും വൈകിട്ടും രണ്ടുനേരവും പിന്നീടു 6 മാസമാകുന്നതുവരേക്കോ വർഷകാലം തുടങ്ങുന്നതുവരേക്കോ ദിവസം ഓരോ നേരവും അതിന്റെ ശേഷം മൂന്നു സംവത്സരമാകുന്നതുവരെ കുഴി ഉണങ്ങാതെയിരിപ്പാൻ തക്കവണ്ണം രണ്ടോ മൂന്നോ ദിവസത്തിൽ ഒരിക്കലും ഉയർന്ന തറകളിൽ നടുന്ന തൈകൾക്കു മേൽപ്രകാരം ഒഴിക്കുന്നതുകൂടാതെ കൂമ്പുവരുന്നതുവരെ വേനൽക്കാലങ്ങളിലും താഴ്ന്നതറകളിൽ അധികം ഉണക്ക് ഉണ്ടാകുന്ന

തല്ലായ്കകൊണ്ട് ആ സ്ഥലങ്ങളിൽ നടുന്നതിന് ഒരുമാസംവരെ ദിവസം ഓരോനേരവും പിന്നീടു ആവശ്യംപോലെ ഒരു വർഷംവരേക്കും വെള്ളം ഒഴിക്കണം. കുഴിയിൽ അധികം ഉണക്കു പറ്റാതെയിരിപ്പാനായി കൈത ഓലയോ ചിതലിനു വിരോധമായുള്ള കഴകളോ, തൈകളുടെ മൂട്ടിൽ ഇടുവാനുള്ളതാകുന്നു.

27. തെങ്ങുംതൈകൾ നട്ടാൽ ആദ്യത്തെ വർഷം ഉപ്പ്, ചാമ്പൽ, ഉമി, ആട്ടുരം, കൈതഓല വക ഉരങ്ങളും, രണ്ടാംവർഷം ചാമ്പൽ, ചമ്പ, കൈതമണ്ട, കൈതഓല, ഉതളക്കുഴ, കതമ്പച്ചേറു, എരുമച്ചാണകപ്പൊടി, ചവറുകൾ ഇങ്ങനെ ഓരോ വക ഉരങ്ങളും ഉരങ്ങൾ തന്നെ മൂന്നാം വർഷം മുതൽക്കും ഇടുവാനുള്ളതാകുന്നു.

28. അധികമായിട്ടു ഓരോവക ഉരങ്ങൾ ഇട്ടാൽ തൈകളുടെ മൂടു വണ്ണിച്ചു മണ്ടക്കനം കുറഞ്ഞുപോകുന്നതിനും അഴുകുന്ന ഉരങ്ങൾ പുഴുത്തു കൃമി ഉണ്ടായി വേരുകൾക്കു കേടുവരുത്തുവാനും ഹേതുവായിട്ടു തീരുമെന്നും നടുന്നതു മുതൽ രണ്ട് വർഷംവരെ മാസംതോറും ചാമ്പലിടുന്നതുപോലെ ഉള്ള ഗുണം മറ്റുള്ള ഉരങ്ങൾക്കു ഇല്ലെന്നും ചാമ്പലിടുന്ന തെങ്ങുകൾ നിർദ്ദോഷമായി വളർന്നു അധികം ഫലിക്കുമെന്നും ഒരുപക്ഷം ഉണ്ട്. അത് ശരിയായിരിക്കാം.[9]

29. നടുന്ന തൈകൾക്കു വേരുറച്ചു നാമ്പുകൾ വന്നുതുടങ്ങിയാൽ ഒരു വർഷമാകുന്നതുവരെ മാസത്തിൽ ഒരുതവണ മൂടുകളിലെ മണ്ണിളക്കി ചാമ്പലിടുകയും രണ്ടാംവർഷംമുതൽക്കു ആണ്ടുതോറും മേടമാസത്തിലോ ഇടവമാസത്തിൽ വർഷം തുടങ്ങുന്നതിനു മുൻപിലൊ തൈമൂടുകൾ വിസ്താരത്തിൽ തോണ്ടി മുൻവകുപ്പിൽ പറഞ്ഞിട്ടുള്ള ഉരങ്ങളൊ കൂടുന്നിടത്തോളം അധികമായിട്ടു ചാമ്പലോ ഇടുകയും വർഷകാലം കഴിഞ്ഞതിൽപ്പിന്നെ തുലാമാസം ഒടുക്കമോ വൃശ്ചികമാസത്തിലോ കിളച്ചുമൂടുകയും ചെയ്യണം. എന്നാൽ കുഴികൾക്കു ആദ്യത്തിലുള്ള താഴ്ച്ച തൈകൾ പ്രാപ്തിയാകുംതോറും ക്രമേണ നികരുവാനുള്ളതാകകൊണ്ടു അതിനുതക്കവണ്ണം കിളച്ചു നിരത്തേണ്ടുന്നതാകുന്നു.

ഇതിന്മണ്ണം മൂടുകുഴിച്ചും ഉരമിട്ടും കിളച്ചുനിരത്തുന്നതായാൽ ചുവട്ടിൽ പരപ്പായിട്ടു ഉണ്ടാകുന്ന വേർപ്പൊറ്റകളും തൈകളുടെ മൂട്ടിൽ ബാധിക്കുന്നതായ അന്യ വൃക്ഷങ്ങളുടെ വേരുകളും അറ്റു ഉരപിടിച്ചു നല്ല വേരുകൾ പുറപ്പെട്ടു മൂടുറയ്ക്കയും ഉണക്കുതട്ടാതെയും ജന്തുക്കളുടെ ഉപദ്രവം കൂടാതെയും വേഗത്തിൽ വളരുകയും മണ്ടയ്ക്കു കനവും വിരിച്ചിലും ഉണ്ടായി നല്ലതിന്മണ്ണം ഫലിക്കുകയും ചെയ്യുന്നതായിരിക്കും.

30. തെങ്ങുംതൈകളുടെ ഓലകൾ കന്നുകാലികൾ തിന്നു ചേതം വരുത്തുന്നത് വളരെ ബാധകമായിട്ടുള്ളതാകകൊണ്ടു ഒരിക്കലും അതിനിടവരാതെ പ്രത്യേകം സൂക്ഷിക്കേണ്ടുന്നതാകുന്നു.

ഇതിൽവച്ചു തൈകൾക്കു അധികം ദോഷം തട്ടി ക്രമത്തിനു നാമ്പു വരാതെ മണ്ട അടച്ചുപോകയും വളരെക്കാലം ചെന്നാലും പ്രാപ്തി

ആകാതെയും ശക്തിയില്ലാതെയും തൈകൾ വിളറി ക്ഷീണിച്ചു നില്ക്കയും വളർന്നാൽ മണ്ട ശോഷിച്ചു അനുഭവക്കുറവു വരികയും ചെയ്യുന്നു.

31. തൈകൾക്കു ഓല വിരിഞ്ഞാൽ കൂമ്പു വരുന്നതുവരെ മാസത്തിൽ ഒരുതവണ മടലുകൾ ചവുട്ടി അകറ്റുകയും മൂന്ന് മാസത്തിൽ ഒരിക്കൽ മണ്ടയിൽ പുഴുക്കളോ മറ്റോ ഉണ്ടോ എന്നു ശോധനചെയ്തു ഉപ്പും ചാമ്പലും മണലും ഇടുകയും കായ്പു തുടങ്ങിയ തെങ്ങുകൾക്കു തേങ്ങാ പറിക്കുന്ന സമയങ്ങളിൽ മണ്ടയിൽ അധികമായിട്ടുള്ള കൊതുമ്പുകൾ, ചൂട്ട്, ഉണങ്ങിയ കുലഞ്ഞിൽ, ചവറുകൾ ഇങ്ങനെയുള്ളതൊക്കെയും കളഞ്ഞു വൃത്തിയാക്കി ചെല്ലി മുതലായ ജന്തുക്കൾ ഉണ്ടായിരുന്നാൽ എടുപ്പിക്കയും ഇടവം, തുലാം ഈ രണ്ടുമാസങ്ങളിലും വർഷം തുടങ്ങുമ്പോൾ മേൽപ്രകാരം ഉപ്പും ചാമ്പലും മണലുംകൂടി മണ്ടയിൽ ഇടുവിക്കയുംചെയ്യണം.[9] അതിൻവണ്ണം ചെയ്യാതെയിരുന്നാൽ മണ്ടയ്ക്ക് കനം കുറക, ജന്തുക്കൾ കേറി കേടുവരുത്തുക, തൈകൾ നെടുതായിട്ടു വളരുക, കൂമ്പു വരുന്നതിനു താമസിക്ക, വെള്ളയ്ക്കാപൊഴിക ഇങ്ങനെ ഓരോദോഷങ്ങൾ സംഭവിക്കുന്നു.

32. തൈകൾക്കും പ്രാപ്തിയായ തെങ്ങുകൾക്കും മണ്ടയിൽ ചെള്ളു, കരുഞ്ചെള്ളു, ചെല്ലി, കരിച്ച, വണ്ട്, കുടപ്പുഴുവു, ഓലപ്പുഴുവു, മണ്ടപ്പുഴുവു ഇങ്ങനെ ഓരോജന്തുക്കൾ വന്നുപറ്റി നാമ്പു മുതലായതുതിന്നും, മണ്ട തുരന്നും മറ്റും പലവിധത്തിലും കേടുകൾ വരുത്തിയും തടിപ്പുഴുവു കേറി ഉള്ളുതുരന്നു ചെതപ്പടുത്തിയും കുണ്ടലുപ്പുഴുവു, ചെള്ള്, ചിതൽ മുതലായതു തെങ്ങിന്റെ വേരുകളും മൂടും കേടുവരുത്തിയും തെങ്ങുകൾ പട്ടുപോകുന്നു. അപ്രകാരം ബാധകങ്ങൾ വരുന്നതു മുൻപിൽകൂട്ടി അറിഞ്ഞു ചെല്ലി മുതലായ ജന്തുക്കളെ ഇരുമ്പായുധങ്ങൾ കൊണ്ടു കുത്തി എടുത്തുകളഞ്ഞു തുരന്നിട്ടുള്ള ദ്വാരങ്ങളിലും മണ്ടയിലും ഉപ്പും ചാമ്പലും മണലും കൂടെ ഇട്ടു ചെലുത്തുകയും ഉപ്പും ചാമ്പലും കലക്കി ഒഴിക്കയും കഠിനമായ വാടകൾ ഉള്ള വേപ്പില, പാഞ്ചിയില, ഉള്ളി ഇങ്ങനെ ഉള്ള വകകൾ ചതച്ചു മണ്ടയിൽ വെപ്പിക്കയും, കൂമ്പുവന്ന തെങ്ങുകൾ ചെത്തിക്കയും ചെയ്താൽ മണ്ടയിൽ ഉണ്ടാകുന്ന ഉപദ്രവങ്ങളും; തെങ്ങിന്റെ മൂടുകൾ കിളച്ചു ഉപ്പു, ചാമ്പൽ, മണൽ, കക്കാ, എരുമച്ചാണകം, കൈത ഓല ഇപ്രകാരം ഉള്ള വകകൾ ഇടുകയോ, ഉപ്പും ചുണ്ണാമ്പും കലക്കി ഒഴിക്കയോ ചെയ്യുന്നതുകൂടാതെ പുരയിടത്തിൽ ആട്ടിനെയും ഇടുവിച്ചാൽ ചുവട്ടിൽ ബാധിക്കുന്ന ജന്തുക്കളും മാറുന്നതാകുന്നു.9

33. 31–ാം വകുപ്പിൽ പറഞ്ഞിട്ടുള്ളതുപോലെ അതാതു സമയത്തു മണ്ടകൾ ശോധന ചെയ്തു വൃത്തിയാക്കി ഉപ്പും ചാമ്പലും മണലും ഇടുകയും 29–താമത്തെ വകുപ്പും പ്രകാരം ഇടവം, തുലാം ഈ മാസങ്ങളിൽ മൂടുതോണ്ടി ചാമ്പൽ മുതലായതു ഇട്ടു കിളെച്ചു മൂടുകയും

അതുകൂടാതെ ആണ്ടുതോറും പുരയിടം കാടുപിടിക്കാതെ കിളച്ചു ആട്ടിനെ ഇടുവിക്കയും തെങ്ങുകളുടെ മൂട്ടിൽ പതിവായിട്ടു ചാമ്പൽ കിടക്കയും ചെയ്താൽ ചെല്ലി, പുഴുക്കൾ മുതലായ ജന്തുക്കളുടെ ഉപദ്രവം ഉണ്ടാകുന്നതല്ല.

34. തെങ്ങുകൾ നട്ടിരിക്കുന്നതിനു സമീപത്തുള്ള പന, പിലാവു, മാവ്, പുളി, പുന്ന മുതലായ വൃക്ഷങ്ങൾ നില്ക്കയും, കാപ്പി, പരുത്തി, മുളകുകൊടി, കാച്ചിൽ, മരച്ചീനി, ഇതുകളും മുതിര, ഉഴുന്നു, ചാമ മുതലായ ധാന്യങ്ങളും കൃഷിചെയ്കയും ചെയ്യുന്നതു തെങ്ങിനു ബാധകമായിട്ടുള്ളതാണ്. അങ്ങനെ അന്യവൃക്ഷങ്ങൾ നിന്നാൽ തെങ്ങുകൾ ചാഞ്ഞുപോകയും തലനേർത്തുനെടുതായിവളർന്നു കായ്പിനു താമസിക്കയും അനുഭവം ചുരുക്കമാകയും ചെയ്യുന്നതുകൂടാതെ മേൽപ്രകാരം ഉള്ള വൃക്ഷങ്ങളും കൃഷികളും തെങ്ങുകളുടെമൂട്ടിലെ ഉരങ്ങളെ ആകർഷിക്കുന്നതിനും ഇടയാകുന്നു.

35. കമുകു, വാഴ, ചേന, ചേമ്പു, ചെറുകിഴങ്ങു, പയറു, സസ്യങ്ങൾ ഇങ്ങനെ ഉള്ളവ തെങ്ങുകൾക്കു അധികം ബാധകപ്പെടുന്നില്ല.[10]

36. തെങ്ങുംതൈകൾ നല്ലതായിട്ടുള്ള തറകളിൽ നട്ടു മേല്പറഞ്ഞിട്ടുള്ള ക്രമങ്ങൾ പ്രകാരം പരിപാലിച്ചു സൂക്ഷിക്കുന്നതായാൽ നടുന്ന നാൾമുതൽ ഒരുവർഷം തികയുമ്പോൾ അതിന്റെ ഓലകളുടെ അഗ്രം ക്രമേണ വിടർന്നു തുടങ്ങി രണ്ടാമത്തെ സംവത്സരം കൊണ്ടു ഓല മുഴുവനും വിരിഞ്ഞു കണക്കോലത്തരവും മടലുകൾ മൂന്നു വിരൽ വണ്ണവും പിന്നീടു മൂന്നാംവർഷത്തിൽ മണ്ടയിൽ ചൂട്ടുപറ്റി മടലിന്റെ മൂടുകൾ കുതിരക്കുളമ്പിന്റെ മാതിരിയും ആയിവരും. നാലാംവർഷത്തിൽ മണ്ണിനു താഴെ തട്ടിവച്ചു തൈയുടെ മൂടു ആനച്ചുവടിന്റെ ഭാഷയായി മണ്ട വിരിഞ്ഞു 12 മടൽവരെ നാലുവശത്തും ചാഞ്ഞുനില്ക്കയും 5–ാം സംവത്സരത്തിൽ തറയ്ക്കുമേൽ തടിവന്നു 24 മടൽവരെ ഉണ്ടാകയും ചെയ്യുന്നു. അതിനുമേൽ തടി വളർന്നു മണ്ട കനത്തു പുഷ്ടിയാകും, കായ്പ് അടുക്കുമ്പോൾ 32 മടൽ വരും. വെയിലും കാറ്റും ഓരും ആൾസഞ്ചാരവും ഉള്ള മണൽ തറകളിൽ ആയാൽ 3 വർഷംകൊണ്ടു മുകളിൽ തടിവന്നു വേഗത്തിൽ ഫലപ്പെടുന്നു. ചില തെങ്ങു അകാരണമായി ക്ഷയിച്ചുപോകുന്നു.[11] ഉയർന്ന സ്ഥലങ്ങളിൽ മൂന്നും നാലും വർഷത്തിനുമേൽ അല്ലാതെ കണക്കോല മുതലായ തരഭേദങ്ങൾ ഉണ്ടാകുന്നില്ല.

37. സമ ഭൂമിയായുള്ള മണൽപ്രദേശങ്ങളിൽ നടുന്ന തൈകൾക്കു 6–ാം സംവത്സരത്തിലും കായൽവാരം മുതലായ താഴ്ന്ന തറകളിലും പ്രയത്നപ്പെടുന്നതുപോലെ മറ്റുള്ള സ്ഥലത്തും ഒന്നും രണ്ടും വർഷത്തിനു മുൻപേ കൂട്ടിയും പൊക്കമായിട്ടുള്ള ഓരോ തറകളിൽ 7 വർഷം മുതൽ 15 വർഷംവരെ താമസിച്ചും കൂമ്പു വരുന്നു. കൂമ്പുവരുന്ന സമയത്തെ വളർച്ച പലവിധത്തിലും ഇരിക്കുന്നു. തറയുടെ ഗുണവും താഴ്ചയുംപോലെ ഒരു ചാണ തടി മുതൽക്കു പൊക്കം ഉണ്ടായിരിക്കും.

അധികം ഉയർന്ന സ്ഥലങ്ങളിൽ രണ്ടാൾ പൊക്കംവരെ കിളരുന്നുണ്ട്. കൂമ്പുവരുന്ന തെങ്ങുകൾക്കു അടുത്ത ആണ്ടുമുതൽ കായ്പു തുടങ്ങുകയും 4–ാം വർഷത്തിനകം നല്ലതിന്മണ്ണം അനുഭവം ഉണ്ടാകയും ചെയ്യുന്നതായിരിക്കും.

38. തെങ്ങുകളിൽ ഉണ്ടാകുന്ന കൂമ്പുകൾ വിടർന്നു വെള്ളയ്ക്ക പിടിച്ചു 6 മാസത്തിനകം കരിക്കും പിന്നീട് 6 മാസംകൊണ്ടു തേങ്ങയും ആകുന്നു. വേനൽ അധികമായിരുന്നാൽ കരിക്കുകൾ നേരത്തെ മൂക്കുന്നതായിരിക്കും.

39. സാമാന്യമായുള്ള സ്ഥലങ്ങളിൽനില്ക്കുന്ന ഓരോ തെങ്ങുകളിൽ ആണ്ടൊന്നിനു ശരാശരിക്കു 120 തേങ്ങവരെ ഉണ്ടാകുന്നതാകുന്നു. താഴ്ചയായിട്ടും മറ്റും ഉള്ള നല്ല മണൽതറകളിൽ 180–200 വരെ കായ്ക്കുന്നതായിരിക്കും. ഉയർന്നപ്രദേശങ്ങളിൽ 80–60 അതിൽ ചുരുക്കമായിട്ടും ഉണ്ടാകുന്നു.

40. തെങ്ങുകളിൽ എല്ലാസമയത്തെക്കായിലും മകരം, കുംഭം, മീനം, മേടം, ഇടവം ഈ മാസങ്ങളിൽ അധികമായി അനുഭവം കിട്ടുന്നതാകുന്നു.

41. സമുദ്രതീരം, കായൽവാരം മുതലായ താഴ്ച്ചത്തറകളിൽ നില്ക്കുന്ന തെങ്ങുകളിൽനിന്ന് ആണ്ടിൽ 8–10 തവണയായിട്ടും മറ്റുള്ള സ്ഥലങ്ങളിൽ 6 തവണ ആയും അനുഭവം എടുത്തുവരുന്നു.

42. ഒന്നാംതരമായുള്ള 100 തേങ്ങകളിൽനിന്നു 1 പറയും 1 പറ രണ്ടേകാൽ അതിൽ താഴ്ന്ന തരങ്ങളിൽനിന്ന് 9 ഇടങ്ങഴി മുതൽ 3 ഇടങ്ങഴി വരെ ക്രമേണ കുറവായിട്ടും വെളിച്ചെണ്ണ എടുക്കുന്നു. ഓര അധികമുള്ള പ്രദേശങ്ങളിൽ ഉണ്ടാകുന്ന തേങ്ങയ്ക്കു എണ്ണ ചുരുക്കമായിരിക്കും.[12]

43. തെങ്ങുകൾക്കു കൂമ്പുവന്നു ആദ്യം കായ്പു തുടങ്ങിയാൽ മേടമാസം മുതൽ തുലാം മാസംവരെ വർഷക്കാലം 6 മാസവും താഴ്ചയുള്ള പ്രദേശങ്ങളിൽ അപൂർവ്വമായി 12 മാസവും തെങ്ങുകൾ ചെത്തി കള്ളെടുത്തു ചാരായം വാറ്റുന്നു. ചില സ്ഥലങ്ങളിൽ കായ്പിന്റെ അനുഭവങ്ങളെ ഉപേക്ഷിച്ചു ഈ വേല പതിവായിട്ടും ചെയ്യുന്നുണ്ട്. മണ്ടക്കനം ഉള്ള സമയം കൊന്നത്തെങ്ങുകളെയും ചെത്തിവരുന്നു.[13]മേൽപ്രകാരം കൂമ്പുവന്ന ഉടനെ ആരംഭിച്ചു 6 മാസം ചെത്തിനിർത്തുന്നതായാൽ ആ തെങ്ങുകൾക്കു പിന്നീടു അധികമായി കൂമ്പുകൾ വന്നു വളരെ ഫലം ഉണ്ടാകയും കായ്പു കുറയുന്നതായിട്ടും വെള്ളയ്ക്ക പൊഴിയുന്നതായും ചെള്ളു മുതലായതിന്റെ ഉപദ്രവങ്ങളാലും അനുഭവക്കുറവിനിടവന്നിട്ടുള്ള തെങ്ങുകൾക്കും മറ്റും തല്ക്കാലം ഉള്ള ദോഷങ്ങൾമാറി വളരെഗുണം സംഭവിക്കയും ചെയ്യുന്നു. എന്നാൽ ആദ്യമേ മണ്ടക്കനവും അധികം കായ്പും ഉള്ള തെങ്ങുകൾ ചെത്തിയാൽ അതുകളും മുൻപിൽ ചെത്തിയ തെങ്ങ് 5 വർഷം കഴിയുമ്പോൾ പിന്നീടും 6 മാസം ചെത്തിക്കാതെ ഇരുന്നാൽ ആ തെങ്ങുകളും മണ്ട ശോഷിച്ചു ക്ഷീണപ്പെട്ടു കായ്പു തീരെ

മാറിപ്പോകയും പതിവായി ചെത്തുന്ന തെങ്ങുകൾ ദീർഘമായി നില്ക്കാതെ ക്ഷീണിച്ചും, അതുകൂടാതെ ചെത്തുന്ന സമയങ്ങളിൽ കൈമോശത്താൽ മണ്ടയിൽ കള്ളു വീഴുന്നു എങ്കിൽ പുഴുത്തു കൃമികൾ വർദ്ധിച്ചു മണ്ടയ്ക്കു കേടുവന്നു വേഗത്തിൽ പട്ടുപോകയും ചെയ്യുന്നു. തെങ്ങിൽ തൊടികൾ വെട്ടുന്നതും ബാധകമാണ്. ചെത്തുന്ന തെങ്ങ് മറ്റുള്ള തെങ്ങുകളെപ്പോലെ അധികം പഴക്കമായി നില്ക്കുന്നതുമില്ല.

44. തെങ്ങുചെത്തുന്നതിൽ കൂമ്പുകൾ ചേതപ്പെട്ടു പോകുന്നതാകയാൽ ആ സമയം കരിക്കും തേങ്ങയും ഉണ്ടാകുന്നതല്ല. എന്നാൽ കൂമ്പുകളിൽ ചിലതു മുഴുവനുമോ പാതിയൊ ചെത്താതെ നിർത്തുന്നതായാൽ അതുകളിലും ചെത്തു തുടങ്ങുന്നതിനു മുൻപിൽ വിടർന്നു കുലകളിലും ഫലങ്ങൾ ഉണ്ടാകും.

45. ഒരു തെങ്ങു ഒരാണ്ടിൽ ചെത്തിയാൽ അഞ്ചുപറ ചാരായത്തിനു വേണ്ടുന്ന കള്ള് ഉണ്ടാകുന്നു. താഴ്ന്നതരം തെങ്ങുകൾക്കു ഇതിൽ കുറവായിരിക്കും. അധികം പുഷ്ടിയായി നില്ക്കുന്ന ഓരോ തെങ്ങുകൾ ചെത്തി വാറ്റിയാൽ എട്ടും പത്തും പറ ചാരായം വീതവും കിട്ടുന്നതാണ്.

46. തെങ്ങുകളിൽനിന്ന് കരിക്കു പറിക്കുന്നതിനാൽ പിന്നീടു മണ്ടകൾ പുഷ്ടിയായി വണ്ണിച്ചു വലുതായിട്ടുള്ള കൂമ്പുകൾ വേഗം വരികയും വെള്ളയ്ക്കാ പൊഴിയാതെ കുല തികച്ചും അധികമായി കായ്ക്കയും ചെയ്യുന്നുണ്ട്. കരിക്കു കുലയോടുകൂടി വെട്ടുന്നതായാൽ തെങ്ങിനു ബാധകപ്പെടുന്നതായിരിക്കും. ഇപ്രകാരം കരിക്കായിട്ടു വെട്ടുന്നതു പഴക്കത്തിൽ തെങ്ങിന്റെ മണ്ട ശോഷിക്കുന്നതിനു ഹേതുവായിവരുമെന്നു ഒരു പക്ഷം ഉള്ളതാകുന്നു.

47. ഓരോ തെങ്ങുകളിൽ ആണ്ടൊന്നിനു 12 ഉം 10 ഉം 8 ഉം മടൽവീതം പഴുക്കുന്നതാകുന്നു. വേനൽക്കാലങ്ങളിലാണ് അധികം പഴുക്കുന്നത്.

48. പച്ചമടലുകൾ വെട്ടി എടുത്താൽ അടുത്ത മടലുകൾക്ക് ക്രമേണ പഴുപ്പു പറ്റി അതുകളും വീണു മണ്ട ശോഷിച്ചുപോകുന്നതിനും കൂമ്പു വരാതെ ആയി കായ്പ് തീരെ മാറുന്നതിനും എടവരുന്നതാകക്കൊണ്ടു തെങ്ങിൽനിന്നു താനെ പഴുക്കുന്ന മടലുകൾ മാത്രം വെട്ടി എടുപ്പാനുള്ളതാകുന്നു. തുമ്പു പഴുക്കുന്ന മടലുകൾ ഒരുകോൽ നീളത്തിലധികം മണ്ടയിൽ നിർത്തി വെട്ടി എടുക്കുന്നതായാൽ അധികം ഉണക്കു തട്ടുന്നതല്ല.

49. തെങ്ങുകൾ മുപ്പതു മാതിരിയിൽ ഉണ്ട്. അതുകളുടെ പേരും പ്രത്യേകമായുള്ള ലക്ഷണങ്ങളും താഴെപ്പറയുന്നു.[14]

പേരുകൾ	ലക്ഷണങ്ങൾ
പച്ചത്തെങ്ങ്	– തേങ്ങയുടെ തൊണ്ടും മടൽ മുതലായതും പച്ചനിറമായിരിക്കും.
കരുന്തെങ്ങ്	– അല്പം ഇരുണ്ട പച്ചനിറം.

നാട്ടുതെങ്ങ്	– തേങ്ങയുടെ തൊണ്ട് കുറയെ മഞ്ഞ നിറം സംബന്ധിച്ചിരിക്കും.
ഗൗളീപാത്രത്തെങ്ങ്	– തേങ്ങ, മടൽ, കൂമ്പ് മുതലായതിനു മഞ്ഞനിറം.
ഗൗളീപാത്രത്തെങ്ങ്	– വെള്ളനിറം.
ചെന്തെങ്ങ്	– തേങ്ങയുടെ പുറം ചുവപ്പായിരിക്കും
ചെന്തെങ്ങ്	– തേങ്ങയുടെ പുറവും മടൽ മുതലായതും ചുവപ്പ്.
ചൊരുമ്പത്തെങ്ങ്	– തേങ്ങയുടെ തൊണ്ടിപ്പുറവും പുറവും മടൽ മുതലായതും ചുവപ്പായിരിക്കും.
സൂര്യകാന്തത്തെങ്ങ്	– തേങ്ങ ചുവന്നും ചെറുതായിട്ടും ഇരിക്കും.
വെള്ളത്തെങ്ങ്	– തേങ്ങയും മടലും കുറെ വെളുപ്പായിരിക്കും.
പാൽത്തെങ്ങ്	– തേങ്ങയും മടലും വെളുത്തനിറം.
നെടുവരിയൻ തെങ്ങ്	– തേങ്ങനീളമായും വരിപ്പു പൊങ്ങിയുമിരിക്കും.
കഞ്ചാവുതെങ്ങ്	– തേങ്ങ നീളമായിട്ടും മുഖം തുടിച്ചും മൂടു കൂർത്തും ഇരിക്കും.
ഊരത്തെങ്ങ്	– തേങ്ങ കൂർത്തിരിക്കും.
ഉരുളൻതെങ്ങ്	– തേങ്ങഉരുണ്ടും കുലയിൽ എണ്ണം അധികവും.
മണിയൻതെങ്ങ്	– തേങ്ങ ചെറുതും കുലയിൽ അധികവും
കൂരിത്തെങ്ങ്	– തേങ്ങയും ഓലയും ചെറുതായിട്ടും കുലയിൽ കാ അധികമായിരിക്കും.
തുടവൻതെങ്ങ്	– തേങ്ങ വലുതായും കുലയിൽ കുറഞ്ഞും.
തുടത്തിത്തെങ്ങ്	– തേങ്ങയുടെ കണ്ണു വലുതായിട്ടും കുലയിൽ കുറഞ്ഞും എണ്ണം അധികമായും ഇരിക്കും.
ആൺതെങ്ങ്	– ഓല വിരിയാതെ ഇരിക്കും.
ശീമത്തെങ്ങ്	– തേങ്ങാക്കൂമ്പ് മുതലായതിനു ചുവന്നനിറം.
ദ്വീപൻതെങ്ങ്	– മേൽപ്രകാരം തന്നെ.
പറങ്കിത്തെങ്ങ്	– തേങ്ങ മുതലായവ കടുത്ത ചുവപ്പായിരിക്കും.
ഈഴത്തെങ്ങ്	– തേങ്ങ ചുവപ്പായിട്ടും വലുതായും കുലയിൽ കുറഞ്ഞും മടൽ മുതലായതു അല്പം നീലനിറം സംബന്ധിച്ചും ഇരിക്കും.
ഉലത്തത്തെങ്ങ്	– തേങ്ങ മുതലായതു പഴുക്കാനിറം
ഗോപത്തെങ്ങ്	– കുലയിൽ രണ്ടുകായിലധികം കായ്ക്കയില്ല, പച്ചനിറം.
ജായ്ക്കാണത്തെങ്ങ്	– തേങ്ങ വലുതായും കുലയിൽ കുറഞ്ഞും
പാളയംകോട്ടുതെങ്ങ്	– മടൽ മുതലായതു വെളുപ്പു സംബന്ധിച്ചിരിക്കും.

കപ്പൽതെങ്ങ് – തടിയും ഓലയും മടലും ചെറുതായും കറുപ്പായിട്ടും ഇരിക്കും.
മാൽമിതെങ്ങ് – തേങ്ങയ്ക്കു വെളുപ്പും നീലയും സംബന്ധിച്ച നിറമായിരിക്കും.

50. എല്ലാമാതിരി തെങ്ങുകൾക്കും ഓരോ സമയങ്ങളിൽ ചെയ്വാനുള്ള സംരക്ഷണകൾ ശരിയായിട്ടു ചെയ്യുന്നതായാൽ ആ പ്രയത്നത്തിനു തക്കവണ്ണം ഏതുജാതി തെങ്ങും കായ്ക്കുന്നു എങ്കിലും അധികം ഫലപ്പെടുന്നതു സാധാരണയായുള്ള കരുന്തെങ്ങും ചെന്തെങ്ങും ആകുന്നു.

51. നല്ലതായിട്ടു തറകളിൽ നടുന്ന തൈകൾ 100 വർഷവും ഉയർന്ന സ്ഥലങ്ങളിൽ 80 – 60 സംവത്സരവും വരെ നില്ക്കുന്നുണ്ട്. ഇടക്കാലങ്ങളിൽ യാതൊരു കേടുകളും തട്ടാതെ നിർദോഷമായി 100 വർഷം ശരിയായി നില്ക്കുന്ന തെങ്ങുകൾക്ക് 60 വർഷത്തിനുമേൽ 40 വർഷം ക്രമേണ അനുഭവക്കുറവായിട്ടും വരുന്നതാകുന്നു. അതല്ലാതെ എല്ലാ നാളും കായ്പു ഒരുപോലെ ഇരിക്കുന്നതല്ലാ. ആദ്യം ബാല്യകാലം 10 വർഷം നീക്കി അതിന്നു മേൽ 50 സംവത്സരം പൂർണ്ണമായി ഫലപ്രാപ്തി ഉണ്ടായിരിക്കും.'

കുറിപ്പുകൾ

1. പ്രായോഗികമായ 51 നാട്ടറിവുകളാണ് ഇതിൽ രേഖപ്പെടുത്തിയിട്ടുള്ളത്. ഈ എന്നതിന് എന്നാണ് പഴയലിപിയിൽഎഴുതിയിരുന്നത്.
2. വിത്തുതേങ്ങ തയ്യാറാക്കുന്നതു മുതൽ വിളവുവരെയുള്ള തെങ്ങുകൃഷിവേലകളുടെ ക്രമമാണ് പറയുന്നത്. കൂടാതെ മണ്ണുവൈവിദ്ധ്യം, വിളവൈവിദ്ധ്യം, ജൈവഗുണവൈവിദ്ധ്യം എന്നിങ്ങനെയുള്ള പ്രാദേശിക–പാരമ്പര്യ അറിവുകൾക്ക് പ്രാധാന്യം നല്കിയിരിക്കുന്നു.
3. ആയിരത്തിലധികം 'തടസ്സന്മാ'(തടത്തിന്റെ ഉടമസ്ഥർ) രുടെ അറിവുകൾ ശേഖരിച്ചാണ് ഈ പഠനം തയ്യാറാക്കിയിട്ടുള്ളത്. അനുഭവജ്ഞാനമുള്ള കാരണവന്മാരുടെ ('പരിചയമുള്ളവരും പഴമക്കാരും') അന്യംനിന്നുപോകുന്ന അറിവുകളാണ് ക്രോഡീകരിച്ചിട്ടുള്ളത്. നാട്ടറിവുകളുടെ ഇത്തരം രേഖകൾ ജനിതകവിഭവങ്ങളുടെ പാറ്റന്റിങ്ങിന് സഹായകമാകുന്നുവെന്നതാണ് സമകാലിക പ്രസക്തി. ബൗദ്ധിക സ്വത്തവകാശം, സൂയി ജനറിസ് (sui generis), ബയോഡൈവേഴ്സിറ്റി രജിസ്റ്റർ എന്നീ സങ്കല്പങ്ങളുണ്ടായത് ആധുനിക കാലത്താണ്. ഒരുജനുസ്സിന്റെ പൂർണ്ണമായ ഗുണാനുഭവങ്ങളും ഫലപ്രാപ്തികളും അഭിവൃദ്ധിയുണ്ടാക്കണമെന്നുള്ള ഉദ്ദേശ്യത്തോടുകൂടി വിവരിക്കുന്നു. ഓരോവിളയുടെയും ജൈവകരുത്തിനെക്കുറിച്ചറിയാമായിരുന്ന നാടൻകർഷകന്റെ ആഴത്തിലുള്ള സാങ്കേതിക അറിവാണിത്.

4. ആദി, പാതി, ഞാലി, പീറ്റ എന്നിങ്ങനെ പ്ലാവ്, തെങ്ങ്, കുരുമുളക്, കമുക് തുടങ്ങിയ ഭക്ഷ്യ-വാണിജ്യ വിളകളുടെ വിത്തുപാകത്തെക്കുറിച്ചു കേരളത്തിൽ പ്രചാരമുള്ള കൃഷിച്ചൊല്ലാണ് ഇത്. പകുതി പ്രായം ചെന്ന തെങ്ങിൽനിന്നാണ് വിത്തെടുക്കേണ്ടത്. അതിന് `പാതിയടൻ' എന്നു പറയും.
5. ഇതിനുസമാനമായ നിർദ്ദേശങ്ങളാണ് *കൃഷിഗീത*യിലും പറയുന്നത്.
'ഇരിക്കട്ടെയിതൊക്കെയുമിങ്ങനെ
പരക്കെച്ചെവി തന്നതു കേട്ടാലും
പന്തീരാണ്ടങ്ങൊരുപോലെ കാച്ചുള്ള
വൻതെങ്ങിന്മേൽ കാ മൂപ്പിച്ചു നിർത്തേണം
വിത്തുതേങ്ങയിറക്കീട്ടു മെല്ലവേ
പച്ചമഞ്ഞളരികേ മുളപ്പിച്ച്
കുണ്ടുള്ള കുഴി കുത്തി മണലിട്ടു
കൊണ്ടിടേണം ലവണം പുരോഭുവി
തിരുവാതിര ഞാറ്റുനില തന്നിൽ
കരത്തോടെ വെച്ചിടേണം തെങ്ങിനെ
ഓരു തട്ടുന്ന ഭൂമിയിലേറ്റവും
പാരിക്കുന്നിതു കേരങ്ങളെത്രയും
പാരമില്ല ചിതലങ്ങു ഭൂമിയി-
ലോരു തട്ടുന്ന ദേശത്തു നിർണ്ണയം
....
തെങ്ങുവെക്കുന്ന മാനുഷരെല്ലാരും
പൊങ്ങിടാതെയിരിക്കുന്നു സ്വർഗ്ഗത്തിൽ' (*കൃഷിഗീത* 63-64)
വിത്തുതേങ്ങകൾ തയ്യാറാക്കേണ്ടതെങ്ങനെയെന്ന് അനുഭവസമ്പന്നരായ കർഷകർക്കറിയാമായിരുന്നുവെന്ന് മലബാർ ഗസറ്റിയറിൽ രേഖപ്പെടുത്തുന്നു (പേ. 219-220). വിത്തുതേങ്ങ മുളപ്പിക്കുന്നതിന് പ്രാദേശിക വ്യത്യാസങ്ങളുണ്ട്.
6. ജൈവവളം
7. നാട്ടറിവുകൾ അന്ധമായി പിന്തുടരാതെ സംവാദത്തിലൂടെയാണ് അതിന്റെ ഫലപ്രാപ്തി (validation)തീരുമാനിച്ചതെന്നും വ്യക്തമാകുന്നു.
8. കേരളത്തിന്റെ മണ്ണിനെപ്പറ്റിയുള്ള സൂക്ഷ്മമായ വിജ്ഞാന(soil science)മാണ് ഇവിടെ കാണുന്നത്. കരിമണൽ അടക്കമുള്ള ജനിതകവിഭവങ്ങളുടെ സംരക്ഷണദൗത്യം ഈ ശേഖരണത്തിൽ കാണാം. മണ്ണിനുയോജിച്ച ഭക്ഷ്യകൃഷിയാണ് നാട്ടിനുചിതമായതെന്ന ആശയം ഇന്ന് ഏറെ പ്രസക്തമാണ്. കാലവർഷം പെരുക്കുന്നതിനുമുമ്പ് തെങ്ങിൻതൈ കുഴികളിൽ വയ്ക്കണം. മുളപൊട്ടി

വളർന്ന തൈ മണ്ണിന്റെ സ്വഭാവമനുസരിച്ച് 3, 6, 11 മാസങ്ങളിൽ നടാം. തെങ്ങു നടുന്നതിനുള്ള കുഴികളുടെ ആഴം, ചുറ്റളവ്, അകലം എന്നിവ ഓരോ സ്ഥലത്തും വ്യത്യസ്തമായിരിക്കും. ചേറുള്ള കരി മണ്ണുള്ള സ്ഥലങ്ങളിൽ രണ്ടടി ആഴവും ചുറ്റളവും ഉള്ള കുഴികളിൽ നടുന്നു. എന്നാൽ പാറപ്പറമ്പുകളിൽ 6 അടി, 9 അടിയുള്ള കുഴികൾ വേണം. ഒരു കുഴിയും അടുത്ത കുഴിയും തമ്മിലുള്ള അകലം നാല്പതു കാലടിയാണ്. സാധാരണ തോട്ടങ്ങളിലാണ് ഇത് പരിപാലിക്കുന്നത്(ഇന്നിസ്, 219–220). മലബാറിൽ ആറ്റുവൈപ്പ്, കരവൈപ്പ് എന്നീ രണ്ടു തരം ഭൂമികൾ ഉണ്ടായിരുന്നു. ഇവയിലാണ് തെങ്ങു വച്ചിരുന്നത്. പുഴയോരത്തുള്ള അറ്റുവെപ്പ് തെങ്ങുകൃഷിയേക്കാൾ പ്രയാസമായിരുന്നു വെട്ടുകല്ലുള്ള പ്രദേശങ്ങളിലെ തെങ്ങുകൃഷി. തെങ്ങ് തോട്ടങ്ങളായി വ്യാപകമായി കൃഷിചെയ്ത് തുടങ്ങിയത് പതിനേഴ്–പതിനെട്ട് നൂറ്റാണ്ടുകളിലായിരിക്കാം. തെങ്ങിൻ തോട്ടനിർമ്മിതി വൈദഗ്ദ്ധ്യം വേണ്ട തൊഴിലാണ്. തടം കൂട്ടുക, ആണിയുണ്ടാക്കുക, ചാലുകോരുക, മൺതിട്ടയുണ്ടാക്കുക തുടങ്ങി മണ്ണുമായി നേരിട്ട് ബന്ധമുള്ള മൺതൊഴിലാളികളുടെ അറിവുകൾ ഈ കൃതിയിൽ സ്വാംശീകരിച്ചിട്ടുണ്ട്. തെങ്ങിൻ തോട്ടങ്ങളിൽ വർഷം കൂടുതലുള്ളതിനാൽ മണ്ണൊലിച്ചു പോകാതിരിക്കാൻ നീളത്തിൽ ചാലുകൾ കീറിയിരുന്നു. ജലസംരക്ഷണത്തിന്റെ ഭാഗമായി പത്തടി താഴ്ച്ചയുള്ള കിടങ്ങുകൾ വരെ വലിയ തോട്ടങ്ങളിലുണ്ട്. ചിലയിടത്ത് മൺകൂനകളാണ് ഉണ്ടാക്കിയിരുന്നത്. ഇവയുടെ ഓരങ്ങൾ ദേശങ്ങളിലെ വഴികൾ കൂടിയായിരുന്നു.

9. ജൈവ കീടനിയന്ത്രണമാർഗ്ഗങ്ങൾ.
10. ഇടവിളകളുടെയും ബഹുവിള സമ്പ്രദായത്തിന്റെയും പ്രാധാന്യം വ്യക്തമാക്കുന്നു.
11. കുതിരക്കുളമ്പ്, ആനച്ചുവട് എന്നിങ്ങനെ തെങ്ങിന്റെ ബാല്യകാലം മുതലുള്ള വളർച്ചയുടെ പരിസ്ഥിതി സൗന്ദര്യബോധമാണിവിടെ ശേഖരിച്ചിട്ടുള്ളത്. കണ്ണാടിപ്രായം എന്നു നാട്ടിൻപുറത്തു പറയും.
12. വെളിച്ചെണ്ണയുടെ പ്രാധാന്യം. തുടവൻ തെങ്ങിലാണ് വെളിച്ചെണ്ണ നല്ലത്.
13. ചെത്തിന്റെ സാമൂഹ്യശാസ്ത്രം വ്യക്തമാക്കുന്നു.
14. മുപ്പത് ഇനം തെങ്ങുകളുടെ പേരുകളാണ് ഇവിടെ പരാമർശിക്കുന്നത്. ഇനങ്ങളുടെ പേരുകൾ മറ്റൊരു കൃതിയിൽ കാണുന്നില്ല. തെങ്ങുകളുടെ ഇത്തരം വൈവിദ്ധ്യം ഇന്നു തിരിച്ചറിയാൻ കഴിയുമോ എന്നറിയില്ല. മണ്ണും കാലാവസ്ഥയും അനുസരിച്ച് വ്യത്യസ്ത ഇനങ്ങൾ ഉണ്ടായിരിക്കും.

ഗ്രന്ഥസൂചി

1. ടി ടി ശ്രീകുമാർ, വിജയകുമാർമേനോൻ, സി ആർ രാജഗോപാലൻ, (എഡി.) *കൃഷിഗീത* (ഒന്നാം പതിപ്പ്), നാട്ടറിവു പഠനകേന്ദ്രം, തൃശൂർ, 1999. പേ.43. (രണ്ടാം പതിപ്പ് മാതൃഭൂമി പ്രിന്റിങ്, കോഴിക്കോട്, 2013)
2. എം വി വിഷ്ണുനമ്പൂതിരി, *ഫോക്‌ലോർ ചിന്തകൾ,* പൂർണ്ണ പബ്ലിക്കേഷൻസ്, കോഴിക്കോട്, 2007
3. പി ഭാസ്കരനുണ്ണി, *പത്തൊമ്പതാം നൂറ്റാണ്ടിലെ കേരളം,* കേരള സാഹിത്യ അക്കാദമി, തൃശൂർ, 2012.
4. കെ എസ് മണിലാൽ (എഡി.), *ഹോർത്തുസ് മലബാറിക്കസ്* വാള്യം –1, കേരള സർവ്വകലാശാല, തിരുവനന്തപുരം, 2008.
5. ഡോ. സി ആർ രാജഗോപാലൻ, *തണ്ണീർപ്പന്തൽ പ്രതീകവും പ്രതിരോധവും,* പ്ലാച്ചിമട കോക്കോകോള വിരുദ്ധ സമരസമിതി, പാലക്കാട്, 2008.
6. C A Innes, Malabar Gazetteer, Kerala Gazetters, Thiruvananthapuram, 1997, p.218-219.

10

മണ്ണിനോളം സ്നേഹമുണ്ടെങ്കിൽ

മണ്ണിലേക്കു മടങ്ങേണ്ടിയിരിക്കുന്നു. ഇക്കാണായ ദൃശ്യപ്രകൃതിക്കെല്ലാം ആധാരമായ മൺമയുടെ അദൃശ്യ ജൈവികതയെക്കുറിച്ചുള്ള അജ്ഞതകൊണ്ടുമാത്രം ദുരന്തങ്ങൾ ഏറ്റുവാങ്ങാൻ വിധിക്കപ്പെട്ടിരിക്കുന്നു. മണ്ണിനോളം നന്മ മക്കൾക്കുണ്ടായിരുന്നുവെങ്കിൽ ആറ്റിലെ വെള്ളം മേലോട്ടൊഴുകുമായിരുന്നു. മാറ്റിമാറ്റിപ്പറയുന്ന ശാസ്ത്രത്തിന്റെ അവിവേകം ഒന്നുകൊണ്ടുമാത്രം ഭൂമി പരീക്ഷണശാലയായി മാറി. ആദ്യത്തെ രാസായുധം ഭൂമിയിൽ പതിച്ച നാൾമുതൽ മണലാരണ്യങ്ങളും കടലുകളും പർവ്വതദേശങ്ങളും രാസയുദ്ധത്തിന്റെ ലബോറട്ടറിയാകുകയായിരുന്നു. അവിവേകത്തിന്റെ വില കടലാസുപുലിയല്ല. തൊണ്ണൂറ്റാറു മഹാവ്യാധികളും കലിതുള്ളുമ്പോൾ ജനറ്റിക് എഞ്ചിനീയറിങ് പൊടിപൊടിക്കുകയാണ്. വയലുകളിൽ കടലാവണക്കു കൃഷി തുടങ്ങിയിരിക്കുന്നു – ബയോഫ്യൂവലിനുവേണ്ടി.

മണ്ണ് ശുദ്ധമായിരുന്നാലേ ഫലങ്ങൾ വിശുദ്ധമാകുന്നുള്ളു. മണ്ണിനകത്തെ മൂലകങ്ങൾക്ക് കൈയും കണക്കുമില്ല. പാറകളും ചേറും ചതുപ്പുകളും വെട്ടുകല്ലുകളും ഉറുമ്പിൻകൂടുകളും ഫോസിലുകളും നിറഞ്ഞ മണ്ണ്. ഈ പാതാളലോകത്തിൽ കഴിഞ്ഞുകൂടുന്ന ജീവനുകളും വായുവും ഉർവ്വരതയും നൂറ്റാണ്ടുകളായി നിലനില്പിന്റെ അത്ഭുതലോകമായിരുന്നു. പഞ്ചഭൂതങ്ങളുടെ നിഴൽനാടകമാടുന്ന ഈ ലോകത്തുനിന്നാണ് ഓരോ പുൽനാമ്പും ജന്മമെടുക്കുന്നത്. ചതുപ്പുനിലങ്ങളിൽ അള്ളിപ്പിടിച്ച് പടർന്നു പന്തലിക്കുന്ന വേരുകളുടെ അന്തർലോകങ്ങൾ ഈ മൂലകങ്ങൾ ഏറ്റുവാങ്ങുന്നു. ജലം ഒപ്പിയെടുക്കുന്നു. ജലം ശേഖരിക്കുന്നു. കായ്കനികൾക്കാവശ്യമായതുമാത്രം വലിച്ചെടുക്കുന്നു. അടിമണ്ണിൽ തന്നെ അന്നത്തിന്റെ പ്രക്രിയ നടക്കുന്നു. മേൽമണ്ണിൽ മറ്റൊരു പ്രക്രിയ നട

ക്കുന്നു. മണ്ണിന്റെ വിശുദ്ധികൾ കതിർക്കുലകളായി നിറഞ്ഞപ്പോൾ ആദിമർ മണ്ണമ്മയെ മറന്നില്ല. ചേറിൽനിന്നു ചോറുണ്ടാകുന്നതിന്റെ കഥകൾ പുരാവൃത്തങ്ങളും ഇതിഹാസങ്ങളുമായി. ഉഴവുചാലിൽ നിന്ന് ജനിച്ചവൾക്കും അവസാനം ഭൂമാതാവ് മാത്രമാണ് രക്ഷയായത്.

ഭൂമിയിൽ ചാണകം തളിച്ചും കളമെഴുതിയും കോലമെഴുതിയും പൂക്കളിട്ടും ജൈവവളങ്ങളിട്ടും മണ്ണിനെ താലോലിച്ചിരുന്ന ഗ്രാമീണ കാർഷിക സംസ്കാരവും ഇന്നത്തെ ആർത്തിനിറഞ്ഞ ഉപഭോഗ സംസ്കൃതിയും താരതമ്യം ചെയ്തുനോക്കേണ്ട സമയമായിരിക്കുന്നു. അതിക്രമങ്ങൾ ആണവമാലിന്യങ്ങൾ മുതൽ കരിഓയിൽവരെ മണ്ണിലും കടലിലുമൊഴുക്കുന്നു. ആശുപത്രിമാലിന്യങ്ങൾ അതിരപ്പിള്ളിയിൽ തട്ടുന്നു. എല്ലാ മാലിന്യങ്ങളും ഏറ്റുവാങ്ങേണ്ടിവരുന്നത് വയലും വയൽത്തടാകങ്ങളും പുഴകളുമാണ്. അവ മണ്ണിന്റെ അടരുകളിലൂടെ ഒലിച്ചിറങ്ങി ഭൂഗർഭജലപ്പരപ്പിലേക്കും പുഴപ്രവാഹങ്ങളിലേക്കും മഹാനദികളിലേക്കും എത്തിച്ചേരുന്നു. നിശ്ശബ്ദവസന്തത്തിന്റെ കാലത്ത് എല്ലാം ഉറഞ്ഞ്, കരിഞ്ഞ് വറ്റിത്തീരുമ്പോൾ മണ്ണിന്റെ ഉർവ്വരതയുടെ വംശനാശമാണ് സംഭവിക്കുന്നത്. പാറ്റകളും കാക്കകളും മാത്രം അവശേഷിച്ചേക്കാം. എൻഡോസൾഫാൻകൊണ്ട് ഉർവ്വരതാ നഷ്ടം സംഭവിക്കുന്നു. ഈ മണ്ണിന്റെ ഉർവ്വരത നഷ്ടപ്പെട്ടാലോ? ഒരു ചിതൽപ്പുറ്റോ തേനീച്ചക്കൂടോ അവശേഷിച്ചേക്കാം. ഭക്ഷണവുമേന്തിയുള്ള ഉറുമ്പുകളുടെ അനന്തയാത്രകൾ ഭൂഖണ്ഡങ്ങളിൽനിന്ന് ഭൂഖണ്ഡങ്ങളിലേക്ക് നീങ്ങിയേക്കാം. അനുയോജ്യമായ കാലാവസ്ഥയും മണ്ണും തേടിയുള്ള അവസാനിക്കാത്ത യാത്ര. അന്ന യാത്ര. കൈയിൽ കിട്ടിയ മുന്തിരിയിലകളും ചുമന്നുകൊണ്ടുള്ള പുഴുയാത്ര.

മണ്ണ് ഉർവ്വരമാകുന്നത് സസ്യലോകത്തിന്റെ നൈരന്തര്യപ്രക്രിയ കൊണ്ടാണ്. ഓരോ കൊഴിയുന്ന ഇലയും മണ്ണടിഞ്ഞ് ചിതലുവന്ന്, സൂക്ഷ്മജീവികളുടെ ആഹാരമായി മണ്ണായിത്തീരുന്നു. മണ്ണ് വളർന്നുകൊണ്ടിരിക്കുന്നു; സ്വാഭാവിക പ്രകൃതിയിൽ, കൃത്രിമസാഹചര്യത്തിൽ മണ്ണിന്റെ ശവഘോഷയാത്രയും നടക്കുന്നു. സൂര്യോർജ്ജം തട്ടി പാറയായി മാറിക്കൊണ്ടിരിക്കുന്ന മണ്ണ്, ജീവസ്സുകൾ അറ്റ് ഒരു പിടി ചാരമായി മാറുന്ന മണ്ണ്, ചുട്ടെടുക്കുന്ന മണ്ണ്, തുറന്നിടുന്ന മണ്ണ്. അത് കനിവില്ലാത്ത, ആയുസ്സ് അറ്റുപോകുന്ന ലോകം. മണ്ണിന്റെ പശിമയെയും ഈർപ്പത്തെയും കാളിമയെയും നശിപ്പിക്കാത്ത കളിമൺവ്യവസായമാണ് ആദിമ ചരിത്രം മുതലുണ്ടായിരുന്നത്. ആധുനിക കളിമൺ വ്യവസായമാണ് മണ്ണിന്റെ ഉർവ്വരതയെ നശിപ്പിച്ചത്. വിത്തുകളും ധാന്യങ്ങളും കേടുകൂടാതെ സൂക്ഷിക്കുന്നതിനും കീടബാധയേല്ക്കാതിരിക്കുന്നതിനും പാകത്തിൽ കളിമൺപാത്രങ്ങളുടെ ചൂടും തണുപ്പും വായുപ്രവാഹവും സന്തുലിതയ്ക്കു കാരണമാകുകയാണുണ്ടായത്. മണ്ണും കുന്നും ചുട്ടെടുത്ത് മണ്ണമ്മയെ പ്രദർശിപ്പിക്കുന്ന സംസ്കാരവും പശിമയെ ഇല്ലാതാക്കി. കാടിന്റെ കറുത്ത മണ്ണ് അതിന്റെ സ്വാഭാവികമായ ആവാസവ്യ

വസ്ഥയിൽ താഴോട്ടൊഴുക്കി ജൈവ ചാക്രികത നിലനിർത്തിയിരുന്നു. അലൂവിയൽ സോയിൽ, പൂമ്പൊടിയും ഫോസിലുകളും, സസ്യമൂലകങ്ങളും അലിഞ്ഞുചേർന്ന ഫലമണ്ണ്. ഈ മണ്ണ് നശിപ്പിച്ചാണ് കാപ്പിത്തോട്ടങ്ങളും തേയിലത്തോട്ടങ്ങളും മറ്റു നാണ്യവിളകളും കടന്നുവന്നത്. മണ്ണ് ചൂടുകൊണ്ടു പൊള്ളിയപ്പോൾ ആവാസ വ്യവസ്ഥതന്നെ മാറി. ഈ മണ്ണിലേക്കാണ് തോട്ടങ്ങളിൽ തളിച്ച കീടനാശിനികൾ ഒഴുകിയത്. കാട്ടുചോലകൾ കാളിന്ദികളായി മാറിയത്. തളിരിലകൾ കരിഞ്ഞുപോയത്. അതിജീവനത്തിന്റെ പ്രതിസന്ധികളിലൂടെ എത്രയോ ജീവജാലങ്ങൾ കടന്നുപോയി. ഇടുക്കിയിലെ തേയിലത്തോട്ടങ്ങളിൽ ഉണ്ടാകാൻ പോകുന്ന ദുരന്തക്കാഴ്ചകൾ മലനാടിനെ അസ്വസ്ഥമാക്കും. തെളിനീരൊഴുകിയിരുന്ന കുന്നിൻചെരിവുകളിൽ നിന്ന് രാസവിഷ പ്രവാഹങ്ങൾ താഴ്‌വരയിൽ എത്തിച്ചേർന്ന ചരിത്രങ്ങൾ എഴുതപ്പെടാതെയും ശ്രദ്ധിക്കാതെയും പോയി. ചോലവനങ്ങൾ ചുരുങ്ങിയതും നദിയോരക്കാടുകൾ കുറഞ്ഞതും ജീവജാലങ്ങൾ തന്നെ ചത്തൊടുങ്ങിയതും കാണാതെ പോയി. കേരളത്തിലെ ആയിരക്കണക്കിനു വരുന്ന തോട്ടം തൊഴിലാളികളുടെ മോശമായ ആരോഗ്യസ്ഥിതിയെക്കുറിച്ചുള്ള വാർത്തകൾ വന്നുകൊണ്ടിരിക്കുകയാണ്. അമ്പതുവർഷങ്ങൾക്ക് മുൻപ് ഹൈറേഞ്ചുകളിലെ ആദിവാസികൾ, തമിഴ്‌വംശജർ, കുടിയേറ്റക്കാർ എന്നിവരുടെ ആരോഗ്യസ്ഥിതി ഇത്രകൊണ്ട് മോശമായിരുന്നില്ല. നല്ല അരുവികൾ, കാട്ടുതേൻ, കിഴങ്ങിനങ്ങൾ, ശുദ്ധവായു, വൈവിദ്ധ്യമാർന്ന ധാന്യങ്ങൾ എന്നിവ ലഭ്യമായിരുന്നു. കീടനാശിനികളുടെ ഉപയോഗവും കുറവായിരുന്നു. എന്നാൽ നാണ്യവിള കടുംകൃഷിയുടെ വരവും, ഹരിതവിപ്ലവകൃഷിയുടെ പ്രചാരവും ഹൈറേഞ്ചിന്റെ കരുത്തിനെ തകർക്കുകയുണ്ടായി. ഹൈറേഞ്ചിലെ ആദിവാസി ഗ്രാമങ്ങൾ വിഷദുരന്തത്തിന് കാത്തിരിക്കുകയാണ്. മുതലമട, വട്ടവട തുടങ്ങിയയിടങ്ങളിൽ നിന്നുള്ള വാർത്തകൾ ആശാസ്യമല്ല. കോളിഫ്ളവർ, കാബേജ് വ്യാപകമായി കൃഷിചെയ്യുന്നയിടങ്ങളിൽ, ഇവ കീടനാശിനികളിൽ മുക്കിയെടുത്താണ് താഴ്‌വരകളിലേക്കെത്തുന്നത്. സ്റ്റാർ ഹോട്ടലുകളിലും മദ്ധ്യവർഗ്ഗ പൊങ്ങച്ച പാർട്ടികളിലും ഈ ഭക്ഷ്യവിഭവങ്ങളാണ് ഏറെയും എത്തുന്നത്.

പ്രകൃതിയുടെ സ്വാഭാവിക അനുഗ്രഹത്തെ മറികടന്നുകൊണ്ട് അത്യുല്പാദനവും ധാന്യശേഖരങ്ങളും ഉണ്ടാക്കുന്നതിനുവേണ്ടി ഹരിതവിപ്ലവത്തിന്റെ പേരിൽ അത്യുല്പാദനശേഷിയുള്ള വിത്തുകളും അതിനുവേണ്ടിയുള്ള രാസവിഷങ്ങളും വിപണിയിലിറങ്ങി. അന്നുമുതൽ ആരംഭിച്ചതാണ് പാരിസ്ഥിതികമായ വിപത്ത്.

പഞ്ചാബിലും കർണ്ണാടകത്തിലും ആന്ധ്രാപ്രദേശിലും കേരളത്തിലും പരുത്തിത്തോട്ടങ്ങളിലും പാടശേഖരങ്ങളിലും വിഷം വിളമ്പി. ഇതൊരു ആരോഗ്യപ്രശ്നമായി ഉയർന്നുവരുകയും ചെയ്തു. ശ്രീലങ്ക, ലബനോൺ, ചൈന, ബംഗ്ലാദേശ്, ഫിലിപ്പീൻസ്, മാലി, ഇക്വഡോർ,

സിംബാബ്വേ, വിയറ്റ്നാം തുടങ്ങിയ രാജ്യങ്ങളിൽ രാസ- വിഷകൃഷി യുടെ ദുരന്തപരിണാമങ്ങളെപ്പറ്റി പഠനങ്ങൾ ഉണ്ടായിട്ടുണ്ട്. വാൻദെർ ഹൊയേക്ക്, ഹൽസൻ, സൽമേഷ്, ഗുപ്ത, ഹവുവേങ്, അജായി എന്നി വരുടെ പഠനങ്ങൾ. സൗത്ത് ഏഷ്യൻ നെറ്റ് വർക്കിന്റെയും കേരള സ്റ്റേറ്റ് കൗൺസിൽ ഫോർ സയൻസ്, ടെക്നോളജി വിഭാഗത്തിന്റെയും ധന സഹായത്തോടെ കേരള കാർഷിക സർവ്വകലാശാലയിലെ ഡോ. ഇന്ദി രദേവി പി നടത്തിയ പഠനങ്ങൾ കേരളത്തിലെ കൃഷിയിലെ കീടനാശി നിയുടെ അവസ്ഥ വ്യക്തമാക്കുന്നതാണ്. വികസ്വരരാജ്യങ്ങളെ മാസ്മ രിക ലോകത്തിലേക്ക് നയിക്കുന്നതിന് വിദഗ്ദ്ധന്മാരുടെ പടതന്നെ വരികയുണ്ടായി. ശാസ്ത്രത്തിന്റെയും വികസനത്തിന്റെയും ഭക്ഷ്യസു രക്ഷയുടെയും പേരിലാണ് ഇതെല്ലാം നടന്നത്. ഉദ്ഗ്രഥിത കീടനിയന്ത്രണ സംവിധാനം (IPM) നിലവിൽ വന്നതങ്ങനെയാണ്.

ഇന്ത്യയിൽ 1948 ലാണ് മലേറിയയും വെട്ടുകിളിയെയു (locust) നിയന്ത്രിക്കുന്നതിനുവേണ്ടി ഡി ഡി റ്റിയും, ബി എച്ച് സിയും ഇറക്കു മതി ചെയ്ത് ഉപയോഗിച്ചുതുടങ്ങിയത്. ഇന്ത്യ ഇന്ന് ഏഷ്യയിലെ ഏറ്റവും വലിയ രാസകീടനാശിനി ഉല്പാദനരാജ്യമാണ്. ലോകത്തിൽ 12-ാം സ്ഥാനമാണ് ഇന്ത്യക്കുള്ളത്. ഇതിൽ മൊത്തം കീടനാശിനികളിൽ പ്രാണിവർഗ്ഗങ്ങളെ കൊന്നൊടുക്കുന്ന വിഷത്തിന്റെ ഉപയോഗം 61 ശത മാനമാണ്. കുമിൾ നാശിനികൾ 19 ശതമാനവുമാണ്. പച്ചമരുന്നുകീട നാശിനികൾ 17 ശതമാനമാണ് ഉപയോഗിക്കുന്നത്. ആഗോളതലത്തിൽ ഹെർബനൈഡ് കളനാശിനികൾ ആണ് കൂടുതലുപയോഗിക്കുന്നത്. ഇന്ത്യയിൽ കീടനാശിനികൾ ഏറ്റവും കൂടുതൽ ഉപയോഗിക്കുന്നത് പരു ത്തിക്കൃഷിക്കാണ്, 54 ശതമാനം. നെല്ലിന് 17 ശതമാനം. 13% പച്ചക്കറി കൾക്കും ഫലവർഗ്ഗങ്ങൾക്കുമായി തളിച്ചുവരുന്നു. വികസിതരാജ്യങ്ങളെ അപേക്ഷിച്ച് ഇത് കുറവാണെന്ന് സ്ഥാപിക്കുന്നുണ്ടെങ്കിലും വികസിത രാജ്യങ്ങളിൽ കീടനാശിനി ഉപയോഗം കുറഞ്ഞുവരുന്നതായി കാണാൻ കഴിയില്ല. 1950 കൾക്കുശേഷമാണ് ഇന്ത്യയിൽ രാസവിഷപ്രയോഗങ്ങൾ കൂടിയത് എന്നുകാണാം.

ഇത് ഏതാണ്ട് മുപ്പതു ശതമാനം വിളകളിലും പ്രയോഗിച്ചുവരുന്നു. വിഷപ്രയോഗം 1950 ൽ 2.4 മില്യൻ ഹെക്ടറിൽ നിന്ന് 137 മില്യൻ ഹെക്ടറിലേക്ക് വ്യാപിച്ചുകഴിഞ്ഞിരിക്കുന്നു. കൊട്ടിഘോഷിച്ച ഹരിത വിപ്ലവകൃഷിക്കാലത്തിന്റെ പതനകാലമായ 1980 കളിലാണ് കീടനാശി നിപ്രയോഗങ്ങൾ ഏറ്റവുമധികമുണ്ടായത്. ഹരിതവിപ്ലവത്തിന്റെ പരാ ജയം പലരൂപത്തിലുള്ള സാമൂഹിക-മനഃശാസ്ത്ര സംഘർഷങ്ങൾ സമൂ ഹത്തിലുണ്ടാക്കി. തൊണ്ണൂറുകൾ വരെ രാസവളങ്ങൾക്കും കീടനാശി നികൾക്കുമുള്ള സബ്സിഡി കൂട്ടി. കൂടുതൽ മാരകമായ വിഷങ്ങൾ വിപ ണിയിലിറങ്ങി. രാസ- കീടനാശിനി മാഫിയ രാഷ്ട്രീയ- അധികാര കേന്ദ്ര ങ്ങളിലും കർഷക സംഘടനകളിലും പിടിമുറുക്കിയത് അക്കാലത്താണ്. 1995 മുതൽ 2008 വരെ കേരളത്തിൽ കൃഷിക്കുപയോഗിച്ച കീടനാശിനി

യുടെ അളവിനെപ്പറ്റിയുള്ള വിവരം സാമ്പത്തിക റിവ്യൂവിൽ ലഭ്യമാണ്. (പട്ടിക 1) അത് 462.05 മെട്രിക് ടൺ എന്നാണ് കണക്ക്. കളനാശിനികളും കീടനാശിനികളും കുമിൾ നാശിനികളും കരളുന്ന എലി തുടങ്ങിയ ജീവികളെ നശിപ്പിക്കുന്ന വിഷങ്ങൾ എന്നിവയെല്ലാംകൂടിയുള്ള കണക്കാണിത്. 1994–95 കാലത്താണ് ഏറ്റവും കൂടുതൽ വിഷം മണ്ണിൽ വീണത്. പിന്നെ 2001– 2002 കാലത്തും കാലാവസ്ഥാമാറ്റവും വിളവെടുപ്പും ഈ രാസ– വിഷപ്രയോഗത്തെ ബാധിച്ചിട്ടുണ്ടെന്നു കാണാം. വയനാട്ടിലും തളിച്ച കുമിൾ നാശിനികൾക്കു കണക്കില്ല. വാഴത്തോട്ടങ്ങളിൽ വീണ ഫ്യൂറഡാനും കണക്കില്ല. കീടനാശിനികൾ തളിച്ച കർഷകത്തൊഴിലാളിയും കൃഷിചെയ്ത കർഷകരും ഇതിന്റെ അനന്തര ഫലങ്ങൾ ഏറ്റുവാങ്ങി. ഈ ഭൂമിയിലെ സദ്ഫലങ്ങൾകൊണ്ട് ലഭിക്കേണ്ടിയിരുന്ന ആരോഗ്യം വിഷപ്രയോഗങ്ങൾകൊണ്ടും കച്ചവടത്തിൽ അധിഷ്ഠിതമായ കൃഷികൊണ്ടും നഷ്ടമായി. ഹരിതവിപ്ലവം എന്ന മോഹന സ്വപ്നവും നാണ്യവിളകളുടെ വിലവ്യതിയാനവുംകൊണ്ട് കൃഷിയിടങ്ങൾ ആത്മസംഘർഷത്തിന്റെ വേദിയായി. പണയം വച്ചുള്ള വാണിഭ കൃഷിയിൽ കർഷകർ പരാജയപ്പെട്ടുപോയി. പഞ്ചാബിലും വിദർഭയിലും വയനാട്ടിലും കർഷകർ ആത്മഹത്യ ചെയ്തതിന്റെ സാമൂഹിക കാരണങ്ങൾ ഇതായിരുന്നു. കൃഷിയെ രക്ഷിക്കാനിറക്കിയ വിഷംതന്നെ അതിന് ശാശ്വത പരിഹാരമായി കുട്ടികളുടെ നാഡീവ്യൂഹത്തെയും ആത്മാവുകളെത്തന്നെയും പതിയിരുന്ന് കാർന്നുതിന്നുന്ന ഒന്നായി ഈ വിഷപ്രയോഗങ്ങൾ മാറുന്നത് മലയാളി കണ്ടുകൊണ്ടിരിക്കുകയാണ്. ഇപ്പോഴെങ്കിലും കോൾനിലങ്ങളിലെ തരിശിലിരുന്ന് കർഷകർ പറയുന്നുണ്ടാകും പത്തിരട്ടിച്ച വാണിഭത്തേക്കാൾ നല്ലത് വിത്തിരട്ടിച്ച വല്ലിയാണെന്ന്.

വിഷം അനിവാര്യമാണെന്ന് തട്ടിവിടുന്നവരുണ്ട്. മരണകാരണം, മാരകമായത്, കഠിനവിഷം, തീവ്രതകുറഞ്ഞത് എന്നിങ്ങനെ കീടനാശിനികളെ പലതായി തിരിച്ച് ഇനി പരിസ്ഥിതി സൗഹാർദ്ദപരമായ കീടനാശിനിയുണ്ടെന്ന് വീമ്പിളക്കുന്നവർ രംഗത്തുവരും. ചെറിയ സസ്യങ്ങൾ കാടാണ്; വികസനത്തിന് വേണ്ടി വയൽ നികത്താം. കുന്നിടിക്കാം. പുഴമണൽ വെറുതെ കിടക്കുകയല്ലേ; നാലുവരിപ്പാതവേണ്ടേ, എന്നൊക്കെ ഒട്ടും ഉത്തരവാദിത്വമില്ലാതെ പുലമ്പുന്ന ശാസ്ത്രസംഘടനകളുടെ കാലമാണ്. അവർ കാസർകോട്ടെ സൈനബയുടെ മുഖം കാണട്ടെ; ശരണ്യയുടെ കണ്ണിലേക്കു നോക്കട്ടെ.

രാസവള–കീടനാശിനികൾ മണ്ണിന്റെ ആവാസവ്യവസ്ഥയെത്തന്നെയാണ് അട്ടിമറിക്കുന്നത്. ചരിത്രാതീതകാലംമുതൽ നിലനില്ക്കുന്ന മണ്ണിന്റെ പുരാതന ജൈവഘടനയിൽ വിള്ളലുണ്ടാക്കി ഒച്ചിനും തവളയ്ക്കും മണ്ണിരയ്ക്കും ചിതലിനും പാമ്പിനും കീരിക്കും ഇരിപ്പിടങ്ങളൊരുക്കിയ മണ്ണിനെ ശവപ്പറമ്പാക്കാൻ ആർക്കാണു കഴിയുക? എന്നെന്നും മണ്ണിൽ നിലനില്ക്കുന്ന ലിൻഡയിൻ (lindane) പോലുള്ള വിഷം ഈ

മണ്ണിൽ വീഴ്ത്തിയതിന് ഉത്തരവാദികളാരാണ്? അപകടത്തിന്റെ ചിഹ്നമായി തലയോട്ടിയും രണ്ട് എല്ലും കൊടുക്കുന്നത് മനുഷ്യന്റേതാണ്. മറ്റു ജീവികളുടേതല്ല. കിളികളും മത്സ്യങ്ങളും മിത്രപ്രാണികളും മൃഗങ്ങളും കാഴ്ചബംഗ്ലാവുകളിലെ സ്പെസിമെൻ ആയി മാറുന്നതിനു മുൻപ് മനുഷ്യനുതന്നെ പരിണാമം സംഭവിച്ചുകൊണ്ടിരിക്കുകയാണ്. പക്ഷികൾക്കും മുലപ്പാൽ കൊടുത്തു വളർത്തുന്ന ജീവികൾക്കും മാരകമായ അപകടം വിതയ്ക്കുന്ന മോണോക്രോട്ടോഫോസ് പോലുള്ള വിഷം 1998 ൽതന്നെ അമേരിക്കയിൽ നിരോധിച്ചതാണ്. ഇന്ത്യയിൽ ഇത് പച്ചക്കറികൾക്കുപയോഗിക്കരുതെന്ന് വിലക്കിയിട്ടുമുണ്ട്. കേരളത്തിൽ നെല്ല്, വാഴ, മാവ്, പൈനാപ്പിൾ, കയ്പക്ക തുടങ്ങിയ പ്രധാന ഭക്ഷ്യവിഭവങ്ങൾക്കാണ് ഏറ്റവും കൂടുതൽ കീടനാശിനികൾ തളിക്കുന്നത്. കച്ചവട കൃഷിയിലാണ് ഏറ്റവുമധികം വിഷപ്രയോഗമുള്ളത്. അത് വേഗം മാർക്കറ്റിൽ എത്തുകയും ചെയ്യുന്നു. ഇതിൽ ചില വിളകൾക്ക് പറിച്ചു നടുന്നതുമുതൽ ഓരോ ഘട്ടങ്ങളിലും പലതവണ വിഷമടിക്കാൻ കർഷകർ ശീലിച്ചിരിക്കുന്നു. പതിനഞ്ച് തരം വിഷപ്രയോഗങ്ങളാണ് കയ്പക്കയ്ക്കുതന്നെയുള്ളത്. തൊണ്ണൂറു ദിവസത്തിനുള്ളിൽ അമ്പതു തവണയെങ്കിലും ഈ വിഷപ്രയോഗം ഈ വിളയ്ക്കുമാത്രമായി നടത്തുന്നത് നമ്മുടെ കേരളത്തിലാണ്. 1960 കൾക്കുശേഷമാണ് എൻഡോസൾഫാൻ എന്ന മാരകകീടനാശിനി വ്യാപകമായി കാർഷികരംഗത്തുപയോഗിക്കാൻ തുടങ്ങിയത്. ഈ വിഷപ്രയോഗത്തെക്കുറിച്ചുള്ള നിരവധി കേസ്സ്റ്റഡികൾ രണ്ടായിരത്തോടുകൂടി പുറത്തുവന്നിട്ടുണ്ട്. വികസ്വരരാജ്യങ്ങളിൽ ഈ വിഷത്തിന്റെ ഉപയോഗം മനുഷ്യരെയും മൃഗങ്ങളെയും കൊന്നൊടുക്കിയിട്ടുണ്ട്. ഭോപ്പാൽ ട്രാജഡി കഴിഞ്ഞാൽ ഇന്ത്യയിലെ ഏറ്റവും വലിയ ദുരന്തമാണ് കാസർകോട് സംഭവിച്ചുകൊണ്ടിരിക്കുന്നത്. വെള്ളത്തിലും മണ്ണിലും കലർന്ന വിഷം പോകുന്നതിന് ദശകങ്ങൾവരെ എടുക്കും. പതിനൊന്നു പഞ്ചായത്തുകളിലായി നാഡീസംബന്ധമായ സ്വഭാവ വ്യതിയാനങ്ങൾ (neurobehavioural disorders), ജനിതകവൈകല്യങ്ങൾ (on genital malformations), അപ്രകൃതങ്ങൾ (abnormalities), അപസ്മാരം, ഉർവ്വരതാ നഷ്ടം എന്നിവയാണ് സംഭവിച്ചുകൊണ്ടിരിക്കുന്നത്. ഈ കാഴ്ചകൾ വികസന വൈകല്യത്തിന്റെയും വിദഗ്ദ്ധ കൂട്ടത്തിന്റെ അക്ഷന്തവ്യമായ അവിവേകത്തിന്റെയും ഫലമായി സംഭവിച്ചതാണ്. ഔദ്യോഗികമായി 1995 നു ശേഷം അഞ്ഞൂറുപേരുടെ മരണമാണ് സ്ഥിരീകരിച്ചതെങ്കിലും എഴുപതുകളുടെ അവസാനം മുതൽ നാലായിരം പേരെങ്കിലും ദുരന്തത്തിന് വിധേയമായിട്ടുണ്ടെന്ന് അനൗദ്യോഗിക റിപ്പോർട്ടുകൾ പറയുന്നു. എൻഡോസൾഫാന്റെ പരിണതഫലങ്ങൾ നിത്യേനയെന്നോണം വന്നുകൊണ്ടിരിക്കുന്നു. പ്ലാന്റേഷൻ കോർപ്പറേഷൻ 1978 മുതൽ 2001 വരെയും പതിനഞ്ചു പഞ്ചായത്തുകളിലായി ഹെലികോപ്റ്ററുകളിൽ കീടനാശിനി തളിച്ചിട്ടുണ്ട്. പെട്ടെന്ന് വിഷാംശം മണ്ണിൽ ലയിക്കാത്ത ചോർന്നുപോകാത്ത എൻഡോസൾഫാൻ ആ പ്രദേ

ശങ്ങളിലെ ഭക്ഷണചാക്രികതയെയും സർവ്വ ജീവജാലങ്ങളെയും മാരകമായ വിധത്തിൽ ബാധിച്ചതിന്റെ അനന്തര ഫലങ്ങളാണീ കാഴ്കൾ. ചെറുപ്രാണികളും ചിത്രശലഭങ്ങളും അപ്രത്യക്ഷമായിരിക്കുന്നു – തേനീച്ചകളും. പറന്നുപോയ പക്ഷികൾ എന്ന് തിരിച്ചെത്തും?

1990 നും 2000 നും ഇടയിൽ പ്ലാന്റേഷൻ കോർപ്പറേഷൻ 4,700 ഏക്കറിലായി 31510 ലിറ്റർ ഈ വിഷലായനി തളിച്ചിട്ടുണ്ട്.

പത്ത് മില്യൻ ലിറ്റർ എൻഡോസൾഫാൻ ഇന്ത്യയിൽ ഉപയോഗിക്കുന്നുവത്രെ. ലോകത്തിലേറ്റവും അധികം ഈ വിഷലായനി ഉപയോഗിക്കുന്ന രാജ്യങ്ങളിലൊന്നായി ഇന്ത്യ. വിഷലായനികൾ ഉല്പാദിപ്പിക്കുകയും ഉപയോഗിക്കുകയും ചെയ്യുന്ന രാജ്യങ്ങളിലൊന്നായി ഇന്ത്യ.

എൻഡോസൾഫാൻ നിരോധിച്ചപ്പോൾ റൗണ്ട്അപ് എന്ന പേരിൽ പുതിയ കീടനാശിനി കർഷകരുടെ മേൽ അടിച്ചേല്പിക്കുകയുണ്ടായി. കേരളത്തിൽ ആദ്യകാലത്ത് കൃഷിഭവനുകൾ വഴിയാണ് വിഷ–രാസ കീടനാശിനികളും കളനാശിനികളും വിറ്റഴിച്ചിരുന്നത്. അത് മാറി ഇന്ന് സ്വകാര്യ കച്ചവടക്കാർ വഴിയാണ് കച്ചവടം. ഇത് ചില കർഷകസംഘങ്ങളും കച്ചവടക്കാരും ഏജന്റുകളും തമ്മിലുള്ള അവിഹിതബന്ധങ്ങൾക്ക് കാരണമാണ്. എല്ലാം നടക്കുന്നത് കമീഷൻ വ്യവസ്ഥയിലാണ്.

കോട്ടൺ, ചായത്തോട്ടങ്ങൾ എന്നിവിടങ്ങളിലും വ്യാപകമായി ഇത്തരം രാസവിഷങ്ങൾ ഉപയോഗിച്ചുവരുന്നു. മഴപെയ്യുമ്പോൾ ഒലിച്ചിറങ്ങി കാട്ടരുവികളിലും പുഴകളിലും തടാകങ്ങളിലും കുളങ്ങളിലും കിണറുകളിലും പിന്നീട് ഭൂഗർഭജലത്തിലും കലരുന്നു. ചെറുപ്രാണികളായ പൂമ്പാറ്റകൾ, മുഞ്ഞ, പുൽച്ചാടി, തേനീച്ച എന്നിവയെ നശിപ്പിക്കാനാണ് ഇതടിക്കുന്നത്. കൃഷിയെ സഹായിക്കുന്ന മിത്രകീടങ്ങളെയും ഇത് കൊന്നൊടുക്കുന്നു. കൂടാതെ തേനീച്ചകളെയും. പരാഗണത്തിനു സഹായിക്കുന്ന പ്രാണികളെ മുഴുവൻ കൊന്നൊടുക്കി ഫല ഉർവ്വരതയ്ക്കായി കാത്തിരിക്കേണ്ടവരായി കർഷകർ മാറി.

ഒരു വർഷം 9000 മെട്രിക് ടൺ എൻഡോസൾഫാൻ ഒരു കൊല്ലത്തിൽ ഉല്പാദിപ്പിക്കുന്നുണ്ട്. (WHO) 1980 ലെ കണക്കാണിത്. ഇന്ന് ഇത് 12,800 ടൺ ആയി ഉയർന്നിരിക്കുന്നു.

1950 കളുടെ ആദ്യം എൻഡോസൾഫാൻ വികസിപ്പിച്ചതുമുതൽ മാരകവിഷത്തെപ്പറ്റിയുള്ള വാർത്തകൾ വരികയും പല വികസിത രാജ്യങ്ങളിലും ഇവ നിരോധിക്കുകയും ചെയ്തിരുന്നു. സ്റ്റോക്ഹോം കൺവെൻഷനിൽ ആഗോളവ്യാപകമായിത്തന്നെ നിരോധിക്കാനുള്ള നിർദ്ദേശങ്ങളുണ്ടായി. ഇത് പ്രാണികളിലും ജന്തുക്കളിലും neurotoxic ഫലമാണ് ഉണ്ടാക്കുന്നത്. Highly Acutely toxic ആണ്. വായു, വെള്ളം, സസ്യങ്ങൾ, മത്സ്യങ്ങൾ എന്നിവയിലൂടെ ഇത് ലോകം മുഴുവൻ പടരുന്ന ഒന്നായെന്ന് വേവലാതിപ്പെട്ടു.

ഇന്ത്യയിൽ ECC, HIL, CF എന്നീ കമ്പനികൾ വർഷംതോറും 4500 ടൺ എൻഡോസൾഫാൻ ഉപയോഗിക്കുന്നു. കയറ്റുമതി ചെയ്യുന്നതാ

കട്ടെ 4000 ടണ്ണും. ഫിലിപ്പീൻസിൽ 2008 ൽ 10 ടൺ എൻഡോസൾഫാൻ വെള്ളത്തിൽ കലർന്നപ്പോൾ മത്സ്യങ്ങൾ പിടിക്കുന്നത് നിരോധിച്ചു. അമേരിക്കയിൽ ശക്തമായ നിയന്ത്രണങ്ങളാണുള്ളത്. ഓസ്ട്രേലിയ 2010 ൽ എൻഡോസൾഫാൻ നിരോധിച്ചു. ഭൗതികവും ജൈവപരവുമായ മണ്ണിന്റെ സങ്കീർണ്ണലോകം മനുഷ്യനും ശാസ്ത്രത്തിനുമറിഞ്ഞുകൂടാ. മണ്ണിലെ ഫ്ളോറയും ഫോനയുമാണ് അതിന്റെ ഉർവ്വരത നിലനിർത്തുന്നത്. "ഒരു കൃഷിക്കാരൻ മണ്ണിലുഴുതാൽ ഒരാഴ്ചകൊണ്ട് അതിന്റെ സ്വാഭാവിക ഘടനയിലേക്ക് തിരിച്ചുവരും. എന്നാൽ രാസവിഷങ്ങൾ ഉപയോഗിച്ചാൽ കൊല്ലങ്ങൾകൊണ്ടേ അതിന്റെ സ്വാഭാവികഘടനയിലേക്കു തിരിച്ചുവരൂ എന്ന് ഡോ. ക്ലൈവ് എഡ്വേർഡ്സ് പറഞ്ഞു. സ്ഥിരമായി നില്ക്കുന്ന രാസവളങ്ങളുടെ (persistent chemicals) സ്വഭാവമതാണ്.

ജപ്പാനിലെ നൈനാൻ കൃഷി കേരളത്തിലേക്ക് പറിച്ചുനട്ടത് 1960–കളിലാണ്. അന്നത്തെ ക്ഷാമകാലത്ത് ഇന്ത്യയിലേക്ക് ഇറക്കുമതി ചെയ്ത മൈദ വാഗണിൽ എൻട്രിൻ എന്ന കീടനാശിനിയും ഉണ്ടായിരുന്നു. ഭക്ഷ്യവിഭവവും വിഷവും ഒന്നിച്ചാണ് ഇറക്കുമതിചെയ്തത്. അന്ന് വാഗണിലുണ്ടായിരുന്ന പഞ്ചസാരയിൽ എൻട്രിൻ കലർന്ന് അതുപയോഗിച്ച നൂറോളം പേർ മരിച്ച വാർത്തകൾ നമ്മൾ മറന്നുപോയി.

എൻഡോസൾഫാൻ നിരോധിച്ചിട്ടുണ്ടെങ്കിലും പാലക്കാട്ടെ മാന്തോപ്പുകളിലും പൈനാപ്പിൾ തോട്ടങ്ങളിലും ഈ മാരകകീടനാശിനി ഉപയോഗിക്കുന്നുണ്ടെന്ന് കർഷകരും കർഷകത്തൊഴിലാളികളും സമ്മതിക്കുന്നു. പെട്ടെന്ന് ഗുണങ്ങൾ കിട്ടുന്നതിനാണ് കർഷകരിതുചെയ്യുന്നത്. പക്ഷേ, പെട്ടെന്നുതന്നെയാണ് രോഗങ്ങളും പിടിപെടുന്നത്. വിഷത്തിൽനിന്നൊരിക്കലും സദ്ഫലങ്ങളുണ്ടാവില്ല. വാഴത്തോട്ടങ്ങളിൽ മാരകമായ വിഷമാണുപയോഗിക്കുന്നതെന്ന് എല്ലാവർക്കുമറിയാം. വാഴത്തോട്ടങ്ങളിലെ മണ്ണിൽ പണിയെടുക്കുന്നവരുടെ കാലുകളിൽപോലും പ്രത്യക്ഷമായ വിഷബാധയുടെ അടയാളങ്ങൾ കാണാം. വയലുകളിലെ ഈ വിഷങ്ങൾ മഴക്കാലത്ത് മണ്ണിലാഴ്ന്നിറങ്ങി തോടുകളിലും കുളങ്ങളിലും കിണറുകളിലും പുഴകളിലും കലർന്ന് ഭൂഗർഭജലത്തിലെത്തി സർവ്വവ്യാപിയാകുന്നു. മണ്ണിന് മുഖാവരണം ധരിക്കാനാവില്ലല്ലോ. കീടനാശിനികളിൽ ആവശ്യത്തിന് വേണ്ട ജലം കലർത്താൻ മണ്ണിനാകില്ലല്ലോ. വിഷമടിക്കുമ്പോൾ കാറ്റിന് മടങ്ങിപ്പോകാനാവില്ലല്ലോ. ഗ്ലൗസ് ധരിക്കാനാകില്ലല്ലോ.

ബൂട്ട്സും ഗ്ലൗസും ഫുൾക്കൈ ഷർട്ടും മാസ്കും ധരിച്ച് മരുന്നടിക്കുന്നവർ തലചുറ്റിവീഴുകയാണ്. കീടനാശിനിക്കുപ്പികളിൽ അറിയാനുള്ള കളർകോഡ് ഉണ്ടായിരിക്കണം എന്നാണ് നിയമം. (WHO) തോട്ടം തൊഴിലാളികൾ, കർഷകത്തൊഴിലാളികൾ, ഒരു തൊഴിലാളിയും ഇത്തരം അപകടരഹിത സംവിധാനങ്ങൾ ഉപയോഗിക്കുന്നില്ലെന്ന് നേരിട്ടറിഞ്ഞിട്ട് എത്ര കാലമായി. പിന്നെയും വേദാന്തം; വിഷവേദാന്തം വായിക്കാനാണോ സാക്ഷരത. പത്രം വായിച്ചാലും വിഷവേദാന്തം നോക്കാ

റില്ല. തെറ്റിദ്ധരിപ്പിക്കുന്ന ചിഹ്നങ്ങളും വിഷസൂക്തങ്ങളും നിറങ്ങളും കൊണ്ട് മാസ്മരികമായ പാനീയത്തിന്റെ സ്വഭാവമുള്ളതാണ് ഓരോ കീട നാശിനിയും. എന്തിന്, ഫാക്ട് വളത്തിന്റെ പരസ്യത്തിന് ആവശ്യമാണ്. ഇംഗ്ലീഷ് മരുന്നുകൾ, കർഷകന്റെ ശ്രീകോവിൽ, ഇംഗ്ലീഷുവളം എന്നീ പരസ്യങ്ങളും ചിത്രങ്ങളും മഹാഭാരതം എഴുതിയ കാലം മുതൽ ഇന്ത്യൻ കർഷകന്റെ പ്രാർത്ഥനയാണ്. കൃഷിയിറക്കി കൊയ്തു കഴിയുമ്പോൾ ചെലവും കടവും കഴിച്ച് എന്തെങ്കിലും ബാക്കി കാണണേയെന്ന്. മഴയ്ക്കുവേണ്ടി കാത്തുകാത്തിരുന്ന് എല്ലും തോലും മാത്രമുള്ള കന്നുകാലിയുടെ ചാണകവും നുള്ളിപ്പെറുക്കി, നടുവൊടിഞ്ഞ് കൃഷി ചെയ്തു കഴിഞ്ഞാൽ കിട്ടുന്നത് വട്ടപ്പൂജ്യമായിരിക്കും.

എന്നാൽ കർഷകഭക്തന്റെ ദയനീയമായ പ്രാർത്ഥനയ്ക്കു മുന്നിൽ പ്രസാദിച്ച് സുഭിക്ഷതയ്ക്കും സന്തോഷത്തിനും വഴികാട്ടിക്കൊണ്ട്, ആ ഒരു ശ്രീകോവിൽ ഉയർന്നുവരുന്നു. അമ്പലമേട്ടിൽ രൂപംകൊള്ളുന്ന പുതിയ രാസവള നിർമ്മാണശാലയാണത്!

ദിനംപ്രതി 1000 ടൺ യൂറിയ ഉല്പാദിപ്പിച്ചുകൊണ്ട് ഈ രാസവള നിർമ്മാണ ശാല കർഷക ലക്ഷങ്ങൾക്ക് സമൃദ്ധി നേരുന്നു. ഇതായിരുന്നു 1971 ൽ ഫാക്ടിന്റെ പരസ്യം. അണക്കെട്ടുകൾ സ്വതന്ത്ര ഇന്ത്യയിലെ മഹാക്ഷേത്രങ്ങളെന്ന് ജവഹർലാൽ വിശേഷിപ്പിച്ചു. അടിമുടി കർഷകനെയും അവൻ പരിപാലിച്ചിരുന്ന കന്നുകാലികളെയും ജൈവവള സംസ്കൃതിയെത്തന്നെയും അപമാനിക്കുന്ന ശ്രുതികൾ ഈ പരസ്യ വാചകത്തിലുണ്ട്. അന്നത് ആധുനികതയുടെ മന്ത്രങ്ങളായിരുന്നു.

മഹാഭാരതം മുതലല്ല വേദമന്ത്രങ്ങളുടെ കാലത്തേ കർഷകർ സൂര്യ ഗായത്രികൾ പാടി. പ്രാചീന കൃഷിയിൽ കടം ഉണ്ടായിരുന്നില്ല. പതിനായിരക്കണക്കിന് നെൽ വിത്തിനങ്ങൾ ഉണ്ടായിരുന്നു. വിത്തുവിതയ്ക്കുകയും പ്രകൃതിയുടെ അനുഗ്രഹംകൊണ്ട് സമൃദ്ധിലഭിക്കുകയും ചെയ്തിരുന്നു. നെല്ലും വിത്തും ബാക്കിയുണ്ടായിരുന്നു. അവർ വിതരണം ചെയ്തു. ക്ഷാമകാലത്തേക്ക് കരുതിവച്ചു. വിത്തു വിറ്റുണ്ടില്ല. വിത്തു മറിച്ചുവിറ്റില്ല. വിഷവിത്തും അന്തകൻ വിത്തും വിലയ്ക്കുവാങ്ങിയില്ല. ആവശ്യത്തിന് മഴയുണ്ടായിരുന്നു. മഴയ്ക്കും വേനലിനും യോജിച്ച കൃഷി സമ്പ്രദായങ്ങളുണ്ടായിരുന്നു. എല്ലും തോലുമായിരുന്ന കന്നുകാലികളല്ല ഉണ്ടായിരുന്നത്.

ഇന്ത്യയിലെ കന്നുകാലി ജനുസ് ലോകത്തിൽ കേൾവികേട്ടതായിരുന്നു. ഹാരപ്പ, മോഹൻജൊദാരോ സംസ്കാരം മുതൽ പൂഞ്ഞയുള്ള കരുത്തേറിയ കാളയുടെ വൻ രൂപങ്ങൾ കാണാം. കാളയുടെ കരുത്തും ഉർവ്വരതയും വേദമന്ത്രങ്ങളായി. അമ്പാടികളുണ്ടായി. കന്നുകാലികളെ ആരാധിച്ചു. കാളയെ തോളിലേന്തി കാളപ്പാട്ടുപാടി. ഇന്ദ്രനും കാളയെ പുകഴ്ത്തി. ഉഴവന്റെ തത്ത്വചിന്തകൾ തമിഴ്പുരാണങ്ങളിലും കേൾവികേട്ടു. ധാരാളം ചാണകവും മൂത്രവും നല്കി കൃഷിയെ രക്ഷിച്ചു. ചാണകവും വെണ്ണീറും ആട്ടിൻകാട്ടവും ചേർത്ത് കൈകൊണ്ട് പൊടിച്ച്

കളങ്ങളിൽ ഉണക്കി ചാക്കുകളിലാക്കി കാളവണ്ടിയിൽ കയറ്റി പുഞ്ചനിലങ്ങളിൽ വാരിവിതറി വിളവുണ്ടാക്കിയിരുന്ന കർഷക പാരമ്പര്യം എന്തുകൊണ്ട് നാം മറന്നു പോകുന്നു? 17-ാം നൂറ്റാണ്ടിലുണ്ടായ *കൃഷിഗീത* എന്ന കൃതിയിൽ വൈവിദ്ധ്യമാർന്ന കന്നുകാലിയിനങ്ങളെയും ജൈവ വളപ്രയോഗത്തെയും പറ്റിയുള്ള വ്യക്തമായ സൂചനകളുണ്ട്. അന്നത്തെ ജനങ്ങളുടെ ഭക്ഷ്യ സുരക്ഷയെ, സുഭിക്ഷതയെ കാത്തുപോന്ന മണ്ണമ്മയുടെ ഈ നന്മകൾ ഒറ്റദിവസം കൊണ്ട് മറന്നുകളഞ്ഞത് എന്തുകൊണ്ട്? ചാണകം പെറുക്കി കർഷകന്റെ നടുവൊടിഞ്ഞില്ല. ഐശ്വര്യദായകവും അണുനാശകവും സമൃദ്ധി ഒളിച്ചിരിക്കുന്നതുമായ ചാണകം ഭിത്തികളിൽ പതിപ്പിച്ച് അവർ വിറകുണ്ടാക്കി. വളമാക്കി, മുറ്റം മെഴുകി കൃഷിമനസ്സിനെ കാത്തു. എന്റെ കർഷകന്റെ നടുവൊടിച്ച് അതിൽ കയറിയിരുന്ന് ശാസ്ത്രവും വേദാന്തവും വൈദഗ്ദ്ധ്യവും വിളമ്പുന്ന പുതിയ കോയ്മകൾ വിലസി കേരളത്തിന്റെ പതനകാലം. ഒരു ഓട്ടക്കാലണയായി (വട്ടപ്പൂജ്യം അറിയാൻ സ്കൂളിൽ പോകണ്ടേ?) കർഷകർ ആത്മഹത്യ ചെയ്തതിന് ആരാണുത്തരവാദികൾ? ഈ ചോദ്യം നാളെ നമ്മോടു ചോദിക്കും. വിഷപ്രയോഗത്തെപ്പറ്റി കർഷകർക്കും കർഷകത്തൊഴിലാളികൾക്കുമുള്ള ചോദ്യാവലിയല്ല. ജീവിതത്തിന്റെ നിലനില്പിന്റെ ചോദ്യാവലി. ഉത്തരം പറയാൻ ശേഷിച്ചവരിൽ അവസാനത്തെ ആൾ ആരായിരിക്കും. last of the departed.

കീടനാശിനികളും സാമൂഹിക ശാസ്ത്രവും മനഃശാസ്ത്രവും രാഷ്ട്രീയ സമ്പദ്ഘടനയും എന്താണ്? ഇതൊരു ലോബിയാണ്, കൂട്ടുകെട്ടാണ്. ലാഭം കൊയ്തവർ എത്ര? കൂട്ടിക്കൊടുത്തവർ ആരാണ്? മരണത്തിലേക്ക് കടന്നുപോയവർ എത്ര? അടുത്തകാലത്ത് കണ്ണൂർ ജില്ലയിലെ ഏഴോം പുഴയിൽ കാലപ്പഴക്കം വന്ന കീടനാശിനി കൊണ്ടു തട്ടിയതും നാട്ടുകാർ കണ്ടെത്തിയതും നാം വായിച്ചു. ഇതെല്ലാം നടന്നത് ജൈവിക കീടനാശിനി നിയന്ത്രണങ്ങളും പച്ചില വളങ്ങളും ഉപയോഗിച്ചിരുന്ന നാട്ടിലാണ്. പെരുകുന്ന കീടങ്ങളെ നിയന്ത്രിച്ച് വിളവുണ്ടാക്കാൻ നാട്ടുകർഷകർക്കു കഴിഞ്ഞിരുന്നു. കീടങ്ങൾതന്നെ അധികമുണ്ടായിരുന്നില്ല. ചാഴിയായിരുന്നു ഒരു പ്രധാന പ്രാണി. വിഷകൃഷി വന്നതോടെ മനുഷ്യന്റെയും കൃഷിയുടെയും നിലനില്പുതന്നെ പ്രതിസന്ധിയിലായി. തദ്ദേശീയമായ കൃഷിരീതികൾ ജൈവവള സമ്പ്രദായങ്ങൾ, ജലസേചന രീതികൾ, വിത്തു സംരക്ഷണം, ജൈവ കീടനിയന്ത്രണം, മിത്ര ജീവികളുടെ സംരക്ഷണം എന്നിവയാണ് ഇതിനു ബദലായുള്ള വഴികൾ. ഇതിൽ പ്രധാനമായിരുന്നു ചിതലിന്റെ ഉപദ്രവമുള്ള മണ്ണിൽ വേപ്പിൻപിണ്ണാക്ക് ചേർക്കുന്നത്. വേപ്പിലയിൽ അടങ്ങിയിരിക്കുന്ന നിംബിൻ, അസാജിരാക്ടിൻ എന്നിവ ചിതലിനെ നശിപ്പിക്കുകയും നെൽച്ചെടികളുടെ പ്രതിരോധശേഷി കൂട്ടുകയും ചെയ്തിരിക്കുന്നു. കുരുമുളകിന്റെ വാട്ടരോഗം മാറ്റുന്നതിന് വേപ്പിൻ പിണ്ണാക്കിന് കഴിയുമായിരുന്നു.

കൂടാതെ മരോട്ടിപ്പിണ്ണാക്ക് തെങ്ങിന് ഉപദ്രവകരമായ കൊമ്പൻ

ചെല്ലികളെ നശിപ്പിക്കുന്നതിന് ഉപയോഗിച്ചിരുന്നതായി കർഷകർ ഓർക്കുന്നു. ഇങ്ങനെ മരോട്ടി, വേപ്പ്, ആവണക്ക് എന്നിവയുടെ പിണ്ണാക്കുകൾ ഒരു കാലത്ത് കർഷകർക്ക് കൂട്ടായിരുന്നു. വിറകടുപ്പ് ഉപയോഗിച്ചിരുന്നതിനാൽ കർഷക ഗൃഹങ്ങളിൽ ചാരം അല്ലെങ്കിൽ വെണ്ണീറ് ധാരാളമായി ഉണ്ടായിരുന്നു. ജൈവ വളങ്ങൾ ഉണ്ടാക്കുന്നതിന് ഈ ചാരം ചേർത്തിരുന്നു. കൂടാതെ മഞ്ഞുകാലത്ത് കീടങ്ങൾ ഉള്ളയിടങ്ങളിൽ അതിരാവിലെ ചാരം വിതറുന്നത് കീടനിയന്ത്രണത്തിന് സഹായകരമായിരുന്നു. ഇടവിള കൃഷിയിലെ പയർ, വെണ്ട, വഴുതന, കയ്പയ്ക്ക, അമര തുടങ്ങിയവയിലെ ഉറുമ്പുകൾ, കീടങ്ങൾ എന്നിവയുടെ ഉപദ്രവത്തിന് പുളിരസം കൂടുതലുള്ള വെണ്ണീറും മഞ്ഞൾപ്പൊടിയും പുകയില കഷായവും ഉപയോഗിച്ചിരുന്നു. ഇലകൾ നനഞ്ഞിരിക്കുന്ന സമയത്ത് ചെറുചൂടോടെയാണിവ വിതറാറുള്ളത്. പുഴുശല്യം തടയുന്നതിന് പലതവണ വെണ്ണീർ വിതറിയിരുന്നു.

ജൈവകീടനിയന്ത്രണത്തിന് പലതരം സസ്യങ്ങൾ നാട്ടിലെ കൃഷിക്കാർ മണ്ണ്, കൃഷിരീതി, കാലാവസ്ഥ, കീടങ്ങളുടെ സ്വഭാവം എന്നിവയനുസരിച്ച് സ്വീകരിച്ചിരുന്നു. പുകയില, വേപ്പിൻകുരുവും ഇലയും, വെള്ളു ള്ളി, കരിങ്ങോട്ടയില, എടണയില, തേക്കില, മഞ്ഞളിന്റെ ഇല, മാവില, ഈന്തിൻപൂ, കാഞ്ഞിരത്തില, തുമ്പക്കൊട്ടം, കാട്ടുകൂർക്കയില, അരിപ്പൂച്ചെടിയില, ഒട്ടുചെടിത്തുമ്പ്, കരിഞ്ചീരകം, കുരുമുളക്, പച്ചക്കർപ്പൂരം, ഇഞ്ചിപ്പുൽ, കോളാമ്പിച്ചെടിയില എന്നിവയാണ് ജൈവിക കീടനിയന്ത്രണത്തിനുപയോഗിച്ചിരുന്ന സസ്യങ്ങളും മരുന്നുകളും, വെണ്ണപ്പാറ്റ, പുഴുക്കൾ, ഇലതീനികൾ, ചിതൽ, കോഴിപ്പേൻ, ഇലചുരുട്ടിപ്പുഴുക്കൾ, ഉപദ്രവകാരികളായ ഷഡ്പദങ്ങൾ, മൂട്ട, വാലൻപുഴുക്കൾ എന്നിങ്ങനെയുള്ള പ്രാണികളെയും കീടങ്ങളെയും അകറ്റുന്നതിന് ഈ രീതികൾ പ്രായോഗികമായിത്തന്നെ സ്വീകരിച്ചിരുന്നു. സോപ്പ്, ഉള്ളി, മുളക്, പുകയില എന്നിവയും വെള്ളത്തിൽ കലക്കി ചെടികളിൽ തളിക്കുന്നത് ഫലപ്രദമായിരുന്നു. ആര്യവേപ്പിലയും കുരുവും ഇടിച്ചു വെള്ളത്തിൽ കലക്കി അരിച്ചെടുത്ത് തളിക്കുന്നത് പുഴുക്കളെ അകറ്റാൻ സഹായിച്ചിരുന്നു. വിത്തുകളുടെ സംരക്ഷണത്തിന് ചാണകവെള്ളം, തേക്കിന്റെ ഇല, മഞ്ഞളിന്റെ ഇല എന്നിവ ഉപയോഗിച്ചിരുന്നു. ഇഞ്ചി, മഞ്ഞൾ, കച്ചോലം എന്നിവയുടെ വിത്ത് മണലിലിട്ടാണ് സൂക്ഷിക്കാറ്. വിത്ത് മാവിലകൊണ്ട് പൊതിഞ്ഞു വെക്കാറുണ്ട്. കിഴങ്ങിനങ്ങളുടെ വിത്തുകൾ കഴിയുന്നതും ചെളിമണ്ണ് പുരട്ടിയാണ് സൂക്ഷിക്കാറ്. കയ്പ, വെണ്ട, വഴുതന എന്നിവയുടെ വിത്തുകൾ ഭിത്തിയിൽ ചാണകത്തിൽ പതിപ്പിച്ചുവയ്ക്കാറുണ്ട്. അടുപ്പിനടുത്തുള്ള പാതിയമ്പറത്ത് ചുരയ്ക്കാത്തൊണ്ടിൽ ഇട്ട് വിത്തു സൂക്ഷിക്കുന്ന പതിവും ഉണ്ടായിരുന്നു. ഇഞ്ചിയുടെ സംരക്ഷണത്തിന് കാഞ്ഞിരത്തില ഫലപ്രദമായിരുന്നു. കോഴിപ്പേൻ പോകുന്നതിന് ഈന്തിൻപൂ കോഴിക്കൂടിനടുത്ത് വെച്ചിരുന്നു. വാലൻപുഴുക്കളെ അകറ്റുന്നതിന് കരിഞ്ചീരകം കിഴികെട്ടി വസ്ത്രം, പുസ്തകം, താളിയോല

കൾ എന്നിവ സംരക്ഷിക്കുന്ന പെട്ടിയിൽ വെച്ചിരുന്നു.

കുരുമുളകിനും പച്ചക്കർപ്പൂരത്തിനും ഇതേ കഴിവ് ഉണ്ടെന്ന് നാട്ടുകാരുടെ അനുഭവങ്ങൾ പറയുന്നു. ഇലതീനിപ്പുഴുക്കളെ അകറ്റാനുള്ള കഴിവ് കോളാമ്പിച്ചെടിയിലയ്ക്കും വേപ്പിൻകുരുവിനും കഴിഞ്ഞിരുന്നു. വയലുകളിലെ പ്രധാന ശല്യം ചാഴിയായിരുന്നു. മുറം കൊണ്ടും തുണി കൊണ്ടും ചൂലുകൊണ്ടും ചാഴികളെ വലവീശിപ്പിടിക്കുന്ന ഗ്രാമീണരീതിയുണ്ടായിരുന്നു. ചാഴിയെ വിലക്കുന്നതിനുള്ള ഗ്രാമീണ മന്ത്രവാദരീതികളും, കർഷകർ അവലംബിച്ചിരുന്നു. രാത്രിയിൽ പന്തങ്ങൾ നാട്ടി പ്രാണികളെ ആകർഷിച്ച് കൊല്ലുന്ന രീതിയും പ്രാചീനമാണ്. ആറ്റക്കിളികൾ, വെട്ടുകിളി, മറ്റുപക്ഷികൾ, എന്നിവയെ ഓടിക്കുന്നതിന് പടക്കം പൊട്ടിക്കുകയോ പാട്ട കൊട്ടി കിളിയാട്ടു പാട്ടുകൾ പാടുകയോ ചെയ്തിരുന്നു. പലതരം പക്ഷികളും തവളയെപ്പോലെ പറക്കുന്ന ചെറുകീടങ്ങളെ ഭക്ഷിക്കുന്നതും ജൈവ കീടനിയന്ത്രണമായിരുന്നു. പക്ഷികൾക്ക് ഇരിക്കുന്നതിനായി കണ്ടങ്ങളിൽ തെങ്ങിന്റെ മടലുകൾ കുത്തിക്കൊടുക്കാറുണ്ട്. കൂടാതെ, തെവര, കൈത, അമ, ചോറ തുടങ്ങിയ കാടുകളും, കീടങ്ങളെ തിന്നുന്ന പക്ഷികൾക്കുള്ള ആവാസ കേന്ദ്രങ്ങളായിരുന്നു.

ഇതിനെല്ലാം പുറമെ വയലുകളുടെ സംരക്ഷണത്തിനായി മറ്റു കീട നിയന്ത്രണ മാർഗ്ഗങ്ങളും കർഷകർ അവലംബിച്ചിരുന്നതായി കാണാം. ആദിവാസികൾ ചെയ്യുന്ന പുനം കൃഷി മണ്ണിന്റെ സ്വാഭാവികമായ ആരോഗ്യം വീണ്ടെടുക്കുന്നതിന് സഹായകരമായിരുന്നു. എപ്പോഴും വിള വെടുക്കുന്ന വയലുകളിൽ നിലം തരിശിടുന്നരീതി പിന്നീട് വിളവ് വർദ്ധിപ്പിക്കുന്നതിനും മണ്ണിന്റെയും ചെടിയുടെയും രോഗപ്രതിരോധ ശേഷി വർദ്ധിപ്പിക്കുന്നതിനും കാര്യക്ഷമമായിരുന്നു. ഓലചുരുട്ടി പുഴുവിനെ വെള്ളത്തിൽ വീഴ്ത്തി കൊല്ലുന്നതിന് ഈന്തിൻപട്ട, മുളങ്കൊമ്പ്, തുടലിമുള്ള് എന്നിവ നെല്ലിനു മീതെ വലിക്കുന്ന ഏർപ്പാടുണ്ടായിരുന്നു. വരമ്പുകളെയും ഉചിത പ്രകൃതികൃഷിക്ക് ഉപയോഗപ്പെടുത്തിയിരുന്നു. വരമ്പുകളിൽ അധികം കളകൾ വളരാൻ അനുവദിക്കാറില്ല. അതിനായി ഉഴുന്ന്, പയറ്, മുതിര, തുവര എന്നിവ നട്ട് ആവശ്യത്തിന് വിളവെടുത്തിരുന്നു. മൂങ്ങ, കാക്കക്കുയിൽ, ഓലേഞ്ഞാലി തുടങ്ങിയ പക്ഷികൾ കൃഷിയെ കീടങ്ങളിൽ നിന്ന് സംരക്ഷിച്ചിരുന്നതായി കർഷകർ ഓർക്കുന്നു. സ്വാഭാവികമായ ഇത്തരം കീടനിയന്ത്രണമാർഗ്ഗങ്ങളെ അട്ടിമറിച്ചുകൊണ്ടാണ് വിഷകൃഷി കടന്നുവന്നത്. ഇത് ദൂരവ്യാപകമായ ദുരന്തങ്ങളാണുണ്ടാക്കിയത് എന്ന് കർഷകർ പറയുന്നു. കാലാവസ്ഥയെ തിരിച്ചറിയാനും മണ്ണിന്റെ പശിമ നിലനിർത്താനും കാലാവസ്ഥാമാറ്റമനുസരിച്ച് കൃഷിസാങ്കേതികത പുതുക്കിപ്പണിയാനും വിത്തുകൾ സംരക്ഷിക്കാനും അന്ന സുരക്ഷ നിലനിർത്താനും ശ്രമിച്ച കർഷകരുടെ പാരമ്പര്യ അറിവുകൾ സംയോജിപ്പിച്ച് ജൈവകൃഷി വ്യാപിപ്പിക്കുകയാണ് ഈ ദുരന്തത്തിന് ഏക പോംവഴി.

മണ്ണ് എന്നും അനാഥമായിരുന്നു. മണ്ണമ്മയും വാസ്തുപുരുഷനും

മണ്ണിൽ കമിഴ്ന്നുകിടന്നു. ഭൂമിയിൽ തൊട്ട് നിറുകെവച്ചു. സൂര്യഭഗവാനെ കൈതൊഴുതു. മണ്ണോടൊട്ടിച്ചേരാൻ ആഗ്രഹിച്ചുകൊണ്ട് മനുഷ്യൻ മണ്ണിൽ നടന്നു. വിശുദ്ധമായ മണ്ണിലുറങ്ങാൻ, ആ ഉറക്കം ഉറങ്ങിത്തീരാൻ ഉണർന്നിരുന്നതിന്റെ ക്ഷീണം തീർക്കാൻ. പക്ഷേ, എവിടെ ഉറങ്ങും? അഹന്തകൊണ്ട് മണ്ണിനെ അപമാനിച്ചു. കുരുതിക്കുപകരം വിഷക്കുരുതി നടത്തി. പാനിക്കുപകരം രക്തമൊഴിച്ചു. ചെറുസസ്യങ്ങൾ വെട്ടിക്കളഞ്ഞ് കൂട്ടിയിട്ട് തീകൊളുത്തി. പരിസ്ഥിതി കോൺഗ്രസ് നടക്കുന്ന കാലമാണ്. മണ്ണിനോടും മണ്ണിന്റെ രക്ഷകരായ ചെറുസസ്യങ്ങളോടും യുദ്ധം പ്രഖ്യാപിച്ച് വികസനക്കൊതി മുന്നേറുമ്പോൾ പ്രകൃതിക്കു സഹിക്കാൻ മാത്രമേ കഴിയൂ. അല്പകാലം ദൈവത്തിന്റെ സ്വന്തം നാട്ടിൽ സ്വർഗ്ഗത്തിൽ നിന്നാണ് വിഷം തളിക്കുന്നത്.

11

പൊള്ളുന്ന ഭൂമിക്കായി

സൂര്യാഘാത ഭീഷണിയിൽ പുറത്തിറങ്ങാൻ മടിക്കുകയാണ് കേരളമിന്ന്. കാലാവസ്ഥയിലെ ആശങ്കയുണർത്തുന്ന താളംതെറ്റലിലേക്ക് എത്തിച്ചേർന്നതെങ്ങനെയാണെന്ന് നോക്കാം.

നാം കടന്നുവന്ന വഴികളിലേക്കൊരു തിരിഞ്ഞുനോട്ടമാകാം. തണൽ ഏറെയുണ്ടായിരുന്ന ഒരു നാടായിരുന്നു നമ്മുടെ ഈ കൊച്ചുകേരളം. ശരിക്കും ഭൂമിക്ക് വേണ്ടത് തണലാണ്. കടുത്ത സൂര്യരശ്മികളെ പ്രതിരോധിക്കാനൊരു മറ. ഒരു കനോപ്പി. തമാലത, വൻ വൃക്ഷത്തിന്റെയും കല്പവൃക്ഷങ്ങളുടെയും കാവിലെ വള്ളിപ്പടർപ്പുകളുടെയും സാന്ത്വനം. പ്രാചീന കാലംമുതൽ തമാലതയുടെ ചിഹ്നമായ കുടക്കല്ലുകളുടെ നാടാണ് മലനാട്. ഓസോൺ പാളികളും മറ്റും ഉണ്ടാവാം. എന്നാൽ, കേരളത്തിന് മേഘങ്ങൾ തണലായിരിക്കുന്ന ഒരുകാലമുണ്ടായിരുന്നു. ഓരോ ഞാറ്റുവേലകളിലും മേഘത്തിന്റെ, മാനത്തിന്റെ സന്ദേശരൂപം വ്യത്യസ്തമായിരുന്നു. ചക്കരക്കുന്നുപോലെ മേഘം, ആട്ടിൻപറ്റംപോലെ മേഘം... വൃക്ഷത്തലപ്പുകൾ ആകാശത്തിൽ ലയിക്കുന്നു. ദിവസങ്ങൾ കഴിച്ചുകൂട്ടിയതും പ്രകൃതിയോടൊത്തായിരുന്നു. ഇപ്പോഴത്തെപ്പോലെ കസേരയിലും ഗൃഹച്ചുളകളിലുമല്ല, പാടത്തും പറമ്പിലും പണിയെടുക്കുന്ന പണിയാളർ തലയിൽ ഒരു തോർത്തുമുണ്ടിട്ട് വെള്ള വസ്ത്രത്തിന്റെ മേലാപ്പുമണിഞ്ഞ് മേഘത്തണലിൽ പൊന്നുവിളയിച്ച സ്ഥലമായിരുന്നു ഇത്. നാടൻകുന്നുകൾ, വൃക്ഷത്തലപ്പുകൾ, കേരവൃക്ഷങ്ങൾ ഇവയുടെയെല്ലാം തണലിലായിരുന്നു നമ്മൾ. പാടത്ത് പണ്ട് കൈതക്കാടുകളുണ്ടായിരുന്നു. അമക്കാട്, മുളങ്കാട്, ചോറക്കാട്, വയൽചുള്ളി, ബ്രഹ്മി തുടങ്ങിയ ചെറുസസ്യങ്ങൾ, വയലാകമാനം നാട്ടുസസ്യങ്ങളുടെ തീരമായിരുന്നു. താനേ മുളയ്ക്കുന്ന മഞ്ഞപ്പാവട്ട... ഇതിന്റെയൊ

ക്കെ തണലിലിരുന്നാണ് പുറംപണിക്കാർ പൊതിച്ചോറുണ്ടിരുന്നത്. കാലത്തെയും ചുറ്റുപാടിനെയും അറിയാമായിരുന്ന ഒരു ജനതയായിരുന്നു. കാലാവസ്ഥാവിശേഷങ്ങൾ പത്രത്തിൽ കൊടുക്കേണ്ട. ഡ്രോയിങ് റൂമിൽ തൂക്കാതെ മനസ്സിൽ അവർ ഞാറ്റുവേല കലണ്ടർ കൊണ്ടുനടന്നു. കുംഭഭരണി, മീനഭരണി, മേടഭരണിക്കാലത്തെ അശ്വതി, ഭരണി, കാർത്തിക നാളുകൾ ഇവയിലെല്ലാം എന്ത് സംഭവിക്കുന്നു എന്ന് അവർക്കറിയാമായിരുന്നു. ഋതുഭേദങ്ങളിലെ മണ്ണെന്താണ്, മഴയെന്താണ്, കാറ്റെന്താണ്, വെയിലെന്താണ്, ആകാശമെന്താണ് എന്നൊക്കെയുള്ള കാര്യങ്ങൾ സ്കൂളിൽ പോകാതെതന്നെ അവർ സ്വായത്തമാക്കി. സർവ്വകലാശാല ബിരുദങ്ങളല്ല മറിച്ച്, നാട്ടറിവിന്റെ ശക്തിയായിരുന്നു അത്. അറിഞ്ഞതൊന്നും അറിവല്ലെന്ന തിരിച്ചറിവിന്റെ എളിമയും അവർക്കുണ്ടായിരുന്നു. മീനച്ചൂട് നമ്മുടെ ഭാഗമായിരുന്നു. പരീക്ഷ കഴിഞ്ഞ് അവധിക്കാലമായാൽ കുട്ടികളുടെ കൂട്ടായി, പിന്നെ കൂട്ടമായി, നാടൻ കളികളായി... മൈതാനങ്ങളിലും മാവിൻചോട്ടിലും തണൽവിരിച്ച വയലുകളിലും നാടൻകളികളും നാട്ടുപഴങ്ങളും ഉണ്ടായിരുന്നു. പഴമെറിഞ്ഞു കൊടുക്കാൻ അണ്ണാറക്കണ്ണനും കാക്കയും കീരിയും വന്നിരുന്നു. ആറേഴു വയസ്സുവരെ കൂമ്പാളക്കോണകവുമുടുത്ത് നടക്കും അന്ന്. മക്കൾ ഏത് പറമ്പിൽ പോയാണ് കളിച്ചതെന്ന് വാസനയിൽ നിന്ന് തിരിച്ചറിയുമായിരുന്നു അമ്മമാർ. കുട്ടികൾ. കുയിലുകൂവുന്ന മാവിൻതോപ്പുകൾ. പിള്ളേരുകൂട്ടത്തിന്റെ കളിയിടവും അവരുടെ പരമാധികാര സാമ്രാജ്യവുമായിരുന്നു. ഇന്ന് മാവിൻതോപ്പുകൾ വിറ്റ് കല്യാണ മണ്ഡപങ്ങൾ ഉണ്ടാക്കി, സ്കൂൾ മൈതാനങ്ങളിൽ കെട്ടിടച്ചൂളകൾ ഉയർന്നു.

വേനൽക്കാലത്തായിരുന്നു പുരകെട്ടുകല്യാണം. പുര നിറഞ്ഞുനില്ക്കുന്ന പെണ്ണിനെക്കാൾ പുരകെട്ട് കല്യാണത്തിന് പണ്ടുള്ളവർ പ്രാധാന്യം നല്കി. ഈ പുരമേയലിന് കൂലി വേണ്ട. എല്ലാവരും എല്ലാവരുടെയും വീടുകളിൽ ചെല്ലും. നല്ല വെയിലത്താണ് പുരമേയുന്നത്. ദാഹമകറ്റാൻ താഴെയിറങ്ങുമ്പോൾ കേരളത്തിന്റെ തനതായ ഹെർബൽ ഡ്രിങ്സാണ് അവരെ കാത്തിരുന്നത്. കരിക്ക്, മഞ്ഞപ്പൊടിയിട്ട കള്ള്, അന്തിക്കള്ള്, നറുനീണ്ടി, സർബത്ത്, നല്ല പശുവിൻ പാൽ, പുളിപ്പിച്ച മോരുകൊണ്ടുള്ള സംഭാരം എന്നിവയെല്ലാമായിരുന്നു അവരുടെ ദാഹശമനികൾ. ഇവയൊക്കെ ശരീരത്തിന് ശീതളിമ നല്കിയിരുന്നു. വിശപ്പിന് നാളികേരം ചിരകിയിട്ട പാൽക്കഞ്ഞി. ഇന്ന് നമ്മുടെ ഭക്ഷണത്തിൽ തേങ്ങയ്ക്ക് പ്രാധാന്യം വളരെ കുറഞ്ഞുപോയി. പണ്ട് പുട്ട്, പായസം തുടങ്ങി എല്ലാറ്റിലും തേങ്ങയ്ക്ക് സ്ഥാനമേറെയായിരുന്നു.

കുളിക്കുംമുമ്പ് എണ്ണ തേച്ച് ശരീരം മിനുക്കുന്നവരായിരുന്നു മലയാളി. പണിക്കിറങ്ങുന്നവരൊക്കെ തേങ്ങാപ്പിണ്ണാക്ക് തലയിലും നെഞ്ചിലും തേച്ചിരുന്നു. സോപ്പുപയോഗിക്കാതെ പയറുപൊടിയും മറ്റും ഉപയോഗിച്ച് തേച്ച് കുളിക്കുമ്പോൾ ഈ എണ്ണയുടെ അംശം പൂർണ്ണമായി നഷ്ടമാകില്ല. ഇത് ചൂടിനെ പ്രതിരോധിക്കാൻ ശക്തി നല്കിയിരുന്നു.

പകൽസമയത്ത് യാത്ര ചെയ്യുന്നവർക്കായി തണ്ണീർപ്പന്തലുകൾ തീർത്ത പാരമ്പര്യമാണ് നമ്മുടേത്. സംഭാരവും ഇളനീരും ചുക്കുകാപ്പിയും മല്ലിക്കാപ്പിയുമെല്ലാം അടങ്ങുന്ന നാട്ടുപാനീയങ്ങൾ നല്കാൻ ഉത്സാഹികളായിരുന്നു പൂർവ്വികർ. വേനൽക്കാലത്ത് കുട്ടികൾക്ക് എന്തു കൊടുക്കണമെന്ന അറിവ് നമ്മുടെ അമ്മമാർക്കും അച്ഛന്മാർക്കും നാട്ടമ്മമാർക്കും നാട്ടച്ഛന്മാർക്കും ഉണ്ടായിരുന്നു. ഇങ്ങനെയാണ് നമ്മൾ വളർന്നുവന്നത്.

വേനൽക്കാലത്തെ പ്രത്യേകതയായിരുന്നു ഉത്സവങ്ങൾ. ഡിസംബർ മുതൽ ഉത്സവകാലമാണ്. എല്ലാവരും പുറത്തായിരിക്കും. നാട്ടുവേലകളും പൂരങ്ങളുമെല്ലാം കൊണ്ടാടും. നാട്ടുകുന്നുകളിൽനിന്നുള്ള വൃശ്ചികക്കാറ്റ് ഉത്സവക്കൂട്ടത്തിൽ ഒഴുകി നടന്നിരുന്നു. പ്രത്യേകിച്ച് പാലക്കാടൻ കാറ്റ് മൂടൽമലക്കിടയിലൂടെ കടന്നുവരുമ്പോൾ തണുപ്പുണ്ടാകും. ആൽത്തറകളും കാവുകളും വേനലിൽ തളിർക്കുന്ന വൃക്ഷങ്ങളും ചൂടിനോട് പൊരുതാൻ മനുഷ്യരോടൊപ്പമുണ്ടായിരുന്നു. വേലകൾക്ക് ഭൂമിദേവിയുമായി ഇഴപിരിയാത്ത അടുപ്പമുണ്ട്. ഭൂമിക്ക് നീർ വരളുന്ന മാസങ്ങളിലായിരുന്നു വേലകളും പൂരങ്ങളും. അമ്മയുടെ ദാഹം തീർക്കാൻ നിവേദ്യമായി മാറുന്ന കുരുതികൾ, പാനകൾ, മഞ്ഞൾനീരാട്ടുകൾ, കാലാവൂട്ടുകൾ എന്നിവയുണ്ടായിരുന്നു. അമ്മയ്ക്ക് വെള്ളം കൊടുത്താൽ നമുക്കും വെള്ളം കിട്ടും. ഇതായിരുന്നു സങ്കല്പം. പുരാതന സങ്കല്പങ്ങളിൽ ഭൂമിദേവിയെ ഒരു പശുവായി കാണാറുണ്ട്. എല്ലാം നല്കുന്ന കാമധേനു. എന്നാൽ, ഇന്ന് ഈ പശുവിനെ വെറും കറവപ്പശുവാക്കിയതാണ് പ്രശ്നമായത്. ചാകാറായ കറവപ്പശുവിനോട് വീണ്ടും ഞങ്ങളെ രക്ഷിക്കൂ എന്ന് വിലപിച്ചിട്ടെന്തുകാര്യം? അത്തരം ഉത്സവങ്ങളിലൊന്നാണ് പാലക്കാട്ട് പോക്കാച്ചിക്കാവിലേത്. വെള്ളം തേടുന്ന തവളയുടെ സങ്കല്പമാണ് അതിൽ ഉറങ്ങിക്കിടക്കുന്നത്. കൊടുംപാവിയെ കെട്ടിവലിക്കുന്ന ചടങ്ങുണ്ടായിരുന്നു. ഏതോ ഒരു കൊടുംപാവി കാരണമാണ് മഴപെയ്യാത്തത് എന്ന് നാട്ടുകാർ വിശ്വസിച്ചിരുന്നു. സ്ത്രീകളാണെങ്കിൽ കൊപ്പിയാള എന്ന ചടങ്ങ് നടത്തി ഓരോ വീട്ടിലും ചെന്ന് നൃത്തം ചെയ്യുമായിരുന്നു. എല്ലാം മഴയെ ആനയിക്കാൻ. കിഴൂർ കാർത്തികക്കാവു മുതൽ അവസാനത്തെ വേലയായ മുളയങ്കാവ് വേലവരെയുള്ള ഉത്സവങ്ങൾ ഇത്തരം പ്രകൃതി സങ്കല്പങ്ങൾ കൂടിച്ചേർന്നതായിരുന്നു. മുളയങ്കാവ് വേലയ്ക്ക് മഴ പെയ്യുമെന്നായിരുന്നു പഴയ വിശ്വാസം. വേനലിൽ ഭക്ഷണത്തിലും പ്രത്യേകത ഏറെയുണ്ടായിരുന്നു. മുമ്മാസം പഴങ്ങളുടെ കാലമെന്നാണ് പറഞ്ഞിരുന്നത് ചക്കേം മാങ്ങേം മുമ്മാസം. വീട്ടുപഴങ്ങളും വേലിപ്പഴങ്ങളും കാട്ടുപഴങ്ങളും...നിർജ്ജലീകരണം സംഭവിക്കാതിരിക്കാൻ കുട്ടികൾ നാട്ടുപഴങ്ങൾ ധാരാളം കഴിച്ചിരുന്നു. ഞാവൽ, പൂച്ചപ്പഴം, ചക്ക, മാങ്ങ, തൊണ്ടിപ്പഴം, തുടലിപ്പഴം ഇവയൊക്കെ മൃഗങ്ങൾക്കും മനുഷ്യർക്കും തണുപ്പുനല്കാറുണ്ടായിരുന്നു. ഈ പഴങ്ങൾ തേടിത്തന്നെയാണ് വേനൽ പക്ഷികളും എത്താറ്. പഴങ്ങൾ തേടിയെത്തുന്ന

മണിത്തത്തയെപ്പറ്റി ഒരു പാട്ടുണ്ടായിരുന്നു.

ഇനിയേതു പഴം തേടും തത്ത
ഇന്ത താരിക തൃമ്തൈ,
തൊണ്ടിപ്പഴം തേടും ഞാനേ
ഇന്തതാരിക തൃമ്തൈ
ആ കാവും വെട്ടിപ്പോയല്ലോ
ഇന്ത താരിക തൃമ്തൈ
ഇനിയേതു പഴം തേടും തത്ത....

ഇന്ന് വറുത്ത പാക്കറ്റ് ഭക്ഷണമാണ് കുട്ടികളുടെ കൈയിൽ. ഇതുണ്ടാക്കുന്നതോ നേർ വിപരീത ഫലവും. പ്രകൃതിയോട് ഒട്ടിനിന്നിരുന്ന പഴയ മനുഷ്യജീവിതം ഇന്ന് ഓർമ്മകളിലാണ്.

ജീവിത രീതികളിൽ വന്ന വ്യത്യാസംമൂലം പ്രതിരോധശേഷി നഷ്ടപ്പെടുന്നു. ഇത് കാലാവസ്ഥാമാറ്റത്തിന്റെ ഫലംകൂടിയാണ്. തണുത്ത മേഘലങ്ങൾ നഷ്ടപ്പെടുന്നു. മലനാടിന് അനുഗ്രഹമായി നിന്നിരുന്നതാണ് നാട്ടുകുന്നുകൾ. അതിടിച്ചുനിരത്തിയത് വലിയ ആഘാതമാണ് സൃഷ്ടിച്ചത്. കുന്നില്ലാതാകുമ്പോൾ അവയിലെ മരങ്ങളും പാറകളുമൊക്കെയാണ് നഷ്ടപ്പെടുന്നത്. ചൂടുകുറയ്ക്കുന്നതിൽ ഇവയ്ക്കൊക്കെ വലിയ പങ്കുണ്ട്. പൂച്ചക്കുന്ന്, കിളിക്കുന്ന്, ചെത്തിക്കുന്ന്, അയ്യുന്ന്, വിലങ്ങൻകുന്ന്, ഇടവക്കുന്ന്... മരച്ചില്ലകൾക്കിടയിലൂടെ എത്തുന്ന സൂര്യപ്രകാശത്തിന് ശക്തി കുറവാണ്. തണ്ണീർത്തടങ്ങൾ പോയതോടെയാണ് ഇവിടം കണ്ണീരിടമായത്. പുഞ്ചവയലുകൾ വെള്ളംകെട്ടിനില്ക്കുന്നവയായിരുന്നു. കുളങ്ങളുടെ നാടായിരുന്നു ഇത്. ഏറ്റവും കൂടുതൽ കുളങ്ങളുള്ള പാലക്കാട്ടുപോലും ഇന്ന് അവയുടെ എണ്ണം കുറഞ്ഞുവരുകയാണ്. തണ്ണീർത്തടങ്ങളും കുളങ്ങളും നികത്തിയതോടെ ജലത്തിന്റെ പ്രകൃത്യാ ഉള്ള റിസർവോയറുകളാണ് ഇല്ലാതായത്. കോൺക്രീറ്റ് സൗധങ്ങൾ ഉയരുമ്പോൾ മണ്ണിൽ ചൂട് താനെ ഉയരും. കുന്നുകളുടെ സ്ഥാനം കെട്ടിടങ്ങളേറ്റെടുക്കുമ്പോൾ കൂടെ ചൂടും സ്വീകരിക്കുന്നു. ചൂടുപിടിച്ച കെട്ടിടങ്ങൾക്കുള്ളിൽ ചൂളയിലെന്നപോലെ ഇരുന്നെരിയുകയാണ് പരിഷ്കൃതർ. എന്നിട്ടും ജനലുകളും വാതിലുകളും തുറക്കാതെ ആരോടും കൂട്ടുകൂടാതെ അങ്ങനെ നീറിക്കഴിയുന്നു. സാധാരണ ചൂട് ക്രമേണയാണ് കൂടാറുള്ളത്. ഇത്തവണ അത് വളരെ പെട്ടെന്നായിരുന്നു. 38 ഡിഗ്രിയിലേക്കും 41 ലേക്കുമൊക്കെ വർദ്ധിക്കുന്നു. ചില ദിവസങ്ങളിൽ പെട്ടെന്ന് കുറയുന്നു. ഈ താളംതെറ്റൽ എന്തുകൊണ്ടാണ്?

ആഗോള താപനത്തിന്റെ ഫലങ്ങൾ തന്നെയാണ് ഈ താളംതെറ്റലിന് കാരണം. ആഗോള താപനംവഴി ഇന്ത്യയിൽ ചൂടു വർദ്ധിച്ചതായി റിപ്പോർട്ടുകൾ ഉണ്ടായിരുന്നു. കഴിഞ്ഞ വർഷം മഴ കുറയാൻ കാരണം കടലിന്റെ ഉപരിതലച്ചൂട് കൂടിയതാവാമെന്നും പറഞ്ഞിരുന്നു. സാധാരണ കേരളത്തിൽ ആര്യങ്കാവ് ചുരം, പാലക്കാട് ചുരം എന്നിവയിലൂടെയാണ് ഉഷ്ണക്കാറ്റ് വരാറ്. മീനമേട മാസത്തിലെ ചൂടും കാറ്റും നമുക്ക് പരിച

യമുള്ളതായിരുന്നു. എന്നാൽ, ഈ വർഷം അതിന് മറ്റു ചില കാരണങ്ങൾകൂടി ഉണ്ടായി. സന്തുലനാവസ്ഥ നഷ്ടപ്പെട്ടിരിക്കുന്നു. മകരം, കുംഭം മാസങ്ങളിൽ കിട്ടേണ്ട വേനൽമഴ കിട്ടിയില്ല. പണ്ട് ആലിപ്പഴം പൊഴിച്ചിരുന്ന വേനൽമഴകളായിരുന്നു ഇതെന്ന് ഓർക്കണം. ആലിപ്പഴം ഇന്ന് കവിഭാവനയിലെ സങ്കല്പം മാത്രമാണ്. മകരത്തിൽ മഴ പെയ്താൽ മലയാളം മുടിയും എന്നൊരു ചൊല്ലുണ്ടായിരുന്നു. മകരത്തിൽ പെയ്തിരുന്ന മഴയെതന്നെയാണ് ഇത് സൂചിപ്പിക്കുന്നത്. കുംഭത്തിൽ മഴ പെയ്താൽ കുപ്പയിലും നെല്ല്. മുതിരയ്ക്കും ഉഴുന്നിനും എള്ളിനും മൂന്നുമഴ തുടങ്ങിയവയെല്ലാം വേനൽമഴയും വിളകളും തമ്മിലുള്ള ബന്ധത്തിന്റെ നാട്ടുപറച്ചിലുകളായിരുന്നു. എന്നെപ്പുതപ്പിച്ചാൽ നിന്നെ കുളിപ്പിക്കാം എന്ന് എള്ള് പറയുമായിരുന്നു. വിത്തിന് തണലിട്ടാൽ നല്ല വിള കിട്ടുമെന്നാണ് സാരം. ചില കൊല്ലങ്ങളിൽ മകരമഞ്ഞുകിട്ടാറില്ല. ദക്ഷിണായനത്തിൽനിന്ന് ഉത്തരായനത്തിലേക്ക് സഞ്ചരിക്കുന്ന സൂര്യൻ നേരെ മുകളിലെത്തുന്നത് മാർച്ചിലാണല്ലോ. ഭൂമിയുടെ പ്രയാണത്തിന്റെ രീതിശാസ്ത്രം കൊണ്ട് സൂര്യരശ്മികൾ ഭൂമദ്ധ്യരേഖയിൽ പതിക്കുന്ന ദിവസമാണ് മാർച്ച് 21. ഉത്തരായനത്തിന്റെ ഈ ദിവസങ്ങളിൽ ചൂട് വർദ്ധിക്കുമെന്ന് നാട്ടാർകുലങ്ങൾക്ക് അറിയാമായിരുന്ന മീനമാസത്തിലാണ് അമ്മദൈവക്കാവുകളിൽ തറകളിലും പതികളിലും വേലപൂരങ്ങളും കാവുതീണ്ടലുകളും അരങ്ങേറിയിരുന്നത്. കുഞ്ഞുകുട്ടി പരാധീനങ്ങളെല്ലാം മിക്കവാറും പുറത്താണ്. അമ്മയുടെ തണലിലാണ്. കൂട്ടായ്മകളുടെ നഷ്ടപ്പെടലുകളാണ് മാർച്ചുമാസത്തെ പൊള്ളുന്ന അനുഭവമാക്കിയത്.

വെയ്യോൻ എന്നാണ് സൂര്യനെ പറയുക. വെയിലുണ്ടാക്കുന്നവനെന്നർഥം. പഴയ കർഷകന്റെ ആരാധനാമൂർത്തിയായിരുന്നു സൂര്യൻ. വെയിൽ ഊർജ്ജമായിരുന്നു. സൂക്ഷ്മ കാലാവസ്ഥയുടെയും ഞാറ്റുവേലയുടെയും ചുക്കാൻ പിടിക്കുന്നത് പ്രത്യക്ഷദേവനാണ്. ഞായറിന്റെ (സൂര്യൻ) വേലയാണ് (സമയം) ഞാറ്റുവേല. ഒരർത്ഥത്തിൽ ചൂടു നല്കുന്നതും തണൽ നല്കുന്നതും സൂര്യൻ തന്നെ. ഈ താളത്തെ ഉല്ലംഘിച്ചുകൊണ്ടാണ് ഹരിതഗൃഹവാതകങ്ങൾ ഏറിയത്. സ്വസ്ഥതകൾ അസ്വസ്ഥതകളാവുന്നു. എന്നാൽ, ഇന്ന് സൂര്യൻ മനുഷ്യന്റെ ശത്രുവായി മാറി. കാറ്റിന്റെ ദിശാമാറ്റം കാലാവസ്ഥാ മാറ്റത്തെ നന്നായി സ്വാധീനിച്ചിട്ടുണ്ട്. പലതരം വായു പ്രവാഹങ്ങൾ കടലിലും കരയിലുമുണ്ട്. ഇവയുടെ താളമാറ്റം സംഭവിച്ചുകഴിഞ്ഞു. മർദ്ദവ്യതിയാനത്തിലുണ്ടായിരുന്ന സന്തുലനാവസ്ഥ നഷ്ടപ്പെട്ടു. വിയർപ്പൊപ്പിയിരുന്ന കിഴക്കൻകാറ്റും പടിഞ്ഞാറൻ കാറ്റുമിന്ന് തീക്കാറ്റായാണ് വീശുന്നത്. കുന്നുകളും മരങ്ങളും നഷ്ടപ്പെട്ടതുതന്നെയാണ് പ്രധാന കാരണം. ആളുകൾക്ക് മരം മുറിക്കാൻ മടിയില്ല. റോഡ് വെട്ടാനും സ്കൂൾ കെട്ടിടം പണിയാനും കെട്ടിടങ്ങൾക്ക് ശരിയായ നോട്ടം കിട്ടാനും അവൻ അപ്പനപ്പൂപ്പന്മാരുടെ പ്രായമുള്ള മാവിനെയും മറ്റും യാതൊരു മനക്കുത്തുമില്ലാതെ വെട്ടിമുറിച്ചിടുകയാണ്. പല രാജ്യങ്ങളിലും മരങ്ങൾക്കുവേണ്ടി റോഡുകൾ

വളച്ചുപണിയും. വെയിൽസിൽ വളഞ്ഞുപുളഞ്ഞ റോഡുകളാണുള്ളത് മരങ്ങൾക്കിടയിലൂടെയാണ്. വനനശീകരണം ഒരു പ്രധാന പ്രശ്നമാണ്. വനവല്കരണമെന്ന പേരിൽ നടക്കുന്നത് സാമൂഹിക വനവല്കരണം മാത്രമാണ്. സ്വാഭാവിക വനങ്ങളെ തിരിച്ചുകൊണ്ടുവന്നേ പറ്റൂ. കാവുകൾ നിലനില്ക്കണം. കേരളത്തിന്റെ ജൈവവൈവിദ്ധ്യം മഹത്തരമാണ്. കാടു നശിക്കുമ്പോൾ അതിന്റെ ഇരകൾ മൃഗങ്ങൾകൂടിയാണ്. ഇപ്പോൾ ചൂട് കൂടിയപ്പോൾ അവയ്ക്കെന്തു സംഭവിക്കുന്നു എന്ന പഠനങ്ങളൊന്നും നടക്കുന്നില്ല. ആന, കാട്ടുപോത്ത് തുടങ്ങിയ ചേറിലും വെള്ളത്തിലും ജീവിക്കുന്ന ജീവികളൊക്കെ ചോലകൾ നഷ്ടപ്പെട്ടാൽ എന്തു ചെയ്യും? മരം വയ്ക്കൂ, മരം വയ്ക്കൂ എന്ന് പ്രസംഗിക്കുന്ന ധാരാളം പേരുണ്ട്. എന്നാൽ, അവരോരോരുത്തരും ഒരു മരമെങ്കിലും നട്ടേ തീരൂ. സുന്ദർലാൽ ബഹുഗുണ കേരളത്തിൽ വന്നപ്പോൾ പറഞ്ഞതാണിത്.

വിഭവങ്ങൾ തിരിച്ചുപിടിക്കണം. ഫലങ്ങളുള്ള മരങ്ങളുണ്ടാകണം. വയൽ നികത്തരുത്. ചതുപ്പുകൾ സംരക്ഷിക്കപ്പെടണം. പുഴകൾ മണലൂറ്റുകേന്ദ്രങ്ങളാകരുത്. പുഴയിൽ കുളിച്ചുകയറിയവർക്ക് പൊള്ളലേറ്റു എന്ന വൈരുദ്ധ്യമാണ് നാം കണ്ടത്. ഇതൊരു സൂചനയാണ്. പ്രകൃതിയുടെ സൂചന. കാട്, കൃഷി എന്നിവ സംരക്ഷിക്കണം. ഭക്ഷണരീതി മാറണം. നാട്ടുപാനീയങ്ങൾ, നാട്ടുഭക്ഷണം ഇവ തിരിച്ചുപിടിക്കാൻ വിവേകമുണ്ടാകണം. ദീർഘകാല പദ്ധതികൾകൊണ്ടേ കാര്യമുള്ളൂ. വേനൽ കഴിഞ്ഞാൽ മഴ വരും. അപ്പോൾ നാം ചൂടിനെ മറക്കും. മഴയെ ശപിക്കും. വീണ്ടും കുറെ കഴിയുമ്പോൾ ചൂടു കടന്നുവരും. ഇതാണ് കാലചക്രം. പ്രകൃതിഅറിവുകളിലേക്ക് തിരിച്ചുപോകണം.

മണ്ണിലേക്ക് തിരിച്ചുപോകണം. ഇത് റെഡ് ഇന്ത്യൻസ് പറയുന്നതാണ്. പരമ്പരാഗതമായ പ്രകൃതിസത്യങ്ങളെ തിരിച്ചറിയണം. ആ അറിവിൽനിന്നാണ് പ്രജ്ഞയുണ്ടാകുന്നത്. സർവ്വകലാശാലകളും ഗവേഷണകേന്ദ്രങ്ങളുമെല്ലാം നിലനിൽപ്പിന്റെ തനതറിവുകളിൽനിന്ന് തുടങ്ങണം. യുദ്ധകാലാടിസ്ഥാനത്തിലായിരിക്കണം ഇത്. വിദേശ രാജ്യങ്ങളിലുള്ളവർ തെക്കോട്ട് യാത്ര ചെയ്യുന്നു. അറേബ്യൻ നാടുകളിലും ഇന്ത്യയിലും കൊച്ചുകേരളത്തിലുമൊക്കെ അവർ എത്തുന്നു. ഇത് വെയിലുകൊള്ളാനാണ്. വെയിലിൻെറ മഹത്ത്വം മനസ്സിലാക്കി ആ ഊർജ്ജം സ്വീകരിക്കാൻ. ഇതൊക്കെ തിരിച്ചറിവുകളാണ്. ഈ ഊർജ്ജത്തെ സ്വത്തായി കാണുന്നതിനു പകരം ഇന്ന് ഭീതിപ്പെടുത്തുന്ന ഒന്നായി മാറ്റിയതിന് ഉത്തരവാദികൾ ആരാണ്? ആരോഗ്യരംഗം, വിദ്യാഭ്യാസ രംഗം, വികസന രംഗം ഇവിടങ്ങളിലെല്ലാം പാരമ്പര്യപരിസ്ഥിതി ജ്ഞാനം അറിഞ്ഞ് പോകണം. എങ്കിലേ അതിജീവനമുണ്ടാകൂ. ഇന്നത്തെ കുട്ടികൾക്ക് ഒത്തിരി അറിയാം. ഞാനൊരു കുട്ടിയെ കണ്ടു. രണ്ടാംക്ലാസുകാരൻ. വൈകുന്നേരം സ്കൂൾ വിട്ട് അമ്മയുടെ കൂടെ നടക്കവെ കഴുത്തിലെ ടൈ വലിച്ചഴിച്ച് അവൻ പറയുകയാണ്, പകൽനേരം സ്കൂളിൽ ചൂടു കൂടുതലാണ്. ഇത് ആഗോള താപനത്തിന്റെ ഫലമാണ്. കുറെ നാൾ കഴിയുമ്പോൾ

മലകളിലെ മഞ്ഞുരുകി കടലിൽ വെള്ളം കൂടും. നമ്മുടെ കൊച്ചിയൊക്കെ മുങ്ങിപ്പോകും. അതെ, അവനറിവുണ്ട്. അവൻ അവസാനം പറഞ്ഞത് ഇങ്ങനെയാണ്.! എനിക്കപ്പോൾ തോന്നി കുഴിച്ചുമൂടാൻപോലും ആരും ഉണ്ടാവില്ലെന്ന്!! ഈ അറിവിന്റെ കൂടെതന്നെ അവന് നഷ്ടപ്പെട്ടുപോയ പ്രകൃതി അറിവുകളും കൂടി കിട്ടേണ്ടതുണ്ട്. ഏതു വികസന പദ്ധതികൾ വന്നാലും ഒരു ഇക്കോ ഓഡിറ്റ് നടക്കണം. വികസനത്തിന് മുമ്പേ പരിസ്ഥിതി ആഘാത പഠനം നടത്തണം. അതു വിദഗ്ദ്ധന്മാരെക്കൊണ്ട് മാത്രമല്ല നടത്തേണ്ടത്. അവിടെ ജീവിക്കുന്ന സാധാരണക്കാർ, ആ വികസനത്തിന്റെ ഗുണവും ദോഷവും പറ്റുന്നവർ, അവരെയാണ് അതിൽ പങ്കാളികളാക്കേണ്ടത്. എവിടെനിന്നോ വന്ന് പഠനമെന്ന പേരിൽ എന്തോ ചെയ്ത് ശമ്പളവും വാങ്ങി തിരിച്ചുപോകുന്ന വിദഗ്ദ്ധർ നാട്ടുകാരുടെ അഭിപ്രായവും കണക്കിലെടുക്കണം. അവർക്കാണ് നാടിനെ അറിയാവുന്നത്. ഏതൊരു വികസനവും പ്രകൃതിയുടെ സ്വരത്തിന് ചെവികൊടുക്കണം.തദ്ദേശീയരായ കാരണവക്കൂട്ടങ്ങളുടെ തണലിലിരുന്ന് സത്വര നടപടികൾ കേൾക്കണം.

ഇവിടെ മാധ്യമങ്ങൾക്കും സാമൂഹ്യപ്രസ്ഥാനങ്ങൾക്കും തീർച്ചയായും വലിയൊരു സ്ഥാനമുണ്ട്. സംഭവങ്ങളെ അവർ ഉയർത്തിക്കൊണ്ടുവരുന്നുണ്ട്. പക്ഷേ, അവ ആവിയായിപ്പോകാൻ പാടില്ല. മാധ്യമങ്ങൾക്കൊരു സോഷ്യൽ കമിറ്റ്മെന്റുണ്ട്. പ്രശ്നങ്ങൾ മലയാളിയുടെ വിലകുറഞ്ഞ വഴക്കുകളായി അവതരിപ്പിക്കാനുള്ളതല്ല, ഏണിക്ക് ഏണിവെട്ടുന്ന സംസാരം പരിഹാരമല്ല. പലതരം പ്രശ്നങ്ങൾ സമൂഹത്തിൽ കൊണ്ടുവരുന്നതല്ലാതെ അത് പരിഹരിക്കാൻ അവർ ശ്രമിക്കുന്നില്ല. ഇവിടെ പ്രകൃതിയും മനുഷ്യനും തമ്മിലുള്ള വൈരുദ്ധ്യങ്ങളുടെ സമീകരണത്തിനും മാധ്യമങ്ങൾക്ക് കഴിയും ഇന്ന് ദൃശ്യമാധ്യമങ്ങളിൽ റിയാലിറ്റി ഷോകളും മറ്റു വിനോദ പരിപാടികളും നിറഞ്ഞുനില്ക്കുകയാണ്. എന്തുകൊണ്ട് സാധാരണക്കാരന്റെ പ്രശ്നങ്ങൾ, നാട്ടറിവുകൾ, കൃഷി ഇവയൊക്കെ ഇത്തരത്തിൽ കൊണ്ടുവന്നുകൂടാ? മാധ്യമങ്ങൾ മുമ്പേ നടക്കണം. ജനങ്ങൾക്ക് വഴികാട്ടിയായി.

സഹായഗ്രന്ഥങ്ങളും ലേഖനങ്ങളും

1. വി കെ ശ്രീധരൻ (എഡി.), *കൃഷിയുടെ നാട്ടറിവുകൾ,* ഡിസി ബുക്സ്, കോട്ടയം, 2007
2. ഡോ. ഹരിനാരായണൻ (എഡി.) *സസ്യങ്ങളുടെ നാട്ടറിവ്,* ഡിസി ബുക്സ്, കോട്ടയം, 2007
3. *കൃഷിഗീത, നാട്ടറിവ് പഠനകേന്ദ്രം,* തൃശൂർ.
4. സി ആർ രാജഗോപാലൻ (എഡി.), *വയൽക്കാട്,* ഡിസി ബുക്സ്, കോട്ടയം, 2007
5. സുജിത്കുമാർ, *കൃഷിമലയാളം,* സംസ്കൃതി, കണ്ണൂർ, 2005
6. ഡോ. എ നുജും, വി കെ ശ്രീധരൻ (എഡിറ്റർ), *അന്നം, കേരളീയതയുടെ നാട്ടറിവ്-9* നാട്ടറിവുപഠനകേന്ദ്രം, തൃശൂർ 1999.
7. ഡോ. എം എ ലീന (എഡിറ്റർ, *നാട്ടുഭക്ഷണം,* ഡി സി ബുക്സ്, കോട്ടയം, 2004.
8. ഡോ. സി ആർ രാജഗോപാലൻ (ജനറൽ എഡിറ്റർ), *നാട്ടുപാനീയങ്ങൾ,* ഡി സി ബുക്സ്, കോട്ടയം, 2008.
9. ഡോ. സി ആർ രാജഗോപാലൻ, *തണ്ണീർപ്പന്തൽ,* കോളവിരുദ്ധസമിതി, പാലക്കാട്.
10. എം ഗംഗാധരൻ, *കേരളത്തിലെ പഴയകാല കൃഷിയെക്കുറിച്ചൊരാലോചന, കൃഷിഗീത,* നാട്ടറിവു പഠന കേന്ദ്രം, തൃശൂർ,1999.
11. ഡോ. ഇ ഉണ്ണികൃഷ്ണൻ, *ആദ്യകാല ലിഖിത പരാമർശങ്ങൾ, കൃഷിഗീത,* നാട്ടറിവു പഠന കേന്ദ്രം, തൃശൂർ,1999.
12. സി പി ഗംഗാധരൻ (വിവ) *മസനോബു ഫുക്കുവോക്ക, ഒറ്റ വൈക്കോൽ വിപ്ളവം,* വാൾഡൻ, തൃശൂർ 1987.
13. Indira Devi.P. *Pesticides in Agriculture, A Boon or a curse?*

A Case study of Kerala EPW, Vol. XIV. Nos 26427, June 26-2010.

14. Achaya K T Indian Food, *A Historical companion* - Oxphord India Publication, 1998.
15. Claude Levi-Strauss, *The Raw and the Cooked,* Harper & Row Publications.
16. Bertus Haverkart and Wim Hiemstra (ed.), *Food for thought, ancient visions and new experiments of rural people,* Compas 1999.
17. Carole Counihan. *Food and culture.* Routledge, 1997.
18. Marin Nestle. *Food politics,* Newyork University.
19. Marin Nestle. *Safe food, Bacteria, Biotechnology and Bioterorism.*
20. Sarah A Laird (ed.) *Biodiversity and Traditional Knowledge, Earthscan,* London, 2002, 85, 184-185

www.ingramcontent.com/pod-product-compliance
Lightning Source LLC
LaVergne TN
LVHW060623051026
849519LV00002B/741
9789386112187
9 789386 112187